संशोधन संरचना

संशोधन संरचना

गुणात्मक, संख्यात्मक आणि मिश्र पद्धतींचे दृष्टिकोन

चौथी आवृत्ती

जॉन डब्ल्यू. क्रेसवेल
युनिर्व्हसिटी ऑफ नेब्रास्का–लिंकन

SAGE | bhasha

Los Angeles | London | New Delhi
Singapore | Washington DC | Melbourne

Originally Published in 2014 in English by
SAGE Publications, Inc as *Research Design: Qualitative, Quantitative, and Mixed Methods Approaches*

This edition published in 2017 by

SAGE | bhasha

SAGE Publications India Pvt Ltd
B1/I–1 Mohan Cooperative Industrial Area
Mathura Road, New Delhi 110 044, India
www.sagepub.in

Published by SAGE Publications India Pvt Ltd, Translation Project Coordinated by TranslationPanacea, Pune.

ISBN: 978-93-515-0697-3 (PB)

Translator: Dr. Yojana Karve

SAGE Team: Sumona Kundu, Mahesh Sachane

हे पुस्तक मी कारेन ड्रेम क्रेसवेल हिला अर्पण करत आहे. ती माझ्या लेखनाची आणि जीवनाची प्रेरणा आहे.
ती पत्नी, पाठिंबा देणारी आणि सखोल आणि दक्ष संपादक असल्यामुळेच मी प्रदीर्घ वेळ
काम करू शकलो तसेच घरातील चूल पेटती ठेवू शकलो आणि
एक मातब्बर संशोधक आणि पुस्तकाचा लेखक झालो. कारेन, तुला मनःपूर्वक धन्यवाद.
या पुस्तकाच्या सर्व आवृत्त्यांच्या वेळी तू मला साथ दिलीस त्याबद्दल मनापासून आभार.

संक्षिप्त अनुक्रमणिका

सविस्तर अनुक्रमणिका

संशोधन तंत्राचे विश्लेषण करणारा मजकूर

प्रकरण १. संशोधन मार्गाची निवड

- तुमचा संशोधन मार्ग ठरवा
- ज्याच्याशी तुम्हाला सहज जुळवून घेता येईल असा जागतिक दृष्टिकोन शोधून काढा
- तीन प्रकारच्या संशोधन मार्गांची व्याख्या करा
- संख्यात्मक, गुणात्मक आणि मिश्र पद्धतीच्या संरचना आणि पद्धतींचा उपयोग करा

प्रकरण २. साहित्याचे पुनरावलोकन

- तुमचा विषय संशोधन करण्यायोग्य आहे का ते तपासा
- साहित्याच्या पुनरावलोकनासाठी टप्प्यांचा उपयोग करणे
- साहित्याच्या पुनरावलोकनासाठी उपलब्ध संगणकीय डेटाबेसेस वापरणे
- साहित्याच्या पुनरावलोकनासाठीचा अग्रक्रम विकसित करा
- साहित्यिक नकाशाची संरचना करा
- संशोधनाच्या अभ्यासाचा चांगला सारांश लिहा
- शैली नियमावलीतील महत्त्वाच्या घटकांचा उपयोग करा
- संज्ञांची व्याख्या करा
- साहित्याच्या पुनरावलोकनाच्या लेखनासाठी प्रारूपाचा उपयोग करा

प्रकरण ३. सिद्धान्ताचा उपयोग

- संख्यात्मक अभ्यासासाठीच्या चलांची निश्चिती करा
- संख्यात्मक सिद्धान्ताचे स्वरूप निश्चित करा
- सिद्धान्तातील निरनिराळ्या भागांच्या संबंधांविषयी संख्यात्मक अभ्यासात लिहिण्यासाठी लिपीचा/ कागदपत्रांचा वापर करा

- गुणात्मक संशोधनात उपयोगात आणल्या गेलेल्या सिद्धान्तांच्या प्रकाराचा विचार करा
- गुणात्मक अभ्यासात सिद्धान्ताची स्थाननिश्चिती करा
- मिश्र पद्धतींच्या अभ्यासात सैद्धांतिक भिंगाची स्थाननिश्चिती करा

प्रकरण ४. धोरणे आणि नैतिक विचार यांचे लेखन

- गुणात्मक, संख्यात्मक आणि मिश्र पद्धतींच्या अभ्यासाच्या प्रस्तावाच्या आराखड्याचे मूल्यमापन करा
- प्रस्तावाच्या कच्च्या मसुद्यासाठीच्या लेखनविषयक धोरणांचा उपयोग करा
- लेखनाच्या सवयीचा विकास करा
- व्यापक विचार, मोठे विचार, लहान विचार आणि सावधानतेविषयी विचार यांची लेखी स्वरूपात बांधणी करा
- लिखाणात सातत्य हुक-लुक आणि दृष्टी या तंत्राने विकसन करा
- चांगल्या गद्य लेखनासाठी तत्त्वांचा वापर करा
- संशोधनाच्या प्रक्रियेतील अनेक टप्प्यातील नैतिक बाबींचा अंदाज घ्या

प्रकरण ५. प्रस्तावना

- अभ्यासासाठी सारांश लिहा
- संख्यात्मक, गुणात्मक आणि मिश्र पद्धतींच्या प्रस्तावनेतील फरक शोधा
- प्रस्तावनेच्या लेखनासाठी त्रुटींचे प्रारूप वापरा
- चांगल्या कथनात्मक गळाची (हुकची) संरचना करा
- संशोधन विषयाबद्दल लेखन करा
- संशोधन विषयासंबंधीच्या साहित्याचा सारांश लिहणे
- पूर्वीच्या साहित्यातील त्रुटी निदर्शनास आणा
- तुमच्या अभ्यासाच्या लाभार्थी वाचकांचा विचार करा

प्रकरण ६. उद्देशाचे विधान

- गुणात्मक उद्देशविधानाचे लेखन करण्यासाठी लिपीचा वापर करा
- तुमच्या गुणात्मक संरचनेनुसार लिपी कशी बदलेल याचा विचार करा
- संख्यात्मक उद्देशविधानाचे लेखन करण्यासाठी लिपीचा वापर करा

- तुमच्या संख्यात्मक संरचनेनुसार लिपी कशी बदलेल याचा विचार करा
- मिश्र पद्धतींचे उद्देशविधान लिहिण्यासाठी लिपीचा उपयोग करा
- तुमच्या मिश्र पद्धतींच्या संरचनेनुसार लिपी कशी बदलेल त्याचा विचार करा

प्रकरण ७. संशोधन प्रश्न आणि गृहीतप्रमेये (परिकल्पना)

- गुणात्मक मध्यवर्ती प्रश्नांसाठी लिपीचे लेखन करा
- गुणात्मक संरचनेनुसार लिपी कशी बदलेल याचा विचार करा
- संख्यात्मक संशोधनाचे प्रश्न आणि गृहीतप्रमेयांनुसार लिपी कशी बदलेल याचा विचार करा
- संख्यात्मक संरचना आणि भिन्न प्रकारच्या गृहीतप्रमेयांनुसार लिपी कशी बदलेल याचा विचार करा
- वर्णनात्मक आणि अनुमानिक संख्यात्त्मक प्रश्न आणि गृहीत प्रमेयांसाठी संरचनेचा वापर करा
- मिश्र पद्धतीच्या अभ्यासासाठी भिन्न स्वरूपाच्या संशोधन प्रश्नांसाठी लिपींचे लेखन करा

प्रकरण ८. संख्यात्मक पद्धती

- सर्वेक्षण पद्धतीचा विषय विभाग तयार करण्यासाठी सर्वेक्षण पद्धतीच्या संशोधनासाठी आवश्यक असलेल्या पडताळणी सूचीचा वापर करा
- सर्वेक्षण प्रणालीसाठी डेटा विश्लेषणातील टप्प्यांचा वापर करणे
- सर्वेक्षण पद्धतींच्या संपूर्ण चर्चेचे लेखन करा
- प्रयोगात्मक कार्यपद्धती विभागांच्या रचनेसाठी प्रयोगात्मक संशोधनाच्या पडताळणी सूचीचा उपयोग करा
- तुमच्या प्रस्तावित अभ्यासासाठी अतिशय उत्तमरीत्या अनुकूल असू शकणारी प्रयोगात्मक कार्यप्रणाली निश्चित करा
- प्रयोगात्मक कार्यपद्धतींसाठी आकृती काढा
- तुमच्या प्रस्तावित अभ्यासाच्या अंतर्गत वैधतेला आणि बाह्य वैधतेला असलेले संभाव्य धोके ओळखा

प्रकरण ९. गुणात्मक पद्धती

- गुणात्मक पद्धतीच्या संशोधनासाठी कार्यपद्धतीचा विभाग तयार करण्यासाठी पडताळणी सूचीचा उपयोग करा
- गुणात्मक पद्धती संशोधनाची मुख्य गुणवैशिष्टे सांगा
- प्रस्तावित अभ्यासात प्रतिक्षिप्तता कशी समाविष्ट करता येईल ते ठरवा

- गुणात्मक पद्धतीच्या संशोधनातील वेगवेगळ्या प्रकारच्या डेटा संकलनांची तुलना करा
- गुणात्मक डेटा विश्लेषणाच्या प्रक्रियेतील टप्प्यांचा वापर करा
- गुणात्मक पद्धतीच्या संशोधनात वैधता प्रस्थापित करा

प्रकरण १०. मिश्र पद्धतींची कार्यपद्धती

- मिश्र पद्धतींच्या संशोधनाची व्याख्या व गुणवैशिष्ट्ये सांगा
- मिश्र पद्धतींच्या संरचनेसाठी समांतर अभिसारी संरचनेचे उपयोजन करा
- मिश्र पद्धतींच्या संरचनेमध्ये अनुक्रमिक विवरणाचा उपयोग करा
- मिश्र पद्धतींच्या संरचनेमध्ये अनुक्रमिक शोधात्मक वापर करा
- मिश्र पद्धतींच्या प्रगत संरचनांपैकी एकीचा उपयोग करा
- मिश्र पद्धतीच्या अभ्यासासाठी उत्तम ठरू शकेल अशा संरचनेची निवड करा

प्रस्तावना

उद्देश

मानव्यविद्या आणि समाजशास्त्रांतील गुणात्मक, संख्यात्मक आणि मिश्र पद्धतीच्या संशोधन प्रस्तावाची संरचना तयार करण्यासाठी हे पुस्तक एक चौकट, एक प्रक्रिया आणि प्रबंधात्मक मार्ग विकसित करते. गुणात्मक संशोधनाचे प्राबल्य, मिश्र पद्धती दृष्टिकोनाच्या उदय आणि पारंपरिक स्वरूपाच्या संख्यात्मक संरचनेचा सातत्यपूर्ण वापर यामुळे तपासाच्या ३ मार्गांची अनन्य (विलक्षण) तुलना असलेल्या पुस्तकाची निकड निर्माण झाली. ही तुलना तीनही मार्गांच्या तात्त्विक गृहीतांच्या प्राथमिक विचारांनी सुरू होते. साहित्याचा मागोवा संशोधनाच्या मार्गांमध्ये सिद्धान्ताच्या वापराचे मूल्यांकन आणि व्यासंगपूर्ण तपासातील लेखनाचे व नीतिचे महत्त्व यात प्रतिबिंबित होते. हे पुस्तक नंतर संशोधनाच्या प्रक्रियेतील महत्त्वाच्या घटकांकडे निर्देश करते:– प्रस्तावना लिहिणे, अभ्यासाचा उद्देश विशद करणे, संशोधन करण्याच्या प्रश्नांचा व परिकल्पनांचा शोध घेणे, डेटाचे संकलन व विश्लेषण करण्यासाठी पद्धती आणि प्रक्रिया विकसित करणे. या प्रक्रियेतील प्रत्येक पायरीवर वाचकांची गुणात्मक, संख्यात्मक आणि मिश्र पद्धती दृष्टिकोनाशी ओळख करून देण्यात आली आहे.

वाचक वर्ग

हे पुस्तक विद्वत्तापूर्ण नियतकालिकात लेख, निबंध किंवा प्रबंध लिहिण्याच्या नियोजनात किंवा प्रस्ताव तयार करण्यात विद्यार्थ्यांना आणि शिक्षकांना मदत व्हावी या उद्देशाने लिहिले आहे. संशोधन पद्धतीच्या विषयाच्या अभ्यासक्रमासाठी एका व्यापक पातळीवर हे पुस्तक संदर्भग्रंथ किंवा क्रमिक पुस्तक म्हणून उपयुक्त ठरू शकेल. या पुस्तकात ठरवून समाविष्ट केलेल्या वैशिष्ट्यांचा उत्तम लाभ मिळविण्यासाठी वाचकाची गुणात्मक आणि संख्यात्मक संशोधनाशी प्राथमिक ओळख असणे आवश्यक आहे. तरीही, ज्यांना संरचनेच्या प्रक्रियेत परिचयात्मक सहाय्य गरजेचे आहे त्यांच्यासाठी संज्ञांचे स्पष्टीकरण, व्याख्या आणि शिफारसवजा धोरणे विस्तृतपणे सांगितली जातील. संशोधनाचे आकलन होण्यासाठी पुस्तकातील अधोरेखित संज्ञा आणि पुस्तकाच्या शेवटी कठीण किंवा विशेष शब्दांचा कोश बोली भाषेत दिला आहे. समाज आणि आरोग्यशास्त्रांच्या विस्तृत वाचकवर्गासाठीही हे पुस्तक प्रस्तुत केले आहे. पुस्तकाच्या पहिल्या आवृत्तीपासून वाचकांकडून आलेल्या प्रतिक्रिया पाहता असे दिसते की पुस्तक वापरणाऱ्या व्यक्ती अनेक विद्याशाखा आणि क्षेत्रातील आहेत. मी आशा करतो की, विपणन, व्यवस्थापन, गुन्हेगारी, न्याय, संज्ञापन अभ्यास, मानसशास्त्र,

समाजशास्त्र, के-१२, शिक्षण, उच्च आणि माध्यमिक नंतरचे शिक्षण, परिचर्या, आरोग्यशास्त्रे, नागरी अभ्यास, पारिवारिक संशोधन व सामाजिक आणि आरोग्यशास्त्रातील अन्य क्षेत्रे यांना ही चौथी आवृत्ती उपयुक्त ठरेल.

आराखडा

प्रत्येक प्रकरणामध्ये मी वेगवेगळ्या विद्याशाखांतून घेतलेली उदाहरणे वाचकांसमोर ठेवतो आहे. ही उदाहरणे मी पुस्तके, नियतकालिकातील लेख, शोधनिबंधांचे प्रस्ताव यातून घेतलेली आहेत. जरी माझा विशेष मूळ व्यासंग (तज्ज्ञता), शैक्षणिक शोधनिबंध; मानसशास्त्र आणि अधिक व्यापकपणे सामाजिक आणि आरोग्य शास्त्रातील असला तरी उद्धृत केलेली उदाहरणे अनेक क्षेत्रातून घेतलेली आहेत. त्यांच्यातूनही सामाजिक न्यायातील बाबी व्यक्त होतात आणि अभ्यासाची उदाहरणे त्याचबरोबर सामाजिक शास्त्राच्या व आरोग्यशास्त्रांच्या संशोधकांनी अभ्यासलेल्या पारंपरिक नमुने आणि संख्याशास्त्रीय लोकसंख्या यांचेही प्रतिबिंब दिसते. ह्या पद्धतीच्या संशोधनातील आजची समावेशकतेची व्याप्ती, पद्धतींच्या अनेकत्वापर्यंत वाढली आहे आणि पर्यायी तत्त्वज्ञानी कल्पना, तपासाचे भिन्न मार्ग आणि असंख्य प्रणालींना या चर्चा आपल्यात समाविष्ट करून घेतात.

हे पुस्तक तपशीलवार पद्धतीचे वर्णन करणारे पाठ्यपुस्तक नाही, तर त्यात संशोधन संरचनेच्या आवश्यक वैशिष्ट्यांना अधोरेखित केले आहे. मी हे सारे संशोधन त्याच्या आवश्यक महत्त्वाच्या कल्पनांपर्यंत कमी करण्याचा प्रयत्न केला आहे. त्यामुळे संशोधक अभ्यासाचे परिपूर्ण (तपशीलवार) आणि विचारपूर्वक नियोजन करू शकेल. संशोधन संरचनांची व्याप्ती ही नेहमी वापरल्या जाणाऱ्या प्रकारांपुरती मर्यादित आहे: संख्यात्मक संशोधनातील सर्वेक्षण आणि प्रयोग; गुणात्मक संशोधनातील वर्णनात्मक संशोधन, रूपविवेचनावादावर आधारित सिद्धान्त, मानववंशशास्त्र, गुणात्मक संशोधनातील व्यक्ती अभ्यास; आणि मिसळून जाऊ शकणारे, मिश्र पद्धतीच्या गुणात्मक संशोधनातील स्पष्टीकरणात्मक अनुक्रमिक, शोधात्मक अनुक्रमिक संरचना. शोधनिबंधाचा प्रस्ताव तयार करणाऱ्या विद्यार्थ्यांना हे पुस्तक उपयुक्त वाटू शकेल. तरीही आढावा समितीपुढे सादरीकरण आणि एखाद्या अभ्यासाबद्दल तडजोडीचे बोलणे यासंबंधींच्या राजकारणाबद्दल अन्य पाठांमध्ये विस्ताराने सांगितले आहे.

व्यासंगपूर्ण लिखाणाच्या मान्य संकेताला अनुसरून मी काही शब्द किंवा उदाहरणे वगळण्याचा प्रयत्न केला आहे की जी विभेदात्मक प्रबोधन सूचित करतात (उदा. लैंगिक व सांस्कृतिक). प्रबोधनाच्या सर्व बाजू स्पष्ट करून दाखवतील अशी उदाहरणे निवडली गेली. संपूर्ण पुस्तकात मी गुणात्मक किंवा संख्यात्मक यापैकी कोणत्याच संशोधनाची बाजू उचलून धरलेली नाही. एवढेच नाही तर, मी संपूर्ण पुस्तकभर हेतुपुरस्सर गुणात्मक आणि संख्यात्मक उदाहरणांचा क्रम बदलला आहे. या पुस्तकात दिलेल्या मोठ्या उदाहरणांमध्ये अन्य लिखाणांचे संदर्भ दिले आहेत याची वाचकांनी नोंद घ्यावी. उदाहरणांमध्ये मी कामाशी संबंधित संदर्भ दिला आहे. कोणत्याही विशिष्ट उदाहरणांमध्ये संदर्भाची पूर्ण सूची मी घुसडलेली नाही. या पुस्तकाच्या माझ्या पूर्वीच्या आवृत्त्यांप्रमाणे याही आवृत्तीमध्ये मी साहित्याची वाचनीयता आणि आकलनीयता वाढविण्याचे वैशिष्ट्य कायम ठेवले आहे: महत्त्वाच्या मुद्द्यांसाठी खुणा (बुलेटस्), प्रक्रियेतील महत्त्वाच्या पायऱ्यांवर जोर देण्यासाठी मुद्द्यांना अंक दिले आहेत. अन्य लेखकांनी विदित केलेल्या महत्त्वाच्या संशोधन कल्पनांना अधोरेखित करण्यासाठी भाष्यासहित पूर्ण परिच्छेदांची उदाहरणे दिली आहेत.

पुस्तकाच्या या चौथ्या आवृत्तीत संशोधनातील विकासाला प्रतिसाद म्हणून तसेच वाचकांचा अभिप्राय जाणून घेऊन नवीन वैशिष्ट्ये अंतर्भूत केली आहेत.

- संपूर्ण पुस्तकात मी संशोधन पद्धतीवरील पुस्तकांच्या शेवटच्या आवृत्तींचे अद्ययावत उल्लेख केले आहेत.

- या आवृत्तीमध्ये मी एका विस्तृत जागतिक दृष्टिकोनाचा समावेश केला आहे – रूपांतरणात्मक जागतिक मत – जे दीर्घकालीन अभ्यासावर आधारित आहे. (मेरटेन्स २००९, २०१०)

- *पब्लिकेशन मॅन्युअल ऑफ अमेरिकन असोसिएशन* (ए.पी.ए. २०१०) ची अद्ययावत माहिती या आवृत्तीत समाविष्ट केलेली आहे.

- या आवृत्तीत नैतिक बाबींचा सविस्तर समावेश केलेला आहे. एक नवीन तक्ता नैतिक बाबींसंबंधींची उदाहरणे पुढे मांडतो व संशोधनाच्या प्रक्रियेत त्यांचा परामर्श कसा घ्यावा ते दर्शवितो. या आवृत्तीमध्ये संशोधनातील नैतिक बाबींची वर्गवारी केली आहे: संशोधनात्मक अभ्यासाच्या प्रारंभी, अभ्यासाच्या दरम्यान माहिती गोळा करताना, माहितीचे विश्लेषण करताना, माहितीचा अहवाल बनवताना, अहवाल सादर करताना, माहिती वाटून घेताना, माहिती साठवून ठेवताना उपस्थित होणाऱ्या नैतिक बाबी.

- संख्यात्मक पद्धतींवरील प्रकरणांमध्ये निष्कर्षांचे संख्याशास्त्रीय महत्त्व तपासून पाहणे, तसेच (नमुना, संच इ. चा) आकार आणि किती काळ निष्कर्ष टिकून राहतील यांचाही समावेश केला आहे. संख्यात्मक पद्धतींवर उपलब्ध असलेल्या अलीकडच्या साहित्यातील नवीन संदर्भांचाही समावेश केलेला आहे.

- गुणात्मक पद्धती या प्रकरणात माझ्या अलीकडच्या काळातील संशोधित केलेल्या या विषयावरील (क्रेसवेल २०१३) भाग तुम्हाला आढळेल. या बदलांमध्ये गुणात्मक संशोधनाच्या वैशिष्ट्यांबद्दलची अलीकडील माहिती, संशोधकाला उपलब्ध असलेले संरचनेचे प्रकार, संशोधकाची भूमिका आणि त्याची प्रतिक्रिया, गुणात्मक माहितीचे विश्लेषण आणि विवेचनातील पायऱ्यांबद्दलच्या नव्या विभागाचा समावेश केला आहे.

- गेल्या काही वर्षांत झालेल्या बदलांची दखल घेण्यासाठी अंतिम प्रकरणात मिश्र पद्धतीच्या संशोधनाच्या पद्धती सविस्तरपणे अद्ययावत केल्या आहेत. क्रेसवेल आणि प्लॅनो क्लार्क (२०११) व अन्य लेखकांच्या लिखाणातील संरचना आणि मिश्र पद्धतीने करण्याच्या संशोधनाबद्दल शेवटच्या प्रकरणात लिहिलेले आहे. पूर्वीच्या आवृत्त्यांच्या तुलनेने हे प्रकरण प्रस्तावाच्या 'पद्धती' भागामध्ये मिश्र पद्धतीने लिहिण्यावर जास्त भर देते. मिश्र पद्धतीच्या कोणते संरचना वापरायच्या हे ठरविण्यासाठी संशोधक कोणते निकष वापरतात याबद्दल हे प्रकरण (अद्ययावत) आधुनिकतेने विचार करते. संरचनांचा पुनर्विचार करून ते प्राथमिक आणि जास्त प्रगत संरचनांमध्ये कसे परिणत करता येईल याचाही विचार करते. यानंतर मूळ संरचनांची अधिक तपशीलवार चर्चा केली आहे ज्यात त्यांची वैशिष्ट्ये, माहिती संकलन आणि विश्लेषणाच्या पद्धती, त्यांच्या लिखाणाची शैली या संरचनांबरोबर निर्माण होणारी आव्हाने जर कुणाला अपेक्षित असतील तर त्यांचाही समावेश केलेला अहे. संरचनांच्या प्रचलित आकृत्यासुद्धा समाविष्ट केलेल्या आहेत. त्याचबरोबर मिश्र पद्धतीसंबंधींच्या साहित्यातील अलीकडील उल्लेखही केले आहेत.

● माझ्या पुस्तकाच्या सर्व आवृत्यांप्रमाणेच या आवृत्तीमध्ये देखील अनेक प्रकरणांमध्ये विविध विषयातील संशोधनासंबंधी सल्ला रेखांकित केला आहे, ज्याचा मला गेली ४० वर्षे संशोधनाच्या पद्धतींबद्दल विद्यार्थी आणि शिक्षक यांना मार्गदर्शन करताना उपयोग झाला आहे.

● तसेच या आवृत्तींमध्ये एक वेबसाईट दिलेली आहे. www.sagepub.com/creswellrd4e. त्याचबरोबर वर्गात वापरता येईल अशी सादरीकरणाची स्लाईडही आहे. करून बघता येतील असे नमुना उपक्रम व प्रकरणाच्या शेवटी पडताळणी सूचीदेखील दिलेली आहे.

प्रकरणांचा आराखडा

हे पुस्तक दोन भागांमध्ये विभागलेले आहे. संशोधकांनी त्यांचे संशोधन प्रस्ताव किंवा संशोधन योजना विकसित करण्यापूर्वी ज्या पायऱ्या लक्षात घ्यायला पाहिजेत त्यांचा समावेश भाग १ मध्ये केलेला आहे. भाग २ मध्ये एखाद्या प्रबंधासाठी, शोधनिबंधासाठी किंवा संशोधनाचा व्यासंगपूर्ण संशोधन प्रस्ताव विकसित करण्यासाठी उपयुक्त अशा विविध विभागांची चर्चा आहे.

भाग १. प्राथमिक विचार

विद्वत्तापूर्ण अभ्यासांची संरचना तयार करण्यासाठीची चर्चा पुस्तकाच्या या भागात केलेली आहे. यात १ ते ४ प्रकरणे आहेत.

प्रकरण १. संशोधन मार्गाची निवड

या प्रकरणाची सुरुवात मी संख्यात्मक, गुणात्मक आणि मिश्र पद्धती मार्गांच्या व्याख्यांनी केली आहे. त्यानंतर मी जेव्हा यांपैकी एका मार्गाची निवड करतो त्यावेळी तत्त्वज्ञान, संरचना आणि पद्धती कशा परस्परांना छेद देतात त्याची चर्चा केली आहे. मी वेगवेगळ्या तत्त्वज्ञानविषयक मते संरचनांची प्रगत प्रकारच्या गुणात्मक, संख्यात्मक आणि मिश्र पद्धतींचा मागोवा घेतला आहे; नंतर प्रत्येक संरचनेस संलग्न असणाऱ्या पद्धतींची चर्चा केली आहे. संशोधनाच्या मार्ग निवडीवर परिणाम करणाऱ्या घटकांचाही मी विचार केला आहे. अशाप्रकारे या प्रकरणाची मदत प्रस्ताव विकसित करणाऱ्यांना त्यांच्या भावी अभ्यासासाठी गुणात्मक, संख्यात्मक आणि मिश्र पद्धती मार्ग योग्य आहे का हे ठरविण्यासाठी होऊ शकेल.

प्रकरण २. साहित्याचे पुनरावलोकन

तुम्ही तुमच्या प्रस्तावाचे संकल्पचित्र निश्चित करण्यापूर्वी तुमच्या विषयावर उपलब्ध असलेल्या साहित्याचे व्यापक पुनरावलोकन करणे महत्त्वाचे आहे. अशारीतीने तुम्ही संशोधनयोग्य विषयाने सुरुवात केली पाहिजे आणि नंतर या प्रकरणात सांगितलेल्या पायऱ्यांचा उपयोग करून साहित्याचा शोध घेतला पाहिजे. यासाठी साहित्याचे पुनरावलोकन करण्यासाठी अग्रक्रम ठरविणे गरजेचे आहे. तुमच्या विषयाशी संबंधित अभ्यासाचा दृश्य नकाशा बनविणे, चांगल्या प्रकारे सारांश लेखन करणे, हस्तपुस्तिकांची शैली वापरण्याबद्दलचे कौशल्य वापरून आत्मसात करणे, महत्त्वाच्या संज्ञांची

व्याख्या करणे आवश्यक आहे. प्रस्ताव विकासकांना त्यांच्या विषयाशी संबंधित साहित्य विचारपूर्वक लक्षात घेण्यासाठी आणि संग्रहित करण्यासाठी आणि प्रस्तावांसाठी साहित्याचा मागोवा घेण्यासाठी हे प्रकरण सहाय्यभूत ठरावे.

प्रकरण ३. सिद्धान्ताचा उपयोग

तीन मार्गांनी होणाऱ्या तपासामध्ये सिद्धान्त वेगवेगळे हेतू पूर्ण करतात. संख्यात्मक संशोधनात शोधकाकडून तपासल्या जाणाऱ्या चलांमधील संबंधांचे संभाव्य स्पष्टीकरण सिद्धान्त देतात. गुणात्मक संशोधनांमध्ये तपासणीसाठी ते अनेकदा भिंगासारखे काम करतात किंवा अभ्यास होत असताना त्यांची निर्मिती होऊ शकते. मिश्र पद्धतींच्या अभ्यासात संशोधक सिद्धान्ताचा उपयोग अनेक प्रकारे करतात. यात संख्यात्मक आणि गुणात्मक मार्गांशी संबंधित सिद्धान्तांचा अंतर्भाव होतो. हे प्रकरण प्रस्ताव विकासकांना त्यांच्या अभ्यासांमध्ये सिद्धान्त विचारात घेण्यासाठी आणि ते कसे समाविष्ट करून घेता येतील यासाठी सहाय्य करते.

प्रकरण ४. लेखनाबद्दलची धोरणे आणि नैतिक विचार

लेखनास सुरुवात करण्यापूर्वी प्रस्तावात समावेश करण्याच्या विषयांची सर्वसाधारण रूपरेषा ठरविणे उपयुक्त ठरते.त्यामुळे या प्रकरणाची सुरुवात प्रस्ताव लिहिण्यासाठीच्या वेगवेगळ्या रूपरेषांनी होते. या रूपरेषांचा प्रस्ताव म्हणून वापर हा तुमचा भावी अभ्यास गुणात्मक, संख्यात्मक की मिश्र पद्धतींचा आहे यावर ठरतो. नंतर मी प्रस्तावाच्या प्रत्यक्ष लिखाणासंबंधी अनेक कल्पना सांगतो. उदा. मला माझे विद्वत्तापूर्ण लेखन सुधारण्यासाठी काही सवयी सहाय्यभूत ठरल्या; जसे की लेखनाची सवय वाढवणे, व्याकरणविषयक कल्पना वृद्धिंगत करणे. शेवटी मी नैतिक बाबींकडे वळतो आणि त्यांची चर्चा अमूर्त कल्पना म्हणून नाही, तर संशोधनाच्या प्रक्रियेच्या अनेकविध अवस्थांमध्ये अपेक्षित असू शकणारे विचार म्हणून करतो.

भाग २. संशोधन संरचना बनविणे

भाग २ मध्ये मी संशोधन प्रस्तावाच्या संरचनेच्या घटकांकडे वळतो. ५ ते १० प्रकरणे या प्रक्रियेतील पायऱ्यांकडे निर्देश करतात.

प्रकरण ५. प्रस्तावना

संशोधन अभ्यासाची योग्यप्रकारे ओळख करून देणे फार महत्त्वाचे असते. तुमच्या प्रस्तावाला एक चांगली विद्वत्तापूर्ण प्रस्तावना लिहिण्यासाठी मी एक प्रारूप सादर करत आहे. प्रकरणाची सुरुवात एका अभ्यासासाठी एक सारांश संरचित करण्याने होते. यानंतर संशोधन करावयाचा प्रश्न किंवा विषयाची निश्चिती करणे, उपलब्ध साहित्याच्या चौकटीमध्ये हा प्रश्न बसविणे, साहित्यातील त्रुटींकडे निर्देश करणे आणि वाचकांसाठी 'अभ्यासासाठीचे' लक्ष्य ठरविणे यांचा समावेश असणारी प्रस्तावना विकसित करणे यांचा क्रम लागतो. हे प्रकरण प्रस्तावासाठी किंवा अभ्यासासाठी आवश्यक असणारी विद्वत्तापूर्ण प्रस्तावनेचा आराखडा बनवण्याची व्यवस्थित पद्धत देते.

प्रकरण ६. उद्देशाचे विधान

संशोधन प्रस्तावाच्या आरंभीच लेखक अभ्यासाचा मूळ हेतू किंवा उद्देश नमूद करतात. संपूर्ण प्रस्तावातील हा वेचा (उतारा) हे अत्यंत महत्त्वाचे विधान आहे आणि पूर्ण प्रकरण या विषयाला समर्पित केलेले आहे. या प्रकरणामध्ये तुम्ही अभ्यासाच्या संख्यात्मक, गुणात्मक आणि मिश्र पद्धतींसाठी विधान कसे लिहायचे ते शिकता आणि या विधानाची रचना व लेखन करण्यासाठी सहाय्य करणारा हस्तलेखच तुम्हाला प्राप्त होतो.

प्रकरण ७. संशोधन प्रश्न आणि गृहीतप्रमेये (परिकल्पना)

संशोधकाने निर्देश केलेल्या प्रश्न आणि परिकल्पनांचा उपयोग अभ्यासाचा हेतू मर्यादित करणे व त्यावर लक्ष केंद्रित करणे यासाठी होतो. प्रकल्पामधील महत्त्वाचा दिशादर्शक फलक या नात्याने संशोधनासबंधीचे प्रश्न आणि परिकल्पना काळजीपूर्वक लिहायला हव्यात. वाचक या प्रकरणात संशोधनाचे गुणात्मक आणि संख्यात्मक प्रश्न व परिकल्पना कशा लिहायच्या ते शिकतो, तसेच दोन्ही प्रकारांचा वापर मिश्र स्वरूपाच्या पद्धतीचे प्रश्न आणि परिकल्पना लिहिताना कसा करायचा हे त्याला कळते. या प्रक्रियांचा दाखला देण्यासाठी असंख्य उदाहरणे लेखी स्वरूपात दिली आहेत.

प्रकरण ८. संख्यात्मक पद्धती

संख्यात्मक पद्धतींमध्ये संकलन करण्याच्या, विश्लेषण करण्याच्या, स्पष्ट करण्याच्या व अभ्यासाचे निष्कर्ष लिहिण्याच्या पद्धतींचा समावेश होतो. नमुना आणि लोकसंख्या (गट) निश्चित करण्यासाठी, प्रकार ठरविण्यासाठी माहितीचे संकलन व विश्लेषण करणे, निष्कर्ष सादर करणे, विवेचन करणे, पाहणी किंवा प्रयोगात्मक अभ्यासाशी सुसंगत पद्धतीने संशोधनाचे लेखन करणे या संबंधीच्या विशिष्ट पद्धती, पाहणी व प्रयोगात्मक संशोधनासाठी उपलब्ध आहेत. या प्रकरणात वाचक संशोधन प्रस्तावासाठी आवश्यक असलेल्या पाहणी व प्रयोगशील पद्धतींची रचना ठरविण्यासाठी असणाऱ्या नेमक्या विशिष्ट कार्यप्रणाली शिकतो. या प्रकरणात दिलेली पडताळणी सूची ही 'सर्व पायऱ्या समाविष्ट केल्या आहेत ना' याची खात्री करून घेण्यासाठी सहाय्यक ठरते.

प्रकरण ९. गुणात्मक पद्धती

माहिती संकलन, विश्लेषण, स्पष्टीकरण आणि अहवाल लेखन याबाबत गुणात्मक मार्ग हा पारंपरिक संख्यात्मक मार्गापेक्षा वेगळा असतो. सहेतुक नमुनापद्धती, मुक्त माहिती संकलन, पाठ्य विषयाचे किंवा चित्रांचे विश्लेषण, आकडेवारी आणि तालिका यांच्या रूपात माहितीचे सादरीकरण, निष्कर्षांचे आत्मसापेक्ष विवेचन या साऱ्या गोष्टी गुणात्मक पद्धती दर्शवतात. हे प्रकरण संशोधन प्रस्तावाला अनुसरून अशी गुणात्मक पद्धती होण्यासाठी तिच्यातील पायऱ्या विकसित करते आणि त्यात एक पडताळण सूची समाविष्ट करते जिच्यामुळे तुम्ही महत्त्वाच्या प्रक्रिया समाविष्ट केल्या आहेत ना याची खात्री करता येते. वर्णनात्मक अभ्यास, घटनात्मकशास्त्र, मूळ सिद्धान्त, मानववंशशास्त्र आणि व्यक्ती अभ्यास भरपूर उदाहरणे दाखले म्हणून दिली आहेत.

प्रकरण १०. मिश्र पद्धती प्रणाली

मिश्र पद्धतीत एखाद्या अभ्यासातील संख्यात्मक आणि गुणात्मक माहितीचे संकलन आणि मिश्रण किंवा एकत्रीकरण यांचा समावेश होतो. गेल्या काही वर्षांमध्ये मिश्र पद्धतींचा वापर असलेल्या संशोधनाची लोकप्रियता वाढली आहे आणि या प्रकरणात अशा प्रकारच्या संरचनेच्या वापरातील महत्त्वाच्या प्रगतीवर प्रकाश टाकला आहे. तसेच त्याविषयी परिचय करून दिला आहे. या प्रकरणाचा प्रारंभ मिश्र पद्धतीच्या संशोधनाच्या व्याख्येने आणि त्याच्या वर्णनपर महत्त्वाच्या वैशिष्ट्यांनी होतो. मिश्र पद्धतीच्या संशोधनातील मूळ तीन संरचना – (अ) समाभिरूपी (ब) विवेचनात्मक अनुक्रमिक (क) शोधात्मक अनुक्रमिक – यांचे वैशिष्ट्यांच्या रूपात, माहिती संकलन, विश्लेषण वैशिष्ट्ये आणि संशोधनाचे विवेचन करण्यासाठीचे मार्ग आणि त्याची सत्यता यांच्या रूपात तपशील दिले आहेत. याशिवाय तीन प्रगत संरचनांचा उल्लेख केला आहे. (अ) अंत:स्थापित संरचना (ब) रूपांतरानात्मक संरचना आणि (क) बहुवस्था संरचना. शेवटी मी तुमच्या मिश्र पद्धती प्रकल्पासाठी संरचनांपैकी कोणती उत्तम असेल या संबंधी निर्णय घेण्यासंबंधी चर्चा करतो. मूळ संरचनांची उदाहरणे दिली आहेत. इतर पद्धतींसंबंधीच्या प्रकरणांप्रमाणे, तुम्हाला एक पडताळणी सूची दिली आहे. त्यावरून तुमच्या प्रकल्पासाठीच्या सर्व पायऱ्यांचा समावेश केला आहे का याचे तुम्ही पुनरावलोकन करू शकाल.

अभ्यासाची संरचना तयार करणे ही एक अवघड आणि वेळखाऊ प्रक्रिया आहे. हे पुस्तक ही प्रक्रिया सुलभ किंवा जलद करेल असे नाही, परंतु ते संशोधनासाठीची विशेष उपयुक्त कौशल्ये, प्रक्रियेत समाविष्ट असलेल्या पायऱ्यांबद्दलचे ज्ञान आणि विद्वत्तापूर्ण संशोधनासाठी संकलन व लेखन करण्यासाठी पायऱ्या देऊ शकेल. मी असे सुचवेन की प्रस्ताव विकासक संशोधनाच्या त्यांच्या दृष्टिकोनातून विचार करतात, त्यांच्या विषयासाठी उपलब्ध साहित्याच्या मागोवा घेतात. प्रस्तावाचा आराखडा समाविष्ट करण्यासाठी त्यांच्या विषयांची बाह्यरूपरेषा विकसित करतात आणि संशोधनातून निष्पन्न होणाऱ्या संभाव्य नैतिक मुद्द्यांचा अंदाज करण्यास सुरुवात करतात. भाग १ ची सुरुवात या विषयांनी होते.

ऋणनिर्देश

युनिव्हर्सिटी ऑफ नेब्रास्का–लिंकन, येथे गेली ३० वर्षे मी शिकवत असलेल्या डॉक्टरल पातळीच्या 'प्रस्ताव विकास अभ्यासक्रमाच्या' शेकडो विद्यार्थ्यांच्या प्रोत्साहनाशिवाय आणि कल्पनांशिवाय मी हे पुस्तक लिहू शकलो नसतो. काही खास माजी विद्यार्थी आणि संपादक हे पुस्तक पूर्णत्वाला जाण्यास निमित्तभूत ठरले आहेत:– डॉ. शॅरोन हडसन, डॉ. लिऑन कान्ट्रेल, कै. निट्टी नेल्सन, डॉ. डी. टोनॅक, डॉ. रे ऑस्ट्रॅंडर आणि डिअॅन वेल्स. माझ्या संशोधन पद्धतींच्या परिचयात्मक अभ्यासक्रमाचे विद्यार्थी आणि ज्यांनी माझ्या गुणात्मक व मिश्र पद्धतींच्या परिसंवादात सहभाग घेतला त्यांचाही मी ऋणी आहे. हे अभ्यासक्रम माझ्या कल्पना मूर्त स्वरूपात आणण्यासाठी व नवीन कल्पनांचा समावेश करण्यासाठी तसेच एक लेखक आणि संशोधक म्हणून माझ्या अनुभवांमध्ये इतरांना सहभागी करू शकण्यासाठीच्या प्रयोगशाळा बनले आहेत. युनिव्हर्सिटी ऑफ नेब्रास्का; लिंकन, मधील गुणात्मक आणि मिश्र पद्धतींच्या कार्यालयात अनेक वर्षे कार्यरत असलेल्या कर्मचारीवर्गाचेही मी आभार मानू इच्छितो, ज्यांनी मला या पुस्तकाच्या आशयाचे संकल्पनांमध्ये रूपांतर करण्यात मदत केली. डॉ. व्हिकी प्लॅनो क्लार्क, डॉ. रॉन शेप, डॉ. किम गाल्ट, डॉ. युन लू, डॉ. शेरी वांग, ॲमन्डा गॅरेटी आणि डॉ. अलेक्स मोराल्स यांच्या विद्वत्तापूर्ण कामाप्रती मी माझे ऋण व्यक्त करतो.

याचबरोबर रोजच्या परीक्षण करणाऱ्यांनी ज्या अभ्यासपूर्ण सूचना केल्या त्याबद्दल मी कृतज्ञ आहे. सेजमधील माझ्या सुहृदांच्या आधार आणि प्रोत्साहनाशिवायही मी हे पुस्तक लिहू शकलो नसतो. सेज हे एक प्रथम दर्जाचे प्रकाशन गृह आहे आणि असणार आहे. माझे माजी संपादक आणि समुपदेशक सी. देबोरा, लॅंगटन (आता गिलफोर्ड प्रेसचे) आणि लिसा क्यूएव्हास शॉ यांचा मी खासकरून ऋणी आहे. माझे विद्यमान संपादक व्हिकी नाईट हे माझ्या कामासाठी सतत आधारस्तंभ बनून राहिले आणि संपूर्ण प्रकियेत मला प्रोत्साहन देत राहिले याबद्दल धन्यवाद. सेजच्या सर्व कर्मचारीवर्गाचे मी आभार मानू इच्छितो, ज्यांच्याबरोबर गेली २५ वर्षे काम करणे हा आनंददायी अनुभव होता. आम्ही एकत्रित वृद्धिंगत झालो आणि प्रसिद्ध, विश्वव्यापी क्षेत्र असलेल्या संशोधन पद्धती विकसित करण्यात सहाय्यभूत ठरलो. चौथ्या आवृत्तीतील परीक्षकांच्या योगदानाचाही मला लाभ झाला आहे. गिल्बर्टो ऑरिआझा, सी. एस. यू. इस्ट बे, हिथर जे ब्रास, व्हिट्टिअर कॉलेज, आर एम् कूपर, ड्रेक युनिव्हर्सिटी, व्हानेस्सा पी. डेन्नेन, द फ्लोरिडा स्टेट युनिव्हर्सिटी, लुईस मॅक्फेडन ख्रिस्टेन्सन, युनिव्हर्सिटी ऑफ अलाबामा, बर्मिंगहॅम.

लेखकाविषयी

जॉन डब्ल्यू. क्रेसवेल हे युनिव्हर्सिटी ऑफ नेब्रास्का, लिंकन येथे शैक्षणिक मानसशास्त्राचे प्राध्यापक आहेत. ते संशोधनाच्या मिश्र पद्धती, गुणात्मक तपास आणि साधारण संशोधन संकल्पचित्र ह्या विषयांचे अध्यापन करतात. या तीनही क्षेत्रात त्यांनी नियतकालिकांमध्ये अभ्यासपूर्ण लेख लिहिले आहेत. पुस्तकांमध्ये प्रकरणे आणि पुस्तके लिहिली आहेत. ते सध्या त्यांच्या २२ व्या पुस्तकावर काम करत आहेत. (यात नव्या आवृत्त्यांचाही समावेश आहे.) त्यांच्या पुस्तकांचे जगभरातील अनेक भाषांमध्ये अनुवाद झालेले आहेत. नेब्रास्का येथे त्यांनी 'ऑफिस ऑफ क्वालिटेटिव्ह अँड मिस्कड् मेथड्स रिसर्च' ची स्थापना केली आहे. तसेच क्लिफ्टन एंडोड अध्यासन भूषविले आहे. त्यांनी सेज नियतकालिकाची तसेच *मिक्सड् मेथड्स रिसर्च नियतकालिकाचीही* सहनिर्मिती केली आहे. ते अमेरिका आणि अन्य देशांमध्ये मिश्रपद्धती आणि गुणात्मक संशोधन या विषयांचे लोकप्रिय वक्ते आहेत. उपयोजित संशोधन पद्धतीतज्ज्ञ म्हणून त्यांनी फॅमिली मेडिसिन या विषयाचे युनिव्हर्सिटी ऑफ मिशिगन येथे अनुयोगी प्राध्यापक म्हणून काम केले आहे. ॲन आर्बर, मिशिगन येथील व्ही.ए.हेल्थ सर्व्हिसेस रिसर्च युनिटमध्ये सल्लागार म्हणून काम केले आहे. एक पद्धतीतज्ज्ञ म्हणून त्यांनी नॅशनल इन्स्टिट्यूट्स ऑफ हेल्थ (एन.एस.एफ.) तसेच नॅशनल सायन्स फाऊंडेशन (एन.एस.एफ.) च्या अनेक यशस्वी प्रकल्पांच्या पद्धतींचा आराखडा तयार करण्यात सहाय्य केले आहे. दक्षिण आफ्रिका (२००८) आणि थायलंड (२०१२) येथील ते सिनिअर फुलब्राईट स्पेशालिस्ट स्कॉलर राहिले असून ते संशोधनासाठीच्या गुणात्मक आणि मिश्रपद्धती दृष्टिकोनांवर व्याख्याने देतात. त्यांनी एन.आय.एच., यु.एस.ए. येथे मिश्रपद्धती संशोधनासाठी 'उत्तम कार्यपद्धती' विकसित करण्यासाठी 'नॅशनल वर्किंग ग्रुप' बरोबर सहनेता म्हणून काम केले आहे. २०१३ च्या वसंतऋतूमध्ये त्यांनी 'स्कूल ऑफ पब्लिक हेल्थ' हार्वर्ड युनिव्हर्सिटीत अभ्यागत प्राध्यापक म्हणून काम केले. त्यांना पुढील वेबसाईटवर भेटू शकता: www.johnwcreswell.com

भाग 1

प्राथमिक विचार

- प्रकरण 1
  संशोधन मार्गाची निवड
- प्रकरण 2
  साहित्याचे पुनरावलोकन
- प्रकरण 3
  सिद्धान्ताचा उपयोग
- प्रकरण 4
  धोरणे आणि नैतिक विचार यांचे लेखन

सदर पुस्तकाचा उद्देश संशोधकांना त्यांच्या संशोधनसंबंधीच्या अभ्यासाचे नियोजन किंवा प्रस्ताव विकसित करण्यासाठी सहाय्य करणे हा आहे. भाग १ हा अभ्यास-विषयाची संरचना तयार करण्यापूर्वी किंवा नियोजन करण्यापूर्वी ज्या अनेक मूलभूत गोष्टींचा विचार करावा लागतो त्यांच्याकडे निर्देश करतो. योग्य संशोधन दृष्टिकोनाची निवड, प्रस्तावित अभ्यासाला विद्यमान साहित्यात स्थान देण्याच्या दृष्टीने साहित्याचे पुनरावलोकन, अभ्यासात एखाद्या सिद्धान्तांचा वापर करावा का यासंबंधीचा निर्णय घेणे आणि प्रामुख्याने (प्रारंभीच) चांगले लिखाण आणि नैतिक व्यवहार (वर्तन) यासंबंधीचे हे विचार आहेत.

प्रकरण एक

संशोधन मार्गाची निवड

संशोधनविषयक दृष्टिकोन म्हणजे संशोधनासंबंधीच्या योजना व कार्यपद्धती. त्यांच्यात व्यापक गृहीतांपासून ते आकडेवारी संकलन पद्धतींची तपशीलवार माहिती, विश्लेषण व विवेचन (अन्वयार्थ लावणे) अशा पायऱ्यांचा समावेश होतो. या योजनेमध्ये अनेक निर्णयांचा समावेश असतो. मला ज्याप्रकारे त्यांचे आकलन होते आणि ज्याप्रकारे, ज्या क्रमाने मी ते येथे सादर केले आहे, त्याच प्रकारे तुम्ही ते समजायला हवे असे नाही. विषयाचा अभ्यास करण्यासाठी कोणता दृष्टिकोन स्वीकारावा याचा समावेश सर्वसाधारण निर्णयात होतो. संशोधकाने त्याच्या अभ्यासात या निर्णयाच्या माहितीचा उपयोग तात्त्विक गृहीते म्हणून केला पाहिजे. तसेच शोध (तपास) घेण्याची प्रक्रिया (ज्याला **संशोधन संरचना** म्हणतात), आणि **आकडेवारी संकलन** करण्याच्या विशिष्ट संशोधन पद्धती, विश्लेषण आणि अर्थसंगती लावणे यासाठी देखील केला पाहिजे. संशोधन दृष्टिकोन निवड ही ज्यावर संशोधन करायचे आहे त्या प्रश्नाच्या स्वरूपावर अवलंबून असते किंवा ज्या बाबींकडे निर्देश करायचा आहे, त्यावर अवलंबून असते. तसेच संशोधकाचा वैयक्तिक अनुभव आणि अभ्यासाशी संबंधित श्रोतृवर्ग यावर अवलंबून असतो. अशाप्रकारे या पुस्तकात *संशोधनविषयक दृष्टिकोन, संशोधन संरचना* आणि *संशोधन पद्धती* या तीन कळीच्या संज्ञा आहेत, ज्या संशोधनाचे सम्यकदर्शन घडवतील.

संशोधनविषयक तीन दृष्टिकोन

या पुस्तकात संशोधनविषयक तीन दृष्टिकोनांची मांडणी केलेली आहे. (अ) गुणात्मक, (ब) संख्यात्मक, (क) संमिश्र पद्धती. हे तीनही दृष्टिकोन प्रथमदर्शनी वाटतात तसे विलग (विभिन्न) नक्कीच नाहीत. गुणात्मक आणि संख्यात्मक दृष्टिकोन हे अलवचिक, भिन्न वर्गाचे विरुद्ध ध्रुवांसारखे किंवा परस्पर विरुद्ध गट अशा प्रकारचे समजू नयेत. किंबहुना ते सलगतेची दोन वेगळी टोके दर्शवितात (न्यूमन अँड बेंझ १९९८). एखादा अभ्यास हा संख्यात्मक असण्यापेक्षा गुणात्मक असण्याकडे झुकणारा असू शकतो, किंवा उलट! **मिश्र पद्धतीने केलेले संशोधन** या सलगतेच्या मध्यभागी असते, कारण त्यात गुणात्मक आणि संख्यात्मक दृष्टिकोनांचा समावेश असतो.

अनेकदा **गुणात्मक संशोधन** आणि **संख्यात्मक संशोधन** यातील फरक हा अंकांच्या आधारे (संख्यात्मक) न करता, (गुणात्मक) शब्द वापरून केला जातो. किंवा मुक्तप्रश्न न विचारता (मुलाखतीचे गुणात्मक प्रश्न) बद्ध प्रश्न विचारून (संख्यात्मक परिकल्पना) हा फरक केला जातो. या दोन्ही स्वरूपाच्या संशोधनातील भिन्नतेची छटा (वर्गवारी) समजण्यासाठीचा एक अधिक संपन्न मार्ग म्हणजे संशोधकाने त्याच्या अभ्यासामध्ये आणलेली मूलभूत तात्त्विक गृहीतके, संशोधनामध्ये वापरलेल्या धोरणांचे प्रकार (उदाहरणार्थ संख्यात्मक प्रयोग किंवा गुणात्मक स्वरूपाचा **व्यक्ती अभ्यास**) आणि ही धोरणे प्रत्यक्षात आणताना वापरलेल्या विशिष्ट पद्धती (उदा. साधनांसंबंधीची संख्यात्मक आकडेवारी विरुद्ध एखाद्या परिपूर्ण घटकाच्या निरीक्षणातून गुणात्मक माहितीचे संकलन). याच्याही पलीकडे म्हणजे, या दोन्ही दृष्टिकोनांच्या उत्क्रांतीचा इतिहास आहे. एकोणिसाव्या शतकाच्या मध्यापर्यंत सामाजिक शास्त्रांमधील संशोधनाच्या प्रकारांवर संख्यात्मक दृष्टिकोनांचा वरचष्मा (पगडा) होता. २० व्या शतकाच्या मध्यानंतर गुणात्मक संशोधनातील स्वारस्य वाढले आणि त्याच्याबरोबरच संमिश्र पद्धती वारून केलेल्या संशोधनाचाही विकास झाला. या पार्श्वभूमीवर या तीन महत्त्वाच्या संज्ञा ज्या या पुस्तकात वापरल्या आहेत, त्यांच्या व्याख्या पाहणे उपयुक्त ठरेल.

- *गुणात्मक संशोधन* हा असा दृष्टिकोन आहे की जो व्यक्ती किंवा गट एखाद्या सामाजिक किंवा मानवी समस्येचा भाग आहे की कारण, याची माहिती मिळवण्यासाठी , शोध घेण्यासाठी आणि समजून घेण्यासंबंधीचा आहे. यामध्ये संशोधनाच्या प्रक्रियेत उद्भवणारे प्रश्न आणि कार्यपद्धती, सहभागी असणाऱ्याच्या संबंधित वातावरणातून खास पद्धतीने संकलित केलेली माहिती, आकडेवारी, 'विशिष्ट उद्दिष्टांकडून सर्वसामान्य उद्दिष्टे' असे जाताना अनुमानात्मक पद्धती वापरून माहितीचे विश्लेषण करणे, आकडेवारीचे संशोधकाने अर्थसंगत स्पष्टीकरण करणे यांचा समावेश असतो. अंतिम लिखित अहवालाचे स्वरूप लवचीक असते. जे लोक अशाप्रकारचे संशोधन करतात ते लोक संशोधन, अनुभवात्मक पद्धतीचे सादर अनुसरण करतात, वैचारिक (विशिष्ट) अर्थावर भर देतात आणि परिस्थितीच्या गुंतागुंतीचे महत्त्व स्पष्ट करण्याला सादर पाठिंबा देतात.

- *संख्यात्मक संशोधन* हा अशाप्रकारचा दृष्टिकोन आहे जो चलांमधील संबंधांचे परीक्षण करून वस्तुनिष्ठ **सिद्धान्तांची** चाचणी घेतो (वस्तुनिष्ठ सिद्धान्त आजमावतो). त्याबदल्यात या चलांच्या साधनांच्या आधारे मूल्य समजू शकते व त्यांच्या आकडेवारीची संख्याशास्त्रीय पद्धत वापरून विश्लेषण करता येते. अंतिम लिखित स्वरूपातील अहवालामध्ये एक साचेबंद माहिती असते ज्यात प्रस्तावना, साहित्य आणि सिद्धान्त, पद्धती, परिणाम आणि चर्चेचा समावेश असतो. गुणात्मक पद्धतीने संशोधन करणाऱ्या संशोधकांप्रमाणेच जे अशा प्रकारचा तपास करतात ते निगमनात्मक पद्धतीने सिद्धान्तांची पडताळणी करताना काही गृहीते मानतात. पूर्वग्रह टाळण्यासाठी सावधानता (दक्षता) बाळगतात. पर्यायी स्पष्टीकरणावर नियंत्रण ठेवतात आणि निष्कर्षांचे सामान्यीकरण करू शकतात तसेच त्यांची प्रतिकृती करू शकतात.

- *मिश्र पद्धतीने संशोधन* हा शोधन (तपास) करण्याचा असा दृष्टिकोन आहे की ज्यात संख्यात्मक आणि गुणात्मक पद्धतीने आकडेवारीचे (माहितीचे) संकलन, दोन प्रकारच्या माहितीचे एकत्रीकरण (संकलन) आणि तात्त्विक गृहीते व सैद्धांतिक चौकटींचा समावेश असलेल्या पूर्णपणे भिन्न अशा संरचनांचा समावेश असतो. या प्रकारच्या शोधन पद्धतीचे अत्यंत महत्त्वाचे गृहीत असे आहे की, केवळ संख्यात्मक किंवा गुणात्मक संशोधन दृष्टिकोनापेक्षा दोन्ही दृष्टिकोनांचे मिश्रण असलेला दृष्टिकोन हा संशोधन करायचे असलेल्याच्या प्रश्नाचे अधिक चांगले आकलन करून देतो.

या व्याख्यांमध्ये प्रत्येक दृष्टिकोनाची पर्याप्त माहिती आहे. या संपूर्ण पुस्तकात मी व्याख्यांच्या विविध भागांची चर्चा केलेली आहे, ज्यामुळे तुम्ही जसजसे वाचत जाल तसतसा त्यांचा अर्थ अधिकाधिक स्पष्ट होत जाईल.

प्रत्येक दृष्टिकोनात समाविष्ट असलेले तीन घटक

प्रत्येक व्याख्येचे दोन महत्त्वाचे घटक आहेत. ते म्हणजे ह्या शोधनाच्या दृष्टिकोनात तात्त्विक गृहीते, तसेच विशिष्ट पद्धत किंवा कार्यपद्धतींचा समावेश मोडतो, ज्यात तत्वज्ञान, संशोधन संरचना आणि विशिष्ट पद्धती यांचा परस्पर छेद घेतलेला असतो. या तीन घटकांचा परस्पर छेद समजावून देण्यासाठी जी चौकट (आकृतीबंध) मी वापरली आहे, ती आकृती क्र. १.१ मध्ये दाखविलेली आहे. पुनरुक्ती अशी आहे की अभ्यासाचे नियोजन करताना संशोधकांनी अभ्यासात वापरलेल्या गृहीतांचा तात्त्विक **जागतिक दृष्टिकोना**तून विचार करणे आवश्यक आहे. तसेच या जागतिक दृष्टिकोनाशी संशोधनाची संरचना निगडित असली पाहिजे आणि हा दृष्टिकोन प्रत्यक्षात आणण्यासाठी ज्या विशिष्ट पद्धती किंवा कार्यप्रणाली वापरल्या जातात त्या लक्षात घेतल्या पाहिजेत.

तात्त्विक जागतिक दृष्टिकोन

तात्त्विक कल्पना जरी मोठ्या प्रमाणावर संशोधनामध्ये दडलेल्या असल्या, तरी (स्लिफ अँड विल्यम्स १९९५) त्या संशोधनाच्या सरावावर प्रभाव पाडतात. त्या ओळखणे गरजेचे आहे. मी

आकृती १.१ संशोधनासाठी चौकट—जागतिक दृष्टिकोन, संकल्पचित्र आणि संशोधन पद्धती यातील परस्पर अनुसंधान

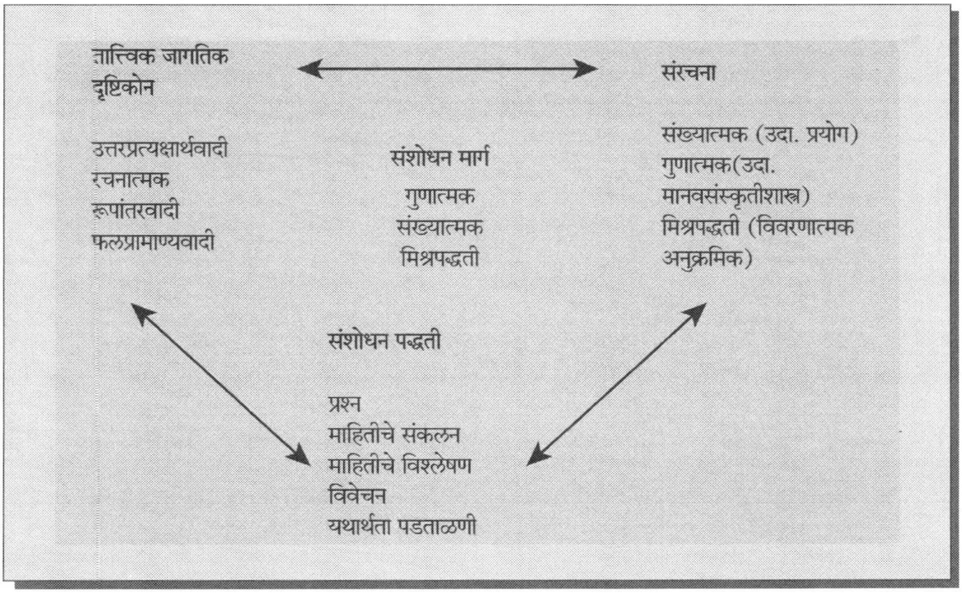

असे सूचित करतो की ज्या व्यक्ती संशोधनाचा प्रस्ताव किंवा नियोजन करत आहेत त्यांनी त्याच्याशी संबंधित असंदिग्ध व्यापक तात्त्विक कल्पनांचा विचार करावा. या माहितीचा उपयोग त्यांनी गुणात्मक, संख्यात्मक किंवा मिश्र पद्धतींचा दृष्टिकोन त्यांच्या संशोधनासाठी का निवडला हे स्पष्ट करण्यासाठी होईल. वैश्विक दृष्टिकोनाविषयी लिहिताना एखाद्या प्रस्तावामध्ये पुढील विभाग समाविष्ट करण्यात यावा, ज्यामध्ये खालील गोष्टी येतील.

- अभ्यासातील प्रस्तावित (अभ्यासात समाविष्ट होणारा) तात्त्विक जागतिक दृष्टिकोन
- त्या जागतिक दृष्टिकोनातील मूलभूत कल्पनांची व्याख्या
- त्यांच्या संशोधनविषयक दृष्टिकोनाला जागतिक दृष्टिकोनाने कसा आकार दिला

जागतिक दृष्टिकोन ही संज्ञा मी 'कृतीला मार्गदर्शन करणारा समजूतींचा आद्य संच' या अर्थाने निवडला आहे (गुबा १९९० पृ.१७). इतरांनी त्यांना आदेश म्हटले आहे (लिंकन, लिन्हम आणि गुबा २०११: मेरटेन्स १९९८); किंवा व्यापकपणे परिकल्पित केलेल्या संशोधन प्रणाली/पद्धती (न्यूमन २००९). जागतिक दृष्टिकोनांकडे मी एक सर्वसाधारण तात्त्विक मूलगामी अभिमुखता, जगाबद्दलची समजूत या दृष्टीने पाहतो आणि संशोधक त्याच्या अभ्यासात जे अंतर्भूत करतो त्याला संशोधनाचे स्वरूप समजतो. जागतिक दृष्टिकोन हे विद्याशाखांचे दिशादर्शक, विद्यार्थ्यांचे सल्लागार/मेंटॉर्स यांचा कल आणि संशोधनाचे पूर्वानुभव यातून वर येतात. संशोधकांनी व्यक्तिशः ज्याप्रकारच्या समजुती मान्य केल्या असतील, ज्या या घटकांवर आधारीत आहेत त्यावर प्रायः त्यांच्या संशोधनात ते गुणात्मक, संख्यात्मक किंवा मिश्र पद्धतींचा दृष्टिकोन एकत्रितरीत्या कसा वापरतील ते अवलंबून असते. जरी संशोधकांनी कोणत्या वैश्विक मतांचा (दृष्टिकोनांचा) किंवा समजुती यांचा शोध घ्यावा याबद्दल सतत चर्चा होत असली, तरी मी चार गोष्टींवर प्रकाश टाकणार आहे, ज्यांची साहित्यात मोठ्या प्रमाणावर चर्चा होते. उत्तरप्रत्यक्षार्थवाद, रचनावाद, रूपांतरवाद आणि फलप्रामाण्यवाद. या प्रत्येकाचे महत्त्वाचे घटक तक्ता क्र. १.१ मध्ये दिले आहे.

तक्ता १.१ चार जागतिक दृष्टिकोन

उत्तरप्रत्यक्षार्थ वाद	रचनावाद
• ठरविणे/निश्चित करणे • कमी करणे • प्रत्यक्षातील निरीक्षण आणि मोजमाप • सिद्धान्ताची पडताळणी	• सामंजस्य • बहु सहभागी अर्थ • सामाजिक आणि ऐतिहासिक रचना • सिद्धान्ताची निर्मिती
परिवर्तनशील/रूपांतरणात्मक	**वास्तववाद**
• राजकीय • ताकद आणि न्यायाभिमुख • सहकार्याशील • परिवर्तनशील	• कृतीचे परिणाम • प्रश्न केंद्री • अनेकतत्त्ववादी • वास्तव जग व्यवहाराभिमुख

उत्तरप्रत्यक्षार्थवादः जागतिक दृष्टिकोन

उत्तरप्रत्यक्षार्थवादी गृहीते पारंपारिक पद्धतीच्या संशोधनाचे प्रतिनिधित्व करतात आणि ही गृहीते गुणात्मक संशोधनापेक्षा संख्यात्मक संशोधनाच्या बाबतीत अधिक बरोबर ठरतात. या जागतिक दृष्टिकोनाला काहीवेळा *शास्त्रोक्त पद्धत* किंवा *शास्त्रीय संशोधन* करणे म्हणतात. याला *प्रत्यक्षार्थवाद/ उत्तरप्रत्यक्षार्थवादी संशोधन, प्रायोगिक विज्ञान* किंवा *उत्तरप्रत्यक्षार्थ वाद* असेही म्हणतात. यातील शेवटच्या संकल्पनेला उत्तरप्रत्यक्षार्थवाद असे म्हणण्याचे कारण म्हणजे 'वादानंतर विचार' याचे ही संकल्पना प्रतिनिधित्व करते. ती ज्ञानाच्या निखळ सत्याच्या पारंपरिक समजूतीला आव्हान देते (फिलिप्स आणि बुरबुल्स २०००), आणि माणसांच्या वर्तन आणि कृतींचा अभ्यास करत असताना दाव्याबद्दल आपण सकारात्मक असू शकत नाही, हे समजून घेते. आपल्या ज्ञानाच्या उत्तरप्रत्यक्षार्थवादानंतरची परंपरा १९ व्या शतकातील कोम्ट, मिल, डर्खाइम, न्यूटन आणि लॉकी (स्मिथ १९९३) यासारख्या लेखकांपासून आणि अलीकडे फिलिप्स आणि बुरबुल्स २००० या लेखकांपासून सुरू होते.

उत्तरप्रत्यक्षार्थवादी असे तत्त्वज्ञान ठामपणे मांडतात की कारणे ही कदाचित परिणाम किंवा परिणती घडवितात (फलनिष्पत्ती ठरवितात). म्हणूनच उत्तरप्रत्यक्षार्थवादी ज्या समस्यांचा अभ्यास करतात त्यामध्ये परिणामांवर प्रभाव टाकणाऱ्या कारणांचा शोध घेणे व त्यांचे महत्त्व जोखणे यावर प्रकाशझोत असतो. हे तत्त्वज्ञान लघुत्त्ववादीही आहे. यामध्ये कल्पनांचे स्वरूप लहान करणे, परीक्षणासाठी संच अलग करणे; जसे की परिकल्पनांमधील चल, संशोधनाचे प्रश्न इ. जे ज्ञान यांच्यादृष्टीने विकसित होते ते काळजीपूर्वक केलेल्या निरीक्षणांवर आधारित असते आणि वस्तुनिष्ठ वास्तव जे 'तेथे बाहेर' म्हणजे जगात असते त्याचे मापन करते. अशाप्रकारे निरीक्षणांसाठी संख्यात्मक साधने विकसित करणे आणि व्यक्तींच्या वर्तनाचा अभ्यास करणे हे उत्तरप्रत्यक्षार्थवादी संशोधनासाठी अतिशय महत्त्वाचे असते. शेवटी, जगाचे नियंत्रण करणारे (परमोच्च) जे कायदे आणि सिद्धान्त आहेत त्यांची चाचणी किंवा पडताळणी आणि चाळणी करणे गरजेचे आहे कारण त्यामुळे आपल्याला जग समजू शकेल.अशाप्रकारे शास्त्रीय पद्धतीत–उत्तरप्रत्यक्षार्थवादी यांनी संशोधनासाठी स्वीकारलेल्या दृष्टिकोनात–एखादा संशोधक सिद्धान्तापासून सुरुवात करतो, आकडेवारी (माहिती) मिळवितो, जी एकतर सिद्धान्ताची पुष्टी करते किंवा फेटाळते आणि नंतर आवश्यक त्या पुनरावृत्ती करते तसेच जास्तीच्या चाचण्या करते.

फिलिप्स आणि बुरबुल्स यांचे लेखन वाचल्याने तुम्हाला या स्थितीच्या मख्य गृहीतांचा अंदाज येईल. उदा.

१. ज्ञान हे अनुमानित (परस्पर विरोधी) असते–निखळ सत्य कधीही शोधता येणार नाही म्हणून संशोधनात प्रस्थापित झालेला पुरावा हा नेहमीच अपूर्ण आणि सदोष असतो. यास्तव संशोधक म्हणतात की ते परिकल्पना सिद्ध करत नाहीत. त्याऐवजी परिकल्पना नाकारण्यातील अपयश सूचित करतात.

२. संशोधन ही दावे करण्याची आणि नंतर त्यात सुधारणा करण्याची किंवा त्यातील काही भाग काही अन्य दावे अधिक जोरदारपणे करण्यासाठी सोडून देण्याची प्रक्रिया आहे. बहुतांशी संख्यात्मक संशोधन हे उदाहरण द्यायचे झाले तर सिद्धान्ताची पडताळणी (चाचणी) करण्यापासून सुरू होते.

३. आकडेवारी, प्रमाण आणि वाजवी समजूती या ज्ञानाला आकार देतात. प्रत्यक्षात संशोधक हा मापनावर आधारित साधनांच्या मदतीने माहिती गोळा करतो, जी सहभागी किंवा दुसऱ्या संशोधकांची नोंदवलेली निरीक्षणे असतात.

४. संबंधित परिस्थिती स्पष्ट करणारी किंवा स्वारस्य असलेल्या साधारण संबंधांचे वर्णन करणारी अशी सुसंबद्ध व सत्य विधाने विकसित करण्याचा (मांडण्याचा) प्रयत्न संशोधक करतो. संख्यात्मक स्वरूपाच्या अभ्यासात संशोधक चलांमधील संबंध वाढवत नेऊन त्यांना प्रश्न किंवा परिकल्पनांच्या रूपात व्यक्त करतात.

५. वस्तुनिष्ठ असणे हा योग्य तपासाचा एक आवश्यक भाग आहे. संशोधकांनी पद्धती आणि निष्कर्ष हे पक्षपाती पूर्वग्रहाने बाधीत नाहीत ना हे पडताळून घेतले पाहिजेत. उदा. संख्यात्मक संशोधनात सत्यतेचा/दर्जा आणि विश्वासार्हता या गोष्टी महत्त्वाच्या असतात.

रचनात्मक जागतिक दृष्टिकोन

इतरांचा जागतिक दृष्टिकोन वेगळा आहे. रचनावाद किंवा सामाजिक रचनावाद (जो बहुतेकवेळा स्पष्टीकरणवादाशी जोडला जातो), हा अशाप्रकारचा दृष्टिकोन आहे, ज्याच्याकडे गुणात्मक संशोधनाचा मार्ग म्हणून पाहिले जाते. या कल्पना मॅनहाईम, बर्जर, ल्युकमान यांच्या अभ्यासातून आलेल्या आहेत. तसेच लकमानच्या द *सोशल कन्स्ट्रक्शन ऑफ रिॲलिटी* आणि लिंकन अँड गुबाज (१९८५) *नॅचरलिस्टिक इनक्वायरी* यामधून या परिस्थितीचा गोषवारा घेणारे अलीकडील काही अन्य लेखक म्हणजे लिंकन अँड कलिज (२०११), मेरटेन्स (२०१०) अँड क्रॉटी (१९९८). **सामाजिक रचनावादी** असे मानतात की व्यक्ती ज्या जगात राहतात आणि काम करतात ते जग समजून घेण्याचा ते प्रयत्न करतात. व्यक्ती त्यांच्या अनुभवांचा आत्मनिष्ठ अर्थ लावण्याचा प्रयत्न करतात. असा अर्थ की जो काही काहीतरी गोष्टी किंवा वस्तूंशी निगडित असतो. हे अर्थ विविध स्वरूपाचे आणि अनेक असतात, ज्यामुळे ते संशोधकाला थोड्या वर्गांमध्ये किंवा कल्पनांमध्ये अर्थ संकुचित न करता दृष्टिकोनांमधील गुंतागुंत (क्लिष्टता) लक्षात घेण्यास भाग पाडतात. संशोधनाचा उद्देश अभ्यास करीत असलेल्या परिस्थितीबद्दल सहभागींच्या मतांवर (दृष्टिकोनांवर) विश्वास ठेवणे असा असला पाहिजे. प्रश्न अधिक व्यापक आणि सामान्य बनतात, ज्यामुळे सहभागींना परिस्थितीचा असा अर्थ लावता येईल, जो अन्य व्यक्तींबरोबरच्या चर्चांमध्ये किंवा प्रतिक्रियांमध्ये विशिष्टप्रकारे समाविष्ट करता येईल. जितकी मुक्त प्रश्नांची विचारणा जास्त करता येईल तेवढे चांगले; कारण त्यामुळे संशोधक हा लोक त्यांच्या आयुष्याच्या स्थैर्याबद्दल काय बोलतात किंवा करतात त्याकडे संशोधक हा अधिक सतर्कतेने लक्ष देऊ शकतो. अनेकदा आत्मनिष्ठ (भावनिक) अर्थांची सामाजिक व ऐतिहासिक देवघेव होऊ शकते. अनेकदा हे व्यक्तिगत स्वरूपात लावलेले अर्थ हे केवळ व्यक्तींवर ठसविले जात नसतात तर इतरांबरोबर होणाऱ्या प्रतिक्रियांमधून तयार होऊन (म्हणून हा सामाजिक संरचनावाद) व्यक्तीच्या आयुष्यातील ऐतिहासिक आणि सांस्कृतिक मूल्ये यातूनच बनत असतात. म्हणून संरचनावादी संशोधक प्राय: व्यक्तींमधील प्रतिक्रियांच्या प्रक्रियेला संबोधित करतात. ते सहभागींची ऐतिहासिक आणि सांस्कृतिक धारणा समजण्यासाठी लोक ज्या विशिष्ट परिस्थितीत राहतात आणि काम करतात त्यावर भर देतात. आपली पार्श्वभूमी आपल्या स्पष्टीकरणाला आकार देते हे संशोधक जाणून असतात आणि ते स्वत:ला संशोधनात अशाप्रकारे गुंतवून ठेवतात की त्यांना त्यांच्या वैयक्तिक, सांस्कृतिक आणि ऐतिहासिक अनुभवांमधून (प्रचितीमधून) त्यांच्या स्पष्टीकरणाचा प्रवाह (स्त्रोत) कसा वाहतो (पुढे जातो), ते जाणून घेता येते. संशोधकांचा उद्देश इतरांनी जगाविषयी जो अर्थ जाणला आहे त्यातील तथ्य समजावून घेणे किंवा तो स्पष्ट करणे हा आहे. सिद्धान्तापासून सुरुवात करण्याऐवजी (जे प्रत्यक्षप्रमाणवादात केले जाते), तपास करणारा अनुमानात्मक पद्धतीने सिद्धान्ताची मांडणी करतो किंवा आशयाचा नमुना तयार करतो.

उदा. रचनावादाची चर्चा करताना क्रॉटी (१९९८) यांनी अनेक गृहीते शोधून काढली आहेत.

१. माणसे या जगात वावरत असताना ज्याचे स्पष्टीकरण करत असतात त्याचा अर्थ विषद करतात. गुणात्मक संशोधकांचा कल मुक्त प्रश्न विचारण्याकडे असतो कारण त्यामुळे सहभागी व्यक्तींना त्यांची मते व्यक्त करता येतात.

२. माणसे आपापल्या जगात रममाण असतात आणि त्यांच्या ऐतिहासिक व सामाजिक धारणांवर आधारित काही अर्थपूर्ण करत असतात- आपण सर्वजण आपल्या संस्कृतीनुसार; जी आपल्याला वरदान म्हणून मिळालेली असते त्यानुसार, आशयाच्या जगात जन्म घेतो. अशाप्रकारे गुणात्मक पद्धती संशोधकाच्या संबंधित संदर्भामागील तारतम्य संदर्भ किंवा बैठक समजून घेण्याचा प्रयत्न करतात. त्यांना जे गवसते त्याचे ते स्पष्टीकरणही करतात. हे विवेचन संशोधकाच्या स्वत:च्या अनुभव आणि पार्श्वभूमीने साकार होते.

३. आशयाची मूलत: निर्मिती ही नेहमीच सामाजिक, मानवी समाजात होणाऱ्या क्रिया-प्रतिक्रिया यांच्यातून होत असते. गुणात्मक संशोधनाची प्रक्रिया ही मोठ्या प्रमाणावर अनुमानात्मक असते. तपास करणारा (पृच्छक) हा क्षेत्रातून मिळविलेल्या माहितीच्या आधारे अर्थ (आशय) निर्माण करतो.

रूपांतरणात्मक जागतिक दृष्टिकोन

संशोधकांचा दुसरा गट रूपांतरणात्मक दृष्टिकोनाची तात्त्विक गृहीते मान्य करतो. १९८० चे दशक व १९९० चे दशक या दरम्यान ही परिस्थिती उद्‌भवली त्या अशा व्यक्तींमुळे ज्यांना असे वाटले की, उत्तरप्रत्यक्षार्थवादी नंतरच्या गृहीतांनी लादलेले संरचनात्मक कायदे आणि सिद्धान्त हे आपल्या समाजातील तळागाळातील व्यक्तींना लागू होत नाहीत. तसेच सत्तेसंबंधीच्या बाबी आणि सामाजिक न्याय यांनाही ते लागू होत नाहीत. पक्षपातीपणा (भेदाभेद) आणि अत्याचार या बाबींकडेही लक्ष दिले पाहिजे. या जागतिक दृष्टिकोनाची वैशिष्ट्ये सांगणारे कोणतेही एकजिनसी साहित्य नाही, पण त्यात अशा संशोधकांच्या गटांचा समावेश आहे की जे समीक्षक सैद्धांतिक आहेत. सहभाग घेणारे कृतिशील संशोधक आहेत. मार्क्सवादी, स्त्रीवादी, वंशिक, प्रश्नसंख्यांक, समाज, व्यंग असलेल्या व्यक्ती, एतद्देशीय आणि उत्तर वसाहत काळानंतरचे लोक व समलिंगी, द्विलिंगी, लिंगपरिवर्तीत, चक्रम (विकृत सवयी असलेले) आहेत. ऐतिहासिकदृष्ट्या असे दिसते की, मार्क्स, अडोर्नो, मार्कोज, हाबरमास आणि फ्रेअरे (न्यूमन, २००९), फे (१९८७), हेरॉन आणि रिजन (१९९७) केमिस आणि विलकिन्सन (१९९८) केमिस आणि मॅकटागार्ट (२०००) आणि मेरटेन्स (२००९, २०१०) यांच्या लिखाणावर रूपांतरणवादी लेखकांनी त्यांचे लेखन बेतले आहे.

मुख्य म्हणजे पृच्छकांना (तपास करणाऱ्याना) असे वाटले की रचनात्मकवाद्यांची भूमिका तळागाळातील लोकांना मदत करण्यासाठी कृती आराखडा सुचविण्यासाठीही फारशी उपयोगी पडत नाही. **रूपांतरणात्मक जागतिक दृष्टिकोन** असे म्हणतो की संशोधनातील तपास हा राजकारणाशी संलग्न असणे गरजेचे आहे आणि कुठल्याही पातळीवर होणाऱ्या सामाजिक अन्यायाला सामोरे जाण्यासाठी राजकीय बदलाच्या रूपरेषेची गरज आहे (मेरटेन्स २०१०). अशाप्रकारे संशोधनात बदलासाठी कृतिआराखडा असतो, जो व्यक्ती सहभागी होणाऱ्या व्यक्तींचे आयुष्य बदलू शकतो. ज्या संस्थांमध्ये व्यक्ती काम करतात किंवा राहतात त्यांचे तसेच संशोधकाचे आयुष्य बदलू शकतो. याशिवाय काही खास बाबींकडे लक्ष वेधले पाहिजे, ज्या आजच्या घडीच्या सामाजिक बाबी आहेत. जसे की; सबलीकरण, विषमता, दबाव, हुकूमशाही, दडपशाही, दूरात्मभाव. संशोधक बहुतेकवेळा या बाबींपैकी एखादी बाब त्याच्या अभ्यासाचा केंद्रबिंदू समजून सुरुवात करतो. हे संशोधन असे गृहीत धरते की चौकशी करणारा (पृच्छक) सहकार्याच्या भावनेने पुढे जातो, त्यामुळे तपासाचा परिणाम म्हणून सहभागीदारांना कमी लेखले जाणार

नाही. या अर्थाने सहभागीदार प्रश्नांचे स्वरूप ठरविण्यासाठी, आकडेवारी गोळा करण्यासाठी, माहितीचे विश्लेषण करण्यासाठी किंवा संशोधनाचे फलित मिळविण्यासाठी मदत करतात. रूपांतरणात्मक संशोधन हे सहभागीदारांना त्यांचा हक्क मिळवून देते. त्यांच्या सद्सद्विवेकाची पातळी उंचावते किंवा जीवन सुधारण्यासाठी रूपरेषा प्रदान करते. ते सुधारणेसाठी आणि बदलासाठी (एकच) एकत्रित आवाज बनते.

हा तात्त्विक जागतिक दृष्टिकोन आपल्या समाजातील शेवटच्या स्तरातील आणि मताधिकार नसणाऱ्या अशा गटांच्या किंवा व्यक्तींच्या गरजांवर लक्ष केंद्रित करतो. म्हणून सैद्धांतिक (परिप्रेक्ष्य) हा तात्त्विक गृहीतांशी, ज्या लोकांचा अभ्यास करायचा आहे आणि जे बदल आवश्यक आहेत त्यांच्याशी जोडला जाऊ शकतो, ज्या बाबींचे परीक्षण करायचे आहे त्यांचे चित्र स्पष्ट करतो. जसे की; महिलावादी परिप्रेक्ष्य वंशवादी भाषणे, महत्त्वाचा सिद्धान्त, विकारवादी सिद्धान्त आणि अपंगविषयक सिद्धान्त. सैद्धांतिक, भिंग यावर अधिक चर्चा प्रकरण तीनमध्ये करण्यात येईल.

जरी हे अलग गट असले आणि माझे विवरण जरी येथे सर्वसाधारण असले तरी ते मेरटेन्स (२०१०) यांच्या रूपांतरणात्मक जागतिक दृष्टिकोनाचा किंवा धारणेच्या महत्त्वाच्या वैशिष्ट्यांचा गोषवारा पाहणे उपयोगास येईल.

- परंपरेने जे भिन्न समूह खाली ढकलले गेले होते, त्यांच्या जीवनांच्या व अनुभवांच्या अभ्यासाला हा दृष्टिकोन अत्यंत महत्त्व देतो. या भिन्न समूहाविषयी विशेष स्वारस्य आहे ते म्हणजे त्यांचे जीवन जुलमांमुळे कसे संकुचित झाले होते आणि त्याला विरोध करण्यासाठी, आव्हान देण्यासाठी, जुलूम नष्ट होण्यासाठी त्यांनी कोणती नीती (धोरणे) वापरली.
- या विविध गटांचा अभ्यास करताना, संशोधनाचा भर हा असमानता, जी लिंग, वंश, भिन्न जाती विषयक, लिंगविषयक निर्णय घेणे आणि सामाजिक आर्थिक वर्ग जो सत्तेच्या संदर्भात असमानतेत परिणत होतो, यावर असतो.
- रूपांतरणवादी जागतिक दृष्टिकोनातील संशोधन हे अशाप्रकारच्या असमानतांच्या संदर्भात राजकीय आणि सामाजिक कृतींचा मेळ घालते.
- रूपांतरणवादी संशोधन विश्वासांच्या रचित कार्यक्रम सिद्धान्तांचा उपयोग एखादा कार्यक्रम कसा परिणाम करतो आणि जुलूम, हुकूमशाही (अरेरावी) आणि सत्ता यातील संबंध का प्रस्थापित होतो, यासंबंधी असतो.

फलप्रामाण्यवादी जागतिक दृष्टिकोन

जागतिक दृष्टिकोनाबद्दल आणखी एक सिद्धान्त मानवी हिताच्या दृष्टीने विचार करणाऱ्यांनी सांगितला आहे. मानवी हिताच्या दृष्टीने कोणत्याही विधानाचा विचार करण्याचे तंत्र पिअर्स, जेम्स, मीड आणि ड्यूई (चेरीहोम्स १९९२) यांच्या व्यासंगातून निष्पन्न झाले आहे. अन्य लेखकांमध्ये मर्फी (१९९०), पॅटन (१०९०) आणि रॉर्टी (१९९०) यांचाही समावेश होतो. या तत्त्वज्ञानाची अनेक रूपे आहेत परंतु बहुसंख्य लोकांसाठी फलप्रामाण्यवाद हा जागतिक दृष्टिकोन कृती, परिस्थिती, परिणाम यातून विकसित होतो; पूर्वी होऊन गेलेल्या परिस्थितीतून नाही (जसा की उत्तरप्रत्यक्षार्थवादात असतो). यामध्ये हे संशोधन व्यवहारात उपयुक्त ठरेल का आणि समस्येवर तोडगा निघेल का याबद्दल आस्था असते (पॅटन १९९०). कार्यपद्धतींवर भर देण्यापेक्षा संशोधक संशोधनाच्या प्रश्नांवर भर देतात व समस्या समजण्यासाठी त्यांना उपलब्ध असलेल्या सर्व मार्गांचा वापर करतात. मिश्र पद्धतींच्या अभ्यासाला

तत्त्वज्ञानाचा मूलाधार देण्यासाठी, मॉर्गन (२००७), पॅटन (१९९०), आणि ताशाक्कोरी आणि टेडली त्याचे समाजशास्त्राच्या संशोधनातील संशोधन करण्याच्या प्रश्नावर लक्ष केंद्रित करण्याच्या संदर्भात महत्त्व विशद करतात आणि समस्येतून ज्ञान मिळविण्यासाठी अनेक मार्गांचा उपयोग करावा असे नंतर सुचवितात. चेरीहोम्स (१९९२), मॉर्गन (२००७) यांची मदत घेऊन आणि माझ्या स्वत:च्या दृष्टीने, मानवी हिताच्या दृष्टीने प्रागतिक दृष्टिकोन संशोधनाला तात्त्विक पाया देतो.

- जे व्यवहारी व वास्तवाचा विचार करणारे असतात (प्रागतिक असतात) त्यांची विचारसरणी कोणत्याही एका तत्त्वज्ञानाशी आणि वास्तवाशी बांधील नसते. हे मिश्रपद्धतींचा वापर करणाऱ्या संशोधनाला लागू पडते, ज्यात संशोधक त्यांच्या संशोधनासाठी संख्यात्मक आणि गुणात्मक गृहीतांचा अवलंब करतात व मुक्तपणे अनुमान काढतात.
- वैयक्तिक संशोधकांना निवडीचे स्वातंत्र्य असते. याच रितीने संशोधकांच्या आवश्यकता आणि उद्दिष्ट उत्तमरीत्या पूर्ण करू शकणाऱ्या संशोधाच्या पद्धती, तंत्रे आणि कार्यप्रणाली निवडीचे स्वातंत्र्य संशोधकांना असते.
- व्यवहारी आणि वास्तववादी म्हणजेच प्रागतिक लोक जसे जगाकडे एक निव्वळ घटक म्हणून बघत नाहीत, तसेच मिश्रपद्धतीचा वापर करणारे संशोधक हे माहितीचे संकलन करण्यासाठी आणि विश्लेषण करण्यासाठी कोणत्याही एका मार्गाचा अवलंब करण्याऐवजी अनेक पद्धतींचा वापर करू इच्छितात.
- सत्य ते की जे वेळेला कामास येते. मनाच्या स्वाधीन नसलेली वास्तवता आणि मनात असलेली वास्तवता यांच्यामध्ये असलेल्या द्विविधेमध्ये ते (सत्य) वसलेले नसते. अशाप्रकारे मिश्र पद्धतीच्या अभ्यासामध्ये संशोधक गुणात्मक अणि संख्यात्मक माहिती वापरतात कारण ते संशोधनाच्या प्रश्नाचे उत्तम आकलन करून देतात.
- व्यवहारी व वास्तववादी संशोधक जेथे संशोधन अपेक्षित परिणामांपर्यंत न्यायचे आहे त्या परिणामांवर 'कोणते संशोधन व ते काय व कसे' अधिष्ठित करता येईल याचा शोध घेत असतात. मिश्र पद्धती वापरणाऱ्या संशोधकांनी मिश्रणाची पद्धती वापरण्याचा हेतू प्रस्थापित केला पाहिजे. तसेच प्रारंभीच संख्यात्मक आणि गुणात्मक माहिती एकत्रित का केली पाहिजे याचे वर्णन करणे आवश्यक आहे.
- सामाजिक, ऐतिहासिक, राजकीय आणि अन्य संदर्भात संशोधन होते हे व्यवहारी व वास्तववादी (प्रागतिक) मान्य करतात. अशाप्रकारे संमिश्र पद्धतींच्या अभ्यासामध्ये आधुनिकतेच्या पुढचे वळण आणि सैद्धांतिक भिंग समाविष्ट असतात जे सामाजिक न्याय आणि राजकीय उद्दिष्टांना प्रतिबिंबित करणारे असतात.
- फलप्रामाण्यवादी बाह्य जगतावर विश्वास ठेवतात जे मनापासून मुक्त असते तसेच मनात वसणारे असते. परंतु आपण वास्तवाबद्दल आणि निसर्गाच्या कायद्याबद्दल प्रश्न विचारणे थांबवणे गरजेचे आहे असे ते मानतात (चेरीहोम्स १९९२). 'त्यांना सरळ विषय बदलणे आवडेल.' (रॉर्टी १९८३ पृष्ठ xiv)
- अशाप्रकारे मिश्र पद्धती संशोधकासाठी, व्यवहार्य वास्तववाद हा अनेक पद्धती, वेगवेगळे जागतिक दृष्टिकोन, विविध गृहीते तसेच माहिती संकलनाचे आणि विश्लेषणचे विविध प्रकार यासाठी द्वार खुले करतो.

संशोधन संरचना

केवळ संशोधकच अभ्यास करण्यासाठी गुणात्मक, संख्यात्मक किंवा मिश्र पद्धत निवडतो असे नाही तर पृच्छकसुद्धा या तीन पर्यायांमधून अभ्यासाचा प्रकार ठरवितो. संशोधन संरचना ही गुणात्मक, संख्यात्मक आणि मिश्र पद्धतींचा अंतर्भाव असलेल्या तपासाच्या प्रकारांमध्ये असते. त्या पद्धती संशोधन संकल्पांसाठी कार्य पद्धतींना विशिष्ट दिशा देतात. इतर त्याला तपासाची धोरणे म्हणतात (डेन्झिन आणि लिंकन २०११). जसे संगणकविषयक तंत्रज्ञान गेल्या काही वर्षात विकसित झाले आहे, तसे संशोधकाला उपलब्ध असलेले नकाशे यात वाढ झाली आहे. माहिती पृथक्करण आणि गुंतागुंतीच्या प्रारूपांचे विश्लेषण करण्याची क्षमता वाढली आहे, याचे कारण म्हणजे व्यक्तींनी समाजशास्त्रात संशोधन करण्यासाठी नव्या प्रणालींबरोबर जुळवून घेतले आहे. प्रकरण क्र. ८, ९ आणि १० मध्ये अशा निवडक प्रकारांवर भर देण्यात आला आहे, जे नकाशे समाजशास्त्रांमध्ये वारंवार वापरले जातात. येथे मी पुढे ज्यांची चर्चा केली आहे त्यांची ओळख करून देत आहे आणि त्यांची उदाहरणे संपूर्ण पुस्तकभर दिली आहेत. या संरचनांच्या महत्त्वाच्या भागांचा थोडक्यात गोषवारा तक्ता १.२ संख्यात्मक संरचना यामध्ये दिला आहे.

संख्यात्मक संरचना

१९ व्या आणि २० व्या शतकात संख्यात्मक संशोधनाशी संलग्न असलेली तपासाची संपूर्ण धोरणे अशी होती की त्यांनी प्रत्यक्षप्रमाणवादी जागतिक दृष्टिकोनाला आवाहन केले आणि त्याचे मूळ मुख्यत: मानसशास्त्रात होते. यामध्ये खऱ्या प्रयोगांचा आणि कमी कठोर प्रयोगांचा; ज्यांना दिसायला प्राथमिक असे 'तात्पुरते प्रयोग' म्हणतात, त्यांचा समावेश होतो (पहा, कॅम्पबेल आणि स्टॅन्ली १९६३. यांचा मूळ विवेचक ग्रंथ). आणखी एक प्रयोगात्मक संरचना म्हणजे ज्यामध्ये उपनियोजित वर्तणूक विश्लेषण किंवा एकक विषय प्रयोग, यामध्ये एका व्यक्तीवर किंवा कमी संख्येच्या व्यक्तींच्या गटावर काही काळासाठी प्रायोगिक उपचार केला जातो (कूपर, हेरॉन, हेवर्ड २००७; न्यूमन, मॅककॉर्मिक १९९५). हा एक प्रायोगिक नसलेला गुणात्मक संशोधन प्रकार आहे. म्हणजेच काही काळासाठी केलेले किरकोळ-तुलनात्मक संशोधन, ज्यात तपासनीस हा दोन किंवा अधिक गटांची तुलना 'कारण'च्या संदर्भात करतो (किंवा स्वतंत्र चलाच्या संदर्भात करतो), जे घडून गेले आहे. दुसरे अप्रायोगिक स्वरूपाचे संशोधन आहे ते म्हणजे सहसंबंध संरचना; ज्यात तपासनीस परस्परसंबंध सांख्यिकीच्या सहाय्याने दोन किंवा अधिक चलांमधील किंवा प्राप्तांकाचे गटांचे परस्परातील संबंधांचे किंवा नात्याचे वर्णन करतो आणि मापन करतो (क्रेसवेल २०१२). यात आढळणाऱ्या चलांमधील अधिक गुंतागुंतीचे संबंध स्पष्ट करण्यासाठी हीच

तक्ता १.२ संख्यात्मक संरचना

संख्यात्मक	गुणात्मक	मिश्रपद्धती
• प्रायोगिक संकल्पचित्रे • अप्रायोगिक संकल्पचित्रे उदा. सर्वेक्षण	• वर्णणात्मक संशोधन • घटनासदृश्य शास्त्र • पायाभूत सिद्धान्त • मानववंशशास्त्र • व्यक्ती अभ्यास	• अभिसारी • विवरणात्मक अनुक्रमिक • शोधात्मक अनुक्रमिक • परिवर्तनशील बहुआयामी

संरचना वापरली गेली. अगदी अलीकडे संख्यात्मक धोरणांनी अनेक चल आणि उपचार यांच्यावर क्लिष्ट प्रयोग समजावून घेतले आहेत (उदाहरणार्थ घटकसंचय संरचना, पुनरावृत्ती उपाय संरचना). सामान्य दिशा आणि अनेकविध चलांच्या एकत्रित ताकदीची ओळख यांचा समावेश असणारी तपशीलवार रचनात्मक समीकरण आरूप यांचाही समावेश केला आहे. या संख्यात्मक मार्गांची चर्चा करण्यापेक्षा मी दोन संरचनांवर भर देत आहे: सर्वेक्षण आणि प्रयोग.

- सर्वेक्षण संशोधन हे संख्याशास्त्रीय लोकसंख्येच्या नमुन्याचा अभ्यास करून संपूर्ण लोकसंख्येच्या वृत्ती, दृष्टिकोन किंवा मते यांचे संख्यात्मक किंवा अंकात्मक वर्णन प्राप्त करून देते. यात 'नमुना ते लोकसंख्या' असे सामान्यीकरण करण्याच्या हेतूने प्रश्नावली किंवा संरचित मुलाखतींचा वापर माहिती संकलन करण्यासाठी केला जातो. त्याचा अंतर्भाव असणाऱ्या अवच्छेदात्मक आणि प्रदीर्घ अभ्यासाचा समावेश आहे (फाऊलर, २००८).
- प्रयोगाधिष्ठित संशोधन हे विशिष्ट उपचाराचा फलितावर परिणाम होतो का? (विशिष्ट मांडणीचा निकालावर परिणाम होतो का?) हे निर्धारित करण्याचा प्रयत्न करते. संशोधक हे शोधून काढण्यासाठी एका गटाला अन्य गटापासून वेगळे काढून विशिष्ट वागणूक (उपचार) देतो आणि नंतर दोन्ही गटांनी निष्पत्तीबाबत किती गुण मिळविले ते पाहतो. प्रयोगांमध्ये खऱ्या प्रयोगांचा समावेश असतो ज्यात उपचाराच्या पद्धतींना यादृच्छिक पद्धतीने विषय दिले जातात. तात्पुरत्या प्रयोगांमध्ये एकक विषय संकल्पचित्रे असतात. (केप्पल, १९९१)

गुणात्मक संरचना

१९९० च्या दशकात व २१ व्या शतकात गुणात्मक संशोधनाच्या मार्गांचे अनेक प्रकार अधिक स्पष्टपणे दृगोचर होऊ लागले. मानववंशशास्त्र, समाजशास्त्र, मानस नीती आणि मूल्यांकन यातून गुणात्मक संशोधनाचा ऐतिहासिक आरंभ झाला. पुस्तकांनी अनेक प्रकारांमध्ये सारांशलेखन केले आहे. विशिष्ट गुणात्मक तपास मार्गांसाठी संपूर्ण संशोधन प्रक्रिया आता उपलब्ध आहेत. उदा. वर्णनात्मक संशोधक जे करतात ते क्लॅन्डिनिन आणि कॉनली यांनी चित्रांकन करून केले आहे. प्रत्ययवादी पद्धतीची तत्त्वे आणि तत्त्वज्ञानात्मक प्रक्रिया मुस्ताकस (१९९४) यांनी चर्चिली आहेत. चार्माझ (२००६) कॉर्बिन आणि स्ट्रॉऊस (२००७) व स्ट्राऊस अणि कॉर्बिन (१९९०, १९९८) यांनी मूलभूत सिद्धान्तांच्या प्रणाली शोधून काढल्या. फेटरमन (२०१०) आणि वॉलकॉट (२००८) यांनी प्रक्रियांचा गोषवारा दिला आहे. तसेच संस्कृतीवर्णनशास्त्राची शाखा, जी मानवी समाजाचे शास्त्रोक्त वर्णन करते, तिची अनेक बाह्यरूपे व धोरणे यांचे सारांश दिले आहेत. स्टेक (१९९०) आणि यिन (२००९, २०१२) यांनी 'व्यक्ती अभ्यास' संशोधनातील प्रक्रिया सुचविल्या आहेत. या पुस्तकात जी उदाहरणे दिली आहेत, ती पुढील धोरणाचा पाठपुरावा करून दिली आहेत. त्यामागे सहभाग कृती संशोधन (केमिस अनकी मॅकटागार्ट २०००), भाषणांचे विश्लेषण (चीक २००४), आणि अन्य उल्लेख न झालेल्या धोरणांचा झालेला विचार केलेला आहे.

- वृत्तांत किंवा कथारूपाने केले जाणारे संशोधन हे मानववंश शास्त्रातून निर्माण झालेल्या तपासाची संरचना असून त्यात संशोधक व्यक्तींच्या जीवनाचा अभ्यास करतो आणि एक किंवा अधिक व्यक्तींना त्यांच्या जीवनाची हकीकत कथन करण्यास सांगतो (रिएस्समन २००८). ही माहिती नंतर संशोधकाकडून कथनाच्या कालक्रमानुसार पुन्हा सांगितली जाते किंवा पुन्हा कथन केली जाते. अनेकदा

शेवटी, कथनात सहभागी असणाऱ्याचे जीवनविषयक दृष्टिकोन आणि संशोधकाचा दृष्टिकोन यांचे एकत्रीकरण करून कथन केले जाते. (क्लॅन्डिनिन व कॉनली २०००)

- प्रत्ययवादी (मानसघटनाशास्त्र) संशोधन ही तत्त्वज्ञान आणि मानसशास्त्रातून येणारी तपासाची संरचना असून त्यात संशोधक घटनेबद्दलचे व्यक्तींचे साक्षात अनुभव सहभागींनी वर्णन केल्याप्रमाणे वर्णन करतो. अनेक व्यक्तींनी घटनेचा अनुभव घेतलेला असतो. त्यांच्यासाठी असे वर्णन त्यांच्या अनुभवाच्या गाभ्याचा पराकाष्ठेचा अनुभव देतो. या संरचनेला तत्त्वज्ञानाचा बळकट आधार असतो आणि यामध्ये मुख्यत्वेकरून मुलाखती घेतल्या जातात. (गिओर्गी २००९, मुस्ताकस १९९४)

- लुप्त सिद्धान्त ही समाजशास्त्रातील तपासाची संरचना आहे, जिच्यात क्रिया किंवा प्रतिक्रिया याबद्दलच्या सहभागीदारीचा एका साधारण सारांश सिद्धान्ताची मांडणी करतो. या प्रक्रियेत आकडेवारी गोळा करण्याच्या अनेक अवस्थांच्या वापराचा समावेश आहे आणि माहितीची शुद्धता व माहितीच्या वेगवेगळ्या प्रकारातील परस्परसंबंध यांचा अंतर्भाव आहे (चार्माझ २००६, कॉर्बिन आणि स्ट्राऊस २००७).

- मानवसंस्कृती वर्णन ही तपासाची संरचना आहे, जी मानवाच्या व समाजाच्या विकासाचा शास्त्रीय अभ्यास करणारे शास्त्र आणि समाजशास्त्र यातून निर्माण झालेली आहे. यात संशोधक दीर्घकालपर्यंत अखंडपणे जम बसलेल्या एखाद्या स्वतंत्र सांस्कृतिक गटाचा सामायिक नमुना म्हणून वर्तणूक, भाषा आणि कृती यांचे अध्ययन करतो. माहितीच्या संकलनात नेहमी निरीक्षणे व मुलाखतींचा समावेश असतो.

- व्यक्तिअभ्यास ही अनेक क्षेत्रांमध्ये तपासासाठी उपलब्ध असणारी संरचना आहे. खास करून मूल्यमापनात, ज्यात संशोधक एखाद्या प्रकरणाचे सखोल विश्लेषण विकसित करतो. अनेकदा कार्यक्रमाचे किंवा समारंभाचे, व्यक्तींचे, प्रणालींचे किंवा एक किंवा अधिक व्यक्तींचे विश्लेषण करतो. अभ्यासासाठी निवडलेल्या व्यक्ती, संस्था ही वेळ व कृती यांनी बद्ध असतात आणि संशोधक माहिती संकलनाच्या विविध पद्धती वापरून सतत सखोल माहिती मिळवितात. (स्टेक १९९५, यिन २००९, २०१२).

मिश्र पद्धतींच्या संरचना

मिश्र पद्धतीत गुणात्मक आणि संख्यात्मक संशोधनाचे मिश्रण किंवा एकत्रीकरण तसेच संशोधन अभ्यासातील माहितीचे एकत्रीकरण असते. गुणात्मक माहिती किंवा आकडेवारी ही प्रतिसादांचे पूर्वअनुमान नसलेली मुक्त असते या उलट संख्यात्मक माहितीत सहसा बद्ध प्रतिसाद समाविष्ट असतो, जो प्रश्नावली किंवा मानसशास्त्रीय कसोट्यांच्या साधनांमध्ये आढळतो. मिश्र पद्धतीच्या संशोधाचे क्षेत्र तुलनेने नवीन आहे. १९८० च्या दशकाच्या मध्यापासून ते शेवटापर्यंत त्याची दमदार सुरुवात झाली. परंतु त्याचे मूळ खूप मागे आहे. १९५९ मध्ये कॅम्पबेल आणि किक्स यांनी मानसशास्त्रीय गुणधर्माचा अभ्यास करण्यासाठी बहुविध पद्धती वापरल्या होत्या. जरी त्यांच्या पद्धती या केवळ संख्यात्मक साधने होत्या. त्यांच्या कामामुळे इतर संशोधकही माहिती गोळा करण्यासाठी वेगवेगळ्या प्रकारचे माहितीचे स्रोत वापरू लागले. जसे की; निरीक्षणे, मुलाखती (गुणात्मक माहिती). त्याचबरोबर पारंपरिक सर्वेक्षण पद्धतीही (सीबर १९७३). बहुविध पद्धतींच्या मूल्यांबद्दल; ज्यांना मिश्र पद्धती म्हटले जाते, पूर्वी

असा विचार (समज) होता की, सर्व पद्धतींमध्ये पूर्वग्रह आणि दोष आहेत आणि संख्यात्मक व गुणात्मक पद्धतीने संकलित केलेली माहिती परस्परातील दोषांचे निराकरण करतात. माहिती स्रोतांचे त्रिकोणमितीकरण करणे–गुणात्मक आणि संख्यात्मक पद्धती एकाच केंद्राकडे येण्यासाठी एक साधन उदयास आले होते (जिक १९५९). १९९० च्या दशकाच्या प्रारंभी मिश्र पद्धती या संख्यात्मक आणि गुणात्मक माहिती आधाराच्या पद्धतशीर एककेंद्राभिमुखतेकडे वळू लागल्या आणि वेगवेगळ्या प्रकारच्या संशोधन संरचनेमध्ये एकत्रीकरणाच्या कल्पनेचा उदय झाला. २००३ मध्ये या क्षेत्राला संबोधणाऱ्या एका महत्त्वाच्या माहिती पुस्तिकेत या प्रकारच्या संरचनेची साद्यंत चर्चा केलेली आहे. (ताशाक्कोरी आणि टेडली २०१०) मिश्र पद्धतींचा विस्तार होण्यासाठी कार्यपद्धती पुढीलप्रमाणे विकसित झाल्या:

- संख्यात्मक आणि गुणात्मक माहितीचे एकत्रीकरण करण्याचे मार्ग. जसे की, एक माहितीकोश (डेटाबेस) जो दुसऱ्या माहिती कोशाची अचूकता पडताळून पाहण्यासाठी वापरता येईल.
- एक माहितीकोश हा दुसरा माहितीकोश समजून सांगण्यास मदत करू शकतो, तसेच दुसऱ्या माहिती कोशापेक्षा वेगवेगळ्या प्रकारचे प्रश्न शोधून काढू शकतो.
- जेव्हा एखादा नमुना किंवा लोकसंख्या यांच्यासाठी साधने योग्यप्रकारे जुळत नाहीत, तेव्हा एक माहितीसंचय हा अधिक चांगल्या साधनांकडे नेऊ शकतो.
- एक माहितीकोश हा दुसऱ्या माहितीकोशाच्या आधारे वाढू शकतो आणि दीर्घकालीन अभ्यासात एक माहितीकोश हा दुसऱ्या माहितीकोशासाठी मागे व पुढे पर्यायी ठरू शकतो.

त्यानंतर संरचना विकसित करण्यात आल्या आणि वाचकांना संरचनांचे आकलन होण्यासाठी चिन्हे समाविष्ट करण्यात आली; कारण संरचनेवर काम करणे आव्हानात्मक झाले (क्रेसवेल आणि प्लॅनो क्लार्क २०११). 'चांगल्या' मिश्र पद्धतीने केलेल्या अभ्यासात उदाहरणांच्या रूपात आज मोठ्या प्रमाणावर वास्तवातील बाबींची चर्चा होत आहे. तसेच मूल्यमापनाचे निकष आदर्श करण्यासाठी गटांचा वापर करणे आणि अन्य देश व विद्याशास्त्रांमध्ये मिश्र पद्धतींचा विस्तार करणे यांचीही चर्चा केली जात आहे. मिश्र पद्धतींच्या क्षेत्रात जरी अनेक संरचना उपलब्ध असल्या तरी हे पुस्तक आज समाजशास्त्रात आढळणाऱ्या तीन प्राथमिक प्रारूपांवरच भर देणार आहे.

- अभिसारी समांतर मिश्रपद्धती ही मिश्रपद्धतींच्या स्वरूपातील संरचना असून त्यात संशोधन करायच्या प्रश्नाचे सर्वंकष विश्लेषण करण्यासाठी संशोधक संख्यात्मक आणि गुणात्मक माहिती मिसळतो किंवा अंतर्भूत करतो. या संरचनेत तपासनीस दोन्ही प्रकारची माहिती विशिष्ट पद्धतीने जवळ जवळ एकाचवेळी संकलित करतो. नंतर सर्वसाधारण निष्कर्षांच्या स्पष्टीकरणात ती समाविष्ट करतो. परस्परविरोधी किंवा विसंगत निष्कर्षांचे स्पष्टीकरण किंवा अधिक चौकशी (तपास) या संरचनेमध्ये केला जातो.

- विवरणात्मक अनुक्रमिक मिश्रपद्धती ही एक अशी पद्धत आहे ज्यात संशोधक प्रथम संख्यात्मक संशोधन करतो, निष्कर्षांचे विश्लेषण करतो आणि नंतर गुणात्मक संशोधनाच्या मदतीने अधिक सविस्तरपणे निष्कर्ष विशद करतो. ही पद्धत अधिक खुलासा करणारी समजली जाते कारण सुरुवातीच्या संख्यात्मक माहितीचे निष्कर्ष पुढे गुणात्मक माहितीच्या मदतीने स्पष्ट केले जातात. ही पद्धत काळानुक्रमिक समजली जाते, कारण प्रारंभीच्या संख्यात्मक अवस्थेपाठोपाठ गुणात्मक अवस्था

येते. ज्या क्षेत्रांमध्ये संख्यात्मक बाजू अधिक प्रभावी असेल (म्हणूनच प्रकल्प संख्यात्मक पद्धतीच्या संशोधनाने सुरू होतो), त्यात या प्रकारची संरचना अधिक लोकप्रिय आहे. परंतु त्यामध्ये पुढे जाऊन निष्कर्ष शोधून काढण्याची आव्हाने आहेत, तसेच अभ्यासांसाठी घेतलेल्या नमुना लोकसंख्येचा असमान आकार हे देखील आव्हान आहे.

- शोधात्मक अनुक्रमिक मिश्रपद्धती ही विवरणात्मक अनुक्रमिक संरचनेच्या उलट अनुक्रम असणारी पद्धती आहे. या शोधात्मक अनुक्रमिक मार्गांमध्ये संशोधक आरंभी गुणात्मक संशोधन अवस्थेपासून सुरुवात करतो आणि सहभागी असणाऱ्याचे दृष्टिकोन शोधून काढतो. नंतर माहितीचे विश्लेषण केले जाते आणि त्या माहितीचा उपयोग दुसरी संख्यात्मक अवस्था रचण्यासाठी केला जातो. गुणात्मक अवस्था ही एक साधन म्हणून रूपांतरित करता येईल. असे साधन; की जे अभ्यासांतर्गत नमुन्यासाठी चपखल असेल, संख्यात्मक अवस्थेचा मागोवा घेण्यासाठी वापरता येण्यासारख्या योग्य साधनांना ओळखणारे असेल. मागोवा घेणाऱ्या संख्यात्मक अभ्यासात असली पाहिजेत अशी चले निर्धारित करणारे ते (साधन) असले पाहिजे. या संरचनेला असलेली आव्हाने ही उचित गुणात्मक निष्कर्षाचा वापर करणे आणि संशोधनाच्या दोन्ही अवस्थांसाठी योग्य अशी नमुन्याची निवड करणे यामध्ये दडलेली असतात.

- ही मूळ प्रारूपे अधिक प्रगत अशा मिश्रपद्धती धोरणांमध्ये उपयोगात आणता येतील. रूपांतरात्मक मिश्रपद्धती ही एक अशी नमुनासंरचना आहे की जी सामाजिक न्याय किंवा ताकद यातून एक सैद्धांतिक दृष्टी देते. त्यामुळे संख्यात्मक आणि गुणात्मक अशा दोन्हीप्रकारच्या अभ्यासातील माहितीकडे वेगळ्या दृष्टीने पाहता येते. याप्रकारच्या अभ्यासातील माहितीचे रूपांतर करता येते किंवा एकावर एक अशा पद्धतीने त्यांचा क्रम ठरविता येतो. मिश्रपद्धतीत पक्क्या बसविलेल्या संरचनेत एकतर अभिसरीत होऊ शकणाऱ्या एकमेकाभिमुख होणाऱ्या किंवा अनुक्रमीत माहितीचा वापर करता येतो. परंतु मुख्य कल्पना अशी आहे की, एका मोठ्या नमुन्यात संख्यात्मक किंवा गुणात्मक माहिती अंतर्भूत करता यावी. तसेच सर्वसाधारण नमुन्यात माहितीचे स्रोत हे पाठिंब्याची भूमिका वापरतील. या क्षेत्रामध्ये बहुअवस्थांच्या मिश्रपद्धतींच्या संरचनेचा वापर मूल्यमापनासाठी आणि कार्यक्रम राबविण्यासाठी करणे सर्वमान्य आहे. प्रगत नमुन्यांमध्ये दीर्घकालीन कार्यक्रमाचे उद्दिष्ट उत्तमप्रकारे समजण्यासाठी एकामागून एक अशी एकसंपाती किंवा अनुक्रमिक धोरणे वापरली जातात.

संशोधन पद्धती

चौकटीतील तिसरा महत्त्वाचा घटक म्हणजे संशोधनाच्या अशा विशिष्ट पद्धती, ज्या संशोधक त्यांच्या संशोधनात वापरणार आहेत; ज्यात माहिती संशोधनाचे प्रकार, विश्लेषण आणि विवेचन यांचा समावेश होतो. तक्ता क्र. १.३ मध्ये दाखविल्याप्रमाणे माहिती संकलनासाठीच्या शक्यतांची संपूर्ण कक्षा विचारात घेणे उपयुक्त ठरते; तसेच पद्धतींचे आयोजन करणेही. उदा. बद्ध प्रश्न विरुद्ध मुक्त प्रश्न विचारण्यासाठी त्याचा उपयोग आणि संख्यात्मक विरुद्ध असंख्यात्मक विश्लेषणावर भर देणे. या पद्धती पुढे प्रकरण ९ ते १० मध्ये अधिक विस्तृतपणे दिल्या जातील.

संशोधक एखाद्या साधन किंवा चाचणीद्वारा माहिती गोळा करतात. उदा. आत्मसन्मानाबाबतच्या दृष्टिकोनविषयक प्रश्नांचा संच किंवा वर्तणुकीसंबंधीची पडताळणी सूची वापरून माहितीचे संकलन

तक्ता १.३ संख्यात्मक, मिश्र आणि गुणात्मक पद्धती

संख्यात्मक पद्धती	मिश्र पद्धती	गुणात्मक पद्धती
पूर्व निर्धारित/निश्चित	पूर्व निर्धारित आणि उदयोन्मुख अशा दोन्ही पद्धती	उदयोन्मुख पद्धती
साधनावर आधारित प्रश्न	खुले व बद्ध अंत असलेले असे दोन्ही प्रकारचे प्रश्न	खुला शेवट असलेले प्रश्न
कामगिरी विषयक डेटा, दृष्टिकोन विषयक डेटा, निरीक्षणात्मक डेटा आणि जनगणनेविषयक डेटा	सर्व शक्यतांवर आधारित विविध स्वरूपाचा डेटा	मुलाखत विषयक डेटा, निरीक्षण विषयक डेटा, दस्तऐवजासंबंधी डेटा (कागदपत्र विषयक) आणि दृकश्राव्य विषयक डेटा
संख्याशास्त्रीय विश्लेषण	संख्याशास्त्रीय पाठ्य विश्लेषण	पाठ्य आणि प्रतिमांचे विश्लेषण
संख्याशास्त्रीय स्पष्टीकरण	डेटा आधारांचे परस्परजन्य (छेदक) स्पष्टीकरण	उद्देश व नमुन्यांचे स्पष्टीकरण

करतात. उदा. समजण्यास कठीण अशा कौशल्याचे काम करणाऱ्या कामगाराचे निरीक्षण. याच संदर्भात दुसऱ्या टोकाला माहिती संकलनात संशोधन स्थानाला भेट आणि पूर्वनियोजित प्रश्न न विचारता व्यक्तींच्या वर्तनाचे निरीक्षण करणे किंवा मुलाखत घेणे, जिच्यात व्यक्तीला विशिष्ट प्रकारचे प्रश्न न विचारता एखाद्या विषयावर मुक्तपणे बोलू देणे यांचा समावेश असतो. संशोधनाची पद्धत कोणती वापरायची, हे ती विशिष्ट माहिती गोळा करण्याचा उद्देश काय आहे हे अभ्यासाच्या आधीच ठरविण्यावर अवलंबून असते. तसेच ती माहिती, प्रकल्पामध्ये सहभागी असलेल्यांकडून प्रकल्पादरम्यान आपोआप दृगोच्चर होते. त्याचप्रमाणे माहितीच्या विश्लेषणाचा प्रकार हा साधनांच्या मोजपट्टीने गोळा केलेली अंकात्मक माहिती किंवा नोंदवलेली माहिती आणि भाग घेणाऱ्याच्या आवाजात केलेली नोंद यावर अवलंबून असतो. संशोधक संख्याशास्त्रीय निकालाचे स्पष्टीकरण देतात किंवा माहितीतून व्यक्त होणारे विषय किंवा आदर्श यांचे विवेचन करतात. काही प्रकारच्या संशोधनामध्ये संख्यात्मक आणि गुणात्मक अशी दोन्ही प्रकारची माहिती गोळा केली जाते, त्यांचे विश्लेषण केले जाते आणि त्यावर विवेचन केले जाते. साधनांच्या आधारे प्राप्त झालेल्या माहितीला मुक्त निरीक्षणांची जोड दिली जाऊ शकते. गणना पद्धतीने गोळा केलेल्या माहितीला कसून घेतलेल्या उद्बोधक मुलाखतीची जोड दिली जाते. अशा प्रकारच्या मिश्र पद्धतींमध्ये संशोधक संख्यात्मक आणि गुणात्मक माहितीकोशातून अनुमान काढतात.

जागतिक दृष्टिकोन, संरचना आणि पद्धती याबाबतचे संशोधन मार्ग

जागतिक दृष्टिकोन, संरचना आणि पद्धती हे सर्व संशोधनाच्या मार्गाला मदत करतात जो संख्यात्मक, गुणात्मक किंवा मिश्र स्वरूपाचा असू शकतो. तक्ता क्र. १.४ भेद स्पष्ट करतो जो मार्ग निवडीस सहाय्यभूत ठरू शकतो. या तत्त्वामध्ये तीनही मार्गांची कार्यपद्धती समाविष्ट केली आहे, ज्यावर पुस्तकातील उर्वरित प्रकरणांवर भर देण्यात आला आहे.

तक्ता १.४ गुणात्मक, संख्यात्मक आणि मिश्र पद्धती

टेन्ड टू ऑर टिपिकली...	गुणात्मक मार्ग	संख्यात्मक मार्ग	मिश्र पद्धती
• ही तत्त्वज्ञानिक गृहीते उपयोगात आणा. • तपासासाठी ही धोरणे ठरवा.	• रचनात्मकवादी/रूपांतरणात्मकवादी ज्ञानाचा दावा. • मानवसंघटनाशास्त्रीय, सिद्धान्त, मानवसंस्कृतीवर्णन, व्यक्तिअभ्यास आणि कथनात्मक	• उत्तरप्रत्यक्षार्थवादी ज्ञानाचा दावा. • सर्वेक्षणे आणि प्रयोग	• प्रागतिक ज्ञानाचा दावा • अनुक्रमिक एकसंपाती आणि रूपांतरवादी
• या पद्धती वापरा.	• मुक्त प्रश्न, उदयास येणारे मार्ग, मसुदा किंवा प्रतिमा विषयक माहिती.	• प्रयोगबद्ध प्रश्न, पूर्व निश्चित मार्ग, अंकात्मक माहिती.	• मुक्त आणि बद्ध असे दोन्ही प्रकारचे प्रश्न उदयास येणारे आणि पूर्वनिश्चित मार्ग आणि संख्यात्मक व गुणात्मक माहिती आणि विश्लेषण.
• संशोधक म्हणून संशोधनासाठी ही धोरणे वापरा.	• त्याला किंवा तिला स्थापित करणे. • सहभागी होणाऱ्या कडून अर्थ संकलित करतो. • एका संज्ञेवर किंवा घटनेवर भर देतो. • अभ्यासात स्वत:ची मूल्ये आणतो. • संदर्भाचा अभ्यास करतो किंवा सहभागींची बैठक जाणून घेतो. • निकालांची अचूकता सबळ करतो. • माहितीचे विवेचन करतो. • बदल किंवा पुनर्रचनेसाठी मसुदा तयार करते. • भागीदारांबरोबर सहकार्य करतो.	• सिद्धान्त किंवा स्पष्टीकरणाची कसोटी बघतो किंवा पडताळणी करतो. • अभ्यासासाठी चल शोधून काढतो. • प्रश्नातील किंवा परिकल्पनेतील चलांचा संबंध लावतो. • सत्यता व विश्वासार्हतेचे मानद वापरतो. • आकडेवारीच्या स्वरूपात माहितीचे निरीक्षण करतो आणि मापन करतो. • नि:पक्षपणे मार्गांचा वापर करतो. • संख्याशास्त्रीय प्रणाली वापरतो.	• संख्यात्मक आणि गुणात्मक माहितीचे संकलन. • एकत्रीकरणासाठी तर्कसंगती विकसित करतो. • तपासातील वेगवेगळ्या अवस्थातील माहिती एकत्रित करतो. • अभ्यासांतर्गत प्रक्रियांची दृश्यचित्रे सादर करतो. • गुणात्मक आणि संख्यात्मक संशोधनाच्या पद्धती वापरतो.

संशोधन संरचनेत हे तीन घटक एकत्रित कसे येतात ते संशोधनाच्या विशिष्ट उदाहरणांमधून व्यक्त होते.

- *संख्यात्मक मार्ग:* उत्तरप्रत्यक्षार्थवादाचा जागतिक दृष्टिकोन, प्रायोगिक संरचना आणि चाचणीपूर्व आणि उत्तरचाचणी दृष्टिकोन संबंधातील साधने

  या प्रकारच्या लिखाणात संशोधक मर्यादित परिकल्पना स्पष्ट करून सिद्धान्ताची चाचणी घेतो आणि परिकल्पनेच्या पुष्टीसाठी किंवा खंडन करण्यासाठी माहितीचे संकलन करतो. प्रयोगशील संकल्पचित्र हे प्रयोगात्मक उपचार देण्यापूर्वी आणि नंतर दृष्टिकोनांचे मूल्यमापन करतात; तेव्हा वापरले जाते. साधनाच्या मदतीने माहिती गोळा केली जाते, ते साधन दृष्टिकोन मापते आणि संख्याशास्त्रीय पद्धती वापरून, परिकल्पनेची चाचणी घेऊन माहितीचे विश्लेषण केले जाते.

- *गुणात्मक मार्ग:* संरचनावादी जागतिक दृष्टिकोन. मानव संस्कृती वर्णन शास्त्रीय संरचना आणि वर्तनाचे निरीक्षण

  या परिस्थितीत संशोधक सहभागी असणाऱ्यांच्या मतांवरून घटनांचा अर्थ लावण्याचा प्रयत्न करतो. यालाच समान संस्कृतीगट म्हणून ओळखावे आणि कालांतराने त्यांच्या वागण्यात साम्य कसे निर्माण होते याचा अभ्यास करणे म्हणजे संस्कृतीवर्णनशास्त्र. अशाप्रकारे माहिती गोळा करण्यातील महत्त्वाचा घटक म्हणजे कामात व्यग्र असताना सहभाग घेणाऱ्याच्या वर्तनाचे निरीक्षण करणे हे होय.

- *गुणात्मक मार्ग:* रूपांतरणवादी जागतिक दृष्टिकोन, वर्णनात्मक संरचना आणि मुक्तपणे मुलाखती घेणे

  या प्रकारच्या अभ्यासासाठी तपास करणारा हा व्यक्तीवर झालेल्या जुलूम जबरदस्तीशी निगडित बाबींची पाहणी करतो. असा अभ्यास करण्यासाठी कथन पद्धतीचा वापर करून वैयक्तिक जुलूम, जबरदस्ती संबंधीच्या गोष्टी एकत्रित केल्या जातात. व्यक्तींच्या अन्याय सहन करण्याबाबतचा वैयक्तिक अनुभव जाणून घेण्यासाठी प्रदीर्घ मुलाखत घेतली जाते.

- *मिश्र पद्धती मार्ग:* ऐतिहासिक गोष्टींची व्यावहारिक उपयोगांशी सांगड घालणारा जागतिक दृष्टिकोन, संरचनेत अनुक्रमानुसार संख्यात्मक आणि गुणात्मक माहितीचे संकलन

  संशोधक त्याचा तपास अशा गृहीतकांवर आधारित करतो की निव्वळ संख्यात्मक किंवा गुणात्मक माहितीपेक्षा; विविध प्रकारची माहिती गोळा केल्याने संशोधकाच्या प्रश्नाचे अधिक संपूर्ण आकलन होते. लोकसंख्येच्या संदर्भात प्राप्त झालेल्या अनुमानाचे सामान्यीकरण करण्यासाठी अभ्यासाची सुरुवात एका विस्तृत सर्वेक्षणाने होते. दुसऱ्या टप्प्यात संशोधक प्रारंभीच्या संख्यात्मक सर्वेक्षणाचे स्पष्टीकरण करण्यासाठी सहभागींची तपशीलवार मते जाणून घेण्यासाठी गुणात्मक व मुक्त मुलाखतींवर भर देतो.

संशोधन मार्गाच्या निवडीचे निकष

गुणात्मक, संख्यात्मक किंवा मिश्र पद्धतींच्या मार्गांची शक्यता दिली असता, संशोधनासाठीच्या संकल्पचित्रासाठी एकापेक्षा दुसरा मार्गांच्या निवडीवर कोणते घटक परिणाम करतात? जागतिक

दृष्टिकोनाबरोबरच संरचना आणि पद्धती, संशोधन समस्या, संशोधकाचे आणि ज्या वाचकांसाठी अहवाल लिहिला जातो त्यांचे स्वत:चे अनुभव यांची भर पडते.

संशोधनविषयक समस्या आणि प्रश्न

संशोधनविषयक समस्या; जिची सविस्तर चर्चा प्रकरण ५ मध्ये केली आहे, ती म्हणजे अशी बाब किंवा काळजीचा (चिंतेचा) विषय ज्याच्याकडे लक्ष देणे गरजेचे आहे (उदा. वंशभेदाचा विषय). साहित्यातील पोकळी (उणिवा), साहित्यात वर्णन केलेले संशोधनाच्या निष्कर्षातून उद्भवलेले संघर्ष (मतभेद), साहित्यात दुर्लक्षित राहिलेले विषय, संशोधनातील दुर्लक्षित सहभागींच्या आवाजाकडे लक्ष देण्याची गरज आणि कामाच्या ठिकाणच्या घरांमध्ये, समाजामधल्या आणि अशाच अनेक ठिकाणच्या खऱ्या खुऱ्या समस्या.

सामाजिक संशोधनातील काही प्रकारच्या समस्यांसाठी विशिष्ट मार्ग अवलंबिण्याची गरज असते. उदा. समस्या जर (१) निष्कर्षांवर परिणाम करणारे घटक शोधून काढणे, (२) हस्तक्षेपाची उपयुक्तता, (३) निष्कर्षासंबंधींचे उत्तम अंदाज समजणे; यासंबंधी असेल तर त्यासाठी संख्यात्मक मार्ग हा उत्तम होय. एखादा सिद्धान्त किंवा स्पष्टीकरण यांची पडताळणी करायची असेल तर त्यासाठीही हा उत्तम मार्ग आहे. दुसरीकडे, जर एखादी संकल्पना किंवा अद्‌भुत घटना शोधून काढायची असेल आणि समजून घ्यायची असेल, कारण त्या संदर्भात फार थोडे संशोधन झालेले असेल, तर त्यासाठी गुणात्मक पद्धती योग्य असते. जेव्हा संशोधकाला पडताळणी करण्याची महत्त्वाची चले माहीत नसतात, तेव्हा खास करून गुणात्मक संशोधन उपयुक्त ठरते. अशाप्रकारच्या दृष्टिकोनाची गरज भासू शकते, कारण विषय नवा असतो, त्यावर पुरेशा लोकांच्या नमुना गटाच्या सहाय्याने संशोधन झालेले नसते आणि अभ्यासाअंतर्गत एखादा नमुना किंवा गटाला उपलब्ध सिद्धान्त लागू पडलेले नसतात (मोर्स १९९१). जेव्हा निव्वळ संख्यात्मक किंवा गुणात्मक दृष्टिकोन या संशोधनाच्या समस्येचे उत्तम आकलन करून देण्यास अपुरे पडतात आणि जेव्हा संख्यात्मक व गुणात्मक अशा दोन्ही पद्धतींच्या संशोधनाची बलस्थाने उत्तम आकलन करून देऊ शकतात. त्याच्या निष्कर्षांवर लोकसंख्येच्या संदर्भात सामान्यीकरण करण्याची इच्छा असेल, त्याचबरोबर एखाद्या अद्‌भुत घटनेचा किंवा संकल्पनेचा अर्थ विस्तृतरीत्या व्यक्तीसाठी विकसित करायचा असेल, त्यावेळी मिश्र पद्धतीची संरचना उपयुक्त ठरते. या प्रकारच्या संशोधनात पृच्छक कोणत्या चलांचा अभ्यास करायचा ते सर्वप्रथम शोधून काढतो आणि नंतर त्याचा अभ्यास व्यक्तींच्या एका मोठ्या नमुन्याच्या संदर्भात करतो. किंवा संशोधक प्रथम अनेक व्यक्तींचे सर्वेक्षण करतो आणि नंतर थोड्या व्यक्तींचा त्यांचे विषयाबद्दलचे दृष्टिकोन आणि मते जाणून घेण्यासाठी पाठपुरावा करतो. अशा परिस्थितींमध्ये संख्यात्मक माहिती आणि मुक्त गुणात्मक माहितीचे संकलन करणे फायदेशीर सिद्ध होते.

वैयक्तिक अनुभव

संशोधकांच्या स्वत:च्या प्रशिक्षणाचा आणि अनुभवांचाही दृष्टिकोन निवडीवर परिणाम होतो. जी व्यक्ती तांत्रिक, शास्त्रोक्त लेखनामध्ये संख्याशास्त्र आणि संगणकीय सांख्यिकी प्रयोजनांमध्ये (प्रोग्रॅम्समध्ये) प्रशिक्षित असेल अणि ग्रंथालयातील संख्यात्मक नियतकालिकांची माहिती असणारी असेल, ती संख्यात्मक संरचना निवडण्याची शक्यता जास्त असते. त्याउलट ज्या व्यक्तींना साहित्यिक

धाटणीने लेखन करणे, व्यक्तींच्या प्रत्यक्ष मुलाखती घेणे, व्यक्तींचे जवळून निरीक्षण करणे आवडते, अशा व्यक्ती गुणात्मक दृष्टिकोनाकडे आकर्षित होतात. मिश्र पद्धतींचा वापर करणारा संशोधक ही अशी व्यक्ती असते की जी संख्यात्मक आणि गुणात्मक पद्धतीच्या संशोधनाशी परिचित असते. अशा व्यक्तींकडे संख्यात्मक आणि गुणात्मक माहिती मिळविण्यासाठी वेळ व साधने उपलब्ध असतात. मिश्र पद्धतींनी अभ्यास करण्याचे अनेक मार्ग असतात, जे पुढे वाढण्याची खूपच संधी असते.

संख्यात्मक पद्धतीचा अभ्यास ही संशोधनाची पारंपरिक पद्धत असल्यामुळे, तिच्यात कार्यपद्धती आणि नियम उपलब्ध असतात. ते काळजीपूर्वक विकसित केलेले असतात. संख्यात्मक संशोधनाच्या अतिशय पद्धतशीर कार्यपद्धतीमुळे संशोधक हा अधिक समाधानी असू शकतो. त्याचप्रमाणे काही व्यक्तींसाठी तपासाच्या गुणात्मक आणि रूपांतरणात्मक मार्गांचा अवलंब करून काही विद्याशाखांमधील स्वीकृत मार्गांना आव्हान देणे बेचैन करणारे असू शकेल. दुसऱ्या बाजूला गुणात्मक मार्ग फेरबदल करण्यास वाव देतात आणि संशोधकाने ठरविलेल्या चौकटीमध्ये काम करू देतात. लोकांना वापरायला आवडू शकेल असा हा प्रकार आहे, जो अधिक कल्पक अशा साहित्यिक स्वरूपाचे लेखन करण्याची मुभा ते देतात. रूपांतरणात्मक लेखकांमध्ये, व्यक्तीगत स्वारस्य असलेल्या विषयांचा पाठपुरावा करण्यासाठी भक्कम प्रेरणा असते यात शंका नाही. हे विषय निम्न स्तरातील लोकांसंबंधी असतात. त्यांच्यासाठी व प्रत्येकासाठी एका अधिक चांगल्या समाजाच्या निर्मितीत स्वारस्य असणारे हे विषय आहेत.

मिश्र पद्धती संशोधकांना प्रकल्पासाठी जादा वेळ लागेल कारण संख्यात्मक आणि गुणात्मक अशा दोन्ही प्रकारे माहिती संकलित करणे व विश्लेषण करणे गरजेचे असते. ही पद्धत त्या व्यक्तींसाठी चपखल आहे, ज्या संख्यात्मक संशोधनाची बांधेव रचना आणि गुणात्मक तपासाची लवचिकता यांचा सारखाच आनंद घेते.

वाचक

शेवटी, संशोधक अशा वाचकांसाठी लिहितात, जे त्यांचे संशोधन स्वीकारतात. हे वाचक नियतकालिकांचे संपादक व वाचक, विद्याशाखांच्या समित्या, परिषदांमध्ये हजेरी लावणारे लोक किंवा त्याच क्षेत्रातील सहकारी असू शकतात. विद्यार्थ्यांनी त्या मार्गांचा विचार केला पाहिजे, जे त्यांचे सल्लागार योग्य मानतात आणि ज्यांचा त्यांनी उपयोग केला आहे. या वाचकांचे गुणात्मक, संख्यात्मक आणि मिश्र पद्धतींच्या अभ्यासाबाबतचे अनुभव हे संरचनेची निवड करण्याचा निर्णय घेण्यात सहाय्यभूत ठरतील.

सारांश

एखाद्या संशोधन-प्रकल्पाचे नियोजन करताना संशोधकांनी; ते गुणात्मक, संख्यात्मक किंवा मिश्र पद्धती यापैकी कोणती पद्धत वापरणार आहेत हे निश्चित केले पाहिजे. हा मार्ग संशोधन, विशिष्ट संरचना आणि संशोधन पद्धतीबद्दलचे जागतिक दृष्टिकोन किंवा गृहीते यांच्या एकत्रित विचारावर आधारित असते. या निवडीच्या निर्णयांवर संशोधन समस्या किंवा ज्याचा अभ्यास करायचा आहे तो विषय किंवा बाब, संशोधकाचे व्यक्तिगत अनुभव आणि ज्यांचासाठी संशोधक लिहितो तो वाचक यांचा प्रभाव पडतो.

लेखन सराव

लेखन सराव

१. नियतकालिकातील लेखात असलेला संशोधन प्रश्न ओळखा आणि ह्या प्रश्नाचा अभ्यास करण्यासाठी कोणता मार्ग उत्तम असेल आणि का ते लिहा.

२. तुम्हाला ज्याचा अभ्यास करावासा वाटेल असा विषय घ्या आणि आकृती १.१ मधील जागतिक दृष्टिकोन, संरचना आणि संशोधन पद्धती यांची चार मिश्रणे वापरून जागतिक दृष्टिकोन, संरचना आणि पद्धती यांना एकत्र आणणाऱ्या प्रकल्पाची चर्चा करा. हे संशोधनाच्या संख्यात्मक, गुणात्मक किंवा मिश्रपद्धतींपैकी कोणते आहे ते ओळखा. या प्रकरणात मी स्पष्ट केलेल्या रूपरेषांचा; परिस्थितीचा मार्गदर्शक म्हणून उपयोग करा.

३. संख्यात्मक अभ्यास हा गुणात्मक अभ्यासापेक्षा कशामुळे वेगळा ठरतो? तीन लक्षणे नमूद करा. अभ्यास करण्यासाठी कोणता मार्ग उत्तम असेल आणि का ते लिहा.

अधिक वाचनासाठी

चेरीहोम्स सी.एच. (१९९२ ऑगस्ट-सप्टेंबर). नोट्स ऑन प्रम्माटीसम अँड सायंटीफिक रियालीसम. *एज्युकेशनल रिसर्च*, १४, १३–१७.

क्लिओ चेरिहोम्स हे शास्त्रीय वास्तवाच्या विरोधी फलप्रामाण्यवाद ह्या दृष्टिकोनाची चर्चा करतात. या लेखाचे सामर्थ्य हे त्यातील लेखकांच्या फलप्रामाण्यवादासंबंधीच्या अनेक उदाहरणांमध्ये आहे आणि फलप्रामाण्यवादाच्या एका थोड्या वेगळ्या स्पष्टीकरणात आहे. चेरिहोम्सचे कथन असे आहे की, फलप्रामाण्यवाद हा अपेक्षित परिणामांनी प्रभावित होतो, सत्य कथनास तयार नसतो. याशिवाय तो असेही निदर्शनास आणून देतो की आपल्या मनांचे नियंत्रण असलेले एक बाह्य जगत आहे. या लेखात 'फलप्रामाण्यवादः एक तत्त्वज्ञानी विचार' याबद्दल ऐतिहासिक आणि अलीकडील लेखकांचे असंख्य संदर्भ आहेत.

क्रॉटी एम. (१९९८). द *फाउंडेशन ऑफ सोशल रिसर्चः मिनिंग अँड पर्सपेक्टिव्ह इन द रिसर्च प्रोसेस*. थाऊजंड ओक्स, सीए: सेज.

मायकेल क्रॉटी हे अनेक सारांशात्मक बाबी, सैद्धांतिक दृष्टिकोन, विचारसरणी, सामाजिक संशोधनाच्या पद्धती यांच्यासाठी उपयुक्त अशी चौकट सादर करतात. संशोधन ते प्रस्थापित करतात आणि तो प्रत्येक घटकाचा प्रातिनिधिक नमुना एका तालिकेत दाखवितात. त्यानंतर ते सामाजिक संशोधनातील नऊ निरनिराळ्या सैद्धांतिक प्रबोधनांची चर्चा करतात. उदा. पोस्टमॉडर्निझम, फेमिनिझम, क्रिटिकल इन्क्वायरी, इंटरप्रिटिविझन, कंस्ट्रक्शनिझम आणि पॉझिटिव्हीझम.

केम्मिस एस. विलकिनसन एम. (१९९८). पार्टिसिपेटरी अँक्शन रिसर्च अँड द स्टडी ऑफ प्रॅक्टिस. (सहभागी कृती संशोधन आणि सरावाचा अभ्यास). बी. अटवेह, एस. केम्मिस आणि पी. विक्स, *अँक्शन रिसर्च इन प्रॅक्टिसः पार्टनरशिप फॉर सोशल जस्टिस इन एज्युकेशन* (सरावातील संशोधनाची कृती शिक्षणातील सामाजिक न्यायासाठी भागीदारी) (पृष्ठ २१–३६) न्यूयॉर्कः रुटलेज.

स्टिफन केम्मिस आणि मर्विन यांनी 'पार्टीसिपेटरी रिसर्च यावर' एक उत्तम असा महत्त्वाचा गोषवारा दिला आहे. त्यांनी तपास मार्गाची सहा महत्त्वाची वैशिष्ट्ये नोंदविली आहेत आणि नंतर व्यक्तिगत, सामाजिक किंवा दोन्ही पातळ्यांवर कृती-संशोधनाचा वापर कसा केला जातो त्याची चर्चा केली आहे.

लिंकन वाय एस., लीनहॅम एस. ए. अँड गुबा इ.जी (२०११). प्रॅग्मॅटिक कन्ट्रोव्हर्सिज, कॉन्ट्रॅडिक्शन्स अँड इमर्जिंग कॉन्फ्लुअन्सेस रिव्हिजिटेड. एन.के. डेन्झिन अँड वाय.एस. लिंकन, *द सेज हँडबुक ऑफ क्वालिटेटीव्ह रिसर्च* (चौथी आवृत्ती पृष्ठ ९७–१२८) थाऊजंड ओक्स, सीए: सेज.

युव्होन्ना लिंकन, सुझन लीनहॅम आणि इगॉन गुबा यांनी समाजशास्त्रीय संशोधनातील पाच पर्यायी तपास धोरणांच्या मूळ समजुती सांगितल्या आहेत. (अ) पॉझिटिव्हिझम, (ब) पोस्ट पॉझिटिव्हिझम, (क) क्रिटिकल थेअरी, (ड) कन्स्ट्रक्टीविझम, आणि (इ) पार्टिसिपेटरी. ह्या पुस्तिकेच्या प्रथम व द्वितीय आवृत्तींमधील पूर्वीच्या विश्लेषणाला ते पुष्टी देतात. प्रत्येक घटक मीमांसा एपिस्टेमॉलॉजी (आपल्याला कसे समजते, आपल्याला काय समजते.) आणि पद्धतीशास्त्र (संशोधनाची प्रक्रिया) या स्वरूपात व्यक्त केला आहे. पहिल्या आवृत्तीमधील नमुन्यांच्या सहभागीस्वरूपाचा नमुना पर्याय उपलब्ध करून देतो. या पाच मार्गांचे थोडक्यात सादरीकरण केल्यावर ते त्यांच्यातील विसंगती सात मुद्द्यांच्या रूपात दाखवितात उदा. ज्ञानाचे स्वरूप, ज्ञान कसे वृद्धिंगत होते, चांगलेपणा किंवा गुणवत्तेचे निकष.

मेरटेन्स डी (२००९). *ट्रान्सफॉरमेटिव्ह रिसर्च आणि इव्हॅल्यूएशन* (रूपांतरणात्मक संशोधन आणि मूल्यमापन) न्यूयॉर्क: गील्फोर्ड

डोन्ना मेरटेन्स यांनी त्यांचे पूर्ण लिखाण रूपांतरणात्मक नमुन्याच्या विकासासाठी आणि रूपांतरणाच्या प्रक्रियेच्या संशोधनासाठी व्यतीत केले आहे. त्यांनी रूपांतरणात्मक नमुन्याच्या मूळ वैशिष्ट्यांची चर्चा एखाद्या मोठ्या छत्राप्रमाणे केली आहे, ज्यात या नमुन्याशी संलग्न गटांची उदाहरणे दिली आहेत. तसेच संख्यात्मक, गुणात्मक आणि मिश्रपद्धती मार्गांशी नमुन्याला जोडले आहे. या पुस्तकात त्यांनी नमुना निवडीच्या संशोधनाच्या पद्धती, मान्यता, प्रतिसाद, माहिती संकलन करण्याच्या पद्धती व साधने, माहितीचे विश्लेषण आणि प्रतिपादन व अहवाल यांची सुद्धा चर्चा केली.

फिलिप्स, डी.सी. बरबुल्स, एन.सी. (२०००). *पोस्ट पॉझिटीव्हिझम अँड एज्युकेशनल रिसर्च,* लॅनहम एम.डी. रोवमन अँड लिटिलफिल्ड

डी.सी फिलिप्स आणि निकोलस बरबुल्स यांनी पोस्ट पॉझिटिव्हिस्ट (उत्तरप्रत्यक्षार्थवाद) विचार सरणीतील मुख्य कल्पनांचा सारांश दिला आहे. 'व्हॉट इज पोस्टपॉझिटिव्हझम?' आणि 'फिलॉसॉफिकल कमिटमेंटस् ऑफ पोस्टपॉझिटिव्हस्ट रिसर्चर्स' या दोन प्रकरणांमधून लेखक पोस्टपॉझिटिव्हझम बद्दलच्या महत्त्वाच्या कल्पना, विशेष करून त्या कल्पना, ज्या त्याला पॉझिटिव्हिझम पेक्षा वेगळ्या आहेत, त्या पुढे मांडल्या आहेत, त्या पुढे मांडल्या आहेत. यामध्ये मानवी ज्ञान हे अनुमानित असून आव्हानात्मक नाही असे नाही आणि ज्ञानाबद्दलची आमची हमी अधिक तपासाच्या प्रकाशातच मागे घेता येईल.

प्रकरण दोन

साहित्याचे पुनरावलोकन

संख्यात्मक, गुणात्मक किंवा मिश्र पद्धतींचा मार्ग निवडल्यानंतर प्रस्तावकर्त्याला त्याच्या 'विषयाच्या' संदर्भातील साहित्याचे पुनरावलोकन करणे आवश्यक असते. या साहित्याच्या पुनरावलोकनाची मदत विषयाच्या अभ्यासाची योग्यता ठरविताना होते आणि त्यामुळे संशोधकाला तपासाच्या क्षेत्रात अभ्यासाची व्याप्ती मर्यादित करता येते, याबद्दल जाण येते.

प्रस्ताव मांडण्यापूर्वी कोणत्या प्राथमिक गोष्टी लक्षात घेतल्या पाहिजेत याची चर्चा या प्रकरणात केलेली आहे. प्रकरणाची सुरुवात विषय निवडीच्या आणि मांडणीच्या चर्चेने होते त्यामुळे संशोधकाला त्यावर सतत चिंतन करता येते. याचवेळी संशोधकाने हा विचार करायला हवा की या विषयावर संशोधन होऊ शकते का आणि करायला हवे का? व मगच साहित्याच्या पुनरावलोकनाची प्रक्रिया सुरू करण्याबद्दल चर्चा सुरू होते: अभ्यासात साहित्याच्या वापराबद्दलच्या सर्वसाधारण हेतूकडे निर्देश करणे. त्यानंतर मग ही चर्चा त्या तत्त्वांकडे वळते जी साहित्याला गुणात्मक, संख्यात्मक आणि मिश्रपद्धती अभ्यासाच्या पद्धतीत सहाय्यभूत ठरते.

संशोधनाचा विषय

प्रकल्पात कोणत्या साहित्याचा उपयोग करायचा हे ठरविण्यापूर्वी अभ्यासाचा विषय प्रथम पडताळून घ्या तसेच त्याचा अभ्यास करणे कसे व्यवहार्य आणि उपयुक्त आहे याचा विचार करा. भावी अभ्यास हा विषयासंबंधी असतो, जसा की विद्याशाखेतील अध्यापन, संघटनात्मक क्रियाशीलता किंवा 'मानसिक तणाव'. विषयाचे वर्णन कमी शब्दांत करा किंवा लहान वाक्प्रचारात करा. विषय हा अध्ययनाची किंवा शोधून काढण्याची मध्यवर्ती कल्पना बनतो. संशोधक सुरुवातीला जेव्हा संशोधनाचे नियोजन करतात तेव्हा त्यांना अनेक मार्गांनी त्यांच्या विषयाचा परिचय होत असतो. (मी असे गृहीत धरतो की संशोधनाच्या विषयाची निवड ही संशोधकाची असते. सल्लागार किंवा समिती सदस्याची नसते.) अभ्यासाचे एक थोडक्यात तात्पुरते शीर्षक बनविणे हा एक मार्ग आहे. प्रस्ताव विकसनाच्या सुरुवातीला संशोधक अनेकदा शीर्षक बनवू शकत नाहीत याचे मला आश्चर्य वाटते.

माझ्या मते, तात्पुरते किंवा ढोबळ शीर्षक हे संशोधनात महत्त्वाचे पथदर्शक आहे. जसजसा प्रकल्प प्रगत होत जाईल तसतसा त्याच्यावर संशोधक वारंवार चित्त एकाग्र करू शकतो आणि बदलू शकतो ही मूर्तकल्पना या मागे आहे. (पहा ग्लेसने आणि पेशकीन १९९२) ते एक दिशादर्शक साधन बनते. माझ्या

संशोधनात मला असे आढळले की, हा विषय मला आधारभूत होतो आणि मी कशाचा अभ्यास करतो आहे हे सूचित करतो तसेच इतरांना माझ्या अभ्यासाचा प्रमुख उद्देश काय आहे हे सांगण्यासाठी उपयुक्त सूचक ठरतो. ज्यावेळी विद्यार्थी मला पहिल्यांदा त्यांच्या संशोधन प्रकल्पाची कल्पना सांगतात तेव्हा मी त्यांना नेहमी, जर त्यांनी दिलेले नसेल तर, एका कागदावर तात्पुरते शीर्षक लिहून देण्यास सांगतो.

हे तात्पुरते शीर्षक कसे लिहायचे? 'माझा अभ्यास... याबद्दल आहे.' हे वाक्य पूर्ण करण्याचा प्रयत्न करा. या वाक्याची पूर्ती 'माझा अभ्यास ज्युनिअर हायस्कूलच्या विद्यार्थ्यांच्या संदर्भातील धोक्यांबद्दलचा आहे.' किंवा 'माझा अभ्यास महाविद्यालयीन शिक्षकांना चांगले संशोधक होण्यात मदत करण्यासंदर्भातील आहे.' संरचनेच्या या अवस्थेत प्रश्नाला उत्तर अशाप्रकारे द्या की दुसऱ्या अभ्यासकाला प्रस्तावाचा अर्थ सहज समजू शकेल. संशोधकाचा एक नेहमी आढळणारा दोष म्हणजे ते त्यांचा अभ्यास जटिल आणि पांडित्यपूर्ण भाषेत शब्दांकित करतात. अशा प्रकारचा दृष्टिकोन अनेक प्रकाशित लेखांच्या वाचनातून तयार होतो. हे लेख छपाईपूर्वी अनेकदा दुरुस्त केलेले असतात. चांगल्या आणि बिनतोड संशोधन प्रकल्पांची सुरुवात अत्यंत सरळ, गुंतागुंत नसलेल्या विचारांनी होते, जे वाचायला आणि समजायला सोपे असतात. तुम्ही अलीकडेच नियतकालिकातील वाचलेला लेख आठवून बघा. जर तो वाचायला सोपा गेला असेल आणि चटकन वाचून झाला असेल, तर तो सामान्य भाषेत लिहिला गेला असला पाहिजे. अनेक वाचकांना सहजपणे समजला कारण तो संरचना व कल्पनांच्या बाबतीत अतिशय साधा व सरळ सोपा होता. प्रकल्प जसजसा विकसित होत जातो तसतसा तो अधिक गुंतागुंतीचा होतो.

विल्किन्सन (१९९१) यांनी शीर्षक ठरविण्यासाठी एक उपयुक्त सल्ला दिला आहे. 'थोडक्यात मांडा आणि शब्द वाया घालविणे टाळा. अनावश्यक शब्द वगळा. उदा. ॲन ॲप्रोच टू...' 'ए स्टडी ऑफ...' इत्यादि. एकेरी शीर्षक वापरा किंवा दुहेरी शीर्षक वापरा. दुहेरी शीर्षकाचे उदाहरण म्हणजे, 'ॲन एथनोग्राफी: अंडरस्टँडिंग अ चाईल्डस् परसेप्शन ऑफ वॉर' विल्किन्सनच्या विचारांमध्ये अधिक भर म्हणजे अशा शीर्षकांचा विचार करा की ज्यात १२ पेक्षा जास्त शब्द नाहीत. जास्तीची उपपदे आणि अव्यये टाळा आणि अशी खबरदारी घ्या की शीर्षकाचा भर संशोधकाच्या मध्यवर्ती कल्पना किंवा विषय यावर असावा.

विषय विकसित करण्याच्या संदर्भातील दुसरे धोरण म्हणजे विषय एका लहान प्रश्नाच्या स्वरूपात मांडावा. प्रस्तावित अभ्यासात कोणत्या प्रश्नांचे उत्तर मिळणे आवश्यक आहे? एखादा संशोधक असे विचारू शकतो की, नैराश्य किंवा मंदीवर कोणती उपाययोजना उत्तम आहे? आजच्या अमेरिकन समाजात अरेबिक असणे म्हणजे काय? मध्यपश्चिमेतील पर्यटन स्थळांकडे लोक का आकृष्ट होत असतील? प्रश्नातील महत्त्वाच्या मुद्द्यावर/विषयावर एक पथदर्शक म्हणून अभ्यासासाठी लक्ष केंद्रित करा. का प्रश्न पुढे जाऊन कसा अधिक वर्णन करून, कसा विस्तृत करता येईल याचा विचार करा. (उद्देशाबद्दलचे विधान आणि संशोधनविषयक प्रश्न आणि परिकल्पना या संदर्भात प्रकरण ६ व ७ पहा.)

सदर विषय हा प्रत्यक्षात संशोधन विषय म्हणून वृद्धिंगत करण्यासाठी त्या विषयावर संशोधन होऊ शकेल का आणि संशोधन व्हावे का, करावे का, अशा प्रश्नांचा विचार होणे गरजेचे आहे. जर संशोधकाकडे अभ्यासात मदत करण्यासाठी सहभागी तयार असतील तर विषयावर संशोधन शक्य आहे. जर तपासकाकडे दीर्घकाळपर्यंत माहिती संकलनासाठी वेळ असेल आणि माहितीचे विश्लेषण करण्यासाठी उपलब्ध संगणकीय प्रणाली वापरण्यासाठी संसाधने असतील तर विषयावर संशोधन करणे शक्य आहे.

'शुड' (करावे का) हा प्रश्न अधिक गुंतागुंतीचा आहे. याच्या निर्णयाला अनेक घटक जबाबदार असतील. याहीपेक्षा महत्त्वाचे प्रश्न आहेत. उदा. संबंधित विषयावरील उपलब्ध साहित्यातील ज्ञानात हा विषय भर घालणार आहे का की केवळ मागील अभ्यासाची भ्रष्ट नक्कल करणार आहे? अपुरे

प्रतिनिधित्व मिळालेल्या गटांचे किंवा व्यक्तींचे आवाज उंचावणार आहे का? सामाजिक न्यायाकडे निर्देश करण्यासाठी मदत करणार आहे का? संशोधकाच्या कल्पना आणि समजुती बदलणार आहेत का?

कोणत्याही प्रकल्पातील पहिली पायरी म्हणजे संबंधित विषयावर झालेल्या संशोधनाची पाहणी करण्यासाठी ग्रंथालयात भरपूर वेळ व्यतीत करणे! (या प्रकरणात पुढे ग्रंथालय आणि ग्रंथालयातील संसाधने यांचा प्रभावीपणे उपयोग करण्यासंबंधीचे नियोजन दिले आहे.) या मुद्द्यावर वाजवीपेक्षा जास्त भर द्यायला हवा असे नाही. सुरुवातीला नवखा संशोधक सर्व बाबतीत पूर्ण असा खूप अभ्यास करत असतो. उदा. संशोधनातील प्रश्नांची स्पष्टता, सर्वसमावेशक अशा माहितीचे संकलन, आधुनिक पद्धतीने संख्याशास्त्रीय विश्लेषण. परंतु संशोधकाला विद्याशाखा (शिक्षकांच्या) समितीचा किंवा परिषद आयोजकांचा फारच थोडा पाठिंबा मिळविता येतो कारण संशोधकाच्या अभ्यासाने संशोधनाच्या माहितीत कोणतीच नवीन भर पडत नाही. संशोधन प्रकल्पामुळे साहित्यात कोणती भर पडते? ज्या विषयाची अद्याप पारख झालेली नाही त्याला हा तुमचा अभ्यास कसे संबोधित करेल हे विचारात घ्या. नवीन मुद्दे सामील करून अधिक चर्चा करा किंवा नवीन परिस्थितीत किंवा नवीन सहभागींबरोबर अभ्यासाची पुनरावृत्ती करा.

विषयाचा अभ्यास करावा का, या प्रश्नाचा संबंध त्या विषयात संशोधकाच्या स्वतःच्या संस्थेच्या क्षेत्राबाहेरील व्यक्तीला त्यात स्वारस्य आहे का; ह्याच्याशी असतो. जर कुणी असा पर्याय दिला की, विषय मर्यादित प्रादेशिक स्वारस्याचा किंवा राष्ट्रीय हिताचा असावा तर मी दुसरा पर्याय निवडेन कारण त्यामुळे अधिक जास्त वाचकांना आवाहन करता येईल. वृत्तपत्रांचे संपादक, समितीचे सदस्य, परिषदांचे आयोजक आणि वित्तसहाय्य करणाऱ्या संस्था अशा संशोधनाचे कौतुक करतात जे सर्वदूर वाचकांपर्यंत पोहोचते. संशोधन करावे का, हा मुद्दा संशोधकाच्या स्वतःच्या वैयक्तिक ध्येयाशीसुद्धा निगडित असतो. प्रकल्प पूर्ण करण्यासाठी, सुधारणा करण्यासाठी, आणि निष्कर्षांची चर्चा प्रसारण करण्यासाठी लागणारा वेळ लक्षात घ्या. सर्व संशोधकांनी ही गोष्ट विचारात घ्यायला हवी, की त्यांचा हा संशोधनात्मक अभ्यास आणि वेळेशी कठोरपणे कटिबद्ध राहणे हे त्यांच्या करियर ध्येयाला बळकटी देऊन वर्धित करणारे आहे की अधिक संशोधन करण्याशी संबंधित आहे की भविष्यात चांगले पद मिळविण्याच्या बाबतीत आहे की एका पदवीकडे मार्गक्रमण करणे आहे.

प्रस्तावावर पुढे काम करण्यापूर्वी किंवा अभ्यास वाढविण्यापूर्वी प्रत्येकाने सर्व घटकांचा विचार केला पाहिजे आणि विचाराधीन असलेल्या विषयांवर इतरांची प्रतिक्रिया विचारली पाहिजे. सहकारी, क्षेत्रातील मान्यवर, शैक्षणिक सल्लागार आणि विद्याशाखेतील समिती सदस्य यांची प्रतिक्रिया जाणून घेतली पाहिजे. माझ्याकडे नेहमी प्रस्तावित प्रकल्पांचा एक पानी आराखडा घेऊन विद्यार्थी येतात. ज्यात अभ्यास होण्याची आवश्यकता असते अशा समस्या किंवा बाबींचा त्यामध्ये समावेश असतो, तो संशोधनाचा मध्यवर्ती प्रश्न विचारण्याचे त्यांचे नियोजन असते. ते गोळा करणार असणाऱ्या माहितीचे प्रकार, अभ्यासाचे सर्वसाधारण महत्त्व यांचाही त्यात समावेश असतो.

साहित्याचे पुनरावलोकन

जेव्हा संशोधक एखादा विषय अभ्यासासाठी निश्चित करतो आणि त्यावर अभ्यास होऊ शकेल असे मान्य करतो, त्यानंतर विषयाशी संबंधित साहित्याचा शोध सुरू हेतो. साहित्याचे पुनरावलोकन केल्याने अनेक हेतू साध्य होतात. जो विषय संशोधनासाठी ठरविला आहे त्याच्याशी संबंधित पूर्वी झालेल्या अभ्यासांच्या निष्कर्षांमध्ये तो वाचकांना सहभागी करून घेतो. पुनरावलोकनामुळे संशोधक

करत असलेल्या अभ्यासाचा संबंध एका मोठ्या साहित्यात होत असलेल्या संवादाशी, चर्चेशी येतो. त्यामुळे गाळलेल्या जागा भरल्या जातात आणि पूर्वीचे संशोधन पुढे नेले जाते. (कूपर २०१०, मार्शल आणि रॉसमन २०११) संशोधनाचे महत्त्व प्रस्थापित करण्यासाठी साहित्याचे पुनरावलोकन एक चौकट उपलब्ध करून देते. त्याचप्रमाणे अन्य संशोधनातून निष्पन्न झालेल्या निष्कर्षांशी तुलना करण्यासाठी मानदंडही उपलब्ध करून देते. अभ्यासपूर्ण साहित्य हे संशोधनात का उल्लेखित करावे यासाठी वरील काही किंवा सर्व कारणे ही आधारभूत ठरू शकतात. (संशोधनात साहित्याचा धांडोळा घेण्याचा हेतू समजण्यासाठी केलेली सर्वंकष चर्चा बूट आणि बेले २००५ यांच्या पुस्तकात वाचा.) तुमच्या अभ्यासामुळे संबंधित विषयावरील साहित्यात भर पडली. प्रस्तावातील साहित्य विभाग हा सामान्यतः एका मोठ्या प्रश्नाकडून लहान बाबींकडे नेणे असते ज्याद्वारे संशोधन अभ्यासाच्या पद्धतींकडे जाते.

साहित्याचा उपयोग

संशोधन आणि प्रस्तावात साहित्याचा उपयोग का केला जातो? या प्रश्नाच्या पलीकडे एक आणखी मुद्दा आहे तो म्हणजे साहित्य कसे वापरले जाते? ते अनेक प्रकारे वापरले जाऊ शकते. माझा उत्तम सल्ला असा आहे की, साहित्याचा उल्लेख कशाप्रकारे झालेला आवडेल याबद्दल तुम्ही तुमच्या मार्गदर्शकाचे किंवा तुमच्या विभागातील प्राध्यापकाचे विद्याशाखेतील मत विचारावे. माझ्याकडे सल्ला मागायला येणाऱ्यांना मी सर्वसाधारणपणे असे सुचवितो की, प्रस्तावातील साहित्याचा धांडोळा हा थोडक्यात असला पाहिजे. संशोधनाच्या प्रश्नांसंबंधीच्या महत्त्वाच्या अभ्यासांचा गोषवारा देणारा असला पाहिजे. या ठिकाणी तो विस्तृत व सर्वंकष असणे आवश्यक नाही कारण प्रस्तावातील बैठकीमध्ये संशोधनात मोठे बदल करण्यास शिक्षक सांगू शकतात. अशा स्वरूपाच्या प्रारूपामध्ये साहित्याच्या पुनरावलोकनाची व्याप्ती कमी, २० ते ३० पाने असते आणि हा घेतलेला मागोवा वाचकाला असे स्पष्ट करतो की, विद्यार्थ्याला या विषयांवरील साहित्य आणि अद्ययावत लेखन याची जाण आहे. किंवा दुसरा पर्याय म्हणजे विषयाचा आणि संभाव्य संदर्भाचा एक विस्तृत आराखडा बनवणे, जो नंतर एक संपूर्ण प्रकरण म्हणून, बहुतेकदा दुसरे प्रकरण म्हणून साहित्याचे पुनरावलोकन या नावाने विकसित करता येते, जे २० ते ६० पृष्ठांचे असू शकते.

नियतकालिकातील लेखात अंतर्भूत केलेला साहित्याचा मागोवा याचे स्वरूप हे शोधनिबंधातील किंवा प्रबंधातील साहित्याच्या पुनरावलोकनाचे संक्षिप्त स्वरूप असते. 'संबंधित साहित्य' या नावाखाली ते नेहमीच एका विभागामध्ये समाविष्ट केलेले असते, ज्याचा क्रम अभ्यासाच्या प्रस्तावानंतर असतो. नियतकालिकातील संख्यात्मक संशोधनपर लेखांसाठी ही पद्धत आहे. गुणात्मक संशोधन लेखांमध्ये, साहित्याचे पुनरावलोकन हे प्रस्तावनेत समाविष्ट असलेल्या स्वतंत्र भागात आढळते किंवा संपूर्ण अध्ययनात गुंफलेले आढळते. स्वरूप कोणतेही असो, गुणात्मक, संख्यात्मक किंवा मिश्रपद्धती, साहित्याचा मागोवा कसा घ्यावा असा प्रश्न शिल्लक राहतोच!

सर्वसाधारणपणे साहित्यांचे पुनरावलोकन वेगवेगळ्या प्रकारे होऊ शकते. कूपर (२०१०) यांनी चार प्रकारांची चर्चा केली आहे. अ) इतरांनी काय संशोधन केलेले आहे व म्हटलेले आहे याचे संकलन करून, ब) पूर्वीच्या विद्वत्तापूर्ण कामाची समीक्षा करून, क) संबंधित विषयांमध्ये सेतू बांधून, ड) विषय क्षेत्रातील मध्यवर्ती बाबी शोधून काढून पूर्वीच्या विद्वत्तापूर्ण कामाची समीक्षा करणे ह्या प्रकारचा अपवाद सोडल्यास बहुतेक शोधनिबंध आणि प्रबंध साहित्यांचा सारांश लिहितात. त्यांची संबंधित विषयाची साखळी तयार करून त्यांना संघटित करतात. (बहुतेक वेळा सामान्य विषयांपासून विशिष्ट विषयांपर्यंत) आणि मध्यवर्ती मुद्द्यांकडे निर्देश करून साहित्याचा गोषवारा सांगतात.

गुणात्मक संशोधनामध्ये सहभागीकडून जाणून घेण्याच्या दृष्टीने पृच्छक हा गृहीतांशी मेळ असणाऱ्या साहित्याचा उपयोग करतो. संशोधकाच्या मतानुसार उत्तर मिळावे अशा रितीने प्रश्न विचारत नाही. गुणात्मक पद्धतीचे संशोधन करण्यामागच्या मुख्य कारणांपैकी एक कारण म्हणजे अशाप्रकारचे संशोधन हे काहीतरी शोधून काढण्यासाठी किंवा शिकण्यासाठी केलेले असते. याचाच अर्थ असा आहे की, ज्या विषयाचे किंवा गटाचे संशोधन करायचे आहे याबद्दल पूर्वी फारसे लिहिले गेलेले नाही. संशोधक सहभागींकडून जाणून घेऊ इच्छितो व त्याने जे श्रवण केले त्यावर आधारित विषयाचे ज्ञान वाढवू इच्छितो.

असे असले तरी गुणात्मक संशोधनात साहित्य वापरण्याचे प्रमाण खूपच बदलते असते. सिद्धान्तावर आधारित संशोधनामध्ये जसे, मानववंशशास्त्र किंवा चिकित्सक मानववंशशास्त्र, एखाद्या सांस्कृतिक संज्ञेसंबंधीचे साहित्य किंवा टीकात्मक सिद्धान्त, अहवाल किंवा प्रस्तावाच्या सुरुवातीच्या टप्प्यावर उद्धृत केलेले आढळते.

सहभागींकडून जाणून घेण्याचा पायाभूत दृष्टिकोन आणि प्रकारानुसार बदल याशिवाय गुणात्मक पद्धतीच्या संशोधनात साहित्याचे पुनरावलोकन समाविष्ट करण्यासाठी अनेक प्रारूपे उपलब्ध आहेत. मी साहित्य पुनरावलोकनासाठी तीन प्रकारची स्थाननिश्चिती सुचवतो. ती कोणत्याही एका किंवा सर्व स्थानांसाठी वापरता येतात.

तक्ता क्र. २.१ मध्ये दाखविल्याप्रमाणे साहित्याचा मागोवा प्रस्तावनेमध्ये समाविष्ट करता येतो. अशाप्रकारे अंतर्भाव केल्यास, संशोधनांची आवश्यकता निर्माण करणाऱ्या समस्या किंवा बाबी यांसाठी साहित्य हे उपयुक्त पार्श्वभूमी उपलब्ध करून देते जसे की, याबद्दल कोण लिहीत आहे, याचे

तक्ता २.१ गुणात्मक संशोधनातील साहित्याचा उपयोग

साहित्याचा उपयोग	निकष	अनुरूप धोरण प्रकारांची उदाहरणे
संशोधनाच्या प्रस्तावनेत प्रश्न शब्दबद्ध करण्यास साहित्याचा उपयोग केला जातो.	संशोधनाच्या विषयासंबंधी थोडे तरी साहित्य उपलब्ध असले पाहिजे.	प्रकार कोणताही असो, साहित्य सर्व प्रकारच्या गुणात्मक संशोधनात वापरले जाते.
एका स्वतंत्र विभागात साहित्याचे पुनरावलोकन म्हणून साहित्य सादर केले जाते.	पारंपरिक उत्तरप्रत्यक्षार्थवाद मार्गांशी परिचित असलेल्या वाचकांना हा साहित्य पुनरावलोकनाचा मार्ग बरेचदा स्वीकार्य असतो.	मजबूत सिद्धान्त आणि साहित्याची पार्श्वभूमी देणाऱ्या संशोधनात, संशोधनाच्या प्रारंभी हा मार्ग वापरला जातो. उदा. मानववंशशास्त्र व महत्त्वाच्या सिद्धान्तावरील संशोधन.
संशोधनाच्या शेवटी साहित्याचा उल्लेख केला जातो; गुणात्मक संशोधनातील परिणामांच्या तुलनेसाठी व विरोध दर्शविण्यासाठी साहित्य हे पायाभूत ठरते.	हा दृष्टिकोन गुणात्मक संशोधनाच्या प्रवर्तनिक प्रक्रियेसाठी अत्यंत योग्य आहे. साहित्य हे मार्गदर्शन करत नाही, अभ्यासाला दिशाही देत नाही, पण एकदा पद्धती किंवा वर्गवारी निश्चित झाली की ते साधन बनते.	सर्व प्रकारच्या गुणात्मक संकल्पचित्रासाठी हा मार्ग वापरला जातो. परंतु तो पायाभूत सिद्धान्तासाठी प्रसिद्ध आहे ज्यात एका सिद्धान्ताची साम्य-फरकाची तुलना साहित्यात आढळणाऱ्या अन्य सिद्धान्ताशी केली जाते.

संशोधन/अभ्यास कुणी केला आहे? या विषयाच्या अभ्यासाचे महत्त्व कुणी स्पष्ट केले आहे? उपलब्ध अभ्यासामध्ये प्रश्नाचा समावेश करणे अर्थातच सापेक्ष आहे. अनेक गुणात्मक अभ्यासांमध्ये या प्रारूपाची अनेक उदाहरणे आढळतात, ज्यात वेगवेगळ्या प्रकारच्या तपासाची निरीक्षणे वापरलेली आहेत.

गुणात्मक संशोधनामध्ये वापरला जाणारा दुसरा पुनरावलोकनाचा प्रकार म्हणजे त्याचा स्वतंत्र विभागात समावेश करणे. गुणात्मक अभिमुखता असणाऱ्या नियतकालिकांमध्ये असे नेहमी आढळते. मानववंशशास्त्र, महत्त्वाचा सिद्धान्त किंवा रूपांतरणाचा उद्देश असलेल्या सिद्धान्तमुखी गुणात्मक अभ्यासांमध्ये तपासक त्याच्या सिद्धान्ताची चर्चा आणि साहित्य एका वेगळ्या विभागात करतो. तो सामान्यपणे प्रस्तावामध्ये पाठोपाठ दिलेला असतो. तिसरा प्रकार म्हणजे संशोधक संबंधित साहित्याचा समावेश शेवटच्या भागात करू शकतो ज्यात त्याचा उपयोग अभ्यासातून प्राप्त होणाऱ्या परिणामांशी तुलना व फरक दर्शविण्यासाठी (हेतू किंवा वर्गीकरणासाठीही) केला जातो. या प्रकारचे प्रारूप प्रामुख्याने मूलभूत सिद्धान्ताच्या अभ्यासासाठी लोकप्रिय आहे. मी सुद्धा त्याचीच शिफारस करतो कारण तो साहित्याचा उपयोग प्रवर्तनिक पद्धतीने करतो.

दुसऱ्या बाजूला *संख्यात्मक* संशोधनात अभ्यासाच्या प्रारंभीच भरपूर साहित्याचा समावेश केला जातो, त्यामुळे संशोधनाच्या प्रश्नाला किंवा परिकल्पनेला दिशा मिळू शकते. 'संबंधित साहित्य' किंवा 'साहित्याचे पुनरावलोकन' या शीर्षकाखाली किंवा अशाच प्रकारच्या वाक्प्रचाराचा वापर करून लिहिलेल्या विभागात उपलब्ध साहित्यात प्रश्नांची ओळख किंवा त्याचे सविस्तर वर्णन दिले जाते. साहित्याच्या पुनरावलोकनात एखाद्या सिद्धान्ताची ओळख करून दिली जाऊ शकते. अपेक्षित संबंधांचे स्पष्टीकरण (प्रकरण ३ मध्ये पहा) वापरल्या जाणाऱ्या सिद्धान्तांचे वर्णन केले जाऊ शकते आणि हा सिद्धान्त पडताळून पाहण्यासाठी कसा उपयुक्त आहे त्याचे समर्थन दिले जाऊ शकते. अभ्यासाच्या शेवटी, संशोधक, साहित्याचा पुन्हा मागोवा घेतो आणि साहित्यातील उपलब्ध निष्कर्ष आणि संशोधनाचे निष्कर्ष यांच्याशी तुलना करतो. या प्रारूपात संख्यात्मक संशोधन करणारा संशोधक अनुमानिक पद्धतीने साहित्याचा उपयोग संशोधनाच्या प्रश्नांसाठी किंवा परिकल्पनांसाठी चौकट म्हणून करतो.

मिश्र पद्धतीच्या अभ्यासात ज्या संशोधक कोणत्या प्रकारचे धोरण वापरणार असेल, त्यानुसार साहित्यासाठी गुणात्मक किंवा संख्यात्मक मार्ग वापरतो. अनुक्रमिक पद्धतीत प्रत्येक अवस्थेत जी पद्धत वापरलेली असेल तिच्याशी सुसंगत अशा रितीने साहित्य सादर केले जाते. उदा. जर अभ्यासाची सुरुवात संख्यात्मक अवस्थेने होत असेल तर तपासक हा संशोधनाचे प्रश्न किंवा परिकल्पना यांच्या बद्दलची कार्यकारणपरंपरा निर्माण करण्यास उपयुक्त ठरेल अशाप्रकारे भरपूर साहित्य पुनरावलोकन समाविष्ट करतो. जर अभ्यासाची सुरुवात गुणात्मक अवस्थेने होत असेल तर साहित्याचे प्रमाण खूपच कमी असते आणि संशोधक प्रवर्तनिक पद्धतीनुसार ते अभ्यासाच्या शेवटी समाविष्ट करतो. जर संशोधन गुणात्मक आणि संख्यात्मक असे सारख्याच बरोबरीचे रूप धारण करीत असेल, तर साहित्य हे गुणात्मक किंवा संख्यात्मक रूप धारण करेल. साहित्याचा कोणता प्रकार वापरायचा यासबंधीचा निर्णय हा अभ्यास कोणासाठी, कोणत्या वाचकवर्गासाठी केलेला आहे आणि तो वाचकवर्ग कोणत्या प्रकाराबाबत ग्रहणशील असेल, तसेच विद्यार्थ्यांच्या रूपात्मक समित्या आणि त्यांची अभिमुखता यावर आधारित असतो. थोडक्यात, मिश्र पद्धतीच्या प्रकारांमध्ये साहित्याचा वापर हा धोरण आणि गुणात्मक किंवा संख्यात्मक संशोधनाला दिलेले सापेक्ष महत्त्व यावर अवलंबून राहील.

गुणात्मक, संख्यात्मक किंवा मिश्र पद्धतीच्या अभ्यासाच्या नियोजनात साहित्याचा वापर करण्याच्या संदर्भातील माझ्या सूचना पुढीलप्रमाणे आहेत-

- गुणात्मक अभ्यासात, संकल्पचित्राची गरज प्रारंभीच भरीव साहित्य अभिमुखतेची नसेल तर प्रवर्तनिक संकल्पचित्र व्यक्त करण्यासाठी सुरुवातीला साहित्याचा तुरळक वापर करावा.
- गुणात्मक अभ्यासात साहित्यासाठी अत्यंत योग्य स्थानाचा विचार करा आणि प्रकल्पाच्या वाचकांवर आधारित निर्णय घ्या. पुढील पर्याय लक्षात घ्या: समस्येच्या मांडणीसाठी साहित्याचा उल्लेख प्रारंभी करणे, त्याला स्वतंत्र विभागात स्थान देणे, निष्कर्षांची तुलना व भेद दर्शविण्यासाठी त्याचा वापर शेवटी करणे.
- संशोधनाच्या प्रश्नांना किंवा परिकल्पनांना विकसित करण्यासाठी संख्यात्मक अभ्यासात साहित्याचा अनुमानिक वापर आधार म्हणून करा.
- संख्यात्मक अभ्यासाच्या नियोजनात, साहित्याचा उपयोग अभ्यासाचा परिचय करून देण्यासाठी करावा. स्वतंत्र विभागात संबंधित साहित्याचे वर्णन करा आणि निष्कर्षांबरोबर तुलना करा.
- मिश्र पद्धतीच्या अभ्यासात धोरणाच्या मुख्य प्रकाराशी सुसंगत अशा पद्धतीने साहित्याचा वापर करा. तसेच संरचनेत ठळकपणे आढळून येणाऱ्या गुणात्मक किंवा संख्यात्मक मार्गांचाही सुसंगतपणे साहित्याचा वापर करा.
- अभ्यासाचा प्रकार कोणताही असो, साहित्याचे पुनरावलोकन अशा प्रकारे करा की ते सम्मीलित करणारे असावे. समीक्षा करणारे असावे. वेगवेगळ्या विषयांमध्ये सेतू बांधणारे असावे किंवा मुख्य मुद्द्यांचा शोध घेणारे असावे.

संरचना तंत्रे

अभ्यासाचा प्रकार कोणताही असला तरी साहित्याचा मागोवा घेण्यासाठी अनेक पायऱ्या उपयुक्त आहेत.

साहित्याचे पुनरावलोकन करण्यासाठीच्या पायऱ्या

साहित्याचे पुनरावलोकन किंवा मागोवा म्हणजे एखाद्या विषयाची अभ्यासात स्थाननिश्चिती करणे व त्याचा सारांश थोडक्यात सांगणे होय. जरी अनेकदा हे संशोधन, अभ्यास रूपात असतात (जसे तुम्ही संशोधन अभ्यास करत आहात) तरी त्यामध्ये संकल्पनांसंबंधीचे लेख, मतप्रदर्शन करणारे लेखन यांचा समावेश असू शकतो, ज्या योगे विषयांसंबंधी विचार करण्यासाठी एक चौकट मिळते. साहित्याचे पुनरावलोकन करण्यासाठी कोणतीही एकच एक पद्धत नाही. पण अनेक अभ्यासू व्यक्ती, साहित्य हस्तगत करणे, त्याचे मूल्यमापन करणे सारांश ग्रथित करणे अशा प्रकारे पद्धतशीरपणे मार्गक्रमण करतात. मी येथे पुढीलप्रमाणे पद्धत सुचवितो:

१. सुरुवातीला महत्त्वाच्या शब्दांचा शोध घ्या. यामुळे महाविद्यालय किंवा विश्वविद्यालयातील शैक्षणिक ग्रंथालयांमध्ये संबंधित साहित्य शोधण्यास मदत होईल. विषयाचा शोध घेताना असे महत्त्वाचे शब्द उपलब्ध होतील किंवा प्रारंभी केलेल्या वाचनातून ते मिळू शकतील.

२. हे महत्त्वाचे शब्द लक्षात ठेवून नंतर जवळच्या ग्रंथालयात जा (किंवा तुमच्या घरच्या संगणकाचा वापर करा). आणि तालिकांचा, याद्यांचा, नियतकालिके किंवा पुस्तकांचा शोध घ्या. बहुतेक महत्त्वाच्या ग्रंथालयांमध्ये संगणकीकृत माहितीसाठी विभाग असतो आणि मी तुम्हाला

असे सुचविते की तुमच्या विषयाशी संबंधित अशी नियतकालिके आणि पुस्तके यांवर भर द्या. याचबरोबर समाजशास्त्राच्या संशोधकांनी खास पद्धतीने पुनरावलोकन केलेल्या संगणकीकृत माहितीकोशाचा शोध घेण्यास सुरुवात करा. उदा. इ.आर.आय.सी. (एज्युकेशनल रिसोर्सेस इन्फर्मेशन सेंटर) इ.बी.एस.सी.को. (EBSCO), सायइन्फो (Psyinfo) सोशोफाईल, द सोशल सायन्स सायंटेशन इंडेक्स, गूगल स्कॉलर, प्राक्वेस्ट आणि अन्य... (याचा तपशीलासह मागोवा पुढे घेतला आहे.)

३. सुरुवातीला तुमच्या संशोधनाविषयी संबंधित लेख किंवा पुस्तकांमधील ५० अहवाल शोधण्याचा प्रयत्न करा. नियतकालिकांमधील लेख आणि पुस्तके यांच्या शोधाला अग्रक्रम द्या. कारण ते शोधायला आणि मिळवायला सोपे असतात. तुमच्या शैक्षणिक ग्रंथालयांमध्ये हे लेख व पुस्तके उपलब्ध आहेत का? याचा शोध घ्या. किंवा आंतर ग्रंथालयीन देवघेव होऊ शकेल का? किंवा पुस्तकांच्या दुकानातून ती खरेदी करावी लागतील हे ठरवा.

४. लेखांच्या संग्रहावर किंवा प्रकरणांवर वरवर नजर टाका. तुमच्या विषयाच्या दृष्टीने महत्त्वाच्या लेखांच्या प्रती काढून घ्या. या संपूर्ण प्रक्रियेत लेख किंवा प्रकरण हा तुमच्या साहित्यविषयक आकलनात भर घालतो आहे का याची जाणीव सतत जागृत ठेवावी.

५. तुम्हाला उपयुक्त असे साहित्य जसजसे मिळत जाईल, तसतसे तुम्ही **साहित्य आराखड्याची** संरचना करायला सुरुवात करा. (ह्याची अधिक चर्चा पुढे केली आहे.) हा नकाशा म्हणजे तुमच्या विषयासंबंधीचे दृश्य चित्र (किंवा आकृती) असून तो तुमचा विशेष अभ्यास एकूण साहित्यात कसे योगदान देणार आहे व संशोधनाच्या व्यापक रूपात तुमच्या अभ्यासाचे कोणते स्थान असणार आहे ते दर्शविते.

६. साहित्य आराखडा तयार झाल्यावर अत्यंत उपयुक्त अशा लेखांच्या सारांशाचे मसुदे तयार करण्यास सुरुवात करा. या सारांशाचे एकत्रीकरण करून तुमच्या प्रस्तावात किंवा संशोधन अभ्यासात त्याचा समावेश साहित्याचे अंतिम पुनरावलोकन म्हणून केला जातो. यात साहित्यातील संदर्भ अचूकतेने थोडक्यात आणि योग्य मार्गदर्शकपर शैली असलेले असे समाविष्ट करा. उदा. *पब्लिकेशन मॅन्यूअल ऑफ द अमेरिकन सायकॉलॉजिकल असोसिएशन* (अमेरिकन सायकॉलॉजिकल असोसिएशन – ए.पी.ए. २०१०) म्हणजे तुम्हाला प्रस्तावाच्या किंवा अभ्यासाच्या शेवटी एक संपूर्ण संदर्भसूची वापरासाठी उपलब्ध असेल.

७. साहित्याचे सारांशलेखन झाल्यावर साहित्याचे पुनरावलोकन विषयानुसार किंवा महत्त्वाच्या संज्ञांचे संकलन करून जुळवून घ्या. महत्त्वाच्या विषयांच्या सारांशाने साहित्याच्या पुनरावलोकनाचा शेवट करा. तुम्ही करत असलेला विशिष्ट अभ्यास साहित्यात कशी भर घालणार आहे व अभ्यास विषयातील त्रुटींकडे कसा निर्देश करीत आहे ते स्पष्ट करा. या ठिकाणी तुम्ही पूर्वीच्या साहित्याचे समालोचन करू शकता आणि त्यातील उणिवा व पद्धतींमधील बाबी निदर्शनास आणू शकता. (पहा बूट आणि बेले २००५)

संगणकीकृत माहितीसाठ्याचे शोधन

योग्य प्रकारची माहिती गोळा करण्याची प्रक्रिया सुलभ करण्यासाठी काही उपयुक्त तंत्रे आहेत ज्यांच्यामुळे माहितीकोशाच्या मार्फत चटकन साहित्य उपलब्ध होऊ शकते. **साहित्याचे संगणकीकृत**

माहितीकोश हे शैक्षणिक ग्रंथालयातून आता उपलब्ध आहेत आणि इंटरनेटच्या मार्फत ते हजारो नियतकालिके, परिषदांमधील निबंध आणि अनेक वेगवेगळ्या विषयांवर माहिती उपलब्ध करून देतात. मोठ्या विद्यापीठांमधील शैक्षणिक ग्रंथालयांनी व्यावसायिक माहितीकोश तसेच सार्वजनिक अधिकारक्षेत्रातील माहितीकोश मिळविलेले आहेत. येथे फक्त थोड्या प्रमुख, उपलब्ध असलेल्या माहितीकोशांचा मागोवा घेतलेला आहे असे म्हटले तरी ते नियतकालिकांमधील लेख आणि कागदपत्रांचे संदर्भात मुख्य स्रोत आहेत, ज्यांचा उपयोग तुम्हाला तुमच्या विषयांवरील कोशात साहित्य उपलब्ध आहे हे ठरविण्यासाठी होईल.

अमेरिकेच्या शैक्षणिक विकासाच्या इन्स्टिट्यूट ऑफ एज्यूकेशन सायन्सेस (आय.ई.एस.) ने प्रायोजित केलेली इ.आर.आय.सी. ही डिजिटल लायब्ररी आहे. हा माहितीकोश (www.eric.ed.gov) यावर पाहता येईल आणि एरिक (ERIC) १९६६ पासून नोंदणी झालेल्या १.२ दशलक्ष बाबींसाठी शोध (सर्च) सुविधा पुरविते. या संकलनात नियतकालिकांमधील लेख, पुस्तके, संशोधन संकलन, परिषदांमधील निबंध, तांत्रिक अहवाल, धोरणविषयक कागदपत्रे आणि शिक्षणाशी संबंधित अन्य साहित्य यांचा समावेश आहे. एरिककडे शेकडो नियतकालिकांची नोंद झाली असून यापैकी अनेक साहित्यांची संपूर्ण पाठ्य प्रतींच्या 'लिंक्स' उपलब्ध आहेत. एरिक (ERIC) चा उत्तम वापर करण्यासाठी तुमच्या विषयाचे योग्य शाब्दिक वर्णन शोधणे महत्त्वाचे आहे. तसेच लेख किंवा कागदपत्रांचे वर्गीकरण करण्यासाठी सूचकाने कोणत्या संज्ञा वापरल्या आहेत त्याचा शोध घ्या. संशोधक एरिकच्या शब्दवर्णन करणाऱ्या ज्ञानभांडारातून शोध घेऊ शकतो. (एरिक १९७५) किंवा 'ऑनलाईन' ज्ञानसंग्रहाचे मजेखातर वाचन करू शकतो. एरिक मार्फत शोध घेण्यासाठी एक **संशोधन सूचना** आहे ती म्हणजे तुमच्या विषयांवरील नियतकालिकांमधील लेख आणि कागदपत्रे हे निश्चित करा. (बरोबर संदर्भ शोधून काढा.) 'ऑनलाईन' ज्ञानभांडारातून 'शाब्दिक वर्णनाच्या आधारे प्राथमिक शोध घेऊन तसेच तुमच्या विषयांवरील नियतकालिकांमधील लेख किंवा कागदपत्र यांचे संदर्भ ओळखून ही प्रक्रिया विस्तृत करता येईल. त्यानंतर या लेखातील किंवा दस्तऐवजांमधील शाब्दिक वर्णनाकडे योग्य प्रकारे पहा. या संज्ञा वापरून पुन्हा दुसरा शोध घ्या. या पद्धतीमुळे तुमच्या साहित्याच्या पुनरावलोकनासाठीची लेखांची एक चांगली यादी मिळण्याची शक्यता खूप वाढेल.

शोधासाठी दुसरा एक विनाशुल्क माहितीकोश आहे. तो म्हणजे 'गुगल स्कॉलर'. हा अनेक विद्याशाखा, साधने यांच्यातून साहित्याचा शोध घेण्यासाठी पथदर्शक आहे. उदा. तुल्यबळ लेखांचे पुनरावलोकन, प्रबंध, पुस्तके, सारांश, शैक्षणिक प्रकाशकांकडील लेख, व्यावसायिक संस्था, विद्यापीठे आणि अन्य व्यासंगी संस्थांकडील लेख, गूगल स्कॉलरच्या मदतीने शोधलेल्या लेखांचा सारांश, संबंधित लेख, तुम्ही नमूद केलेल्या ग्रंथालयातील लेखांचे इलेक्ट्रॉनिक रूपांतरण या कामाचा माहितीसाठीचा वेब सर्च व लेखाचा पूर्ण पाठ विकत घेण्याची संधी यांच्याशी सांगड घालता येते.

संशोधक आरोग्य शास्त्रातील प्रकाशनांचे सारांश 'पबमेड' (Pub Med) च्या माध्यमातून विनाशुल्क प्राप्त करू शकतात. यू.एस.नॅशनल लायब्ररी ऑफ मेडिसिनची पबमेड ही महितीकोशाची एक सेवा आहे. तिच्यात मेडिलाईन (Mediline) व १९५० च्या दशकापासूनची बायोमेडिकल लेखांसाठीची लाईफ सायन्स नियतकालिके यांतील १७ लाखांपेक्षा जास्त अवतरणे समाविष्ट आहेत. पबमेडमध्ये लेखांचे संपूर्ण पाठ संलग्न आहेत. (जे शैक्षणिक ग्रंथालयांमध्ये उपलब्ध आहेत) तसेच अन्य संबंधित संसाधनांशीही त्यांची जोडणी आहे. पबमेडचा शोध घेण्यासाठी संशोधक एम.ई.एस.एच (वैद्यकीय विषय शीर्षक) संज्ञा वापरतो, मेडिलाईन/पबमेड मध्ये लेखांची नोंद करण्यासाठी यू.एस. नॅशनल लायब्ररी ऑफ मेडिसिनने नियंत्रण शब्दांचे कोश वापरले आहेत. ज्या विषयांचे वर्णन वेगवेगळ्या संज्ञा

वापरून केलेले असते त्यांच्याबद्दलची माहिती योग्यप्रकारे मिळविण्यासाठी एम.इ.एस.एच. (M E S H) परिभाषा सातत्याने मार्ग उपलब्ध करून देत आहे.

शैक्षणिक ग्रंथालयांकडे महत्त्वाच्या व्यावसायिक माहितीकोशांसंबंधी विशिष्ट संकेतस्थळ (साईट) परवाने असतात. प्रो-क्वेस्ट (Pro Quest) (http://proquest.com) हे खास अशाच प्रकारचे ग्रंथालय असून ते संशोधकाला भिन्न प्रकारचे माहितीचे कोश शोधण्यास मदत करते आणि ते जगातील सर्वात मोठ्या ऑन-लाईन आशय भांडारांपैकी एक आहे. इ.बी.एस.सी.ओ. (EBSCO) हे अशाच प्रकारचे प्रकाशन आहे जे सशुल्क ऑनलाईन संशोधन सेवा पुरविते ज्यामध्ये संपूर्ण पाठाचा माहिती कोश, विषय-सूचि, पॉइंट ऑफ केअर वैद्यकीय संदर्भ, ऐतिहासिक डिजिटल दस्तऐवज आणि इ-बुक्स यांचा समावेश आहे. ही संस्था साडेतीनशेपेक्षा जास्त माहितीकोश आणि तीस हजार इ-बुक्स पुरविते. शैक्षणिक ग्रंथालयांमध्येही तुम्ही इ.आर.आय.सी., सायकी इन्फो, निबंधांचे सारांश, पाक्षिकांची सूची, संपूर्ण आरोग्य आणि वैद्यक याशिवाय इतर अनेक विशेष माहितीकोश (उदा. आंतरराष्ट्रीय सूची ते ब्लॅक पिरिऑटिकल्स) इ.बी.एस.सी.ओ. अनेक विविध प्रकारच्या माहिती आधारांना सामावून घेते त्यामुळे अन्य विशेष माहितीकोशांचा उपयोग करण्यापूर्वी हे एक तपासाचे साधन होऊ शकते.

अनेक शैक्षणिक ग्रंथालयातून आढळणारा आणखी एक व्यावसायिक परवाना असणारा माहितीकोश आहे तो म्हणजे समाजशास्त्रीय सारांश (Cambridge Scientific Abstracts, www.csa.com) या माहितीकोशात २००० पेक्षा जास्त नियतकालिके, परिषदलेख (पेपर्स), संबंधित शोधनिबंधांची यादी, पुस्तक परीक्षणे आणि समाजशास्त्रातील निवडक पुस्तके, समाजकार्य आणि संबंधित शाखा यांची नोंद करते. मानसशास्त्र आणि संबंधित क्षेत्रातील साहित्यासाठी आणखी एका व्यावसायिक माहितीकोशाची मदत घ्या. सायकोइन्फो, www.apa.org. हा माहितीकोश २,१५० नियतकालिकांची शीर्षके, पुस्तके आणि अनेक देशातील निबंधांची सूची ग्रथित करतो. यात मानसशास्त्र तसेच शरीर विज्ञान शास्त्राची मानसिक बाजू, भाषाशास्त्र, मानसशास्त्र, व्यापार आणि कायदा यांचा समावेश आहे. यांच्यात साहित्य शोधातील उपयुक्त संज्ञा शोधण्यासाठी मानसशास्त्रीय निर्देशक सूचीचे ज्ञानभांडार आहे.

ग्रंथालयांमध्ये उपलब्ध असलेला शेवटचा व्यावसायिक माहितीकोश म्हणजे सोशल सायन्सेस सायटेशन इंडेक्स (एस.एस.सी.आय.) (वेब ऑफ नॉलेज, थॉमसन सायंटिफिक (http://isiwebofknowledge.com) यात १,७०० नियतकालिकांची नोंद आहे ज्यात ५० शाखा आणि संबंधित बाबींचा निवडक सूचीत समावेश केला जातो. ज्यांची संख्या ३,३०० पेक्षा जास्त आहे. या बाबी वैज्ञानिक आणि तांत्रिक नियतकालिकांमधील आहेत. ज्या लेखकांनी अशा विषयांवर संशोधन केलेले आहे, असे लेखक आणि त्यांचे लेख यांना शोधून काढण्यात हा माहितीकोश उपयुक्त ठरू शकतो. खास करून ज्या महत्त्वाच्या अभ्यासाचा संदर्भ घेतला गेला त्या अभ्यासांसाठी हा उपयुक्त आहे. एस.एस.सी.आय. सर्व अभ्यासांचा पाठपुरावा करायला मदत करते कारण प्रकाशित न झालेला, पण महत्त्वाचा अभ्यासाचा संदर्भ कामात दिलेला असतो. ही पद्धत वापरून तुम्ही काळानुसार एक संदर्भांची यादी करू शकता, जी कल्पना किंवा अभ्यासाची ऐतिहासिक उत्क्रांती दर्शविणारा दस्तऐवज असेल. ही यादी तुमच्या साहित्याच्या पुनरावलोकनाबद्दलच्या कल्पना कशा विकसित होत गेल्या हे दाखविण्यासाठी अत्यंत उपयुक्त ठरेल.

थोडक्यात, संगणकीकृत माहितीआधाराचा शोध घेताना माझ्या संशोधनविषयक सूचना पुढीलप्रमाणे-

- ऑनलाईन साहित्य माहितीकोश तसेच तुमच्या शैक्षणिक ग्रंथालयातून उपलब्ध असणारे साहित्य अशा दोन्ही विनाशुल्क माहिती आधारांचा वापर करा.

- वेगवेगळे माहिती आधार शोधा. तुम्हाला असे वाटत असेल की तुमचा विषय हा नेमका 'शिक्षण' असा नाही तरी इ.आर.आय.सी. (ERIC) आणि सायकी इन्फो यांच्या दृष्टीने अनेक विषयांसाठी शिक्षण आणि मानसशास्त्र या व्यापक संज्ञा आहेत.
- तुमच्या लेखामध्ये योग्य जागी संज्ञा योजण्यासाठी उपलब्ध असेल तेव्हा ज्ञानभांडार किंवा समान अर्थी शब्द देणाऱ्या पुस्तकांचा मार्गदर्शक म्हणून उपयोग करा.
- तुमच्या विषयाला जवळ असलेला लेख शोधून काढा. विषयाचे वर्णन करणाऱ्या संज्ञांकडे लक्ष द्या आणि या संज्ञा तुमच्या 'शोधात' वापरा.
- तुमच्या लेखांच्या पूर्ण पाठ प्रती उपलब्ध करून देतील असाच माहितीकोश शक्यतो वापरा. (शैक्षणिक ग्रंथालये तुमचे इंटरनेट कनेक्शन यांच्या मार्फत किंवा सशुल्क माध्यमाद्वारे उपलब्ध असणारा) त्यामुळे लेखांच्या प्रती शोधण्याचा तुमचा वेळ वाचेल.

साहित्य सामुग्री निवडताना प्राधान्यक्रम

साहित्याचा शोध घेताना तुम्ही प्राधान्यक्रम ठरवावेत असे मी सुचवेन. कोणत्या प्रकारच्या साहित्याचे पुनरावलोकन करावे व कोणत्या प्राधान्यक्रमाने, यासाठी खालील मुद्द्यांचा विचार करा:

१. विशेषकरून तुम्ही जर एखादा विषय पहिल्यांदाच पडताळून पाहत असाल आणि त्यावर झालेल्या संशोधनाबद्दल अनभिज्ञ असाल तर साहित्याचे मोठ्या प्रमाणात संकलन/एकत्रीकरण करा. जसे ज्ञानकोषांमध्ये आढळणारा संक्षिप्त आढावा उदा. आईकिन१९९२, नीव्हज १९८८ नियतकालिकांमधील लेख किंवा सारांशांची मालिका (ॲबस्ट्रॅक्ट सिरीज). यातही तुम्हाला तुमच्या विषयाशी संबंधित साहित्याचे सारांश बघायला मिळतील. (उदा. *ॲन्यूअल रिव्ह्यू ऑफ सायकॉलॉजी* १९५०)

२. जी नियतकालिके संशोधन अभ्यास अहवाल देतात अशा संबंधित राष्ट्रीय पातळीवरील नियतकालिकांमधील लेखांकडे वळा. माझ्या मते, संशोधन म्हणजे एक किंवा अनेक लेखक एखादा प्रश्न किंवा परिकल्पना मांडतात, माहिती गोळा करतात आणि प्रश्नाचे उत्तर किंवा परिकल्पनेच्या स्वीकार्यतेबद्दल उत्तर शोधण्याचा प्रयत्न करतात. तुमच्या क्षेत्राशी संबंधित आणि मोठ्या प्रमाणावर वाचली जाणारी नियतकालिके असतात. ही अशी प्रकाशने असतात की ज्यांच्या उच्च गुणवत्तेच्या संपादक मंडळामध्ये युनायटेड स्टेट्स आणि देशाबाहेरील व्यक्तींचा समावेश असतो. पहिली काही पाने चाळल्यावर तुम्ही निश्चित करू शकाल की, संपादक मंडळाचा समावेश यादीत केलेला आहे आणि त्यात देशातील व जगभरातील व्यक्तींचा समावेश आहे. अशा नियतकालिकांचे सर्वात अलीकडील अंक घ्या आणि तुमच्या विषयाशी संबंधित अभ्यासाचा शोध घ्या आणि नंतर काळाच्या उलट्या दिशेने काम करा. अधिक स्त्रोतांच्या पडताळणीसाठी लेखांच्या शेवटी दिलेल्या संदर्भांचा पाठपुरावा करा.

३. विषयाशी संबंधित पुस्तके वाचा. व्यासंगपूर्ण गोषवारा देणाऱ्या संशोधनातील विशिष्ट विषयांवर लिहिलेल्या छोट्या निबंधापासून सुरुवात करा. नंतर एकाच विषयावरील एकाच लेखकाची सगळी पुस्तके किंवा लेखकांच्या गटाची पुस्तके किंवा वेगवेगळ्या लेखकांची लिहिलेली प्रकरणे ज्या पुस्तकात आहेत अशी पुस्तके विचारात घ्या.

४. या शोधाच्या पाठोपाठ अलीकडील परिषदांमधील लेखांचा शोध घ्या. महत्त्वाच्या राष्ट्रीय परिषदा आणि तेथे सादर केलेले लेख बघा. बहुतेक वेळा परिषदेचे लेख अलीकडील संशोधनातील विकासाबद्दल माहिती देतात. बहुतेक मोठ्या परिषदांना लेखकांच्या लेखांची संगणकीकृत नोदणीसाठी आवश्यकता असते. किंवा त्यासाठी त्या लेखकांना लेख जमा करण्याची विनंती केली जाते. उचित अभ्यासाच्या लेखकांशी संपर्क साधा. परिषदांमध्ये त्यांचा शोध घ्या. तुम्हाला स्वारस्य असलेल्या क्षेत्राशी निगडित अभ्यासाबद्दल त्यांना माहिती आहे का आणि तुमच्या अभ्यासात वापरता येईल असे काही साधन त्यांच्याकडे आहे का, किंवा त्याच्यात सुधारणा करून तुमच्या अभ्यासात वापरता येईल का, याची चौकशी करा.

५. शोधप्रबंध सारांशामधील *(डिसर्टिशन ॲब्स्ट्रॅक्टस्)* (युनिव्हसिटी मायक्रोफिल्मस् १९३८)) माहिती तुम्हाला सवड असल्यास तपासून पहा. गुणवत्तेनुसार शोधप्रबंधांमध्ये अतिशय फरक आढळतात आणि म्हणून त्यांचे पुनरावलोकन करताना व्यक्तीने अतिशय चोखंदळ असले पाहिजे. सारांशांचा शोध घेत असताना एखादा उपयुक्त शोधप्रबंध मिळू शकेल आणि तुम्ही त्यांच्या प्रती मिळविण्यासाठी आंतरग्रंथालयीन देवघेव किंवा युनिव्हर्सिटी ऑफ मिशिगन मायक्रोफिल्म लायब्ररीतून तो उपलब्ध होण्यासाठी विनंती करू शकता.

६. वेब सुद्धा साहित्याच्या पुनरावलोकनासाठी उपयुक्त साहित्य पुरविते. सुलभ शिरकाव आणि संपूर्ण लेख हस्तगत करण्याची क्षमता यामुळे माहितीचे हे साधन आकर्षक झाले आहे. असे असले तरी गुणवत्तेच्या नजरेतून हे लेख काळजीपूर्वक व विचारप्रवर्तक व पद्धतशीर संशोधनास उपयुक्त आहेत का ह्याबद्दल सतर्क राहा. दुसरीकडे ऑनलाईन नियतकालिकांमध्ये संपादक मंडळाकडून कठोर पुनरावलोकन केलेल्या लेखांचा समावेश असतो. नियतकालिकांकडे हस्तलिखितांचे पुनरावलोकन करणारे पंच म्हणून काम करणारे संपादक मंडळ आहे का याची तुम्ही चौकशी करू शकता. हस्तलिखिते स्वीकारण्यासाठी संपादकीय निवेदनाद्वारे निकष प्रकाशित केले आहेत का, हेही तपासून घेऊ शकता.

थोडक्यात, मी यादीच्या अग्रस्थानी ज्या नियतकालिकांचे पंच मंडळाकडून परीक्षण झाले आहे, अशा नियतकालिकांना ठेवेन, कारण ती शोधून काढण्यास व त्याची प्रत काढण्यास सोपी असतात. एखाद्या विषयाच्या संशोधनाचा अहवालही ती देतात. प्राधान्यक्रमांकात शोधप्रबंधांचा क्रमांक जरा खालचा लागतो कारण त्यांच्या दर्जात फार तफावत आढळते शिवाय वाचन साहित्य म्हणून त्याचा शोध घेणे व पुन्हा लिहिणे या संदर्भात ती अवघड अशी साहित्य सामग्री असते. वेबसाईटवरील नियतकालिकांमधील लेख जर ते ऑनलाईन पंचांकडून निवडलेल्या नियतकालिकांचा भाग नसतील तर ते काळजीपूर्वक निवडावेत.

संशोधनाचा साहित्यिक नकाशा

एखाद्या नवीन विषयावर काम करणाऱ्या संशोधकाचे पहिले काम म्हणजे साहित्याची जुळवाजुळव करणे. पूर्वी नमूद केल्याप्रमाणे असे सुसूत्रीकरण केल्याने प्रस्तावित अभ्यास पूर्वीच संपन्न झालेल्या संशोधनात कशी भर घालणार आहे, विस्तार करणार आहे किंवा पुनरावृत्ती करणार आहे हे समजण्यास मदत होते.

या सोपानाकडे जाणारा एक उपयुक्त मार्ग म्हणजे साहित्यिक नकाशाचे आरेखन करणे. खूप वर्षांपूर्वी मला ही कल्पना सुचली आणि ती विद्यार्थ्यांसाठी एक उपयुक्त साधन ठरली. स्नातक समित्यांपुढे साहित्याचे पुनरावलोकनाच्या सादरीकरणासाठी त्याची जुळणी करताना, विद्वत्तापूर्ण सादरीकरणासाठी

साहित्याचा गोषवारा घेताना किंवा नियतकालिकाच्या प्रकाशनासाठी लेखाचा भाग लिहिताना हे साधन उपयुक्त ठरते.

हा नकाशा म्हणजे इतरांनी केलेल्या संशोधनाचा दृश्य स्वरूपातील गोषवारा होय. तो एका खास प्रकारे आकृतीत प्रस्तुत केला जातो. नकाशा वेगवेगळ्या प्रकारे रेखाटला जातो. एक प्रकार म्हणजे वरिष्ठांकडून कनिष्ठांपर्यंत अशी रचना ज्यात साहित्याची वरून खाली अशी मांडणी करणे, जिच्या तळाशी प्रस्तावित अभ्यास येतो.

दुसरा फ्लोचार्ट सारखा असतो. ज्यात वाचकाला डावीकडून उजवीकडे वाचत असताना साहित्याचा उलगडा होत जातो ज्यात सर्वात उजवीकडे प्रस्तावित अभ्यास दर्शविलेला असतो. तिसरे प्रारूप हे वर्तुळांच्या मालिका असू शकते; प्रत्येक वर्तुळ हे साहित्याच्या प्रमुख भागाचे प्रतिनिधित्व करते आणि वर्तुळे जिथे परस्परांना छेदतात तो भाग भावी संशोधन दर्शवितो. मी या सर्व शक्यतांची उदाहरणे पाहिली आहेत आणि ती सर्व अतिशय प्रभावी आहेत असेही मला जाणवले.

यातील मुख्य कल्पना अशी आहे की संशोधक हा, त्यांच्या विषयावरील उपलब्ध संशोधनाचे एक दृश्य चित्र काढण्यास सुरुवात करतो. हा साहित्यिक नकाशा उपलब्ध साहित्याच्या महत्त्वाच्या भागाचे थोडक्यात वर्णन करतो. आकृती क्र २.१ हे अशा नकाशाचे उदाहरण आहे जे संघटनांच्या अभ्यासातील न्यायविषयक प्रणाली स्पष्ट करते. (जानोव्हेक २००१) जानोव्हेकचा नकाशा ज्येष्ठांपासून कनिष्ठ अशा प्रकारची रचना दर्शवितो. त्यांनी एक चांगल्या नकाशाचित्राची अनेक तत्वे वापरली आहेत.

- वरून खाली श्रेणीत तिने तिचा विषय अगदी वर असलेल्या चौकटीत लिहिला आहे.
- नंतर संगणकीय शोधात उपलब्ध झालेल्या अभ्यासाची दखल घेऊन त्यांच्या प्रतींचे स्थान निश्चित केले आणि त्यांना तीन व्यापक उपविषयांमध्ये विभागले (न्यायाबद्दलच्या जाणीवेची निर्मिती, न्यायाचे परिणाम, संघटकात्मक बदलाचे न्याय) दुसऱ्या नकाशात संशोधक तीन प्रमुख वर्गवारीपेक्षा अधिक किंवा कमी विभाग करू शकतो जे विषयाच्या व्याप्ती आणि प्रकाशनांवर अवलंबून असतील.
- प्रत्येक चौकटीत वर्णन केलेल्या अभ्यासाचे स्वरूप स्पष्ट होईल असे शीर्षक चौकटीला दिले आहे.
- तसेच प्रत्येक चौकटीत महत्त्वाच्या अवतरणांचे संदर्भ दिलेले आहेत. जे त्यातील आशय स्पष्ट करतात. विद्यमान संदर्भ, जे चौकटीतील विषयाचे वर्णन करतात असे संदर्भ वापरणे उपयुक्त ठरते आणि योग्यप्रकारे संदर्भांचे निवेदन करणे उपयोगी ठरते. उदा. ए.पी.ए. (ए.पी.ए. २०१०)
- साहित्याच्या नकाशासाठी विविध स्तरांचा विचार करा. दुसऱ्या शब्दांत सांगायचे झाले तर प्रमुख विषय उपविषयांकडे नेतात आणि नंतर उप-उपविषयांकडे नेतात.
- या रेखांकनातील काही शाखा इतर शाखांपेक्षा जास्त विकसित झालेल्या दिसतात. हा विकास साहित्य किती प्रमाणात उपलब्ध आहे आणि संशोधकाने किती खोलवर जाऊन साहित्य शोधून काढले आहे यावर अवलंबून आहे.
- रेखांकनात साहित्याचा समावेश केल्यानंतर जानोव्हेक (२०११) यांनी नंतर आकृतीच्या शाखांचा विचार केला आहे ज्या त्यांच्या प्रस्तावित अभ्यासासाठी स्प्रिंगबोर्डप्रमाणे काम करतात. त्यांनी 'अभ्यासाची आवश्यकता' (किंवा प्रस्तावित अभ्यास) याची चौकट नकाशाच्या अगदी तळाशी ठेवली आहे. त्यांनी प्रस्तावित अभ्यासाचे स्वरूप थोडक्यात शोधले आहे. (कार्यालयीन न्याय आणि संस्कृती) आणि त्यानंतर त्या पूर्वीच्या साहित्याच्या सीमारेषा काढतात. ज्या त्यांचा

प्रकल्प वाढविणार आहे. अन्य लेखकांनी त्यांच्या अभ्यासात 'भावी संशोधन' या विभागात जे लिहिले होते त्यावर हा अभ्यास आधारित करून यांनी तो प्रस्तावित केला आहे.

- तुमच्या साहित्यिक नकाशात संख्यात्मक, गुणात्मक आणि मिश्र पद्धतींचा समावेश करा.
- तुमच्या समितीसाठी किंवा सादरीकरणासाठी तुम्ही तुमच्या विषयाने सुरू होणारा वर्णनात्मक स्वरूपाचा तुमच्या साहित्याचा नकाशा लिहा. (सर्वात वरच्या चौकटीत शीर्षक असेल) तुम्हाला प्राप्त झालेले माहितीकोश, नकाशातील मोठ्या भागात साहित्याची झालेली विभागणी, तुम्ही नियोजन केलेल्या अभ्यासातील विशिष्ट भाग (हा नकाशात सर्वात खाली असलेल्या चौकटीत येईल.) आणि तुमचा विषय साहित्यातील अन्य शाखांशी असलेला संबंध जोडणाऱ्या ओळी, तुमच्या अभ्यासामुळे कोणते साहित्य निर्माण होते आणि ते कसे ते लिहा.

साहित्याचा नकाशा तयार करणे एक आव्हानात्मक काम असू शकते. असा नकाशा बघणाऱ्या व्यक्तींना तो पूर्ण परिचित असतोच असे नाही. त्यांना साहित्याचे संघटन करण्यासाठी अशा प्रकारचा मार्ग असतो आणि तो तुमच्या अभ्यासाचा एक भाग बनतो हे माहिती नसते. त्यांना अशा प्रकारच्या नकाशाचा उद्देश सांगणे गरजेचे असते. अशा प्रकारचा नकाशा तयार करण्यास व साहित्याचा त्यात अंतर्भाव करण्यास वेळ लागतो. प्रारंभीच्या नकाशासाठी मी २५ अभ्यासकांचे संकलन विचारात घेईन. शोधप्रबंध किंवा प्रबंधाच्या संपूर्ण साहित्यासाठी मी कमीतकमी १०० अभ्यासांचा नकाशा विकसित करण्याचा विचार करीन. साहित्यात तुमचा अभ्यास काय योगदान देतो हे कळण्यास थोडा वेळ लागतो. तुमच्या साहित्यातील नकाशात त्यामुळे अनेक धागे गुंफले जातील. तुमच्या नकाशातील सर्व उपविभागांना ते जोडण्याबाबत मी नियंत्रण घालू इच्छितो; एक किंवा दोन उपविभागांची निवड करा. नकाशाच्या सर्वात वरती कोणता व्यापक विषय असावा हे शोधून काढणेही आव्हानात्मक असते. हा असा विषय आहे ज्यात तुमचा अभ्यास साहित्यिक नकाशामध्ये भर घालणार आहे. संशोधन अभ्यासगट हे साहित्याच्या विविध घटकांच्या एकत्रीकरणाला कसा मान देतात, याबद्दल तुमच्या विषयाची ज्यांना माहिती आहे त्यांना विचारा. आणि सतत स्वतःला असे विचारत राहा की, तुमचा अभ्यास साहित्याच्या कोणत्या प्रकारात (भागात) भर घालणार आहे. नकाशा तयार होण्यापूर्वी तुम्हाला तुमच्या नकाशाची वेगवेगळी स्वरूपे विकसित करावी लागणार आहेत. तुमचा नकाशा विकसित करा. चर्चा लिहून काढा आणि इतरांबरोबर ती ताडून बघा.

अभ्यासाचे संक्षिप्तिकरण

ज्यावेळी संशोधक त्यांच्या प्रस्तावित अभ्यासासाठी साहित्याचे पुनरावलोकन लिहितात तेव्हा ते त्याचा भाग म्हणून लेखांची स्थाननिश्चिती करतात आणि लेखांचे संक्षिप्तिकरण विकसित करतात. सारांश म्हणजे साहित्याचा थोडक्यात गोषवारा (एक लहान परिच्छेदा एवढा) जो वाचकाला लेखाच्या मूलभूत वैशिष्ट्यांचे महत्त्वाचे भाग समजून घेण्यात मदत करतो. सारांश लिहीत असताना कोणता भाग घ्यायचा आणि सारांशलेखन करायचे ते संशोधकाने विचारात घेतले पाहिजे. अगदी १०० अभ्यास नाही तरी निदान डझनभर अभ्यासांचे पुनरावलोकन करताना ही माहिती महत्त्वाची ठरते. एखाद्या नियतकालिकात दिलेल्या संशोधन अभ्यासाच्या चांगल्या सारांशात पुढील मुद्द्यांचा समावेश असतो:

- निर्देश केलेल्या समस्येचा उल्लेख करा.
- अभ्यासाचा मध्यवर्ती हेतू किंवा भर कशावर आहे ते विदित करा.

आकृती २.१ लिटरेचर मॅपचे एक उदाहरण

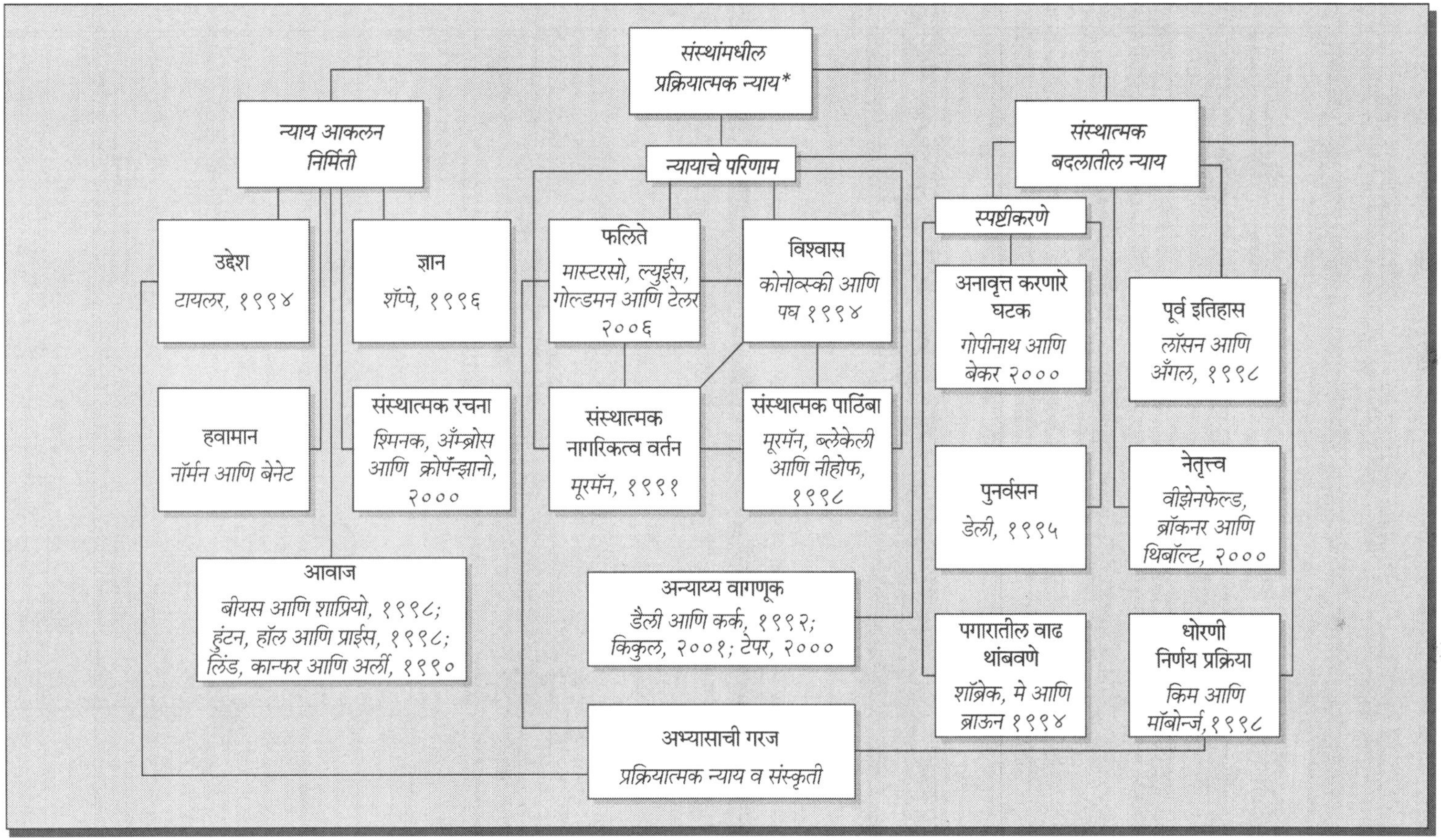

*कर्मचाऱ्यांची प्रामाणिकपणाविषयी काळजी आणि व्यवस्थापकीय निर्णय घेणे

स्रोत: जानोव्हेक (२०११). परवानगी घेऊन पुनर्मुद्रित करण्यात आले आहे.

- नमुना, लोकसंख्या (संच) किंवा विषय यांच्याबद्दल थोडक्यात माहिती द्या.
- प्रस्ताविक अभ्यासाशी संबंधित महत्त्वाच्या परिणामांचे पुनरावलोकन करा.
- जर हे समीक्षेचे किंवा पद्धतींचे पुनरावलोकन असेल (कूपर २०१०) तर अभ्यासातील तांत्रिक दोष आणि पद्धती संबंधातील त्रुटी दाखवून द्या.

सारांश लिहिण्यासाठी एखाद्या अभ्यासाचे परीक्षण करत असताना त्यात त्या दृष्टीने काही उपयुक्त जागा असतात त्या भागांकडे शोधक नजरेने पाहिले पाहिजे. नियतकालिकातील कुशलतेने लिहिलेल्या लेखांमध्ये समस्या व हेतू हा स्पष्टपणे प्रस्तावनेतच कथन केलेला असतो. 'पद्धत' (किंवा प्रणाली) या विभागाच्या मधल्या भागात नमुना, लोकसंख्या किंवा विषय यांची माहिती दिलेली आढळते. बहुधा शेवटी निष्कर्ष दिलेले असतात. निष्कर्ष किंवा परिणामांच्या विभागात अशा परिच्छेदांचा शोध घ्या ज्यात संशोधकांनी प्रत्येक संशोधनाचा प्रश्न किंवा परिकल्पना यांना उत्तर दिलेले असते किंवा संबोधलेले असते. पुस्तकाचा ऐवज असू शकेल अशा संशोधन अभ्यासासाठीसुद्धा हेच मुद्दे लक्षात घ्या.

उदा. २.१ *संख्यात्मक अभ्यासातील साहित्य पुनरावलोकनाचे संक्षिप्त वृत्त*

येथे एक परिच्छेद दिलेला आहे ज्यात संख्यात्मक अभ्यासाच्या महत्त्वाच्या भागांचे सारांशरूप दिलेले आहे. (क्रेसवेल, सीग्रेन, हेन्री १९७९) जो परिच्छेद शोधप्रबंध किंवा नियतकालिकाच्या लेखात असलेल्या साहित्य पुनरावलोकनाच्या विभागातील परिच्छेदाप्रमाणे असलेला आढळेल. मी या परिच्छेदात ज्यांचे संक्षिप्त रूप करायचे आहे ते घटक निवडले आहेत.

> क्रेसवेल आणि सहकारी (१९७९) यांनी बिग्लेन प्रारूपाची चाचणी घेतली. या प्रारूपात जे त्रिमिती आहे त्यात ९६ शैक्षणिक क्षेत्रांचे एकत्रीकरण आहे, जी कठीण किंवा सुलभ, शुद्ध किंवा उपयोजित, सजीव किंवा निर्जीव अशा प्रकारची आहेत. ती अध्यक्षांच्या व्यावसायिक विकासाच्या गरजांचे भाकित करणारी आहेत. राज्यपातळीवरील चार महाविद्यालयांतील आणि मिडवेस्टर्न राज्यातील एका विद्यापीठातील ८० विभागीय अध्यक्षांना निश्चित करण्यात आले व ते अभ्यासात सहभागी झाले. निकाल असे दर्शवितात की वेगवेगळ्या शैक्षणिक क्षेत्रातील अध्यक्षांच्या व्यावसायिक विकासाच्या गरजा वेगवेगळ्या होत्या. या निष्कर्षांवर आधारित असा सल्ला लेखकांनी दिला की जे सेवांतर्गत कार्यक्रम (प्रोग्राम) विकसित करतात त्यांनी कार्यक्रमाचे नियोजन करताना विद्याशाखांमधील फरक विचारात घ्यावा.

माझ्या सहकाऱ्यांनी आणि मी ए.पी.ए. पब्लिकेशन मॅन्युअल २०१० मधील पाठांतर्गत संदर्भानुसार रचना करून सुरुवात केली. नंतर आम्ही अभ्यासाच्या मुख्य हेतूचे पुनरावलोकन केले. त्यानंतर माहिती संकलनाबद्दल माहिती घेतली. महत्त्वाचे परिणाम सांगून आणि निष्कर्षांचे प्रत्यक्षातील परिणाम सादर करून संक्षिप्त वृत्ताचा शेवट झाला.

निबंध, अभिप्राय, सर्व साधारणपणे केलेले वर्गीकरण, मागील संशोधनाचे एकत्रीकरण यांचे संक्षिप्तवृत्त कसे केले जाते? कारण हे काही संशोधन अभ्यास म्हणून गणले जात नाहीत. अनुभवजन्य नसलेल्या अभ्यासातून माहिती मिळविण्यासाठी पुढीलप्रमाणे गोष्टी करा:

- लेख किंवा पुस्तकाने संबोधित केलेला प्रश्न नमूद करा.
- अभ्यासातील केंद्रीभूत विषयाला शोधून काढा.

- या विषयाशी संबंधित महत्त्वाचे निष्कर्ष सांगा.
- जर पुनरावलोकनाचा प्रकार पद्धतीशास्त्रानुसार असेल तर कारणमीमांसा, तर्क, प्रतिपादने, सामर्थ्य इ. तील त्रुटी दाखवा.

या बाबींचा समावेश असलेले हे उदाहरण विचारात घ्या.

उदा. २.२ *प्रकारनिष्ठ वर्गीकरणाकडे वाटचाल करणाऱ्या अभ्यासातील साहित्य परीक्षणाचा सारांश*

सुदुथ (१९९२) यांनी ग्रामीण इस्पितळांमधील 'नवीन धोरणांशी जुळवून घेण्याच्या क्षमतेचा उपयोग' या विषयावर राज्यशास्त्रात एक संख्यात्मक शोधप्रबंध लिहिला. त्यांनी अभ्यासाच्या सुरुवातीलाच अनेक प्रकारांमध्ये साहित्याचे पुनरावलोकन केले आहे. प्रकारनिष्ठ वर्गीकरणाकडे वाटचाल करणाऱ्या अभ्यासाचा सारांश सादर करताना सुदुथने समस्या, केंद्रविषय आणि प्रकारनिष्ठ वर्गीकरण यांचाही सारांश सादर केला:

> गिंटर, डंकन, रिचर्डसन आणि स्वेन (१९९१) यांनी इस्पितळाच्या, बदलाशी जुळवून घेण्याच्या क्षमतेवर बाह्य पर्यावरणाचा होणारा परिणाम जाणला होता. त्यांनी एका प्रक्रियेचे प्रतिपादन केले, तिला ते पर्यावरणीय विश्लेषण म्हणतात. संघटनेला पर्यावरणात होणाऱ्या बदलांना उत्तम प्रकारे प्रतिसाद देता यावा हे ठरविण्यासाठी ही प्रक्रिया मदत करते. असे असले तरी पर्यावरणीय विश्लेषणासाठी वापरल्या जाणाऱ्या अनेक तंत्रांची पडताळणी केल्यावर असे दिसते की, पर्यावरणीय बाबींचे संपूर्ण विश्लेषण करणारी सर्वंकष संकल्पनांसंबंधी योजना किंवा संगणकीय प्रारूप विकसित झालेले नाही. (गिंटर आणि इतर १९९१) निष्कर्ष हा धोरणात्मक बदलाचा एक आवश्यक भाग आहे, ज्याचे मापन होऊ शकत नाही आणि मूल्यमापनाच्या न्यायिक प्रक्रियेवर जो मोठ्या प्रमाणात अवलंबून असतो. इस्पितळाच्या व्यवस्थापकाला बाह्य पर्यावरणाची काळजीपूर्वक तपासणी करण्यास मदत करण्यासाठी गिंटर आणि इतर (१९९१) यांनी आकृती २.१ मध्ये दाखवल्याप्रमाणे (पृ. क्र. ४४) प्रकारनिष्ठ वर्गीकरण विकसित केले आहे.

या उदाहरणात लेखकांनी अभ्यासाचा संदर्भ एका पाठांतर्गत संदर्भाचा वापर करून दिला आहे. त्यांनी समस्येचा उल्लेख केला आहे. (इस्पितळाची बदलाशी जुळवून घेण्याची क्षमता); मध्यवर्ती विषय शोधला आहे. (एक प्रक्रिया ज्याला ते पर्यावरणीय विश्लेषण म्हणतात.) आणि विषयाशी संबंधित निष्कर्षही सांगितले आहेत. (उदा. सर्वंकष संकल्पनीय प्रारूप उपलब्ध नाही, प्रकारनिष्ठ वर्गीकरण विकसित नाही.)

शैली नियमावली

दोन्ही उदाहरणांमध्ये मी संक्षिप्त वृत्ताच्या सुरुवातीलाच लेखाचा संदर्भ देण्यासाठी समर्पक ए.पी.ए. शैलीचा वापर करण्याची कल्पना प्रस्तृत केली आहे. **रीति पुस्तिका** या विद्वत्तापूर्ण पुस्तकात शैली निर्माण करण्यासाठी मार्गदर्शक तत्त्वे सुचवितात. जसे की, संदर्भ देण्यासाठी एक सातत्यपूर्ण नमुना, शीर्षक ठरविणे, तक्ते आणि आकृत्या सादर करणे, अविभेदात्मक भाषा वापरणे, साहित्याचे पुनरावलोकन करताना एक मूळ तत्त्व म्हणजे सुरुवातीपासून शेवटपर्यंत योग्य

आणि एकच संदर्भाची शैली वापरणे. एखादे उपयुक्त कागदपत्र किंवा दस्तऐवज ओळखताना योग्य पद्धतीचा वापर करून स्रोतांसंबंधी पूर्ण संदर्भ तयार करा. शोधप्रबंधाच्या प्रस्तावांसाठी स्नातक विद्यार्थ्यांनी प्राध्यापकांकडून समिती सदस्य, विभागाचे किंवा महाविद्यालयाचे पदाधिकारी यांच्याकडून संदर्भ उद्धृत करताना कोणती शैली वापरावी याबाबत मार्गदर्शन घ्यावे.

द पब्लिकेशन मॅन्युअल ऑफ द अमेरिकन सायकॉलॉजीकल असोसिएशन (ए.पी.ए. २०१०) हे शिक्षण आणि मानसशास्त्राच्या क्षेत्रात वापरली जाणारी सर्वात लोकप्रिय नियमपुस्तिका आहे. द *शिकागो मॅन्युअल ऑफ स्टाईल* (युनिव्हर्सिटी ऑफ शिकागो प्रेस २०१०) ही सुद्धा सामाजिक शास्त्रांमध्ये वापरली जाणारी पण ए.पी.ए. पेक्षा कमी अशी शैली नियमपुस्तिका आहे. काही नियतकालिकांनी प्रसिद्ध शैलीत स्वतःचे असे बदल करून शैली विकसित केल्या आहेत. मी अशी शैली सुचवितो की जी तुमच्या लेखनाच्या वाचकांना स्वीकार्य असेल आणि नियोजनाच्या प्रक्रियेत तिचा अवलंब सुरुवातीलाच केला पाहिजे.

शैलीच्या संदर्भातील सर्वात महत्त्वाच्या लक्षात घेण्याजोग्या बाबी म्हणजे पाठाची सुरुवात, पाठाचा शेवट, शिर्षक, आकृत्या आणि तक्त्यांचा वापर होय! व्यासंगपूर्ण लिखाणासाठी रीति पुस्तिकेच्या नियमावलीच्या वापरासंबंधी काही सूचनाः

- पाठांतर्गत संदर्भ लिहीत असताना निरनिराळ्या संदर्भांसाठी योग्य रचनांचा विचार करा आणि विविध प्रकारच्या उद्धरणांसाठी लागणाऱ्या रचनांकडे बारकाईने लक्ष द्या.
- पाठाच्या शेवटी संदर्भ लिहिताना, रीति पुस्तिकेप्रमाणे ते आद्याक्षरांप्रमाणे असावेत की क्रमांकानुसार असावेत याकडे लक्ष द्या. तसेच प्रत्येक पाठातील संदर्भ हा पाठाच्या शेवटी असलेल्या संदर्भांच्या यादीत समाविष्ट झालेला आहे ना हे पडताळून पाहा.
- व्यासंगपूर्ण लेखामध्ये स्तरानुसार शीर्षकांची क्रमवारी लावलेली असते. प्रथम तुमच्या संशोधन अभ्यासात किती पातळ्यांवरील शीर्षके तुम्हाला हवी असणार आहेत यांची नोंद करा. नंतर रीति पुस्तिकेचा संदर्भ घेऊन प्रत्येकासाठी अनुरूप रचना करा. संशोधन प्रस्तावात खास करून दोन ते चार पातळ्यांची शीर्षके असतात.
- जर तळटीपा देणार असाल तर त्यांच्या योग्य स्थाननिश्चितीसाठी रीति पुस्तिकेचा उपयोग करा. काही वर्षांपूर्वी ज्या प्रमाणात तळटीपा अभ्यासपूर्ण लेखांमध्ये दिल्या जायच्या त्यामानाने आता त्या कमी प्रमाणात दिल्या जातात. तुम्ही त्यांचा समावेश करणारच असाल तर त्या पानाच्या शेवटी, प्रत्येक प्रकरणाच्या शेवटी किंवा लेखाच्या शेवटी दिल्या आहेत का याची दखल घ्या.
- प्रत्येक प्रकारच्या रीति पुस्तिकेत तक्ते आणि आकृत्या यांचे एक विशिष्ट स्वरूप असते. दिलेल्या उदाहरणातील ठळक रेषा, शीर्षक, अंतर यांसारख्या बाबी लक्षात घ्या.

सारांशाने असे म्हणता येईल की, रीति पुस्तिका वापरण्यातील सर्वात महत्त्वाचा भाग म्हणजे संपूर्ण पुस्तिकेत एकच एक दृष्टिकोन सातत्य असले पाहिजे.

संज्ञांच्या व्याख्या

वाचकांना एक प्रस्तावित संशोधन प्रकल्प समजण्यासाठी ज्याची आवश्यकता असते असा साहित्याच्या पुनरावलोकनाशी संलग्न भाग म्हणजे संज्ञा व त्यांच्या व्याख्यांशी ओळख. संज्ञांच्या

व्याख्यांचा विभाग हा साहित्याच्या पुनरावलोकनापेक्षा वेगळा असू शकेल. किंवा प्रस्तावाच्या वेगळ्या भागामध्ये दिलेला असेल.

अभ्यासाच्या क्षेत्राबाहेरील व्यक्तींना ज्या संज्ञा समजणार नाहीत आणि ज्या सामान्य भाषेच्या पलीकडे जाणाऱ्या असतात अशा संज्ञांच्या व्याख्या द्या. (लॉकी अँड सिरमन २००३) हे उघडच आहे की, एखाद्या संज्ञेची व्याख्या देणे हा अंदाजाचा भाग असू शकतो. पण अशा संज्ञेची व्याख्या द्या जिचा अर्थ वाचकांना माहीत नसण्याची शक्यता आहे. जेव्हा संज्ञा पहिल्याच वेळी वापरल्या जातात तेव्हाच त्यांची व्याख्या द्या म्हणजे प्रस्ताव पुढे-पुढे वाचत असताना वाचक एका विशिष्ट प्रकारच्या व्याख्यांचा संच लक्षात घेऊन वाचत जाणार नाही, अन्यथा त्याला नंतर असे आढळेल की लेखक व्याख्यांचा वेगळ्या अर्थांचा संच वापरत आहे. विस्किनसन (१९९१) यांनी भाष्य केले आहे की 'शास्त्रज्ञ, त्यांच्या संशोधनाबद्दल स्पष्टपणे विचार करता यावा आणि त्यांचे शोध व कल्पना स्पष्टपणे कळाव्यात यासाठी काटेकोरपणे संज्ञांच्या व्याख्या करतात.' (पान २२) संज्ञांच्या व्याख्या केल्याने शास्त्रोक्त अभ्यासाला एक अचूकता प्राप्त होते. फायरस्टोन (१९८७) यांनी म्हटलेच आहे:

> ''रोज वापरल्या जाणाऱ्या भाषेतील शब्द हे बहुअर्थप्रचुरतेने संपन्न असतात. अन्य चिन्हांप्रमाणेच एका विशिष्ट प्रकाराने अर्थांची जुळणी केल्याने त्यांना ताकद प्राप्त होते. अचूकता साध्य करण्यासाठी शास्त्रीय भाषा शब्दातील अर्थाची विविधता जी दिखाऊपणा निर्माण करते ती बाजूला काढते. सामान्य शब्दांना 'शास्त्रीय कारणांसाठी तांत्रिक अर्थ' देण्याचे हेच कारण आहे.'' (पान १७)

अशा प्रकारच्या अचूकतेची गरज असल्याने लेखांच्या प्रस्तावनेत सुरुवातीलाच संज्ञा दिलेल्या आढळतात. शोधप्रबंधात आणि प्रबंधाच्या प्रस्तावनेत एका स्वतंत्र विभागात खास पद्धतीने संज्ञांच्या व्याख्या दिलेल्या असतात. या मागचे कारण असे आहे की औपचारिक संशोधनात भाषा आणि संज्ञा वापरताना विद्यार्थ्यांनी अतिशय काटेकोर असले पाहिजे. अचूक व्याख्या देण्यासाठी योग्य विचारांची गरज ही उत्तम शास्त्र घडविते.

संशोधन योजनेच्या सर्व विभागांमध्ये परिचय करून दिलेल्या संज्ञांची व्याख्या करा:

- अभ्यासाचे शीर्षक
- विषयाचे विधान
- उद्देशाचे विधान
- संशोधन करायचे प्रश्न, परिकल्पना किंवा उद्दिष्टे
- साहित्याचे पुनरावलोकन
- अभ्यासाचा सैद्धांतिक पाया
- पद्धतींचा विभाग

(अ) गुणात्मक, (ब) संख्यात्मक, (क) मिश्र पद्धती या तीनही प्रकारच्या अभ्यासात ज्यांची व्याख्या करणे गरजेचे आहे अशा विशेष संज्ञा आढळतात.

● गुणात्मक पद्धतीच्या अभ्यासात प्रवर्तनिक आणि नैसर्गिकरीत्या वाढणाऱ्या संकल्पचित्रांमुळे तपासक सुरुवातीलाच थोड्या संज्ञांच्या व्याख्या देईल ज्या नंतर तात्पुरत्या व्याख्या वाटतील. याशिवाय, अभ्यासाचा विषय किंवा (यथार्थ रूप किंवा मिती) माहितीच्या विश्लेषणातून निर्माण होऊ शकेल. कार्यप्रणाली विभागात लेखक संशोधनाच्या प्रक्रियेत उद्भवणाऱ्या संज्ञांची व्याख्या देतात. अभ्यासात जोपर्यंत संज्ञा प्रत्यक्षात दिसत नाहीत, तोपर्यंत त्यांची व्याख्या प्रलंबित ठेवणारा हा मार्ग आहे. तो संशोधन प्रस्तावात आधीच अशा व्याख्या करणे अवघड करतो. यासाठी गुणात्मक प्रस्ताव हे संज्ञांच्या व्याख्यांसाठी सहसा स्वतंत्र विभाग समाविष्ट करत नाहीत. त्याऐवजी लेखक त्या क्षेत्रात प्रवेश करण्यापूर्वीच तात्पुरत्या गुणात्मक व्याख्या करून ठेवतात.

● दुसरीकडे संख्यात्मक अभ्यास जे पारंपरिक स्वरूपाच्या प्रारूपांमध्ये काम करतात ज्यांची उद्दिष्टे स्थिर व कायम स्वरूपी निश्चित केलेली असतात ते संशोधन प्रस्तावाच्या प्रारंभीच व्यापक व्याख्या समाविष्ट करतात. तपासक त्यांना स्वतंत्र विभागात समाविष्ट करतात आणि त्यांची अचूक व्याख्या करतात. संशोधक अभ्यासाच्या सुरुवातीलाच सर्व संबंधित संज्ञांची सर्वसमावेशक व्याख्या करण्याचा प्रयत्न करतात आणि साहित्यात आढळणाऱ्या व्याख्या वापरण्याचा प्रयत्न करतात.

● मिश्र पद्धतीच्या अभ्यासात व्याख्यांच्या बाबतीत असा मार्ग राहील की जर अभ्यास पहिल्या टप्प्यात संख्यात्मक पद्धतीने माहिती संकलन करण्याने होत असेल तर व्याख्यांचा समावेश स्वतंत्र विभागात केला जाईल. जर तो गुणात्मक पद्धतीने माहिती संकलन करण्याने होत असेल तर त्यांच्या व्याख्या संशोधनाच्या प्रक्रियेत निर्माण होतील आणि त्यांच्या व्याख्या शोध किंवा निष्कर्षांच्या अंतिम अहवालात केल्या जातील. जर संख्यात्मक आणि गुणात्मक असे दोन्ही पद्धतींचे माहिती संकलन एकाच वेळी झाले तर यापैकी ज्या कुणाला प्राधान्य दिले जाईल त्यावरून व्याख्यांचा मार्ग निश्चित होईल. असे असले तरी सर्व मिश्र पद्धतींच्या अभ्यासात काही संज्ञा अशा आहेत ज्या वाचकांना अपरिचित असू शकतात. उदाहरणार्थ खुद्द कार्यप्रणालीच्या चर्चेतील मिश्र पद्धतीने होणाऱ्या अभ्यासाची व्याख्या (पहा प्रकरण १०) तसेच तपासाच्या धोरणाशी संबंधित संज्ञांचे निरसन करणे, उदा. एककालीन, अनुक्रमिक आणि धोरणासाठी विशिष्ट नाव (उदा. १० व्या प्रकरणात चर्चिलेले अभिसारी समांतर संकल्पचित्र)

एखादी व्यक्ती अभ्यासातील संज्ञांची कशी व्याख्या करतो यावर कोणताही एक मार्ग नियंत्रण ठेवू शकत नाही. पण अनेक सूचना असतात. (पहा लॉकी आणि इतर २०१३)

- त्या संज्ञेची व्याख्या द्या जी प्रथमच प्रस्तावात वापरली जात आहे. उदा. प्रस्तावनेत एखाद्या संज्ञेच्या व्याख्येची गरज पडेल जी वाचकाला संशोधनाची समस्या आणि प्रश्न किंवा परिकल्पना समजून घेण्यास मदत करेल.
- व्यावसायिक किंवा उपयोजित पातळीवरील व्याख्या लिहा. अमूर्त, संकल्पनात्मक व्याख्यांपेक्षा व्यावसायिक व्याख्या ह्या विशिष्ट भाषेत लिहिल्या जातात. प्रबंधातील व्याख्येच्या विभागात अभ्यासात वापरलेल्या संज्ञाचे स्पष्टीकरण देण्याची संधी लेखकाला दिली जाते त्यामुळे व्यावहारिक व्याख्यांना प्राधान्य देण्याची संधी उपलब्ध असते.
- रोजच्या बोलीभाषेत संज्ञांची व्याख्या करू नका. त्याऐवजी संशोधन साहित्यात मान्यता पावलेल्या व्याख्या वापरा. त्यामुळे संज्ञा रुजवल्या जातात. शोधल्या जात नाहीत. (लॉकी आणि इतर २०१३)

असे ही होणे शक्य आहे की, साहित्यात संज्ञेची अचूक व्याख्या उपलब्ध नाही आणि दैनंदिन बोलीभाषा वापरणे गरजेचे होईल. अशावेळी व्याख्या करा आणि पूर्ण नियोजन आणि अभ्यासात ती संज्ञा सातत्याने वापरा. (विल्किन्सन १९९१)

- संशोधक त्यांची वेगवेगळी उद्दिष्टे पूर्ण करण्यासाठी संज्ञांची व्याख्या करू शकतात. एखादी व्याख्या सामान्य भाषेतील शब्दांचे वर्णन करेल. (उदा. संघटन) याच्या बरोबर एखादी मर्यादा येऊ शकते. (उदा. अभ्यासक्रम मर्यादित असू शकतो.) ती निकष निर्माण करू शकते. (उदा. उच्च श्रेणी गुण सरासरी) आणि ती एखादी व्याख्या कार्यावरून ही करू शकेल. (उदा. रिइन्फोर्समेंट विल रिफर टू लिस्टिंग)
- संज्ञांची व्याख्या करण्यासाठी जरी एकच एक नमुना उपलब्ध नसला तरी 'संज्ञांची व्याख्या' नावाचा एक स्वतंत्र विभाग विकसित करणे हा एक मार्ग आहे. त्यात संज्ञा समाविष्ट करून त्यांच्या व्याख्या अधोरेखित करा. अशाप्रकारे शब्दाला एक कायमस्वरूपी अर्थ दिला जातो. (लॉकी आणि इतर २०१३) हा स्वतंत्र विभाग लांबीला दोन किंवा तीन पानांपेक्षा मोठा असू नये.

संशोधन अभ्यासात संज्ञांच्या व्याख्या करण्याच्या विविध संरचना संदर्भात दोन उदाहरणे पुढे दिली आहेत.

उदा. २.३ *स्वतंत्र चलांच्या विभागात व्याख्या केलेल्या संज्ञा*

हा दोन उदाहरणांचा संच अभ्यासासाठी केलेल्या व्याख्या लिखाणाचे संक्षिप्तीकरण दर्शवितो. पहिले उदाहरण एका महत्त्वाच्या संज्ञेची कार्यात्मक व्याख्या देते आणि दुसरे महत्त्वाच्या संज्ञेची कार्यपद्धतीनुसार व्याख्या देते. व्हर्नान (१९९२) यांनी मधल्या पिढीच्या घटस्फोटाचा आजी आणि आजोबा आणि नातवंडे यांच्या नात्यांवर काय परिणाम होतो याचा अभ्यास केला. या व्याख्यांचा समावेश स्वतंत्र चलांच्या विभागात केला होता.

नातवंडांशी असलेला गोत्रसंबंध

नातवंडांशी असलेला गोत्रसंबंध हा आजी आजोबा आईच्या बाजूकडील आहेत किंवा वडिलांच्या बाजूचे आहेत यांच्याशी असलेले नाते दर्शविते. पूर्वीचे एक संशोधन (उदा. शर्लिन आणि फर्स्टनबर्ग १९८६) असे दर्शवते की आईच्या बाजूचे आजी आजोबा नातवंडांना अधिक जवळचे वाटतात.

आजी-आजोबांची लिंगजाती

आजी-आजोबा आणि नातवंड यांच्यातील नात्यात मागील पिढीपैकी आजी किंवा आजोबा हा घटक महत्त्वाचा आढळला आहे. (म्हणजेच आजोबांपेक्षा आजी अधिक गुंतलेल्या असतात. परिवारातील सख्यत्वाचे संबंध राखण्यात स्त्रियांची भूमिका असते त्यामुळे हे असेल. (उदा. हेजस्टॅड १९८८, पान ३५, ३६.)

उदा. २.४ *मिश्र पद्धतींच्या शोधप्रबंधांमध्ये व्याख्या केलेल्या संज्ञा*

मिश्र पद्धतीच्या अभ्यासात सादर केलेल्या एका प्रदीर्घ व्याख्येचे हे उदाहरण आहे. जी पहिल्या प्रकरणातील स्वतंत्र विभागात दिलेली असून ती अभ्यासाची ओळख करून देते. व्हॅनहॉर्न-ग्रासमायर (१९९०) यांनी महाविद्यालयीन आणि विश्वविद्यालयीन विद्यार्थ्यांच्या घडामोडींचा व्यक्तिशः किंवा एकत्रितरित्या गंभीरपणे विचार करणाऱ्या ११९ नवीन व्यावसायिकांचा अभ्यास केला. त्यांनी नवीन व्यावसायिकांची पाहणीही केली आणि सविस्तर मुलाखतीही घेतल्या. त्यांनी विद्यार्थ्यांच्या घडामोडींसंबंधी व्यावसायिकांच्या व्यक्तिगत आणि एकत्रित अशा गंभीर मननाचा अभ्यास केला म्हणून त्यांनी अभ्यासाच्या सुरुवातीलाच या संज्ञांच्या सविस्तर व्याख्या दिल्या आहेत. पुढे मी त्यांच्या अशा दोन संज्ञा देत आहे. त्यांनी अन्य लेखकांच्या साहित्यातील व्यक्त होणाऱ्या अर्थाशी स्वतःच्या व्याख्यांचा संदर्भ कसा लावला आहे हे लक्षात घ्या.

व्यक्तिगत मनन

> शॉन (१९८३) यांनी संपूर्ण पुस्तक संकल्पनांना समर्पित केले, ज्यांना त्यांनी मननशील विचारसरणी, कृतीतील विचार/मनन, मननशील सराव/व्यवहार अशी नावे दिली आहेत. यापूर्वी एका दशकापूर्वी त्यांनी अर्गिरिस (अर्गिन्स आणि शॉन १९७८) या संज्ञांची निश्चिती करून देण्यासाठी एक संपूर्ण पुस्तक लिहिले होते. ह्या लेखिकेने वैयक्तिक मननाच्या आकलनाची 'उत्स्फूर्त क्रिया' म्हणून अचूक व्याख्या करून संज्ञेला न्याय दिला. ज्यामुळे जी समजण्यास दुरापास्त होती ती योग्यपणे ओळखली गेली. असे असले तरी या अभ्यासासाठी व्यक्तिगत मननाची तीन अत्यंत महत्त्वाची वैशिष्ट्ये अशी आहेत (अ) सरावातील अत्यंत कौशल्य (शॉन १९८३) (ब) एखाद्याला अंतःप्रेरणेने जे समजते ते तो उघडपणे कसे व्यक्त करतो. (क) एखादा व्यावसायिक मनात वैचारिक संवादाचा सराव कसा वाढवितो.

विद्यार्थीसंबंधी घडामोडी क्षेत्रातील, व्यावसायिकाचे वर्णन

> विद्यार्थीसंबंधी घडामोडी क्षेत्रातील, व्यावसायिकाचे वर्णन वेगवेगळ्या प्रकारे केले जाते. त्यापैकी एक वर्णन असे आहे की ज्या व्यक्तीने उच्च दर्जाच्या स्वतंत्र निर्णय क्षमतेचे दर्शन घडविले आहे, जी सामूहिक कल्पना यावर आधारित आहे आणि जी व्यक्ती व्यावसायिक जाणकार आहे. (बास्केट्ट आणि मारसिक १९९२ पान ३) विद्यार्थी-घडामोडी संबंधीचे व्यावसायिकतेने त्यांच्या सेवाकाळात उच्च शिक्षणाच्या पर्यावरणात असे गुणविशेष दाखविले की त्यांच्या अनेक कार्यांपैकी एक कार्य शैक्षणिक व शिक्षणोत्तर अभ्यासक्रमांना पुष्टी देणारे होते. (पान ११–१२)

संख्यात्मक किंवा मिश्र पद्धतीच्या साहित्याचा मागोवा

साहित्याचे पुनरावलोकन करताना किती साहित्याचे पुनरावलोकन करायचे हे ठरविणे कठीण असते. ही समस्या सोडविण्यासाठी मी एक प्रारूप विकसित केले आहे. जे साहित्याच्या पुनरावलोकनासाठी निकष सांगते. हे प्रारूप विशेष करून संख्यात्मक किंवा मिश्र पद्धतीच्या अभ्यासासाठी आहे ज्यात एक प्रमाणित साहित्य पुनरावलोकन विभाग असतो. गुणात्मक अभ्यासासाठी साहित्याचे पुनरावलोकन या मध्यवर्ती घटनेकडे निर्देश केला जात आहे. हे प्रारूप तिचे काही भाग उलगडून दर्शवील आणि त्यांचे विभाजन लहान प्रचलित विषयांच्या क्षेत्रात करेल. परंतु गुणात्मक अभ्यासातील साहित्य पुनरावलोकनासाठी पूर्वी चर्चा केल्याप्रमाणे प्रस्तावातच अनेक प्रकारे स्थान देता येईल. (उदा.

संशोधनाच्या प्रश्नासाठीचे तत्त्व एक स्वतंत्र विभाग म्हणून संपूर्ण अभ्यासात त्यांची गुंफण करून प्रकल्पाच्या परिणामांशी तुलना करून)

संख्यात्मक अभ्यासासाठी किंवा मिश्र पद्धती अभ्यासातील संख्यात्मक भागाचा धागादोरा काढण्यासाठी अशाप्रकारे साहित्याचे पुनरावलोकन करा की ज्यात मोठ्या स्वतंत्र चलांसंबंधी साहित्य असेल, मोठ्या अवलंबी चलांबद्दल माहिती असेल आणि स्वतंत्र तसेच अवलंबी चलांशी संबंधित अभ्यास असेल (प्रकरण ३ मध्ये चलांवर अधिक भाष्य आहे.) शोधप्रबंधासाठी हा मार्ग सयुक्तिक वाटतो आणि नियतकालिकांमधील लेखांमध्ये साहित्यात ज्या संज्ञांचा परिचय करून द्यायचा आहे त्यासाठी हा मार्ग योग्य आहे. पाच भागांनी मिळून जे साहित्य पुनरावलोकन निर्माण होणार आहे त्याचे उदाहरण घ्या: (अ) परिचय (ब) विषय (स्वतंत्र चलाबद्दल) (क) विषय दोन (अवलंबी चलाबद्दल) (ड) विषय तीन (स्वतंत्र आणि अवलंबी चलांकडे निर्देश करणारे अभ्यास) आणि (इ) सारांश. पुढे प्रत्येक विभागाबद्दल अधिक विस्तृतपणे सांगितले आहे.

१. समाविष्ट केलेल्या विभागांबद्दल वाचकाला कथन करून पुनरावलोकन परिचय करून द्या. हा परिच्छेद म्हणजे विभागाच्या संघटनेबद्दलचे विधान आहे.

२. विषय १ चे पुनरावलोकन, हे व्यासंगी अभ्यासपूर्ण साहित्यातील *स्वतंत्र* चल किंवा चले यांच्याकडे संबोध करते. अनेक स्वतंत्र चलांसहित उपविभाग लक्षात घ्या किंवा एकाच अत्यंत महत्त्वाच्या चलावर लक्ष केंद्रित करा. केवळ स्वतंत्र चलाच्या साहित्याकडे लक्ष द्यायचे आहे हे ध्यानात घ्या. या प्रारूपात स्वतंत्र आणि अवलंबी चलांबद्दलचे साहित्य वेगळे ठेवायचे आहे.

३. विषय २ चे पुनरावलोकन, यात परावलंबी चल किंवा चले यांच्याबद्दलचे अभ्यासपूर्ण साहित्य समाविष्ट असते. अनेक परावलंबी चलांसहित प्रत्येक चलासाठी उपविभाग करा किंवा एकाच महत्त्वाच्या चलावर लक्ष द्या.

४. विषय ४ चे पुनरावलोकन, यात स्वतंत्र चल (चले) आणि परावलंबी चल (चले) यांचा संबंध असलेले अभ्यासपूर्ण साहित्य समाविष्ट आहे. येथे आपण प्रस्तावित अभ्यासाच्या अगदी महत्त्वाच्या भागाजवळ आहोत. म्हणून हा विभाग तुलनेने लहान असला पाहिजे आणि त्यात प्रस्तावित अभ्यासातील विषयाला अतिशय जवळ अशी विभागाची रचना असली पाहिजे. कदाचित विषयाबद्दल यात काहीच लिहिले जाणार नाही. विषयाला जितक्या जवळ जाईल तितका नेऊन एक विभाग बनवा आणि अधिक सामान्य स्तरावर विषय जाईल याप्रमाणे त्यावरील अभ्यासाचे परीक्षण त्यामध्ये करा.

५. सर्वात महत्त्वाच्या अभ्यासावर प्रकाश टाकेल अशाप्रकारे सारांश द्या. अभ्यासाचा प्रमुख विषय बारकाईने मांडा. या विषयावर अधिक संशोधन करणे कसे गरजेचे आहे ते सुचवा. तसेच प्रस्तावित अभ्यास ह्या गरजेची पूर्ती कशी करेल तेही पुढे सांगा.

हे प्रारूप साहित्याच्या पुनरावलोकनावर भर देते. संशोधनाचे प्रश्न आणि परिकल्पना यातील चलांशी जुळवून संबंध प्रस्थापित करते आणि अभ्यास बऱ्यापैकी आटोक्यात आणते. संशोधनाचे प्रश्न आणि पद्धती विभाग यासाठी हा दूर नेणारा तर्क सुसंगत मुद्दा ठरतो.

सारांश

साहित्याचा शोध घेण्यापूर्वी लघु शीर्षक लिहून काढणे किंवा संशोधनाचा केंद्रीभूत प्रश्न कथन करण्यासारखे धोरण वापरून तुमचा विषय शोधून काढा. याचबरोबर हा विषय पुनरावलोकन करून संशोधन करता येईल किंवा करावा का? सहभागीदार आणि संसाधने यांच्याशी संधान साधता येईल का, आपला अभ्यास विषय साहित्यात भर घालेल का, आपल्या विषयात दुसऱ्यांना स्वारस्य वाटेल का आणि तो विषय आपल्या वैयक्तिक उद्दिष्टांशी सुसंगत असेल का याचाही विचार करा.

संशोधक विद्वत्तापूर्ण साहित्याचा उपयोग त्यांच्या अभ्यासात करतात त्यातून ते त्यांच्यासारख्या अभ्यासाचे निष्कर्ष सादर करतात. साहित्यात चालू असलेल्या संभाषणाशी सदर अभ्यासाचा संबंध जोडण्यासाठी आणि सदर अभ्यासाच्या निष्कर्षांची अन्य अभ्यासांबरोबर तुलना करण्यास एक चौकट पुरविण्यासाठी उपयोग करतात. संख्यात्मक, गुणात्मक आणि मिश्र पद्धतींच्या संरचनांसाठी साहित्याचे वेगवेगळे हेतू असतात. गुणात्मक संशोधनात साहित्याची मदत संशोधनाचा प्रश्न प्रमाणाने सिद्ध करण्यास होते. परंतु ते सहभागींच्या मतांवर मर्यादा आणत नाही. साहित्याचा समावेश प्रारंभी न करता तो शेवटी समाविष्ट करण्याचा प्रकार लोकप्रिय आहे. संख्यात्मक अभ्यास, ज्याकडे लक्ष देणे आवश्यक आहे असे प्रश्न किंवा परिकल्पनाही सूचित करते. संख्यात्मक अभ्यासात साहित्याच्या पुनरावलोकनाचा विभाग खास करून वेगळा आढळतो. मिश्र पद्धतींच्या संशोधनात साहित्याचा वापर हा संरचनेच्या प्रकारावर आणि गुणात्मक आणि संख्यात्मक बाजूंना दिलेले महत्त्व यावर अवलंबून राहील.

साहित्याचे पुनरावलोकन करत असताना साहित्याचा शोध घेण्यासाठी मुख्य शब्द ओळखा. त्यानंतर ऑनलाईन माहितीकोश (आधार) शोधा, जसा की इ.आर.आय.सी., इ.आर.आय.सी., इ.बी. एस.सी.ओ., प्रोक्वेस्ट, गूगल स्कॉलर, पबमेड आणि अधिक विशेष माहितीकोश उदा. सायकिइनफो, सोशोफाईल आणि एस.एस.सी.आय. नंतर नियतकालिकांमधील लेखांसाठी व नंतर पुस्तकांसाठी प्राधान्याने लेख किंवा पुस्तके निश्चित करा. तुमच्या साहित्याच्या पुनरावलोकनासाठी योगदान देऊ शकतील असे संदर्भ शोधून काढा. या अभ्यासाचे साहित्य नकाशात गट करा जे अभ्यासाचे महत्त्वाचे वर्गीकरण दर्शवतील आणि तुमच्या प्रस्तावित अभ्यासाचे या वर्गीकरणातील स्थान दाखवा. अभ्यासाचे सारांश लिहिण्यास सुरुवात करा. रीति पुस्तिकेप्रमाणे संपूर्ण संदर्भांची नोंद करा. (उदा. ए.पी.ए. २०१०) आणि त्यानंतर संशोधनाबद्दल माहिती शोधून काढण्यास सुरुवात करा. ज्यात संशोधन करायचा प्रश्न, समस्या, माहितीचे संकलन आणि विश्लेषण, अंतिम परिणाम (निष्कर्ष) यांचा समावेश असेल.

महत्त्वाच्या संज्ञांची व्याख्या करा आणि शक्यतो तुमच्या प्रस्तावात संज्ञांच्या व्याख्यांचा विभाग विकसित करा किंवा त्यांचा समावेश तुमच्या साहित्याच्या पुनरावलोकनात करा. शेवटी या सर्व अभ्यासाचे संघटन करण्यासाठी एका मोठ्या (सर्वसाधारण) संरचनेचा विचार करा. एक संख्यात्मक संशोधनाचे प्रारूप असे आहे ज्यात पुनरावलोकनाची विभागणी, महत्त्वाचे चल लक्षात घेऊन केलेल्या विविध विभागांमध्ये केली जाते. (संख्यात्मक मार्ग) किंवा तुम्ही अभ्यास करत असलेल्या महत्त्वाच्या मध्यवर्ती घटनेच्या महत्त्वाच्या उपविषयांच्या आधारे केले जाते.

लेखन सराव

१. तुमच्या विषयासाठी एक अभ्यासाचा साहित्य नकाशा तयार करा. नकाशात प्रस्तावित अभ्यासाचा समावेश करा आणि प्रस्तावित अभ्यासापासून अभ्यासाच्या शाखांपर्यंत रेषा काढा. त्यामुळे वाचकाला सहजपणे तुमचा अभ्यास उपलब्ध साहित्यात कशी भर घालत आहे ते समजेल.

२. संख्यात्मक अभ्यासासाठी साहित्याच्या पुनरावलोकनासाठी व्यवस्थित रचना करा आणि अशा प्रारूपाचे अनुसरण करा, जे अभ्यासातील चल प्रतिबिंबित करण्यासाठी साहित्यावरील मर्यादा काढून टाकते. याला पर्याय म्हणजे गुणात्मक अभ्यासासाठी साहित्याच्या पुनरावलोकनाचे संघटन करा आणि अभ्यासातील संशोधन प्रश्नांसाठी असलेल्या तर्कसंगत प्रस्तावनेत त्याचा समावेश करा.

३. तुमच्या विषयावरील साहित्याचा माहितीकोश ऑनलाईन शोधण्याचा सराव करा. तुमच्या संशोधन विषयाच्या शक्य तितक्या जवळ जाणारा लेख मिळेपर्यंत अनेक शोध घेत राहा. लेखात नमूद केल्याप्रमाणे डिस्क्रिप्टर्स वापरून पुन्हा एकदा शोध घ्या. तुम्ही तुमच्या साहित्य पुनरावलोकनात समाविष्ट करण्यासाठी १० लेख निश्चित करा व त्यांचा सारांश घ्या.

४. उदाहरण २.३ प्रमाणे तुमच्या शोधावर आधारित एक संख्यात्मक आणि एक गुणात्मक असे दोन सारांश लिहा. जे शोध तुमच्या दोन ऑनलाईन संशोधन अभ्यासात मिळाले आहेत. तुमच्या साहित्याच्या सारांशात घटकांचा समावेश करण्यासाठी या प्रकरणात दिलेली मार्गदर्शनपर तत्त्वे वापरा.

अधिक वाचनासाठी

अमेरिकन सायकॉलॉजिकल असोसिएशन (२०१०) *पब्लिकेशन मॅन्युअल ऑफ द अमेरिकन सायकॉलॉजिकल असोसिएशन* (६वी आवृत्ती) वॉशिंग्टन डीसी: ऑथर.

प्रत्येक संशोधकाच्या पुस्तकाच्या कपाटात सर्वात अलीकडील ए.पी.ए. शैलीची नियमपुस्तिका असलीच पाहिजे. केलेले काम संदर्भसूचीत कसे दर्शवावे याची अनेक उदाहरणे या संपूर्ण प्रकरणात दिली आहेत. ही उदाहरणे समावेशक आहेत, अगदी नियतकालिकांपासून पेटंटपर्यंत, आणि तुम्ही वापरू शकाल अशी. तक्ते आणि आकृत्या सादर करण्यासाठी मार्गदर्शनपर तत्त्वे चांगल्या उदाहरणांसहित दिलेली आहेत. या नियमावली पुस्तकात व्यासंगपूर्ण लिखाण असलेली प्रकरणे आहेत. तसेच अशा प्रकारच्या लिखाणासाठी शैलीचे तंत्र ही दिले आहे. जे आपले लेखन प्रकाशित करण्याचा बेत करत आहेत त्यांच्यासाठी ही पुस्तिका हस्तलिखिताचे प्रमाणित घटक, तसेच लक्षात घेण्यासारख्या नैतिक बाबी याबद्दल उपयुक्त माहिती देते.

बूट, डी.एन. आणि बेले, पी. (२००५) स्कॉलर्स बिफोर रिसर्चर्स: संशोधनाच्या तयारीमधील शोधप्रबंधाच्या साहित्याच्या पुनरावलोकनातील मध्यवर्ती केंद्राकडे जाणे. *एज्युकेशनल रिसर्चर* ३४(६), ३–१५

डेव्हिड बूट आणि पेन्नी बेले यांनी विद्यार्थ्यांना शोधप्रबंधाचे महत्त्व सांगताना जटिल आणि सुविकसित असलेल्या साहित्याच्या पुनरावलोकनाच्या जुळणीबद्दल चर्चा केली आहे. एखाद्या कठोरपणे केलेल्या साहित्याच्या पुनरावलोकनात असलेच पाहिजेत अशा पाच निकषांचा उल्लेख त्यांनी येथे केला आहे. लेखकाला साहित्याच्या वगळ-निगळीचे समर्थन

करता आले पाहिजे, क्षेत्राच्या स्थितीची काटेकोरपणे तपासणी केली पाहिजे, साहित्याच्या व्यापक क्षेत्रात विषयाची स्थाननिश्चिती केली पाहिजे. विषयाचा इतिहास पडताळून पहायला पाहिजे. व्याख्या आणि साहित्यातील संदिग्धता यांची नोंद घ्यायला पाहिजे. नवीन दृष्टिकोन सादर करायला हवेत. संशोधनाच्या पद्धतींची समीक्षा करायला पाहिजे. तसेच संशोधनाच्या व्यावहारिक आणि विद्वत्तापूर्ण अभ्यासाचे महत्त्व सांगून ते संगतवार पद्धतीने लिखाणात उतरवले पाहिजेत.

लॉकी एल.एफ., स्पिरडूसो, डब्ल्यू. डब्ल्यू आणि सिल्व्हरमन एस.जे. (२०१०), *प्रपोजल्स दॅट वर्क: ए गाईड फॉर प्लॅनिंग डेसर्टेशन अँड ग्रँट प्रपोजल* (६० वी आवृत्ती) थाऊजंड प्रोक्स, सीए: सेज.

लॉरेन्स लुके, वामिन स्पिरडूसो आणि स्टीफन सिल्व्हरमन यांनी साहित्याच्या पुनरावलोकनातील अनेक स्थितींचे वर्णन केले आहे. अभ्यासाचे समर्थन करणाऱ्या संकल्पना विकसित करा, प्रत्येक मोठ्या संकल्पनेसाठी दुय्यम मुद्दे विकसित करा, प्रत्येक संकल्पनेला आधारभूत असे अत्यंत महत्त्वाचे संदर्भ समाविष्ट करा. विद्वत्तापूर्ण अभ्यासात संज्ञांची व्याख्या करण्यासाठी त्यांनी पाच नियम सांगितले आहेत: अ) शब्दांचा कधीही शोध लावू नका. ब) प्रस्तावाच्या सुरुवातीला व्याख्या द्या. क) सामान्य भाषेतील शब्दांची रूपे वापरू नका. ड) विशिष्ट शब्द जेव्हा पहिल्यांदाच वापरले असतील तेव्हाच त्यांची व्याख्या द्या. इ) शब्दांसाठी विशिष्ट नेमक्या व्याख्यांचाच उपयोग करा.

पंच, के.एफ. (२००५) *इंट्रोडक्शन टू सोशल रिसर्च: संख्यात्मक आणि गुणात्मक मार्ग* (दुसरी आवृत्ती) थाऊजंड ओक्स, सीए: सेज.

किथ पंच यांनी सामाजिक संशोधनासाठी मार्गदर्शन केले आहे. ज्यात संख्यात्मक आणि गुणात्मक मार्गांना समान लेखले आहे. मध्यवर्ती बाबींचे त्यांनी केलेले संकल्पनीकरण हे दोन्ही मार्गांची विभागणी करते व ते त्यातील महत्त्वाच्या फरकांचा निर्देश करते. पंच असे नोंदवितात की प्रस्ताव किंवा अहवाल लिहिताना, साहित्यातील कोणत्या मुद्द्यांवर लक्ष केंद्रित करावे हे संशोधनाच्या भिन्न शैलीनुसार बदलत असते. या निर्णयावर परिणाम करणाऱ्या घटकांमध्ये संशोधनाची पद्धत, संशोधनाचे सर्वसाधारण धोरण आणि साहित्यातून मिळणाऱ्या सूचनांचे पालन अभ्यासक किती काटेकोरपणे करेल या घटकांचा समावेश होतो.

प्रकरण तीन

सिद्धान्ताचा उपयोग

साहित्याचे पुनरावलोकन करण्याचा एक भाग हा, विद्वत्तापूर्ण अभ्यासातील प्रश्नांचा शोध घेण्यासाठी कोणते सिद्धान्त वापरता येतील, हे ठरविणे हा आहे. संख्यात्मक संशोधनामध्ये संशोधक अनेकदा त्यांच्या प्रश्नांच्या उत्तरांचे स्पष्टीकरण देताना सिद्धान्त तपासून खात्री करून घेतात, कसोटीवर उतरवतात. एखाद्या संख्यात्मक शोधप्रबंधात संशोधन प्रस्तावातील एक पूर्ण विभाग अभ्यासासाठी, सिद्धान्ताचे सादरीकरण करण्यासाठी समर्पित केला जातो. एखादा तपासक (शोधक) त्याच्या अभ्यासाची अंतिम फलनिष्पत्ती म्हणून एखादा सिद्धान्त मांडेल आणि प्रकल्पाच्या शेवटी त्याची स्थाननिश्चिती करेल, जसे पायाभूत सिद्धान्तात केले जाते. अन्य गुणात्मक अभ्यासात तो सुरुवातीला येतो आणि तो असे भिंग पुरवितो जे (भिंग) ज्याकडे बघते, त्याचा आकार निश्चित करते, विचारलेल्या प्रश्नांना रूप देते. जसे की, संस्कृतीवर्णनशास्त्रात किंवा रूपांतरणात्मक संशोधनात केले जाते. मिश्र पद्धतीच्या संशोधनात संशोधक सिद्धान्ताची कसोटी घेऊ शकतो तसेच त्यांची निर्मितीही करू शकतो. यापेक्षा अधिक म्हणजे मिश्र पद्धती संशोधनात एक सैद्धांतिक चौकट असू शकते. ज्यात संख्यात्मक आणि गुणात्मक अशा दोन्ही प्रकारची माहिती संकलित केली जाते. या चौकटी स्त्रीवादी, वांशिक, वर्ग किंवा अन्य दृष्टिकोनातून तयार केल्या जाऊ शकतात. त्या मिश्र पद्धतीच्या अभ्यासाच्या वेगवेगळ्या भागात व्यक्त होऊ शकतात.

संख्यात्मक, गुणात्मक आणि मिश्र पद्धतींच्या अभ्यासात सिद्धान्तांचा वापर केला जाऊ शकतो. या प्रकरणाची सुरुवात मी संख्यात्मक अभ्यासातील सिद्धान्ताच्या वापरावर भर देऊन केली आहे. मी सिद्धान्ताच्या व्याख्येचे संख्यात्मक अभ्यासातील चलांच्या उपयोगाचे, सिद्धान्ताची स्थाननिश्चिती आणि लिखित योजनेत तो वेगवेगळे पर्यायी कोणते प्रकार धारण करू शकेल या सर्वांचे पुनरावलोकन करतो. त्यानंतर सिद्धान्त शोधून काढण्याची पद्धती सादर करतो. या पाठोपाठ संख्यात्मक संशोधन प्रस्तावातील सैद्धांतिक दृष्टिकोन विभागाचा मसुदा येतो. यानंतर गुणात्मक अभ्यासात करावयाच्या सिद्धान्ताच्या वापराबद्दल चर्चा सुरू होते. गुणात्मक पृच्छक सिद्धान्तांसाठी विविध संज्ञा वापरता येतात, जसे की सैद्धांतिक भिंग किंवा स्वाभाविक सामान्यीकरण. सिद्धान्तांच्या व्यापक स्पष्टीकरणाच्या उपयोगाचे वर्णन यापुढे येते किंवा अभ्यासात विकसित केलेल्या सिद्धान्तांचे वर्णन येते. या प्रकरणातील उदाहरणे गुणात्मक संशोधकाला उपलब्ध असलेले पर्याय स्पष्ट करतात. अंतिमत: मिश्र पद्धतींच्या संशोधनातील सिद्धान्ताचा वापर आणि त्याचप्रमाणे अशा प्रकारच्या संशोधनातील रूपांतरणात्मक सिद्धान्त याकडे प्रकरणाचा रोख वळतो.

संख्यात्मक सिद्धान्ताचा उपयोग

संख्यात्मक अभ्यासातील चले

संख्यात्मक सिद्धान्ताची चर्चा करण्यापूर्वी सिद्धान्तांची मांडणी करण्यातील चल आणि त्यांचे प्रकार यांचा होणारा उपयोग समजणे महत्त्वाचे आहे. 'चल' हा व्यक्ती किंवा संस्थेची वैशिष्ट्ये किंवा गुणधर्म दर्शवितो. त्याचे मापन करता येते किंवा त्याचे निरीक्षण करता येते आणि जो अभ्यासाच्या मध्ये, लोक किंवा संघटना यांच्यानुसार बदलता असतो. ह्या 'फरकाचा' (व्हरायन्स) अर्थ असा, की दिलेल्या परिस्थितीतील गुणात्मक प्राप्तांक (स्कोअर) किमान दोन परस्पर-भिन्न गटांत मोडतो. (थॉम्पसन २०१६) मानसशास्त्रज्ञ ('चल' म्हणण्यापेक्षा) 'कन्स्ट्रक्ट' ही संज्ञा वापरणे पसंत करतात, जी विशिष्ट पद्धतीने व्याख्या केलेल्या संज्ञेपेक्षा अमूर्त कल्पनेचा मतितार्थ सूचित करते. असे असले तरी, सामाजिक शास्त्रांचे तज्ज्ञ खास करून *'चल'* ही संज्ञा वापरतात आणि तिचा चर्चेत वापर होतो. अभ्यासात ज्या चलांचे नेहमी मापन केले जाते त्यात लिंग, वय, सामाजिक-आर्थिक स्तर आणि दृष्टिकोन किंवा वेगवेगळ्या प्रकारचे वर्णन उदा. वांशिक, सामाजिक नियंत्रण, राजकीय सत्ता किंवा नेतृत्व यांचा समावेश होतो. अनेक पुस्तके चलांचे प्रकार जे व्यक्ती वापरू शकते आणि त्यांच्या मोजमापाचे प्रमाण याबद्दल सविस्तर चर्चा करतात. (उदा. आयझॅक आणि मिशेल १९८१, केप्पेल १९९१, कर्लिंगर १९७९, थॉम्पसन २००६, थॉर्नडाईक १९९७) 'चले' दोन वैशिष्ट्यांच्या आधारे ओळखली जातात. (१) *कालदर्शक क्रम,* (२) त्यांचे मोजमाप (किंवा निरीक्षण).

कालदर्शक क्रम म्हणजे एक 'चल दुसऱ्याच्या मागे योग्य कालक्रमाने जातो. या कालक्रमामुळे असे म्हटले जाते की, एक 'चल' दुसऱ्या चलावर परिणाम करते किंवा दुसरे चल निर्माण करते. यापेक्षा एक अधिक अचूक विधान असे असू शकते की, एका चलापुढे दुसरे चल निर्माण होण्याची शक्यता असते. नैसर्गिक जुळणी, जडण घडण आणि मानव यांच्या अभ्यासाबद्दल काम करताना संशोधक 'कारण-परिणाम' पूर्णपणे सिद्ध करू शकत नाहीत. (रोझेन्थॉल आणि रॉस्नो १९९१) आता समाजशास्त्र असे म्हणते की, 'कार्यकारण भाव असण्याची' शक्यता आहे. काळानुसार क्रम म्हणजे संख्यात्मक संशोधक चलांचा विचार 'डावीकडून उजवीकडे' या क्रमाने करतात (पंच २००५) आणि त्याप्रमाणे उद्देश स्पष्ट करणाऱ्या विधानांमध्ये संशोधनाच्या प्रश्नांमध्ये, दृश्य प्रारूपांमध्ये डावीकडून उजवीकडे याप्रमाणे, तसेच कारण आणि परिणाम अशा प्रकारच्या सादरीकरणांमध्ये चलांचा क्रम मांडतात. याप्रमाणे पुढील गोष्टींकडे लक्ष द्या:

- *स्वतंत्र 'चल'* म्हणजे अशी चले जी (कदाचित) निष्कर्षास कारणीभूत ठरतात, प्रभाव पाडतात किंवा निष्कर्षांवर परिणाम करतात. त्यांना *प्रतिपादन अभिक्रिया करणारी, रचलेली, फेरफार करणारी गतकालीन पूर्वप्रस्थापित* किंवा *भाकित करणारी* 'चले' असेही म्हणतात.

- *परतंत्र 'चले'* ही अशी चले असतात की, जी स्वतंत्र चलांवर अवलंबून असतात. स्वतंत्र चलांच्या परतंत्र चलांवरील परिणामांचे ते निष्कर्ष असतात किंवा परिणाम असतात. परतंत्र चलांना अन्य नावे आहेत. उदा. *निकष, निष्पत्ती, परिणाम* आणि *प्रतिसाद* देणारी चले.

- *हस्तक्षेप करणारी* किंवा *मध्यास्थित चले* ही स्वतंत्र आणि परतंत्र चलांच्यामध्ये मोडतात आणि ती स्वतंत्र चलांच्या परतंत्र चलांवर होणाऱ्या परिणामांमध्ये मध्यस्थी करतात. उदा. जर

विद्यार्थ्यांनी संशोधन पद्धती चाचणीत चांगली कामगिरी केली (परतंत्र चल) तर निकाल हे (१) त्यांची अभ्यासाची तयारी (परतंत्र चल) आणि (२) चाचणीवर प्रभाव पाडणाऱ्या त्यांच्या अभ्याससंबंधी कल्पनांच्या एका चौकटीत संघटना (मध्यस्थी करणारे चल) करण्यावर अवलंबून आहे.

- *नियमन करणारी चले* ही स्वतंत्र चले असून ती स्वतंत्र व परतंत्र चलांमधील संबंधांच्या दिशेवर आणि मजबुतीवर परिणाम करतात. (थॉम्पसन २००६) ही नियमन करणारी चले ही नवीन चले असून ती एका संशोधकाने संरचित केली आहेत. त्यांनी परतंत्र चलांवर होणारा एकत्रित परिणाम ठरविण्यासाठी एक चल घेऊन त्याला दुसऱ्याने गुणले. (वय गुणिले आयुष्याच्या दर्जासंबंधीचा दृष्टिकोन = आत्मसन्मानावर होणारा परिणाम) प्रयोगात अशाप्रकारची चले खास करून सापडतात.

- आणखी दोन प्रकारची चले आहेत. *'नियंत्रक चले'* आणि *'संभ्रामक चले'*. नियंत्रक चले ही संख्यात्मक अभ्यासात एक सक्रिय भूमिका करतात. ही एक खास प्रकारची स्वतंत्र चले आहेत, ज्यांचे मापन संशोधक करतात कारण परतंत्र चलावर परिणाम करण्याची क्षमता त्यांच्यात असते. संशोधक सांख्यिकी प्रणाली वापरतात. (उदा. या चलांच्या नियंत्रणासाठी कोव्हेरिअन्सचे विश्लेषण (ॲनकोव्हा) आहे. ती लोकसंख्याविषयक किंवा वैयक्तिक चले (उदा. वय किंवा लिंग) असू शकतील ज्यांचे नियंत्रण आवश्यक आहे कारण त्यामुळे स्वतंत्र चलाचा परतंत्र चलावरील परिणाम ठरविता येईल. दुसऱ्या प्रकारचे चल, संभ्रामक (किंवा बनावट) चल, त्याचे मापन प्रत्यक्षात केले जात नाही किंवा अभ्यासात त्याचे निरीक्षण केले जात नाही. ते अस्तित्वात असते पण त्याचा परिणाम प्रत्यक्षपणे शोधता येत नाही. अभ्यास पूर्ण झाल्यानंतर संशोधक संभ्रामक चलांच्या परिणामांवर समीक्षा करतात कारण ही चले परतंत्र आणि स्वतंत्र चलांमधील संबंध स्पष्ट करण्यासाठी कार्य करत असतील. पण त्यांचे मूल्यमापन झाले नाही किंवा सहजपणे होऊ शकले नाही. उदा. भ्रामक चल जसा की भेदभाव करणारा दृष्टिकोन.

संख्यात्मक अभ्यासात संशोधन प्रश्नांच्या उत्तराशी चल संबंधित असतात. उदा. तरुणांमधील मित्रत्वाचे संबंध निर्माण होण्यावर आत्मसन्मानाचा कसा परिणाम होतो? किंवा संशोधक जे परिणाम दाखविण्याची अपेक्षा करतो त्याबद्दल अंदाज करणे. अशा अंदाजांना परिकल्पना असे म्हणतात. उदा. वैयक्तिक सकारात्मक आत्मसन्मानाची भावना तरुणांच्या मित्रांची संख्या वाढविते.

संख्यात्मक संशोधनातील सिद्धान्ताची व्याख्या

चलांविषयीची अशी पार्श्वभूमी लक्षात घेऊन आपण संख्यात्मक सिद्धान्तांच्या उपयोगाकडे जाऊया. संख्यात्मक सिद्धान्तात एखादा सिद्धान्त हा शास्त्रीय अनुमान आहे हे पाहण्यासाठी किंवा संशोधकाला कशाचा शोध लागण्याची अपेक्षा आहे हे पाहण्यासाठी एखादा ऐतिहासिक दाखला उपलब्ध असतो. (पहा : थॉमस १९९७ सिद्धान्ताच्या संकल्पनीकरणाचे विविध मार्ग आणि ते विचारांवर कशा मर्यादा घालू शकतात, यासाठी) उदा. केरलिंगची १९७९ सिद्धान्ताची व्याख्या आजही वैध ठरते. त्यांनी म्हटले आहे, "सिद्धान्त हा एक परस्परांशी निगडित चल, व्याख्या व विधाने यांचा गट आहे जो नैसर्गिक घटना स्पष्ट करण्यासाठी चलांमधील संबंध स्पष्ट करून एखाद्या घटनेविषयी पद्धतशीर दृष्टिकोन सादर करतो." (पान ६४)

या व्याख्येत **संख्यात्मक संशोधनातील सिद्धान्त** हा परस्परसंबंधित चलांचा एक संच आहे जो विधाने किंवा परिकल्पनांचे रूप घेतो, जो चलांमधील नातेसंबंध स्पष्ट करतो. (खास करून प्रमाण किंवा दिशा यांच्या रूपात.) एखाद्या संशोधनाच्या अभ्यासात सिद्धान्त हा युक्तिवाद, चर्चा किंवा एखाद्या निर्णयामागची कारणमीमांसा अशा स्वरूपात व्यक्त होऊ शकतो आणि तो जगातील घटना समजण्यास (भाकित करण्यास) मदत करतो. लाबोव्हिट्झ् आणि हागेडॉर्न (१९७१) यांनी या व्याख्येत जी भर घातली आहे ती म्हणजे *सैद्धांतिक कार्यकारण परंपरेच्या* कल्पनेची. सिद्धान्ताची त्यांनी व्याख्या अशी केली आहे, ''विशिष्ट प्रकारे चले आणि संबंधात्मक विधाने परस्परांशी कशी आणि का जोडलेली असतात ते दर्शविणारी कल्पना होय.'' (पृष्ठ १७) 'क्ष' या स्वतंत्र चलाचा 'य' या परतंत्र चलावर प्रभाव पडतो किंवा परिणाम होतो? अशा प्रकारच्या अपेक्षेचे किंवा भाकिताचे सिद्धान्त स्पष्टीकरण पुरवितो. साहित्य पुनरावलोकनावरील प्रस्तावाच्या एका विभागात या सिद्धान्तांबद्दलची चर्चा आढळेल किंवा *'सिद्धान्ताचा पाया'* अशा शीर्षकाखाली स्वतंत्र विभागात सैद्धांतिक उपपत्ती किंवा *सैद्धांतिक दृष्टिकोन* आढळेल. मी 'सैद्धांतिक यथार्थचित्र' ही संकल्पना पसंत करतो कारण ज्यावेळी अमेरिकन एज्युकेशनल रिसर्च असोसिएशनच्या परिषदेसाठी कुणी लेख सादरीकरण करण्यासाठी अर्ज करतो, तेव्हा हीच संज्ञा संशोधनाच्या प्रस्तावांच्या संबंधित विभागात सामान्यपणे वापरली जाते.

सिद्धान्त कार्य कसे करतो हे दृगोचर होण्यासाठी इंद्रधनुष्याचे रूपक साहाय्य करते. असे गृहीत धरा की, इंद्रधनुष्य अभ्यासात स्वतंत्र आणि परतंत्र चले आणते. हे इंद्रधनुष्य चलांना एकत्रित गुंफते आणि स्वतंत्र चल हे परतंत्र चलाबद्दल स्पष्टीकरण किंवा भाकीत एखादा अपेक्षित करतो याचे सर्वंकष स्पष्टीकरण '*कसे* व *का*' या स्वरूपात देते. ज्यावेळी संशोधक भाकिताची पुन्हा पुन्हा चाचणी घेतो तेव्हा सिद्धान्त विकसित होतात. उदाहरणार्थ, येथे सिद्धान्त विकसनाची प्रक्रिया कशी कार्य करते ती दिली आहे. तपासक साधनांच्या वेगवेगळ्या प्रकारांवर आधारित प्रश्नांमध्ये स्वतंत्र, मध्यस्थित आणि परतंत्र चले एकत्र करतात. हे प्रश्न संबंधांच्या प्रकाराबद्दल (सम, विषम, अज्ञात) आणि त्यांच्या महत्त्वाबद्दल (उदा. जास्त किंवा कमी) माहिती देतात. भविष्यसूचक विधानाच्या (परिकल्पना) स्वरूपात माहिती देताना संशोधक असे लिहू शकतो, ''नेत्यांकडे सत्तेचे केंद्रीकरण जेवढे जास्त तेवढे अनुयायांना हक्क, अधिकार, सत्ता कमी.'' ज्यावेळी संशोधक पुन्हा पुन्हा वेगवेगळ्या विशिष्ट परिस्थितीत आणि वेगळ्या लोकगटांवर (उदा. स्काऊटची मुले, प्रेझबिटर चर्चचा अनुयायी, रोटरी क्लब आणि माध्यमिक शाळांमधील मुलांचा गट) परिकल्पनांची कसोटी घेतो तेव्हा त्यातून सिद्धान्त उदयास येतो. कुणीतरी त्याला नाव देतो. (उदा. थिअरी ऑफ ॲट्रिब्युशन). अशाप्रकारे, सिद्धान्त विशिष्ट क्षेत्रांमधील प्रगत माहितीच्या स्पष्टीकरणाच्या रूपात विकसित होते (थॉमस १९९७).

सिद्धान्ताचा दुसरा पैलू म्हणजे सिद्धान्त त्यांच्या व्याप्तीच्या प्रमाणात बदलतात. न्यूमन (२००९) यांनी तीन पातळ्यांवर सिद्धान्तांचे पुनरावलोकन केले आहे. १) सूक्ष्म पातळी (मायक्रो लेवल) २) सूक्ष्म व स्थूल (समग्र) पातळीच्या मधली मध्यम पातळी (मेसो लेव्हल) ३) स्थूल (समग्र) पातळी (मॅक्रो लेवल). सूक्ष्म पातळीवरील सिद्धान्त कमी कालखंड, कमी अवकाश किंवा ज्यावर संशोधन केले आहे अशा लोकांची कमी संख्या अशा बाबतीत स्पष्टीकरण देतात. गौफमनची थिअरी ऑफ फेस वर्क, जी लोकांच्या आमने-सामने होणाऱ्या मुलाखतीदरम्यान लोक धार्मिक कृत्यात कसे मग्न असतात हे स्पष्ट करते. सूक्ष्म व स्थूल (समग्र) पातळीच्या मधल्या पातळीवरचे सिद्धान्त सूक्ष्म व स्थूल सिद्धान्ताला जोडण्याचे काम करतात. हे सिद्धान्त संस्थांचे, सामाजिक चळवळींचे किंवा समुदायासबंधीचे सिद्धान्त असतात. उदा. संघटनाच्या नियंत्रणासंबंधीचा कोलिनचा सिद्धान्त. समग्र पातळीवरील सिद्धान्त मोठ्या प्रमाणावरील समुच्चयाचे उदा. सामाजिक संस्था, सांस्कृतिक प्रणाली आणि संपूर्ण समाज यांचे

स्पष्टीकरण देतात. लेन्स्की यांचा समग्र पातळीवरील समाजाच्या स्तरीकरणाचा सिद्धान्त उदा. समाजाच्या विकासाबरोबर समाज निर्माण करत असलेला उत्पादनाचा अधिशेष कसा वाढत जातो हे स्पष्ट करतो.

समाजशास्त्राच्या वेगवेगळ्या शाखांमध्ये मानसशास्त्र, समाजशास्त्र, मानववंशशास्त्र, शिक्षण आणि अर्थशास्त्र त्याचप्रमाणे इतर अन्य उपक्षेत्रात सिद्धान्त आढळतात. या सिद्धान्ताची स्थाननिश्चिती व वाचन करण्यासाठी साहित्याच्या माहितीकोशाचा धांडोळा घेणे आवश्यक आहे. (उदा. *मानसशास्त्रीय सारांश, समाजशास्त्रीय सारांश.*) किंवा सिद्धान्तांसंबंधीच्या साहित्याच्या मार्गदर्शकांचे पुनरावलोकन करणे आवश्यक आहे. उदा. पहा वेब, बेल्स आणि व्हाईट १९८६.

संख्यात्मक संशोधनातील सिद्धान्ताचे प्रकार

संशोधक त्यांचे सिद्धान्त संशोधन प्रस्तावात वेगवेगळ्या प्रकारे सादर करतात. उदा. परिकल्पनांची मालिका, जर-तर ची तार्किक विधाने किंवा दृश्य प्रारूप. पहिला प्रकार म्हणजे काही संशोधक त्यांचे सिद्धान्त परस्परांशी जोडलेल्या परिकल्पनांच्या स्वरूपात मांडतात. उदा. हॉपकिन्स (१९६४) यांनी त्यांचा परिणाम प्रक्रियेचा सिद्धान्त पंधरा परिकल्पनांच्या मालिकेच्या रूपात मांडला. त्यापैकी काही परिकल्पना पुढीलप्रमाणे आहेत. (लिंगविशिष्ट सर्वनामे काढून टाकण्यासाठी परिकल्पनांमध्ये थोडे बदल केलेले आहेत.)

१. व्यक्तीचे पद जेवढे मोठे, तेवढी तिची स्वकेंद्रित वृत्ती जास्त.
२. व्यक्तीची स्वकेंद्रित वृत्ती जेवढी जास्त, तेवढी तिची निरीक्षणक्षमता जास्त.
३. व्यक्तीचे पद जेवढे उच्च, तेवढी तिची निरीक्षणक्षमता जास्त.
४. व्यक्तीची स्वकेंद्रित वृत्ती जेवढी जास्त, तेवढी तिची अनुरूपता मोठी.
५. व्यक्तीचे पद जेवढे मोठे, तेवढी तिची अनुरूपता मोठी.
६. व्यक्तीची निरीक्षणक्षमता जेवढी जास्त, तेवढी तिची अनुरूपता जास्त.
७. जेवढी व्यक्तीची अनुरूपता जास्त, तेवढी तिची निरीक्षणक्षमता जास्त.

दुसरा प्रकार म्हणजे जर-तर विधानांच्या मालिकेच्या स्वरूपात सिद्धान्त मांडणे, ही विधाने, स्वतंत्र चलांनी ही परतंत्र चलांवर प्रभाव पाडण्याचा किंवा कारण बनण्याच्या शक्यतेची एखाद्याने अपेक्षा का करावी. याचे स्पष्टीकरण देतात. उदा. होमन्स (१९५०) यांनी थिअरी ऑफ इंटरॲक्शन (परस्परक्रियेचा सिद्धान्त)चे स्पष्टीकरण दिले आहे.

> दोन किंवा अधिक व्यक्तींमधील परस्पर क्रियेची (संवाद) वारंवारिता (प्रमाण) वाढली, तर त्यांचे एकमेकांना आवडण्याचे प्रमाण वाढेल आणि याचा व्यत्यासही घडेल. ज्या व्यक्तींमध्ये एकमेकांना आवडण्याच्या भावना आहेत, त्या बाह्य व्यवस्थेतील कृतींच्या उपक्रमांच्या पलीकडे जाऊन भावना व्यक्त करतील आणि अशा कृती/उपक्रम आवडल्याविषयीच्या भावना अधिकच बळकट करतील. व्यक्तींच्या परस्परसंवादाचे प्रमाण जेवढे जास्त, तेवढे काही बाबतीत त्यांच्या क्रियांमध्ये, उपक्रमांमध्ये आणि भावनांमध्ये साम्य असण्याची शक्यता जास्त असते. (पान ११२, ११८, १२०)

तिसरा प्रकार म्हणजे लेखक त्याचा सिद्धान्त दृश्य प्रारूपाच्या स्वरूपात सादर करेल. चलांचे दृश्य चित्रामध्ये रूपांतरण उपयुक्त ठरते. ब्लालॉक (१९६९, १९८५, १९९१) यांनी अंतर्गतसंबंधींचे प्रतिमान (प्रारूप) आणि शाब्दिक सिद्धान्तांना सामान्य प्रारूपांमध्ये पुन्हा घाट देण्याचे समर्थन केले आहे, कारण त्यामुळे वाचकाला चलांमधील परस्परसंबंध दृश्यमान होऊ शकतील. येथे दोन सोपी उदाहरणे दिली आहेत. आकृती क्र. ३.१ मध्ये दाखविल्याप्रमाणे तीन स्वतंत्र चले एका परतंत्र चलावर परिणाम करतात, जो हस्तक्षेप करणाऱ्या दोन चलांमध्ये मध्यस्थी करतो. पथ (मार्ग) विश्लेषणाद्वारे आणि संरचनात्मक समीकरण प्रारूपात आढळून येणाऱ्यांप्रमाणे अनेक चलांची परिमाणे वापरून अधिक प्रगत विश्लेषणाद्वारे प्रारूप बनवण्याकडे जाणारा चलांमधील संभाव्य तार्किक क्रम या सारख्या आकृती दर्शवितात. (पहा: क्लाईन १९९८) प्रस्तावाच्या पातळीवर डंकन (१९८५) यांनी दृश्य प्रासंगिक अंतःसंबंध दाखविताना, आकृत्या काढताना जी चिन्हे लागतात त्यासंबंधी उपयुक्त सूचना केल्या आहेत.

- आकृतीच्या उजवीकडे परतंत्र चले निश्चित करा आणि स्वतंत्र चले डावीकडे निश्चित करा.
- निर्धारक चलाकडून त्याच्यावर अवलंबून असलेल्या चलापर्यंत एकाच दिशेने जाणाऱ्या बाणांचा वापर करा.
- चलांमध्ये असलेल्या संबंधांची दृढता मार्गांमध्ये मूल्य असलेली चिन्हे वापरून दाखवा. गृहीत धरलेल्या किंवा अनुमान केलेल्या संबंधांसाठी घन किंवा ऋण मूल्ये असलेली चिन्हे वापरा.
- ज्या चलांमधील विश्लेषण न झालेले संबंध, जे प्रारूपातील अन्य संबंधांवर अवलंबून नाहीत, ते दाखविण्यासाठी दोन्हीकडे टोके असलेले बाण वापरा.

आकृती ३.१ दोन हस्तक्षेप करणाऱ्या चलांकडून एका परतंत्रचलावर तीन स्वतंत्र चलांचा होणारा परिणाम

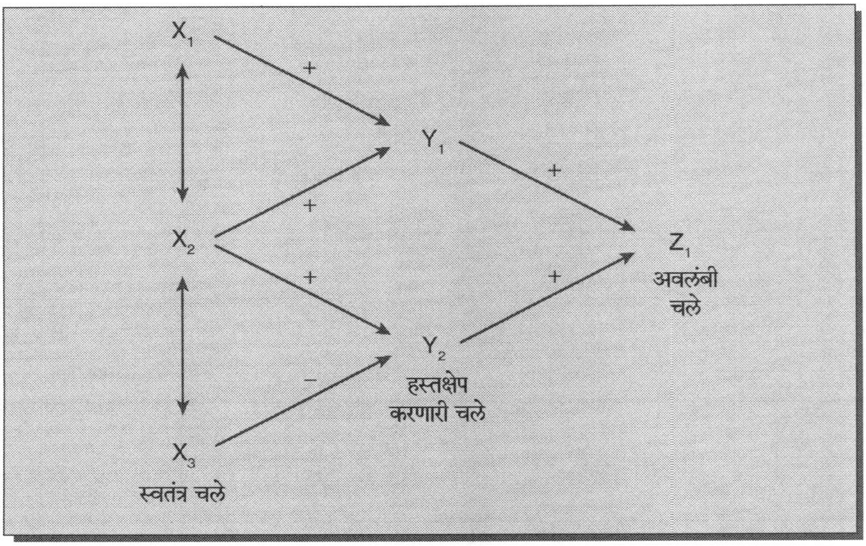

जास्त चिन्हांच्या सहाय्याने कार्यकारणभाव दाखविणाऱ्या अधिक गुंतागुंतीच्या आकृत्या काढता येतील. मर्यादित चलांचे एक प्राथमिक प्रारूप, जे खास करून सर्वेक्षण संशोधन अभ्यासात आढळेल, ते हे दर्शविते.

या विषयात बदल म्हणजे स्वतंत्र चले घेणे, ज्यांच्यामध्ये नियंत्रण गट आणि प्रयोगशील गटांची तुलना परिणामांच्या स्वरूपात एका स्वतंत्र चलाशी करणे. आकृती क्र. ३.२ मध्ये दाखविल्याप्रमाणे 'क्ष' या चलाच्या दोन गटांची तुलना त्यांच्या 'य' वरील परिणामांच्या स्वरूपात जो परतंत्र चल आहे केली आहे. हे संकल्पचित्र समूहांमधील प्रयोगात्मक संकल्पचित्र आहे. (पहा प्रकरण ८) पूर्वी चर्चिलेले चिन्हांबद्दलचे तेच नियम येथे लागू आहेत.

आकृती ३.२ 'क्ष' वर वेगळे उपचार करणाऱ्या गटांची तुलना 'य' च्या रूपात केली आहे

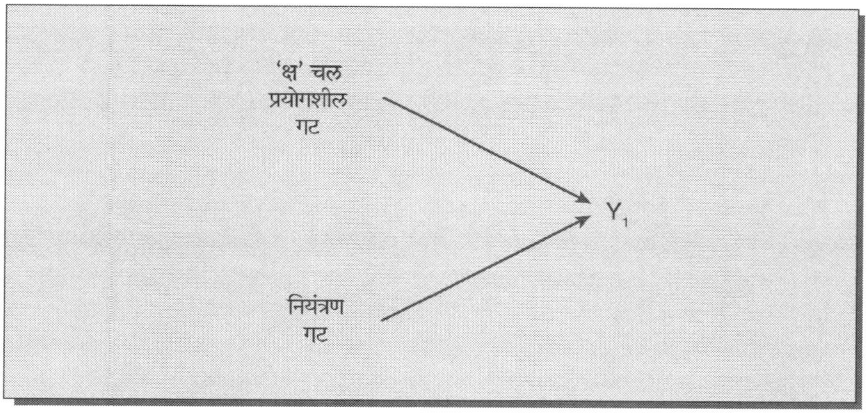

सिद्धान्ताच्या मांडणीसाठी ही दोन प्रारूपे केवळ स्वतंत्र आणि परतंत्र चलांच्या जोडणीच्या शक्यतांचा परिचय करून देण्यासाठी आहेत. अधिक गुंतागुंतीच्या संरचना कार्यकारणभावाच्या, मोठ्या श्रमाने तयार केलेल्या प्रारूपांमध्ये अनेकविध स्वतंत्र आणि परतंत्र चले वापरतात. (ब्लालॉक १९६९, १९८५) उदा. युंगनिकल (१९९०) यांनी फार्मसी स्कूलमधील शिक्षकांमधील संशोधन उत्पादकता याविषयीच्या डॉक्टरल प्रबंधांच्या प्रस्तावात एक गुंतागुंतीचे दृश्य प्रारूप सादर केले. जे आकृती क्र. ३.३ मध्ये दर्शविले आहे. युंगनिकल यांनी 'विद्याशाखेच्या सदस्यांच्या विद्वत्तापूर्ण संशोधन कर्तबगारीवर कोणते घटक परिणाम करतात?' अशी विचारणा केली आहे. साहित्यातील असे घटक ओळखल्यावर त्यांनी नर्सिंग संशोधनात आढळलेल्या सैद्धांतिक चौकटीचा अवलंब केला. (मेगेल, लॅन्गास्टन आणि क्रेसवेल १९८७) आणि पूर्वी लागू केलेल्या प्रारूप निर्मितीच्या नियमांचे पालन करून ह्या घटकांमधील संबंध दाखविणारे एक दृश्य प्रारूप विकसित केले. त्यांनी अगदी डावीकडे स्वतंत्र चलांची यादी दिली आहे. मध्यभागी हस्तक्षेप करणारी चले आणि उजवीकडे परतंत्र चले दिली आहेत. परिणामांची दिशा डावीकडून उजवीकडे अशी आहे आणि त्यांनी अधिक व उणेची चिन्हे परिकल्पित दिशेसाठी वापरली आहेत.

आकृती ३.३ शिक्षकांच्या विद्वत्तापूर्ण कामगिरीच्या सिद्धान्ताचे दृश्य प्रारूप

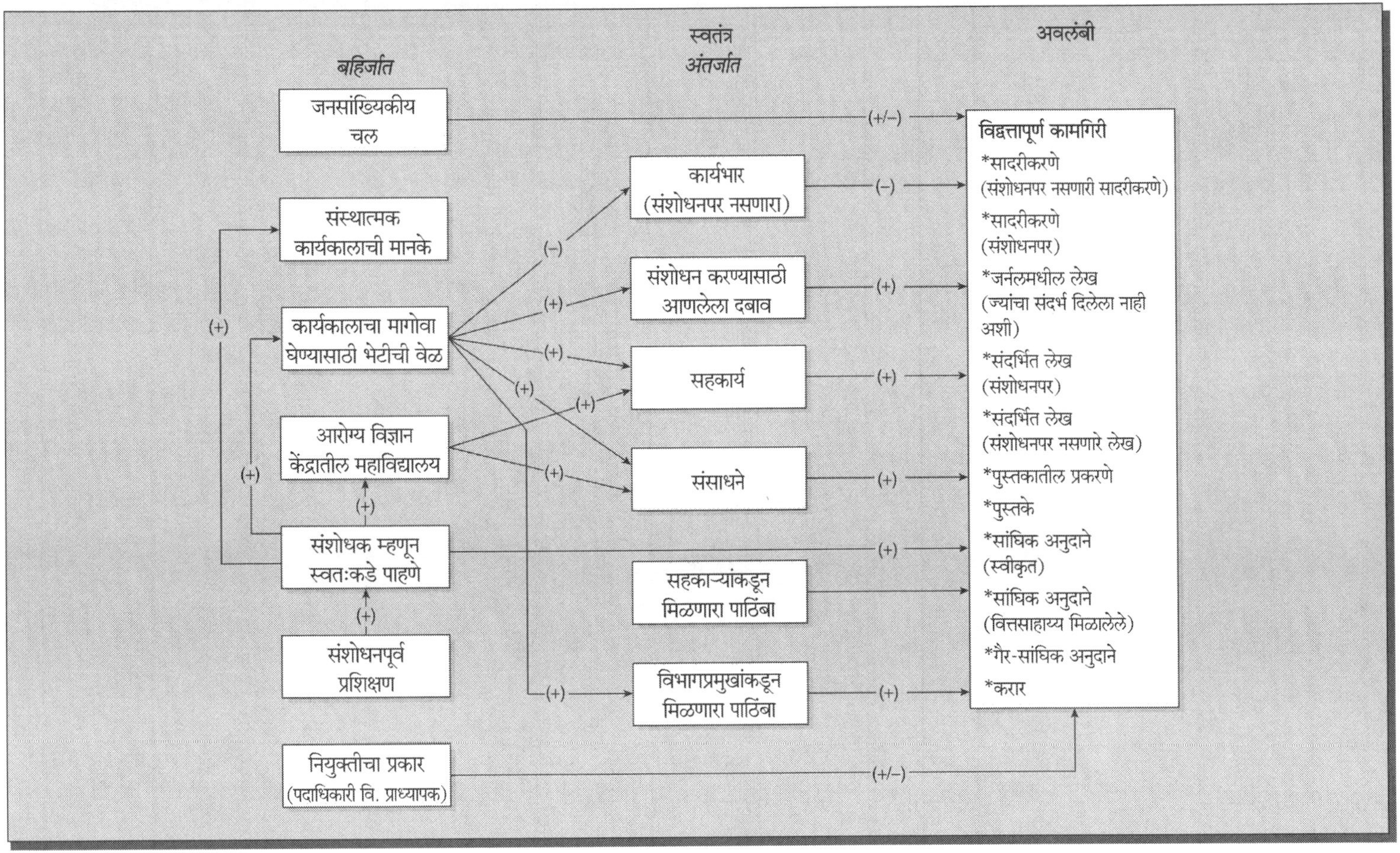

स्रोत: युंगनिकल (१९९०). परवानगी घेऊन पुनर्मुद्रित करण्यात आले आहे.

संख्यात्मक सिद्धान्ताची स्थाननिश्चिती

संख्यात्मक अभ्यासात निगमनात्मक पद्धती सिद्धान्त वापरला जातो. प्रस्तावित अभ्यासाच्या प्रारंभी त्याची स्थाननिश्चिती केली जाते. सिद्धान्त विकसित करण्याऐवजी त्याचे परीक्षण किंवा पडताळणी करण्याच्या उद्देशाने संशोधक सिद्धान्त पुढे नेतो, त्याच्या परीक्षणासाठी माहिती गोळा करतो आणि परिणामांच्या आधारे त्यांच्या स्वीकारावर किंवा अस्वीकारावर प्रकाश टाकतो. हा सिद्धान्त संपूर्ण अभ्यासासाठी चौकट ठरतो. संशोधन प्रश्न किंवा परिकल्पना यासाठी अणि माहिती संकलन प्रक्रियेसाठी प्रारूपाची व्यवस्थित रचना करतो. आकृती क्र. ३.४ मध्ये संख्यात्मक अभ्यासात वापरल्या जाणाऱ्या अनुमानिक विचारसरणीचे प्रारूप दर्शविले आहे. संशोधक सिद्धान्ताचे परीक्षण, परिकल्पनांची किंवा त्यापासून उत्पन्न होणाऱ्या प्रश्नांची तपासणी करून करतो. या परिकल्पना किंवा प्रश्नांमध्ये चले असतात, ज्यांची व्याख्या संशोधकाने करणे आवश्यक आहे. इथून पुढे तपासक अभ्यासात सहभागी होणाऱ्यांच्या दृष्टिकोनाच्या किंवा वर्तनाच्या मापनासाठी किंवा निरीक्षणासाठी साधनाचे स्थान निश्चित करतो. नंतर या साधनांवर तपासक गुणसंख्या एकत्रित करून सिद्धान्त मंजूर किंवा नामंजूर करतो.

संख्यात्मक मार्गातील संशोधनासाठी असलेल्या या अनुमानिक मार्गाचे संख्यात्मक संशोधन अभ्यासातील सिद्धान्ताच्या स्थाननिश्चितीवर परिणाम होतात. (तक्ता क्र. ३.१ पहा.)

एखाद्या योजनेत किंवा अभ्यासात सुरुवातीलाच सिद्धान्ताचा परिचय करून देण्यासाठी एक सर्वसाधारण मार्गदर्शन: सिद्धान्त प्रस्तावनेत असू शकतो. तसेच साहित्याच्या पुनरावलोकनाच्या

आकृती ३.४ संख्यात्मक अभ्यासात खास करून वापरलेला अनुमानिक मार्ग

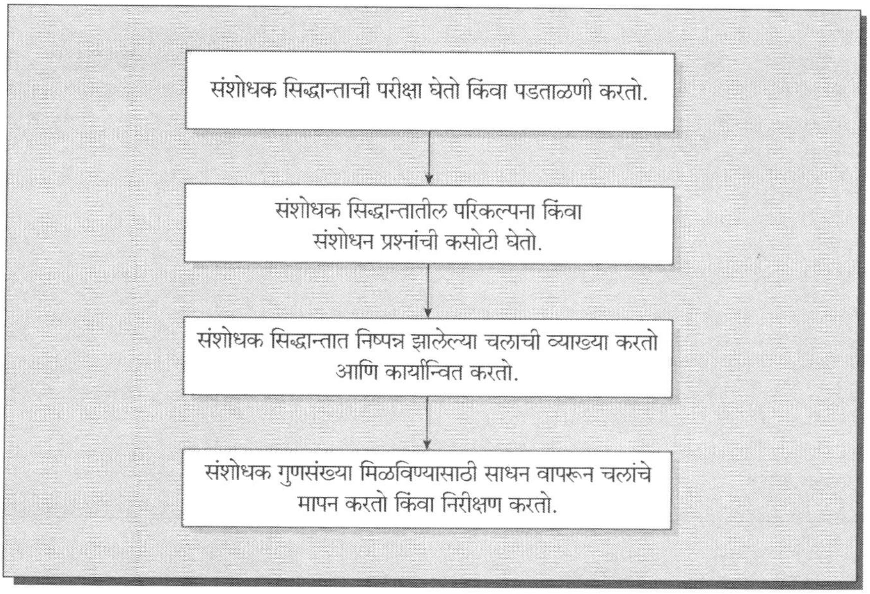

तक्ता ३.१ संख्यात्मक अभ्यासात सिद्धान्ताच्या स्थाननिश्चितीसाठीचे पर्याय

स्थान	फायदे	तोटे
प्रस्तावनेमध्ये	सहसा नियतकालिकांमधील लेखांमध्ये आढळणारा दृष्टिकोन हा वाचकांना परिचित असण्याची शक्यता. तो निगमनात्मक मार्ग व्यक्त करतो.	वाचकाला संशोधन प्रक्रियेच्या अन्य भागांपासून सिद्धान्त व सिद्धान्ताचा पाया वेगळा काढणे अवघड जाते.
साहित्याच्या पुनरावलोकनामध्ये	साहित्यात सिद्धान्त आढळतात आणि त्यांचा साहित्याच्या पुनरावलोकनात समावेश करणे हे तर्कसंगत आहे आणि तो साहित्याचा भाग आहे.	वाचकाला साहित्याच्या पुनरावलोकनातील अन्य विषयांपासून सिद्धान्त वेगळा काढणे अवघड आहे.
परिकल्पनेनंतर किंवा संशोधन प्रश्नांनंतर कार्यकारण भाव म्हणून	सिद्धान्तचर्चा ही परिकल्पना किंवा संशोधन प्रश्नांचे तार्किक विस्तारीकरण असते, कारण ती चले कशी आणि का संबंधित असतात ते स्पष्ट करतात.	लेखक परिकल्पना आणि प्रश्नांनंतर सैद्धांतिक कार्यकारण परंपरा समाविष्ट करू शकतो. आणि आरंभ व सिद्धान्ताच्या वापरासंबंधीचे प्रमाण विस्तारित चर्चेतून वगळू शकतो.
स्वतंत्र विभागात	हा मार्ग सिद्धान्ताला स्पष्टपणे संशोधनाच्या प्रक्रियेतील अन्य घटकांपासून वेगळा काढतो. त्यामुळे वाचकाला अभ्यासासाठी सिद्धान्ताचा पाया ओळखणे व समजणे सोपे जाते.	संशोधन प्रक्रियेतील इतर घटकांपासून सिद्धान्ताची चर्चा अलग राहते. (उदा. प्रश्न किंवा पद्धती) आणि तसेच वाचक सहजपणे त्याचा संबंध संशोधन प्रक्रियेतील इतर घटकांशी लावू शकत नाही.

विभागात, परिकल्पना किंवा संशोधन प्रश्नाच्या नंतर लगेचच (चलांना एकत्रित साधण्यासाठी आधार) किंवा अभ्यासाच्या एका स्वतंत्र विभागात असू शकतो.

येथे संशोधनासंबंधीची एक सूचना आहे – संशोधन प्रस्तावातील स्वतंत्र विभागात मी सिद्धान्त लिहितो त्यामुळे वाचकांना अन्य भागांपासून सिद्धान्त स्पष्टपणे ओळखता येतो. असा स्वतंत्र परिच्छेद सिद्धान्त विभागाचे संपूर्ण स्पष्टीकरण, त्याचा उपयोग आणि तो अभ्यासाशी कसा जोडलेला आहे ते स्पष्ट करतो.

संख्यात्मक सैद्धांतिक दृष्टिकोन लिहिणे

संशोधन योजनेत संख्यात्मक सैद्धांतिक यथार्थ दर्शन विभागात या कल्पना वापरून लिहिण्यासाठी पुढे प्रारूप दिले आहे. जो सिद्धान्त स्वतंत्र आणि परतंत्र चलांमधील संबंध स्पष्ट करतो तो शोधून काढण्याचे अवघड काम आहे असे गृहीत धरा.

१. सिद्धान्तासाठी विद्याशाखेसंबंधित साहित्याचा शोध घ्या. जर चलांच्या विश्लेषणाचा घटक व्यक्ती असेल तर मानसशास्त्राच्या साहित्यात शोध घ्या. गट किंवा संघटनांचा अभ्यास करायचा असेल तर समाजशास्त्रासंबंधीचे वाङ्मय बघा. जर प्रकल्पासाठी व्यक्ती आणि समूह यांचे परीक्षण करायचे असेल तर समाज-मानसशास्त्रीय साहित्य बघा. इतर विद्याशाखांमधील साहित्य

अर्थातच उपयुक्त असू शकेल. (उदा. एखाद्या आर्थिक बाबीचा अभ्यास, संबंधित सिद्धान्त अर्थशास्त्रात आढळेल.)

२. संबंधित विषयाला किंवा त्याच्याशी निकट असलेल्या विषयाला संबोधित करणाऱ्या, पूर्वी झालेल्या अभ्यासांची पडताळणी करा. लेखकांनी कोणत्या सिद्धान्ताचा उपयोग केला? सिद्धान्ताची संख्या मर्यादित ठेवा आणि संशोधनाची परिकल्पना किंवा महत्त्वाच्या प्रश्नाला समाविष्ट करेल अशा सिद्धान्ताचा शोध घ्या.

३. पूर्वी नमूद केल्याप्रमाणे स्वतंत्र आणि परतंत्र चलांना जोडणारा 'इंद्रधनुषी' प्रश्न (रेनबो क्वेश्चन) विचारा. स्वतंत्र चलांनी (चले) परतंत्र चलांवर का परिणाम करावा?

४. सिद्धान्त विभाग लिहून काढा. अशी ओघवती वाक्ये लिहा – "जो सिद्धान्त मी वापरणार आहे तो _______ (सिद्धान्ताचे मूळ नाव लिहा) हा सिद्धान्त _______ यांनी मांडला. (सिद्धान्ताचे मूळ, स्रोत, विकासाचे नाव लिहा.) त्याचा विनियोग _______च्या अभ्यासासाठी (असे विषय शोधून काढा की ज्यात सिद्धान्ताचा वापर केलेला आहे.) हा सिद्धान्त असे सूचित करतो की, _______ (सिद्धान्तातील विधाने किंवा परिकल्पना शोधून काढा.) हा सिद्धान्त माझ्या अभ्यासाला लागू केल्यावर तो असे व्यक्त करतो की माझी स्वतंत्र चले (स्वतंत्र चलांचा उल्लेख करा.) परतंत्र चलांवर परिणाम करतील अशी मी अपेक्षा करतो किंवा परतंत्र चलांचे स्पष्टीकरण देतील अशी अपेक्षा करतो. (परतंत्र चलांची उदाहरणे द्या.) कारण _______(सिद्धान्ताच्या तर्कावर आधारित कार्यकारण परंपरा सांगा.)"

अशाप्रकारे संख्यात्मक सिद्धान्त चर्चेत जे समाविष्ट करायचे आहेत ते म्हणजे वापरला जाणारा सिद्धान्त, त्याच्या मुख्य परिकल्पना किंवा विधाने, पूर्वी सिद्धान्ताचा वापर केल्याबद्दलची माहिती आणि त्याचा उपयोग, तसेच प्रस्तावित अभ्यासाशी सिद्धान्ताचा संबंध दर्शविणारी विधाने हे होत! क्रचफिल्ड (१९८६) यांनी त्यांच्या निबंधामध्ये या प्रारूपाचा उपयोग कसा केला आहे, ते खालील परिच्छेद दर्शवतो.

उदा. ३.१ *संख्यात्मक सिद्धान्तामधील एक विभाग*

क्रचफिल्ड (१९८६) यांनी लोकस ऑफ कंट्रोल, इंटर पर्सनल ट्रस्ट अँड स्कॉलरली प्रॉडक्टिव्हिटी असे शीर्षक असलेला डॉक्टरल निबंध लिहिला. परिचर्या शिक्षकांच्या पाहणीचा त्यांचा उद्देश नियंत्रण आणि परस्परांमधील विश्वास यांचे स्थान विद्याशाखेच्या प्रकाशनांच्या दर्जावर परिणाम करते का हे ठरवणे होता. त्यांच्या निबंधांमध्ये प्रस्तावनेच्या प्रकरणात सैद्धांतिक विधान नावाचा स्वतंत्र विभाग होता. त्यामध्ये पुढील मुद्द्यांचा समावेश आहे.

- त्यांनी ज्याचा उपयोग करायचे योजले तो सिद्धान्त
- सिद्धान्तामधील मध्यवर्ती परिकल्पना
- या सिद्धान्ताचा पूर्वी कोणी उपयोग केला त्याबद्दल माहिती आणि त्याची व्यवहार्यता
- जर-तरचा तर्क वापरून तिच्या अभ्यासांमधील सिद्धान्ताची चलांशी जुळणी

मी महत्त्वाच्या परिच्छेदांना ओळखण्यासाठी वर्णाक्षरे देऊन टीपा जोडल्या आहेत.

(पुढे चालू)

(पुढे चालू)

सैद्धांतिक यथार्थदर्शन

शिक्षकांच्या व्यासंगी उत्पादकता अभ्यासण्यासाठी सैद्धांतिक यथार्थदर्शन ठरविण्यासाठी सामाजिक अध्ययन सिद्धान्त एक उपयुक्त नमुना ठरू शकतो. हा वर्तनविषयक विचार ज्ञानाने आकलनीय मानसशास्त्र आणि वर्तन सुधारण्याची तत्त्वे यांच्या समतोल संयोगीकरणाचा प्रयत्न करतो. (बोअर आणि हिलगार्ड, १९८१) मूलतः ही एकत्रित सैद्धांतिक रूपरेषा मानवी वर्तनाचे स्पष्टीकरण सततच्या (अन्योन्य) आकलनीय, वर्तनविषयक आणि पर्यावरणीय चलांच्या अतिक्रिया जाणण्याचा मार्ग आहे. (बॅन्ड्यूरा १९७७ पान ७) *[लेखकाने अभ्यासासाठी सिद्धान्त शोधला आहे.]*

जरी सामाजिक अध्ययन सिध्दान्त हा तत्त्वांना आकार देण्यासारख्या उत्तेजन देणाऱ्या घटकांच्या उपयोजनाचा स्वीकार करत असला तरी त्याचा पारितोषिकांच्या भूमिकेकडे एका कृतिसाठी अनुकूल प्रतिसादाविषयीची माहिती देण्याविषयी आणि प्रेरणा देणारे प्रलोभन दाखविणे अशा दोन्ही दृष्टिंनी बघण्याकडे कल आहे. या बरोबरच (या शिवाय) या सिध्दांताची अध्ययन विषयक तत्त्वे पर्यायी, प्रतिकात्मक आणि स्व-नियंत्रित प्रक्रिया करत असलेल्या महत्त्वाच्या भूमिकांवर विशेष भर देतात. (बॅन्ड्यूरा, १९७१)

सामाजिक अध्ययनाचा सिद्धान्त केवळ अध्ययनासंबंधी विचार करत नाही तर तो एखादा सामाजिक आणि वैयक्तिक क्षमतांचा समुच्चय (तथाकथित व्यक्तिमत्त्व) ज्या सामाजिक परिस्थितीमध्ये अध्ययन घडत असते त्यातून, उत्क्रांत कसा होत जातो याचे वर्णन करण्याचासुद्धा प्रयत्न करतो. तो व्यक्तीमत्त्वाच्या मूल्यमापनाच्या तंत्राकडे (मिशेल, १९६८) आणि तसेच चिकित्सा व शैक्षणिक पर्यावरणामधील वर्तनातील बदलांकडेदेखील लक्ष वेधतो. (बान्दूरा, १९७७, बोअर आणि हिलगाल्ड, १९८१: रॉट्टर, १९५४). *[लेखकाने सामाजिक अध्ययनाविषयक सिद्धान्ताचे वर्णन केले आहे.]*

या शिवाय, सामाजिक अध्ययन सिद्धान्ताची तत्त्वे, स्पर्धात्मकता, आक्रमकता, लिंगविशिष्ट भूमिका, विक्षिप्तपणा आणि विकार-विज्ञानाच्या संबंधातील वर्तन अशा सारख्या सामाजिक वर्तनाच्या संदर्भातील विविध बाबींना लागू केली जात आहेत. (बॅन्ड्यूरा आणि वॉल्टर्स, १९६३; बॅन्ड्यूरा, १९७७; मिशेल, १९६८; मिलर आणि डोलार्ड, १९४१; रॉट्टर, १९५४, स्टाट्स १९७५.) *[लेखकाने सिद्धान्ताच्या उपयोजनाचे वर्णन केलेले आहे.]*

रॉट्टर (१९५४) यांनी सामाजिक अध्ययनाच्या सिद्धान्ताचे स्पष्टीकरण करताना, वर्णन, अपेक्षा, प्रबलन आणि मानसशास्त्रीय परिस्थिती अशा चार चलांच्या वर्गवारीकडे निर्देश केला आहे. वर्तनाविषयी एक सामान्य सूत्र सूचीत करण्यात आले होते ज्यानुसार ''कोणत्याही विशिष्ट मानसशास्त्रीय अवस्थेमध्ये एका विशिष्ट प्रबलनास कारणीभूत ठरणारे वर्तन आणि त्या प्रबलनाच्या मूल्यांच्या अपेक्षेवर अवलंबून असते.'' (रॉट्टर, १९७५, पृष्ठ क्र. ५७)

सूत्रांमधील संभाव्यता वर्तन आणि पारितोषिक यांच्यामध्ये सामान्यतः कार्यकारण संबंध असतो. या निश्चिततेच्या (किंवा संभाव्यतेच्या) ज्ञात परिणामाकडे निर्देश करते. जेव्हा व्यक्ती प्रबलनांना विशिष्ट

वर्तनाचे फलित मानतात. तेव्हा त्यांची व्याख्या नियंत्रणाची अंतर्गत कक्षा अशी केली जाते किंवा परिणामांसाठी भाग्य प्राक्तन किंवा अन्य प्रबळ घटकांना कारणीभूत मानले जाते तेव्हा त्यांची व्याख्या नियंत्रणाची बाह्य कक्षा अशी केली जाते. कार्यकारण संबंधाचे आकलन केवळ/कायमस्वरूपी स्थिती असेलच असे नाही तर त्यांच्यामध्ये सलगतेच्या परिणामानुरूप पूर्वानुभव आणि परिस्थितीजन्य गुंतागुंती यांच्यामुळे बदल होण्याची शक्यता असते. (रॉट्टर, १९६६) *[लेखकाने सिद्धान्ताच्या चलांचे स्पष्टीकरण दिले आहे.]*

व्यासंगपूर्ण उत्पादकतेच्या अभ्यासाला सामाजिक अध्ययनसिद्धान्त लागू करण्यात रॉट्टर (१९५४) यांनी चलांचे चार प्रकार शोधून काढले आहेत ज्यांची व्याख्या पुढीलप्रमाणे.

१. विद्वत्तापूर्ण उत्पादकता हे योग्य वर्तन किंवा कृती असते.

२. नियंत्रणाचे स्थान ही अशी सामान्य अपेक्षा असते की, पारितोषिके ही विशिष्ट वर्तनावर अवलंबून असतात किंवा नसतात.

३. गुणवत्तापूर्ण अभ्यासातून मिळणारी माहिती ही अधिक खात्रीलायक असते ती त्याचे बक्षीस असते आणि अशा बक्षिसांना मोल जोडलेले असते.

४. शैक्षणिक संस्था ही मानसशास्त्रीय परिस्थिती आहे जी विद्वत्तापूर्ण उत्पादकतेला पुष्कळ पुरस्कार देते.

रॉट्टर यांनी (१९७५) या विशिष्ट चलांसहित वर्तनासंबंधींचे विकसित केलेले सूत्र वाचनीय आहे. एखाद्या शैक्षणिक संस्थेमध्ये विद्वत्तापूर्ण वर्तन घडून येण्याची क्षमता, ही एखादी कृती एखाद्या विशिष्ट पुरस्काराकडे घेऊन जाईल अशा शक्यतेवर अवलंबून असते आणि विद्याशाखेचा सदस्य (अध्यापक) त्या पुरस्काराला किती महत्त्व देतो यावर अवलंबून असते. याशिवाय आचरणांमधून पुरस्कार मिळण्याच्या संभाव्यतेच्या संदर्भात सत्तास्थानाबरोबर परस्परांवरील विश्वासाची कृती ही विचारात घेणे आवश्यक आहे. रॉट्टर (१९६७). शेवटी काही वैशिष्ट्ये जशी की, शैक्षणिक तयारी, शारीरिक वय, पोस्ट डॉक्टरल शिष्यवृत्ती, नोकरीचा कालावधी किंवा पूर्णवेळ विरुद्ध अर्धवेळ नोकरी, यांचा संबंध परिचर्या विद्याशाखेतील व्यासंगपूर्ण उत्पादकतेशी/कामाशी असू शकतो जसा तो अन्य विद्याशाखांमध्ये दिसून येतो. *[लेखिकेने या संकल्पनांचा वापर तिच्या अभ्यासात केला आहे.]*

संकल्पचित्र आणि हा अभ्यास करण्यासाठी विधाने त्यामागील तर्काचे प्रतिनिधित्व करतात. जर शिक्षकांचा विश्वास असेल की (अ) त्यांचे विद्वत्तापूर्ण व्यासंगपूर्ण काम निर्माण करण्यासाठीचे प्रयत्न आणि कृती त्यांना पुरस्काराप्रत नेते. (ब) इतरांनी दिलेल्या वचनांवर विश्वास ठेवून पुढे वाटचाल करता येते. (क) व्यासंगपूर्ण कामासाठीचे पुरस्कार हे त्या योग्यतेचे आहेत आणि (ड) पुरस्कार हे त्यांच्या शाखेत किंवा संस्थेत उपलब्ध असतात. हा विश्वास असेल तरच ते उच्च दर्जाची व्यासंगपूर्ण उत्पादकता/ गुणवत्ता प्राप्त करतील. (पृष्ठ १२–१६) *[लेखकाने स्वतंत्र चलांचा परतंत्र चलांशी संबंध दाखविण्यासाठी जर-तर तर्क वापरून शेवट केला आहे.]*

गुणात्मक सिद्धान्ताचा उपयोग

गुणात्मक संशोधनामधील सिद्धान्ताच्या वापरातील तफावत

गुणात्मक पृच्छक (संशोधक) त्यांच्या अभ्यासात सिद्धान्ताचा वापर अनेक प्रकारे करतात. पहिले म्हणजे संख्यात्मक संशोधनाप्रमाणे सिद्धान्ताचा उपयोग वर्तन आणि दृष्टिकोन यांचे विस्तृत स्पष्टीकरण देण्यासाठी केला जातो. तो अभ्यास चले, सिद्धान्त संकल्पना आणि परिकल्पनांनी परिपूर्ण असू शकतो. उदा. मानवसंस्कृतीशास्त्राचे अभ्यासक त्यांच्या गुणात्मक प्रकारांच्या अभ्यासात सांस्कृतिक विषय किंवा संस्कृतीच्या पैलूंचा वापर करतात. जसे की, सामाजिक नियंत्रण, भाषा, स्थैर्य आणि बदल किंवा सामाजिक संस्था जशा की, नातलगांचा गोतावळा किंवा कुटुंबे. (पहाः वॉलकॉट्ट यांचे २००८) मानवसंस्कृतीशास्त्रातील सांस्कृतिक मुद्दे, ज्यांवर त्यांच्या चर्चेमध्ये भाष्य केले आहे या संदर्भातील विषय, परिकल्पनांची मालिकाच देऊ करतात, जी साहित्याच्या पुनरावलोकनाद्वारे तपासता येते. संशोधक त्यांच्याकडे सिद्धान्त म्हणून निर्देश करणार नसले तरी या मालिका सविस्तर स्पष्टीकरण पुरवितात. ज्यांचा उपयोग मानवसंस्कृतीशास्त्रज्ञ संस्कृतीच्या देवाण-घेवाणीच्या संदर्भातील वर्तन आणि लोकांचा दृष्टिकोन यांचा अभ्यास करण्यासाठी करतात. हा मार्ग गुणात्मक आरोग्यशास्त्र संशोधनात प्रसिद्ध आहे. ज्यात आरोग्यविषयक सवयी किंवा सैद्धांतिक कल असलेल्या जीवनाचा दर्जा यासारख्या सैद्धांतिक प्रारूपाने तपासक सुरुवात करतात.

दुसरे म्हणजे संशोधक वाढत्या प्रमाणात **सैद्धांतिक भिंग किंवा गुणात्मक संशोधनातील यथार्थ दर्शन** यांचा उपयोग करतात, जे लिंग, वर्ग आणि वंश (किंवा तळागाळातील गटांच्या संबंधित विषय) यांच्या अभ्यासासाठी सर्वंकष कल असलेले भिंग उपलब्ध करून देते. विचारल्या जाणाऱ्या प्रश्नांचे स्वरूप ठरवणारे हे भिंग रूपांतरणात्मक यथार्थ दर्शन घडविणारे ठरते. कशा पद्धतीने माहिती संकलित केली जाते व तिचे विश्लेषण केले जाते याबद्दल ते माहिती देते आणि कृती किंवा बदल सुचविते. १९८०च्या दशकातील गुणात्मक संशोधनात बदल झाले ते त्याच्या तपासाची व्याप्ती वाढविण्यासाठी, ज्यामुळे त्याच्यात सैद्धांतिक भिंगाचा समावेश झाला. ती भिंगे संशोधकांना कोणते विषय हे परिणामासाठी अधिक महत्त्वाचे आहेत (सीमांतीकरण, सबलीकरण, जुलूम जबरदस्ती, सत्ता) याबद्दल मार्गदर्शन करतात. ती असेही निदर्शनास आणतात की संशोधकाने गुणात्मक अभ्यासात त्याला किंवा तिला कसे प्रस्थापित करावे. (उदा. स्त्रिया, आर्थिक आणि सामाजिक निम्न स्तर, अल्पसंख्यांक जाती आणि वांशिक गट, लैंगिक प्रशिक्षण, अपंगत्व.) व्यक्तिगत, सांस्कृतिक, ऐतिहासिक बाबतीत निःपक्ष किंवा पक्षपाती आणि अंतिम लेखाजोखा कसा लिहावा? (सहभागींना सहकार्य करून व्यक्तीचे आणखी निम्न स्तरावर जाऊ न देणे) आणि जीवन आणि समाज सुधारण्यासाठी बदल कसा सुचवावा. महत्त्वाच्या मानववंशशास्त्रीय अभ्यासात उदा. संशोधक त्यांच्या अभ्यासाबद्दल माहिती देणाऱ्या सिद्धान्ताने सुरुवात करतो हा कार्यकारणभाव सिद्धान्त सुटका करणारा किंवा अंतःकरण प्रवृत्तींचा निग्रह करणारा असू शकतो. (थॉमस १९९३)

संशोधकांना उपलब्ध असलेले काही गुणात्मक सैद्धांतिक वास्तवदर्शी विषय खालीलप्रमाणे:

- समस्याग्रस्त महिलांच्या भिन्न अवस्थेबद्दल *स्त्रीवादी दृष्टिकोन* आणि अशा अवस्थांना चौकटीत बसविणाऱ्या संस्था. संशोधनाच्या विषयात विशिष्ट संदर्भात स्त्रियांसाठी सामाजिक न्याय मिळविण्यासंबंधीच्या धोरणविषयक बाबी किंवा स्त्रियांच्या दुःसह परिस्थितीचे ज्ञान यांचा समावेश होऊ शकतो. (ओलेसेन २०००)

- *'वंशवादी भाषण'* हे ज्ञानाचे नियंत्रण आणि निर्मिती याबद्दलचे महत्त्वाचे प्रश्न निर्माण करतात. विशेषतः लोकांबद्दल आणि विशिष्ट वर्णाच्या समुदायांबद्दल (लॅडसन-ब्रिलिग्ज २०००)
- *गंभीर सिद्धान्ताचे* यथार्थदर्शन माणसांना त्यांच्यावर वंश, वर्ग किंवा लिंग यांनी घातलेल्या मर्यादांवर मात करण्यासाठी सबल करणे हा आहे. (फे १९८७)
- *क्विअर सिद्धान्त*—साहित्यात वापरली जाणारी ही एक संज्ञा आहे जी अशा व्यक्तींना महत्त्व देते ज्या स्वतःला समलिंगी (गे) म्हणवून घेतात. या मार्गाने जाणारे संशोधन व्यक्तींना उद्देशून नसते तर ते सांस्कृतिक आणि राजकीय संसाधनांशी संबंधित असते आणि दडपून टाकलेल्या किंवा दबावाखाली असलेल्या लोकांचा आवाज आणि अनुभव व्यक्त करते. (गॅमसन २०००)
- *विकलांगता चौकशी* लोकांच्या सामाजिक–सांस्कृतिक यथार्थदर्शनाच्या धारणेला संबोधित करते जी विकलांगतेच्या जैविक जीवनाऐवजी त्यांना स्वतःच्या जीवनावर ताबा मिळविण्यास मान्यता देते. (मेरटेन्स २००९)

रॉसमन आणि रॅलिस (२०१२) यांनी गुणात्मक तपासातील चिकित्सक आणि उत्तर-आधुनिकता दृष्टिकोनाचे सिद्धान्तातील तथ्य जाणले.

> २० व्या शतकाचा शेवट जवळ येत असताना पारंपरिक सामाजिक शास्त्र हे वाढत्या प्रमाणात पडताळणी आणि हल्ल्याच्या कक्षेत येत आहे, त्याने गंभीर आणि आधुनिकोत्तर वास्तवदर्शने, वस्तुनिष्ठ गृहीते आणि संशोधन करण्यासाठी असलेले परंपरागत निकष यांना आव्हान दिले आहे. सामाजिक शास्त्रांमध्ये ती गंभीर परंपरा उत्तम रितीने जिवंत आहे. आधुनिकोत्तर हे मत नाकारतात की ज्ञान हे निश्चित आणि एकमेव असते. या हल्ल्याच्या केंद्रस्थानी चार परस्परांशी निगडित मते आहेत. (अ) संशोधनात मूलतः सत्तेशी संबंधित बाबी असतात. (ब) संशोधनाचा अहवाल पारदर्शक नसतो किंवा तो वंश, लिंग, वर्ग आणि राजकारण यात रस असणाऱ्याने लिहिलेला असतो. (क) वंश, वर्ग, लिंग (या स्वीकारलेल्या त्रिकूटात आम्ही लैंगिक अभिमुखता, शरीराचा धडधाकटपणा आणि पहिली भाषा यांचा इतर बाबींसमवेत समावेश करू.) हे अनुभूती समजण्यासाठी महत्त्वाचे असतात. (ड) ऐतिहासिकदृष्ट्या परंपरागत संशोधनाने जुलूम झालेल्या आणि अत्यंत निम्न स्तरावरील गटांना गप्प केले आहे. (पान ९१)

तिसरे म्हणजे या सैद्धांतिक अभिमुखतेशिवाय वेगळ्या गुणात्मक अभ्यासात सिद्धान्त (किंवा काही विस्तृत स्पष्टीकरण) हा अंतिम मुद्दा ठरतो. ही एक प्रवर्तनिक प्रक्रिया आहे. माहितीपासून विस्तृत विषयापर्यंत जाऊन त्यापासून सामान्य प्रारूप किंवा सिद्धान्त मांडणे. या अनुमान मार्गाचा युक्तिवाद आकृती क्र. ३.५ मध्ये दर्शविला आहे.

संशोधक हा समभागींकडून तपशीलवार माहिती गोळा करण्यापासून सुरुवात करतो आणि नंतर या माहितीचे वर्गीकरण किंवा विषय असे रूप तयार करतो. या विषयांचे नंतर विस्तृत नमुने, सिद्धान्त किंवा सामान्य अनुमान असे विकसन करतो आणि नंतर त्यांची तुलना वैयक्तिक अनुभव किंवा विषयवार उपलब्ध वाङ्मयाशी केली जाते.

नमुना, सिद्धान्त किंवा सामान्य अनुमान अशा स्वरूपात विषयांचे आणि वर्गीकरणांचे विकसन हे गुणात्मक अभ्यासासाठी विविध प्रकारचे अंतिम मुद्दे सुचविते, उदा. व्यक्ती अभ्यास संशोधनाच्या

आकृती ३.५ गुणात्मक अभ्यासातील संशोधनाचे प्रवर्तनिक तर्क

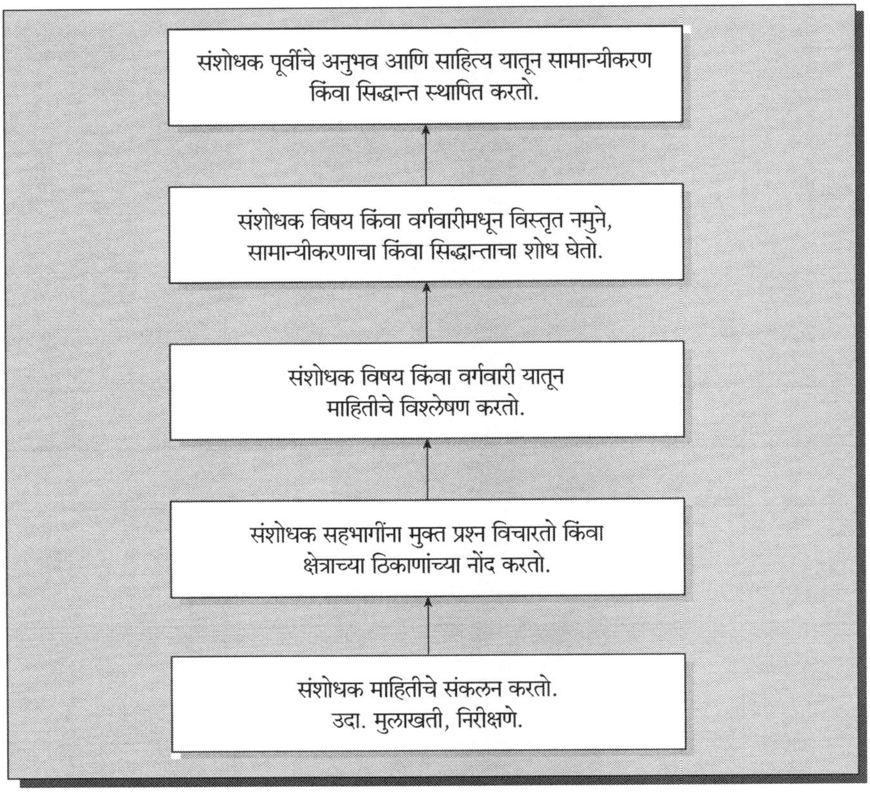

एका विधानाला *सिद्धान्ताचे सामान्यीकरण*—संशोधकाचे स्पष्टीकरण आणि दावे यांच्या सारांशात स्वतःच्या अनुभवांची भर घातलेली आहे. स्टेक (१९९५) यांनी याबद्दल प्रतिपादन केले आहे व त्याला 'वास्तववादी सामान्यीकरण' असे म्हटले आहे. (पान ८६) दुसरे उदाहरण मूलभूत सिद्धान्त एक वेगळा अंतिम मुद्दा देतो. तपासकांना सहभागींकडून मिळालेल्या माहितीतून मूलभूत सिद्धान्ताचा शोध घेता येईल अशी आशा असते. (स्ट्रास आणि कॉर्बिन १९९८) लिंकन आणि गुबा (१९८५) यांनी स्वाभाविक किंवा गुणवत्ता संशोधन चालू असताना जे स्पष्टीकरण विकसित होते त्याला 'नमुना सिद्धान्त' म्हणून संबोधले आहे. संख्यात्मक अभ्यासात प्रतिगामी पद्धत आढळली. त्यापेक्षा 'नमुना सिद्धान्त' किंवा 'सामान्यीकरण' परस्परांशी निगडित विचारांचे किंवा एकत्रित जोडलेल्या भागांचे प्रतिनिधित्व करतात.

चौथे आणि शेवटचे, काही गुणात्मक अभ्यास *स्पष्ट सिद्धान्त मोडत नाहीत.* पण तरीही असे म्हणता येईल की कोणताही गुणात्मक अभ्यास केवळ निरीक्षणापासून सुरू होत नाही आणि सर्व निरीक्षणांचा आरंभबिंदू हा सिद्धान्त असतो. तो आधीच संकल्पनात्मक रचनेने तयार झालेला असतो आणि त्याची पद्धती यात दिलेली असते. (श्वाडंट १९९३) तरीही एखादा गुणात्मक अभ्यास असा आढळतो, ज्यात कोणताही स्पष्ट सिद्धान्त मांडलेला नाही. जसे की फिनॉमिनॉलॉजी सैद्धांतिक अभिमुखता नसते. त्यात तपासक सहभागींच्या अनुभवाचे सार काढण्याचा प्रयत्न करतो. (उदा. रायमन १९८६) अशा अभ्यासांमध्ये तपासक एका मध्यवर्ती यथार्थदर्शनाचे सुरेख तपशीलवार वर्णन करतो.

माझ्या गुणात्मक प्रस्तावातील सिद्धान्ताच्या उपयोग करण्यासाठी पुढील सूचना पाळा:

- गुणात्मक प्रस्तावात सिद्धान्ताचा उपयोग करायचा आहे काय याबद्दल ठरवा.
- जर तो वापरायचा असेल तर अभ्यासात सिद्धान्त कसा वापरायचा ते ठरवा. जसे प्रारंभीचे स्पष्टीकरण किंवा अंतिम मुद्दा किंवा रूपांतरणात्मक समर्थन करणारे भिंग या स्वरूपात वापरायचा ते निश्चित करता येईल.
- अभ्यासाच्या प्रारंभी किंवा शेवटी, कोठे सिद्धान्त मांडायचा याबाबत सिद्धान्ताची स्थाननिश्चिती करा.

गुणात्मक संशोधनात सिद्धान्ताची स्थाननिश्चिती करणे

गुणात्मक अभ्यासात सिद्धान्ताचा वापर कसा केला आहे यावर त्याचा परिणाम त्याच्या स्थाननिश्चितीवर होतो. ज्या अभ्यासात सांस्कृतिक विषय किंवा सैद्धांतिक भिंग असते, त्या अभ्यासात सिद्धान्त अभ्यासाच्या प्रारंभीच्या परिच्छेदात आढळतो. गुणात्मक तपासाच्या तयार होणाऱ्या संकल्पचित्राशी सुसंगत असणारा सिद्धान्त हा सुरुवातीला आढळेल आणि भाग घेणाऱ्यांच्या दृष्टिकोनानुसार तो सुधारित किंवा जुळवून घेतलेला असू शकेल. अगदी सिद्धान्तप्रचुर असणाऱ्या गुणात्मक सिद्धान्तचित्रामध्ये जसे की, गंभीर स्वरूपाचे मानवसंस्कृतीशास्त्र, यामध्ये लॅथर (१९८६) यांनी सिद्धान्ताच्या वापराचे समर्थन केले आहे:

> प्रत्यक्षात मूळ सिद्धान्ताची रचना करण्यासाठी माहिती आणि सिद्धान्त यांच्यात अन्योन्य संबंधाची आवश्यकता आहे. माहितीला तार्किक कुशलतेने विधाने निर्माण करण्यास वाव दिला पाहिजे. ज्यामुळे आद्य सैद्धांतिक रूपरेखेचा किंवा चौकटीचा उपयोग करण्याची परवानगी मिळेल. पण ती एखादी रूपरेषा, माहिती साठवण्याचा एखादा खोका बनू नये. (पान २६७)

उदा. ३.२ *गुणात्मक अभ्यासातील प्रारंभीचा सिद्धान्त*

मुरम्विआ, पॅडिला आणि पावेल (१९९१) यांनी महाविद्यालयाच्या आवारातील सामाजिक व्यवस्थेमधील स्पेन किंवा लॅटिन अमेरिकेतील कुटुंबातील चोवीस विद्यार्थी आणि अमेरिकेतील मूळ निवासी विद्यार्थी यांच्या गटाचा अभ्यास केला. त्यांना सामाजिक एकत्रीकरणावर वांशिकतेचा कसा परिणाम होतो याबद्दल उत्सुकता होती आणि त्यांनी सहभागींचे अनुभव एका सैद्धांतिक प्रारूपाशी जोडण्यास सुरूवात केली. हे प्रारूप 'टिंटो मॉडेल ऑफ सोशल इंटिग्रेशन' म्हणून प्रसिद्ध आहे. त्यांना असे वाटले की हे प्रारूप संकल्पना म्हणून अपूर्ण आहे आणि म्हणून अचूकतेने समजून घेतले गेले नाही आणि नेमकेपणाने मोजले गेले नाही. (पान ४३३)

अशाप्रकारे प्रारूपाची कसोटी घेतली गेली नाही. अशा प्रकारचे प्रारूप एखाद्याला संख्यात्मक प्रस्तावात मिळेल पण ते सुधारित केलेले असेल. अभ्यासाच्या शेवटी लेखकांनी टिंटोच्या सामाजिक एकीकरणाच्या प्रारूपातील दोष दूर केले आणि त्याच्यात सुधारणा घडवून आणल्या, ज्यात वांशिकता कशी काम करते याचे वर्णन केले आहे. या मार्गाच्या उलट म्हणजे गुणात्मक अभ्यासात सिद्धान्त शेवटी असतो. (उदा. मूलभूत सिद्धान्त) एक नमुना किंवा सामान्यीकरण यातून अभ्यासाच्या शेवटी सिद्धान्त उदयास येतो. हा सिद्धान्त संज्ञांच्या परस्परातील संबंधांचे एक दृश्य प्रतिनिधित्व म्हणून, तार्किक आकृती म्हणून सादर होऊ शकतो.

उदा. ३.३ *गुणात्मक अभ्यासाच्या शेवटी दिलेला सिद्धान्त*

शैक्षणिक विभागाच्या तेहतीस अध्यक्षांच्या मुलाखतींची राष्ट्रीय माहिती वापरून आम्ही (क्रेसवेल आणि ब्राऊन १९९२) एक पायाभूत सिद्धान्त विकसित केला, जो 'खुर्ची' (सत्ता) शी संबंधित चलांचा परिणाम शिक्षकांच्या विद्वत्तापूर्ण कामगिरीवर होतो असे सांगतो. लेखाच्या शेवटच्या विभागात सिद्धान्ताचा विभाग येतो. त्यात आम्ही मुलाखतदारांनी दिलेल्या माहितीच्या वर्गवारीतून अनुमान पद्धतीने सिद्धान्तांचे एक दृश्य प्रारूप सादर केले. त्या शिवाय आम्ही प्रारूपामधून तार्किक दृष्टीने उत्पन्न होणाऱ्या मार्गदर्शनपर परिकल्पना पुढे दिल्या आहेत. तसेच प्रारूप व परिकल्पना या विभागात आम्ही सहभागींकडून प्राप्त झालेले निष्कर्ष व इतर अभ्यासातून मिळालेले निष्कर्ष यांची तुलना केली आणि साहित्यातील सैद्धांतिक बरोबरी यांचीही तुलना केली. उदाहरणार्थ आम्ही पुढीलप्रमाणे म्हटले:

> आमच्या अपेक्षेपेक्षा अगदी विरुद्ध असे हे विधान आणि त्याची उप-विधाने आहेत. क्र. २.१ च्या विपरित (अगदी विरुद्ध) आम्ही असे अपेक्षित करत होतो की, कारकिर्दीतील टप्पे विषयाच्या प्रकाराप्रमाणे नसतील पण विषयाच्या आवाक्यात असतील. या ऐवजी आम्हाला असे आढळले की, शिक्षकांच्या नियत कालावधी पश्चात येणाऱ्या सर्व बाबींसंदर्भात यादीतील जवळजवळ सगळे प्रश्न लक्षात घेतले होते. कालावधी निश्चित असलेल्या शिक्षकांच्या गरजा या कालावधी अनिश्चित असलेल्या शिक्षकांपेक्षा जास्त कशा? संशोधननिर्मिती विषयक साहित्य असे सुचविते की, एखाद्याची संशोधन कामगिरी त्याच्या मिळालेल्या कालावधीनुसार कमी होत नाही. (होली १९७७) कदाचित कालावधी संपलेल्या शिक्षकांच्या कारकिर्दीबाबतच्या अस्पष्ट उद्दिष्टांमुळे अशा बाबींचे प्रकार वाढविण्याची शक्यता असते. काहीही असो, हे उप-विधान कारकीर्द करणाऱ्या व दुर्लक्षित असलेल्या गटाकडे लक्ष वेधते. फरनिस (१९८१) यांनी आपल्याला त्यांच्या गरजांचा अधिक सखोल अभ्यास करण्याची आठवण करून दिली आहे. (पान ५८)

हे उदाहरण जसे दाखविते तसे आम्ही परस्परांशी संबंधित चले असलेले एक दृश्य प्रारूप विकसित केले आहे. ते अनुगामिक पद्धतीने, माहिती देणाऱ्या शेऱ्यांमधून तयार केले आहे. ते प्रारूप अभ्यासाच्या शेवटी दिले आहे, जिथे त्याच्यातील महत्त्वाची विधानांचे अस्तित्वात असलेल्या सिद्धान्त आणि साहित्यातील विरोधाभास ओळखता येईल.

मिश्र पद्धतींचा सिद्धान्ताचा वापर

मिश्र पद्धतींच्या अभ्यासात सिद्धान्ताचा वापर हा अनुगामिक पद्धतीने होतो. संख्यात्मक सिद्धान्ताचे परीक्षण आणि त्याची वैधता लक्षात घेऊन किंवा गुणात्मक सिद्धान्त किंवा नमुना जसा निर्माण होतो तसा तो प्रवर्तनिक पद्धतीने वापरला जातो. याशिवाय मिश्र पद्धतींच्या एका अभ्यासाचे, सिद्धान्त समाविष्ट करायचे अनेक खास मार्ग आहेत. त्यांत संशोधक संख्यात्मक आणि गुणात्मक माहिती संकलित करताना, विश्लेषण करताना आणि एकत्रित करताना वैविध्यपूर्ण मिश्र पद्धतींची संकल्पचित्रे वापरतात. या चौकटीची दोन रूपे आहेत. (अ) सामाजिक शास्त्रांची चौकट वापरणे आणि (ब) रूपांतरणात्मक चौकट वापरणे. हे दोन्ही प्रकार गेल्या पाच ते दहा वर्षात मिश्र पद्धतींच्या साहित्यात उदयाला आले आहेत. (पहा क्रेसवेल आणि प्लॅनो क्लार्क २०११)

सामाजिक शास्त्रातील सिद्धान्ताचा वापर

सामाजिक शास्त्रातील सिद्धान्त हा मिश्र पद्धतींच्या संशोधनासाठी सामावून घेणारी चौकट ठरू शकेल. हा सामाजिक शास्त्रातील सिद्धान्त सामाजिक शास्त्रात आढळणाऱ्या विविध सिद्धान्तांमधून निवडता येईल. हे सिद्धान्त नेतृत्व, अर्थशास्त्र, राज्यशास्त्र, विपणन, वर्तनातील बदल, स्वीकृती किंवा नकार यातील किंवा असंख्य सामाजिक शास्त्रातील सिद्धान्तांपैकी असू शकेल. तो साहित्याचा मागोवा म्हणून सादर केला जाऊ शकतो. संकल्पनात्मक प्रारूप म्हणून किंवा एक सिद्धान्त म्हणून संशोधकाला अभ्यासातून काय शोधायचे आहे ते समजून घेण्यास तो मदत करणारा असू शकतो.

मिश्र पद्धतींच्या अभ्यासात सामाजिक शास्त्रांतील सिद्धान्ताचे विलीनीकरण करताना संख्यात्मक सिद्धान्त वापरून अभ्यास करण्याची प्रक्रिया या प्रकरणाच्या आधीच्या भागात विकसित करून दर्शविल्या आहेत. या सिद्धान्त वापरासंबंधीचे मुख्य मुद्दे पुढीलप्रमाणे:

- लेखाच्या सुरुवातीलाच सिद्धान्ताची (प्रारूप किंवा संकल्पनात्मक चौकट) मांडणी करा. अभ्यासात मार्गदर्शन करण्यासाठी आधीच चौकट म्हणून प्रश्न उपलब्ध असेल.
- सिद्धान्ताबद्दल लिहिताना प्रथम जो सिद्धान्त वापरला जाणार आहे, त्याचे नाव द्या. नंतर तो मिश्र पद्धतींच्या अभ्यासातील संख्यात्मक आणि गुणात्मक घटकांबद्दल कशी माहिती देतो याचे वर्णन करा. अभ्यासातील चलांच्या मुख्य संबंधांचे तरी स्पष्टीकरण त्यात असावे. ज्या अभ्यासकांनी सिद्धान्ताचा वापर केला आहे, विशेष करून आत्ताच्या अभ्यासात जो विषय पडताळला जात आहे त्याच्याशी संबंधित अभ्यासाची चर्चा करा.
- सिद्धान्ताची आकृती समाविष्ट करा. जी सिद्धान्तामधील संभाव्य कारण-परिणाम जुळवणीची दिशा सूचित करेल आणि सिद्धान्तातील महत्त्वाच्या संकल्पना किंवा चले सूचित करेल.
- अभ्यासातील संख्यात्मक आणि गुणात्मक या दोनही प्रकारच्या डेटा संकलनाच्या प्रयत्नांची चौकट सिद्धान्ताद्वारे मांडा.
- अभ्यासाच्या शेवटी सिद्धान्ताने निष्कर्षांबद्दल व निकालांबद्दल कशाप्रकारे माहिती दिली आहे आणि अन्य अभ्यासातील सिद्धान्ताचा वापर करून तुलना कशी केली आहे अशा पुनरावलोकनासाठी परत सिद्धान्ताकडे वळा.

केनेट, ओ हॅगन आणि सीजर (२००८) यांच्या जुनाट दुखणे आणि त्याचे निष्णात असण्याच्या वृत्तीने, डोकेबाजपणे केलेले व्यवस्थापन या मिश्र पद्धती अभ्यासात सामाजिक शास्त्रातील सिद्धान्ताचे उदाहरण म्हणून सापडू शकेल. या लेखकांनी एका मिश्र पद्धतीचा अभ्यास सादर केला आहे. तो हे समजण्यासाठी की अभ्यासपूर्ण समस्या सोडविण्याची वृत्ती व्यक्तींना सक्षम बनविते. या अभ्यासात त्यांनी रोझेनबम यांच्या स्व-नियंत्रण सूची (सेल्फ कंट्रोल सिस्टिम-एस.सी.एस.) वरील संख्यात्मक साधने जमविली आणि अशा जुनाट दुखण्याशी जुळवून घेणाऱ्या रुग्णांच्या मुलाखतींचे संकलन केले. त्यांच्या अभ्यासाच्या सुरुवातीच्या परिच्छेदात त्यांनी हेतू स्पष्ट केला आहे.

> रोझेनबम यांच्या (१९९०, २०००) स्व-नियंत्रण प्रारूपाने ज्ञात करून दिलेले गंभीर वास्तववादी दृष्टिकोनात्मक विधान लक्षात घेऊन, आम्ही संख्यात्मक साधनामधील अभ्यासपूर्ण हिकमती आणि गुणात्मक साधनातील मजकूर आधारित विश्लेषण यांची सांगड घालतो. यांच्या सहाय्याने स्वतःच्या दुखण्यावर जास्त आणि कमी हिकमतीने स्व-नियंत्रण करण्याच्या ज्या वेदनांसंदर्भात बहुस्तरीय प्रारूप उपचार दिले जाण्याच्या प्रक्रियेची वैशिष्ट्ये पुढे आणली आहेत. (पृष्ठ ३१८)

या परिच्छेदानंतर त्यांनी समस्येला तोंड देण्याच्या अभ्यासू वृत्तीचे प्रारूप विकसित केले, ज्याचे त्यांच्या अभ्यासाला मार्गदर्शन झाले. त्यांनी रोझेनबमच्या प्रारूपातील मुख्य घटकांचा परिचय करून दिला. त्याच्या पाठोपाठ संशोधन साहित्य येते, जे आरोग्यपूर्ण आचरण स्वीकृत करण्यासाठीचे भाकित करणारा 'समस्या सोडविण्यात कुशल असलेला बाज असलेला' याच्याशी संबंधित आहे आणि रोझेनबम यांचे प्रयोग जे वेदनांशी मिळते-जुळते घेण्याच्या हिकमतीविषयी आहेत त्यापैकी एकावरील चर्चा येते. लेखकांनी नंतर प्रारूपातील घटकांवर चर्चा केली आहे जे नियंत्रणाकडे घेऊन जाते. जसे की, कल्पनांना नियंत्रित करणाऱ्या प्रक्रियेशी निगडित असणारे घटक (आधार देणारा परिवार आणि मित्र) , जुळवून घेण्याची धोरणे (उदा. वेदनेशी जुळवून घेण्याची क्षमता उदा. लक्ष दुसरीकडे देणे आणि वेदनेचे वेगवेगळ्या प्रकारे समर्थन करणे.), कार्यक्रमात टिकून राहणे. या ठिकाणी लेखकांनी सिद्धान्ताची आकृती द्यायला हवी होती. स्वनियंत्रणावर परिणाम करणाऱ्या घटकांबद्दल तो अतिशय स्पष्ट आहे. यानंतर त्यांनी रोझेनबमच्या प्रारूपावरून काढलेल्या प्रश्नांची एक मालिका दिली आहे आणि साहित्य दिले आहे. स्वयं व्यवस्थापन आणि समस्येचा सामना करण्याची हिकमत व स्व सूचना देण्याची भावना यावरील 'तीव्र' वेदनांचे ज्ञानाने आकलनीय व्यवस्थापन कार्यक्रमाच्या परिणामांचे परीक्षण करण्याच्या अभ्यासाला हे साहित्य मार्गदर्शन करते. लेखाच्या शेवटी त्यांनी स्वयं व्यवस्थापनाकडे नेणाऱ्या घटकांची उजळणी केली आहे. अत्यंत महत्त्वाच्या घटकांची आकृती सुचविली आहे.

रूपांतरणात्मक नमुना सिद्धान्ताचा वापर

गेल्या दशकात मिश्र पद्धतीच्या संशोधनात रूपांतरणात्मक सिद्धान्ताचा वापर आणि स्वीकार्यता वाढली आहे. या मागची प्रेरणा मेरटेन्स (२००३, २००९) यांच्या कामाची आहे यात शंका नाही. त्यांनी केवळ सिद्धान्ताचा मुख्य उद्देशच सांगितलेला नाही तर तो साधारण संशोधनाच्या प्रक्रियेत आणि मिश्र पद्धतीत कसा घेता येईल हेसुद्धा सांगितले आहे. मिश्र पद्धतींमध्ये या सिद्धान्ताचा उपयोग करण्याचे प्रतिपादन करतात, त्यात 'अ स्टडी ऑफ वुमेन्स इंटरेस्ट इन सायन्स' (बक, कुक, क्वीगली, इस्टवूड आणि लुकास २००९) आणि 'अ स्टडी ऑफ वुमेन्स सोशल कॅपिटल (हॉजकिन २००८) यांचा समावेश आहे. स्वीटमन (२००८) यांनी एका लेखात चौतीस मिश्र पद्धतींच्या अभ्यासांचा उल्लेख केला आहे. ज्यात रूपांतरणात्मक रूपरेषेचा उपयोग केला आहे. त्यानंतर २०१० मध्ये स्वीटकन, बाडी आणि क्रेसवेल (२०१०) यांनी मेरटेन्स (२००३, २००९) यांच्या आधारे रूपांतरणाच्या निकषांची चर्चा केली आहे, ज्यांचा समावेश मिश्र पद्धतींच्या अभ्यासात करता येईल तसेच त्यांनी निकषांचे घटक समाविष्ट असणाऱ्या तेरा अभ्यासांचे सर्वेक्षण केले आहे.

रूपांतरणात्मक चौकट आणि मिश्र पद्धतींचे संशोधन यांच्या वापरावरील साहित्य वाढत आहे. समूहाच्या आरोग्यविषयक बाबी आणि जगात जेथे कोठे असतील तेथील तळागाळातील गटांच्या अभ्यासाला हे लागू पडते. मिश्र पद्धतींमधील रूपांतरणात्मक चौकटीच्या वापरावरील चर्चेत दोन विषय वारंवार येतात. (अ) रूपांतरणात्मक चौकट म्हणजे काय? (ब) मिश्र पद्धतींचा संशोधक ही चौकट अतिशय कठोर अशा अत्याधुनिक मिश्र पद्धतींच्या अभ्यासात कशी सामावून घेणार आहे? पहिल्या प्रकरणात मी रूपांतरणात्मवादी जागतिक दृष्टिकोन हा चार मूळ जागतिक दृष्टिकोनांपैकी एक असल्याची चर्चा केली होती. त्यातून संख्यात्मक, गुणात्मक आणि मिश्र पद्धतींचे संशोधन यांच्याबद्दल माहिती मिळते. खरोखरीच कुणी असा प्रश्न विचारू शकतो की, रूपांतरणात्मवादी चौकट किंवा रूपरेषा ही व्यापक तत्त्वज्ञानात्मक जागतिक दृष्टिकोनाच्या पातळीवर आहे की संकुचित, अधिक सैद्धांतिक

पातळीवर असून अभ्यासातून एखादा काम शिकतो किंवा समजू शकतो याबद्दल माहिती देते. येथे त्याची सैद्धांतिक रूपरेषा म्हणून चर्चा केली जाणार आहे, जी मिश्र पद्धतींच्या प्रकल्पाला वेढून टाकू शकते आणि माहिती देऊ शकते.

रूपांतरणात्मक मिश्र पद्धती रूपरेषा (जिला रूपांतरणात्मक संशोधन नमुना असेही म्हणतात. मेरटेन्स २००९), हा गृहीतांचा आणि प्रणालींचा संच नसून तो संशोधनात वापरला जातो. सामान्य विषय पुढीलप्रमाणे आहेत:

- अंतर्भूत करण्याच्या नैतिक मतांवर आधारित असलेल्या गृहीतांना अधोरेखित करणे आणि जुलमी सामाजिक रचनेला आव्हान देणे.
- समुदायात प्रवेश करण्याच्या प्रक्रियेचा नमुना विश्वास निर्माण करण्यासाठी तयार करणे.
- शोधांचा प्रसार निष्कर्षांच्या उपयोगात अशा रितीने उत्तेजन देणारा असावा, की ज्यामुळे सामाजिक न्याय आणि मानवी हक्क वृद्धिंगत होतील. (पृ. ५)

यापुढे रूपांतरणात्मकवादी मार्ग त्या लोकांना लागू होतो, त्यांनी भेदभाव आणि जुलूम अनुभवला आहे. ज्यात वंश, अपंगत्व, स्थानांतरणाचा दर्जा, राजकीय संघर्ष, लैंगिक अभिमुखता, दारिद्र्य, लिंग आणि वय यांचा समावेश होतो. (मेरटेन्स २०१०) (पण तो या समाजघटकांपुरताच मर्यादित नाही)

मिश्र पद्धतीच्या अभ्यासात ही चौकट कशी बसवायची हे अजून विकसित होत आहे. परंतु मेरटन्स (२००३) यांनी या चौकशीचे अनेक घटक शोधून काढले आहेत कारण त्यांचा संबंध संशोधनातील टप्प्यांशी येतो. या घटकांचा उल्लेख चौकट क्र. ३.१ मध्ये केला आहे. हे प्रश्न वाचताना कुणालाही भेदभाव, जुलूमशाही आणि ज्यांचा अभ्यास होत आहे अशा सहभागींमधील विविधता जाणून घेणे या बाबींच्या अभ्यासाचे महत्त्व जाणवते. या प्रश्नातून व्यक्तींना आधाराची वागणूक दिली जाते. हे प्रश्न माहितीच्या संकलनातून आणि विश्लेषणातून आणि निष्कर्षांच्या अहवालातून, सामाजिक प्रक्रिया आणि सामाजिक संबंधात परिवर्तन घडवून आणतात.

चौकट ३.१ *मिश्र पद्धतीच्या संशोधकांसाठी संपूर्ण संशोधन प्रक्रियेत रूपांतरणात्मक स्वातंत्र्य देणारे प्रश्न*

प्रश्नांची व्याख्या करणे आणि साहित्याचा शोध घेणे

- तुम्ही विशेषत्वाने विविध गट आणि भेदभाव व जुलूम जबरदस्ती अशा बाबींच्या संदर्भात साहित्याचा शोध घेतला का?
- संबंधित समुदायामुळे व्याख्येचा प्रश्न निर्माण झाला का?
- या समुदायांबरोबर तुम्ही जो अमूल्य वेळ घालविलात त्यातून मिश्र पद्धती मार्ग निष्पन्न झाला का? (म्हणजेच विश्वास निर्माण करणे? उणिवा असलेले प्रारूप वापरण्यापेक्षा योग्य सैद्धांतिक रूपरेषेचा वापर करणे. समतोल प्रश्न तयार करणे. सकारात्मक किंवा नकारात्मक प्रश्न तयार करणे, रूपांतरणात्मक उत्तरे मिळतील असे प्रश्न विकसित करणे. उदा. सत्तेवर केंद्रित प्रश्न, संस्था आणि समुदायातील अधिकारासंबंधींचे प्रश्न?)

(पुढे चालू)

(पुढे चालू)

संशोधन संकल्पचित्र ओळखणे

- तुमचे संशोधन संकल्पचित्र एखाद्या गटाला उपचार नाकारते का? आणि सहभागींच्या तात्त्विक विचारांचा आदर करते का?

माहितीचे स्रोत शोधणे आणि सहभागींची निवड करणे

- सहभागींच्या गटांचा, भेदभाव आणि जुलूम जबरदस्तीशी संबंध आला आहे का?
- सहभागींचे योग्य प्रकारे नामांकन केले आहे का?
- 'लक्ष्य' असलेल्या लोकसंख्येत भिन्नतेला मान्यता आहे का?
- नमुन्याची समावेशकता वाढविण्यासाठी काय सुधारणा करता येईल? ज्यामुळे परंपरेने तळागाळातील गटांना पर्याप्ततेने आणि अचूकपणे प्रतिनिधित्व मिळण्याची शक्यता वाढेल?

माहिती संकलनाची साधने आणि
पद्धती ओळखणे किंवा त्यांची रचना करणे

- माहिती संकलित करण्याची प्रक्रिया आणि परिणाम यांचा लाभ ज्या समुदायाचा अभ्यास केला जात आहे त्याला होणार आहे.
- संशोधनाचे आलेले निष्कर्ष त्या समुदायासाठी विश्वास ठेवण्याजोगे पात्र असतील का?
- त्या समुदायाशी असलेला संवाद परिणामकारक असेल का?
- सामाजिक बदलाच्या प्रक्रियेत सहभागी होण्यासाठी माहिती संकलन नवीन मार्ग खुले करेल का?

निकालांचे विश्लेषण करणे, अर्थ लावणे, कळविणे आणि त्याचा उपयोग करणे

- निकालांमुळे नवीन परिकल्पना उदयास येतील का?
- विविध गटांवर होणारे विविध परिणाम तपासण्यासाठी हे संशोधन विविध उपगटांची तपासणी (बहुस्तरीय विश्लेषण) करेल का?
- निकाल हे सत्ता संबंध समजण्यासाठी आणि विवरण करण्यासाठी मदत करतील का?
- निकाल हे सामाजिक बदल सुकर करतील का?

स्रोत: मेरटेन्स (२००३), अनुमतीसह पुनःछपाई.

नंतर या प्रश्नांचा दहा निकषांचा एक संच करण्यात आला जो मिश्र पद्धतींच्या अभ्यासात समाविष्ट करण्यासाठी रूपांतरणात्मक सैद्धांतिक विचारसरणीचे मूल्यमापन करण्यासाठी कोणीही वापरू शकेल. (स्वीटमन आणि इतर २०१०)

१. लेखकांनी स्पष्टपणे संबंधित समुदायाच्या एखाद्या प्रश्नाकडे निर्देश केला होता का?

२. लेखकांनी खुलेपणाने एक सैद्धांतिक भिंग जाहीर केले होते का?

३. संशोधनाचे प्रश्न बाजू घेण्याच्या भिंगातून लिहिले गेले होते का?

४. साहित्याच्या पुनरावलोकनात विविधता आणि जुलूम जबरदस्ती यांबाबतच्या चर्चेचा समावेश केला होता का?

५. लेखकांनी सहभागींच्या योग्य त्या विलक्षीकरण करण्याच्या संदर्भात चर्चा केली होती का?

६. समाजाला माहिती संकलनाचा आणि निष्कर्षांचा फायदा झाला होता का?

७. सहभागींनी संशोधनात पुढाकार घेतला होता का आणि त्यांनी प्रकल्पात सक्रिय सहभाग घेतला होता का?

८. निकालांनी सत्ता संबंध अधिक स्पष्ट केले होते का?

९. निकालांनी सामाजिक बदल घडवून आणला होता का?

१०. लेखकांनी रूपांतरणात्मकवादी चौकटीचा उपयोग स्पष्टपणे मांडला होता का?

कोणत्याही प्रकाशनासाठी हे उच्च प्रमाण आहे. स्वीटमन व त्यांचे सहकारी (२०१०) यांनी केलेल्या अभ्यासाच्या पुनरावलोकनातून असे दिसते की, मिश्र पद्धतींच्या अभ्यासात दहा निकालांचा समावेश असमान पद्धतीने झाला आहे. तेरा अभ्यासकांपैकी केवळ दोनच अभ्यासकांनी त्यांच्या रूपरेषेला 'रूपांतरणात्मक असे स्पष्टपणे निर्देशित केले आहे. असे असले तरी मिश्र पद्धतीच्या संशोधकांना त्यांच्या अभ्यासाला रूपांतरणात्मकवादी चौकटीत कसे उत्तम प्रकारे बसवायचे यासाठी ते सहाय्यकारी ठरू शकेल. पुढील गोष्टी केल्याने ते करता येईल:

- अभ्यासाच्या प्रारंभीच्या परिच्छेदात रूपांतरणात्मकवादी चौकट उपयोगात आणली जात आहे याचा निर्देश करा.
- हा अभ्यास तळागाळातील आणि ज्यांना कमी प्रतिनिधित्व मिळाले आहे अशा समुदायाशी व त्यांना ज्या विशिष्ट बाबींना सामोरे जावे लागले (जुलूम, सत्ता) त्यांच्याशी संबंधित आहे, अशा या रूपरेषेचा अभ्यासाच्या सुरुवातीलाच उल्लेख करा.
- साहित्याच्या सैद्धांतिक भागामध्ये ही चौकट बसवा. उदा. स्त्रीवादी साहित्य किंवा वंशवादावरील साहित्य.
- संशोधनाच्या प्रक्रियेत (माहिती संकलन) स्वारस्य असलेल्या गटाला सामावून घ्या.
- संशोधन प्रश्नांसंबंधी भूमिका घ्या. त्याच्या अभिमुखतेचे समर्थन करा. उदा. विषमता अस्तित्त्वात आहे आणि संशोधन त्याची पुष्टी करेल.
- रूपांतरणात्मक चौकटीत संख्यात्मक आणि गुणात्मक अशा दोन्ही पद्धतींच्या एकत्रीकरणात संकल्पचित्र, संकलन व विश्लेषण यात प्रगतीशील असावे.
- संशोधक म्हणून तुमच्या अनुभवाबद्दल बोला. तुमच्या अनुभवाचा आणि तुमच्या पार्श्वभूमीचा तुम्हाला, सहभागी अभ्यासकांना आणि अभ्यास विषयाला समजून घेण्यास कसा फायदा झाला ते सांगा.
- हा अभ्यास, अभ्यासांतर्गत सहभागी व लोकसंख्येत (पॉप्युलेशन) तसेच अभ्यास विषयात बदल घडवून आणण्यात यशस्वी झाला असे अभ्यासाच्या शेवटी समर्थन करा.

मिश्र पद्धतींच्या अभ्यासात रूपांतरणात्मवादी चौकट कशी समाविष्ट करायची याचे अध्ययन करण्याचा उत्तम मार्ग म्हणजे नियतकालिकांमध्ये प्रसिद्ध झालेल्या लेखांचे परीक्षण करणे आणि संशोधनाच्या प्रक्रियेत ती कशी सामावून घेतली जातात याचा अभ्यास करणे होय. रूपांतरणात्मक चौकटीचा चांगला वापर केलेले दर्शविणारा हा एक अलीकडचा लेख आहे.

उदा. ३.४ *रूपांतरणवादी मिश्र पद्धती अभ्यासातील सिद्धान्त*

'द जर्नल ऑफ मिक्सड् मेथडस् रिसर्च' मधील हॉजकिन (२००८) यांच्या प्रसिद्ध झालेल्या लेखात मिश्र पद्धतींच्या अभ्यासात स्त्रीस्वातंत्र्यवादी भिंगाचा उपयोग दाखवून दिला आहे. हॉजकिन यांनी स्त्रिया आणि पुरुष यांच्या सामाजिक मोठेपणात भिन्नता असते का याचा शोध घेतला. ऑस्ट्रेलियातील स्त्रियांचा नागरी कृतीतील सहभागापेक्षा सामाजिक आणि सामूहिक कृतींमध्ये सहभाग जास्त का असतो याचीही पाहणी केली. त्यांच्या अभ्यासाचा नमूद केलेला उद्देश, 'स्त्रीवादी संशोधनात मिश्र पद्धतींचा उपयोग दाखवून देणे' हा होता. लेखाच्या सुरुवातीला त्यांनी त्यांच्या स्त्रीवादी संशोधन घटकाची चर्चा केली आहे. उदा. सामाजिक भांडवलाच्या अभ्यासात जेंडर फोकस नसण्याकडे लक्ष वेधले आहे. स्त्रियांच्या अनुभवांना वाचा फोडण्यासाठी गुणात्मक आणि संख्यात्मक संशोधनाचा उपयोग आणि रूपांतरणात्मक नमुन्यात त्यांच्या अभ्यासाची स्थाननिश्चिती करताना, त्यांना त्यांच्या संख्यात्मक निष्कर्षातून असे आढळले की, महिला आणि पुरुष यांच्या सामाजिक भांडवलात भिन्नता आहे. त्यानंतर स्त्रियांविषयीचा दृष्टिकोन दुसऱ्या अवस्थेत स्पष्ट केला. त्यात महिला व पुरुषांचा अनौपचारिक सामाजिक सहभाग आणि समुदायात सहभाग या विषयी नोंदवले आहे. नागरिकत्वाच्या पातळीवर सहभागी होण्याचा महिलांचा स्तर खूप खालचा होता आणि महिलांकडून निष्पन्न होणारे परिणाम हे 'चांगली आई' होण्याशी निगडित होते, त्यांना सामाजिक अलिप्तपण टाळायचे होते आणि त्यांना एक सक्रिय नागरीक व्हायचे होते.

सारांश

गुणात्मक, संख्यात्मक आणि मिश्र पद्धतींच्या संशोधनामध्ये सिद्धान्ताला स्थान आहे. संशोधक चलांमधील संबंधांचे स्पष्टीकरण किंवा भाकित करण्यासाठी सिद्धान्ताचा वापर त्याच्या गुणात्मक अभ्यासात करतात. अशा प्रकारे चलांच्या स्वरूपाचे आणि वापराचे मूलभूत ज्ञान असणे आवश्यक आहे कारण त्यांच्यातूनच संशोधनाचे प्रश्न परिकल्पनांचे आकार घेतात. सिद्धान्त हा 'चले' एकमेकांशी कशी आणि का संबंधित आहेत याचे स्पष्टीकरण करतात. तो चलांच्या मध्ये किंवा चलांच्यात सेतूचे काम करतो. व्याप्तीनुसार सिद्धान्त व्यापक किंवा लहान असू शकतो. संशोधक त्यांच्या सिद्धान्तांची मांडणी अनेक प्रकारे करतात. उदा. परिकल्पनांची मालिका, जर-तर अशी तार्किक विधाने किंवा दृश्य प्रारूप. सिद्धान्तांचा प्रतिगामिक पद्धतीने वापर करताना तपासक त्यांना साहित्याच्या पुनरावलोकनात सुरुवातीलाच स्थान देतात. ते त्यांना परिकल्पना किंवा संशोधनाचे प्रश्न यात समाविष्ट करतात किंवा त्यांना स्वतंत्र विभागात अंतर्भूत करतात. संशोधन प्रस्तावासाठी सिद्धान्त विभागाचा नमुना तयार करण्यात अस्सल कागदपत्रे मदत करू शकतात.

गुणात्मक संशोधनात पृच्छक सिद्धान्ताचा वापर व्यापक स्पष्टीकरणासारखा करतात. असे संख्यात्मक संशोधनात केले जाते त्याचप्रमाणे मानवसंस्कृतीशास्त्रात असे केले जाते. असे होऊ शकते की, सैद्धांतिक भिंग किंवा यथार्थदर्शन, लिंग, वर्ग, वंश किंवा यांची जोडणी याबद्दल प्रश्न निर्माण करतात. गुणात्मक

अभ्यासात सिद्धान्त अंतिम मुद्दा म्हणून येऊ शकतो. तो एक तयार केलेला सिद्धान्त असू शकतो किंवा एक नमुना किंवा सामान्यीकरण असू शकते जे प्रवर्तनिक पद्धतीने माहिती संकलनातून आणि विश्लेषणातून सिद्ध झालेले असते. उदा. ग्राऊंडेड थिअरीस्ट, सहभागींच्या व्यक्त होणाऱ्या मतांमधून सिद्धान्ताची निर्मिती करतात आणि तो अभ्यासांच्या निष्कर्षांच्या जागी स्थानापन्न होतो. काही गुणात्मक अभ्यास निव्वळ सुस्पष्ट सिद्धान्ताचा समावेश करत नाहीत, तर मध्यवर्ती घटनेचे वर्णनात्मक संशोधन सादर करतात.

मिश्र पद्धती संशोधक संख्यात्मक आणि गुणात्मक माहितीचे संकलन करताना, विश्लेषण करताना आणि त्याची मांडणी करताना सिद्धान्ताचा वापर एक चौकट म्हणून करतात जी संकल्पचित्राच्या अनेक बाजूंची माहिती देते. ही चौकट किंवा रूपरेषा दोन रूपे धारण करते. (अ) समाजशास्त्राची चौकट, (ब) रूपांतरणात्मक चौकट. समाजशास्त्रीय चौकट अभ्यासाच्या सुरुवातीलाच असते, जी अभ्यासाच्या संख्यात्मक आणि गुणात्मक अंगांची माहिती देते. (उदा. माहितीचे संकलन, विश्लेषण, स्पष्टीकरण आणि निष्कर्ष व परिणामाबद्दल माहिती देते.) मिश्र पद्धतीत असणारा रूपांतरणात्मक सिद्धान्तही अलीकडे उदयाला आलेली रूपरेषा आहे. हे एक प्रश्नाकडे बघण्याचे असे भिंग आहे, जे ज्ञानाचे तटस्थ नसण्याचे स्वरूप ओळखते. मानवी स्वारस्याचा व्यापक प्रभाव आणि सत्ता व सामाजिक संबंध जाणते. रूपांतरणात्मक मिश्र पद्धतीचा अभ्यास लोकांना व समाजाला सुधारण्यास मदत करतो. अशा प्रकारच्या संशोधनाची मदत स्त्रीवादी गट, भिन्न जात/वंशाचे समूह, व्यंग असलेले लोक, समलिंगी व अन्य तत्सम समूहांना होते. मिश्र पद्धतींचे संशोधक त्यांची रूपरेषा संशोधनाच्या प्रक्रियेच्या अनेक अवस्थांमध्ये समाविष्ट करतात. उदा. प्रास्ताविक, संशोधनासंबंधीचे प्रश्न, माहितीचे संकलन, बदल घडवून आणण्याची मागणी करणारे स्पष्टीकरण. रूपांतरणात्मक रूपरेषेचे मिश्र पद्धती अभ्यासात कसे विलिनीकरण करावे यासाठी निकष विकसित करण्यात आले आहेत.

लेखन सराव

१. या प्रकरणात सादर केलेल्या संख्यात्मक सिद्धान्ताच्या लेखाला अनुसरून तुमच्या संशोधन योजनेसाठी सैद्धांतिक यथार्थचित्र विभाग लिहा.

२. या प्रकरणात दिलेला साधारण प्रारूप नकाशा तयार करण्याची प्रणाली वापरून तुम्ही संख्यात्मक प्रस्तावाचे नियोजन करत आहात त्यासाठी सिद्धान्तात चले वापरून एक दृश्य प्रारूप तयार करा.

३. नियतकालिकांमधील गुणात्मक लेख शोधून काढा. जे (अ) संशोधनाच्या प्रक्रिये-दरम्यान सुधारित केला जाणारा परिपूर्ववर्ती सिद्धान्त वापरतात. (ब) अभ्यासाच्या शेवटी येणारा सिद्धान्त निर्माण करा किंवा विकसित करा आणि (क) निव्वळ सैद्धांतिक प्रारूप न वापरता सिद्धान्ताचे वर्णन करा.

४. सैद्धांतिक भिंग वापरणारा मिश्र पद्धतींचा अभ्यास शोधून काढा, जसे की, स्त्रीवादी, भिन्न जातीय/वंशीय किंवा वर्गाचे यथार्थ दर्शन. चौकट ३.१ हा मार्गदर्शक समजून संशोधनाच्या प्रक्रियेतील टप्प्यांना भिंगे कसा आकार देतात हे विशेषत्वाने शोधून काढा.

अधिक वाचनासाठी

फ्लिंडर्स, डी.जे आणि मिल्स जी.इ. (इडीस १९९३) *'थिअरी अँड कन्सेप्ट्स इन क्वालिटेटिव्ह रिसर्च: परसपेक्टिव्ह फ्रॉम द फील्ड'* न्यूयॉर्क. कोलंबिया युनिव्हर्सिटी, टीचर्स कॉलेज प्रेस.

डेव्हिड फ्लिंडर्स आणि जॉफ्रि मिल्स यांनी प्रत्यक्ष कार्यक्षेत्रातील यथार्थ वास्तवदर्शनासंबंधीचे पुस्तक संपादित केले आहे. विविध गुणात्मक संशोधकांनी त्याचे वर्णन 'थिअरी अॅट वर्क' असे केले आहे. पुस्तकातील प्रकरणे सिद्धान्ताच्या व्याख्येबद्दल आणि सिद्धान्त हा शाप आहे की वरदान याबद्दल फारच थोडे मतैक्य दर्शवितात. संशोधनातील अनेक पातळ्यांवर सिद्धान्त कार्यरत असतो. उदा. औपचारिक सिद्धान्त, एपिस्टेमॉलॉजिकल (संस्कृतीदर्शक) सिद्धान्त, मेथडॉलॉजिकल सिद्धान्त, मेटा सिद्धान्त. एवढी विविधता लक्षात घेता गुणात्मक अभ्यासात सिद्धान्ताचा प्रत्यक्ष वापर पाहणे उत्तम ठरेल. हे पुस्तक समीक्षात्मक, वैयक्तिक, औपचारिक आणि शैक्षणिक समीक्षा यांचे दर्शन घडविते.

मेरटेन्स डी.एम. (२००३) 'मिक्सड् मेथड्स अँड द पॉलिटिक्स ऑफ ह्युमन रिसर्च', द ट्रान्सफॉर्मेटिव्ह -इमान्सिपेटरी परस्पेक्टिव्ह' ए. ताशाक्कोरी अँड सी टेडली (इ.डी.एस.) *हँडबुक ऑफ मिक्सड् मेथड्स इन सोशल अँड बिहेव्हिअरल रिसर्च* (पृष्ठ १३५–१६४), थाऊजंड ओक्स, सीए: सेज.

डोन्ना मेरटेन्स यांना जाणवले की ऐतिहासिकदृष्ट्या मानवी संशोधन आणि सामाजिक न्याय यांच्या राजकीय बाबी यांच्याशी संशोधन पद्धतींनी संबंधित करून घेतलेले नाही. त्यांनी लिहिलेले प्रकरण मिश्र पद्धतींच्या संशोधनासाठी रूपांतरणात्मक–गुलामगिरीपासून मुक्त असा नमुना हा संशोधनाची रूपरेषा किंवा भिंग उपलब्ध करते, जे विविध मानववंशीय गट, अपंग लोक आणि स्त्रीवादी अशा गटांच्या विद्वानांनी उपलब्ध करून दिले आहे. त्यांच्या प्रकरणाची विशेष बाब म्हणजे त्यांनी विचाराचा नमुना आणि मिश्र पद्धतींचे संशोधन करण्यातील प्रक्रियेतील टप्पे यांची केलेली एकत्रित गुंफण होय.

थॉमस जी. (१९९७) 'व्हॉट इज द यूज ऑफ थिअरी' *हार्वर्ड एज्यूकेशनल रिव्ह्यू* ६७(१), ७५–११४

गॅरी थॉमस यांनी 'शैक्षणिक चौकशीसाठी सिद्धान्ताचा वापर' यावर साधक-बाधक चर्चा केली आहे. त्यांनी सिद्धान्ताच्या अनेक व्याख्या दिल्या आहेत. सिद्धान्ताच्या वापराचे चार व्यापक प्रकार सांगितले आहेत. (अ) विचार करण्यासाठी आणि प्रतिबिंबित करण्यासाठी. (ब) परिकल्पना अ-लवचीक किंवा लवचीक करण्यासाठी (क) विविध क्षेत्रातील ज्ञानात भर घालण्याचे स्पष्टीकरण म्हणून (ड) ज्यांनी बाबींची नोंद घेतली आहे अशी विज्ञानातील औपचारिकरीत्या केलेली विधाने व्यक्त करण्यासाठी. ते नंतर प्रबंधात स्वीकार करतात की, सिद्धान्त विचारांना विनाकारण संरचित करतो आणि त्यावर मर्यादा घालतो. या ऐवजी कल्पना सतत बदलत्या असाव्यात आणि ऑफलरने सुचविल्याप्रमाणे 'आवश्यक तेव्हा येणाऱ्या' असाव्यात.

प्रकरण चार

लेखनविषयक धोरणे आणि नैतिक विचार

एखाद्या प्रस्तावाची संरचना तयार करण्यापूर्वी, विषयांची बाह्य रूपरेषा किंवा साधारण संरचना आणि त्यांचा क्रम याबद्दलची कल्पना असणे महत्त्वाचे आहे. तुम्ही संख्यात्मक, गुणात्मक किंवा मिश्र पद्धतींच्या प्रकल्पावर लिहीत आहात. त्यानुसार रचना भिन्न असू शकेल. दुसरी एक सामान्यणे लक्षात घेण्याची गोष्ट म्हणजे लिखाणाच्या चांगल्या सवयींबद्दल दक्ष असणे. कारण त्यामुळे सुसंगत आणि उच्च प्रतीचा वाचनीय प्रस्ताव (किंवा संशोधन प्रकल्प) असण्याची खात्री मिळण्यास मदत होईल. संपूर्ण प्रकल्पामध्ये नैतिकता सांभाळणे महत्त्वाचे आहे आणि अभ्यासापूर्वीच त्यातून उद्‌भवू शकणाऱ्या नैतिक बाबींचा विचार करणे महत्त्वाचे आहे. हे प्रकरण प्रस्तावांच्या सर्वसाधारण आराखड्याची बाह्य रूपरेषा उपलब्ध करून देते, प्रस्ताव वाचनीय व्हावा यासाठी लिखाणाच्या पद्धती सुचविते, तसेच प्रस्तावामध्ये उद्‌भवू शकणाऱ्या संभाव्य नैतिक बाबींबद्दलही माहिती पुरवते.

प्रस्ताव लिहिणे

प्रस्ताव लिहिताना प्रस्तावात सादर केलेली प्रतिपादने

अभ्यासाचे नियोजन करताना प्रारंभीच प्रस्तावातील ज्या महत्त्वाच्या मुद्यांना संबोधित करायचे आहे त्यांचा विचार करणे उपयुक्त ठरते. संपूर्ण प्रस्तावाचे एक एकत्रित चित्र उपलब्ध होण्यासाठी हे सर्व मुद्दे– किंवा विषय यांची परस्परांशी जुळणी होणे गरजेचे आहे. माझ्यासाठी, प्रकल्प गुणात्मक असा संख्यात्मक असो किंवा मिश्र पद्धतींचा असो हे विषय प्रस्तावांमध्ये सुरुवातीपासून शेवटपर्यंत विस्तारित होताना दिसतात. माझ्या मते, योग्य सुरुवात म्हणजे मॅक्सवेलच्या (२००५) अत्यंत महत्त्वाच्या प्रतिपादनाची सूची विचारात घेणे होय, जी कोणत्याही प्रस्तावात सादर करावीच लागते. मी माझ्या शब्दांत त्याचा सारांश देत आहे:

१. तुमचा विषय चांगला समजण्यासाठी वाचकांना कशाची आवश्यकता आहे?

२. तुमच्या विषयाचे ज्ञान होण्यासाठी वाचकांना कशाची गरज आहे?

३. तुम्ही कशाचा अभ्यास सूचित करता?

४. विशिष्ट परिस्थिती कोणती आहे? आणि तुम्ही ज्यांचा अभ्यास करणार आहात ते कोण लोक आहेत?
५. माहिती गोळा करण्यासाठी कोणत्या पद्धती वापरण्याबद्दल तुमचे कसे नियोजन आहे?
६. माहितीचे तुम्ही विश्लेषण कसे कराल?
७. तुम्ही तुमचे निष्कर्ष कसे सिद्ध कराल?
८. तुमचा अभ्यास कोणते नैतिक प्रश्न पुढे मांडेल?
९. प्रस्तावित अभ्यासाच्या व्यवहार्यतेबद्दल आणि मूल्यांबद्दल प्राथमिक निष्कर्ष काय सूचित करतात?

प्रत्येक प्रश्नासाठी असलेल्या एकेका विभागात जर या नऊ प्रश्नांचे समाधानकारकरीत्या उत्तर दिले गेले तर ते चांगल्या संशोधनाच्या पायाभरणीचे काम करतील. ते प्रस्तावासाठी सर्वसाधारण संरचना उपलब्ध करून देऊ शकतील. निष्कर्षांची सिद्धता, नैतिक विचार (पुढे लगेचच संबोधले जातील), प्राथमिक निकालांची गरज, व्यावहारिक महत्त्वाचा लवकरचा प्रत्यय यांचा समावेश महत्त्वाच्या घटकांवर लक्ष केंद्रित करतो ज्यांच्याकडे बहुधा प्रस्तावित प्रकल्पांवरील चर्चेत दुर्लक्ष होते.

गुणात्मक प्रस्तावासाठी रचना

या ९ प्रश्नांशिवाय प्रस्तावात समाविष्ट केल्या जाणाऱ्या विषयांसाठी सर्वसाधारण रूपरेषा किंवा साधारण रचना असणेही उपयोगाचे ठरते. गुणात्मक संशोधनात, निःसंशयपणे, गुणात्मक प्रस्तावासाठी कोणतीही एक रचना अस्तित्वात नाही. मला असे वाटते की, थोड्याफार साधारण संरचना उपयुक्त ठरतील, विशेषकरून त्या विद्यार्थ्यांसाठी ज्यांनी कधीच प्रबंध किंवा शोधप्रबंध लिहिला नाही. येथे मी २ पर्यायी प्रारूपांचा प्रस्ताव ठेवतो. उदा. ४.१ हे रचनात्मक/प्रतिपादनात्मक दृष्टिकोनातून रचलेले आहे तर उदा. ४.२ हे गुणात्मक संशोधनाच्या रूपांतरणात्मक प्रारूपावर अधिक प्रमाणात आधारित आहे.

उदा. ४.१ *गुणात्मक रचनात्मक/प्रतिपादनात्मक रचना*

प्रस्तावना

- समस्येचे विधान (समस्येवर उपलब्ध असलेले वाङमय, त्यातील उणिवा आणि वाचकांसाठीचा अभ्यासाचा असलेला संदर्भ यांचा समावेश असलेले)
- अभ्यासाचा उद्देश
- संशोधनाचे प्रश्न

कार्यपद्धती

- तात्त्विक गृहीते किंवा गुणात्मक संशोधनासंबंधीचा जागतिक दृष्टिकोन
- गुणात्मक संकल्पचित्र (उदा. मानवसंस्कृतीशास्त्र, व्यक्तिगत अभ्यास)
- संशोधकाची भूमिका

माहिती संकल्पनांच्या पद्धती

माहितीचे विश्लेषण करण्याच्या पद्धती

निष्कर्षांची सत्यता पडताळण्याविषयी धोरण

अभ्यासाची प्रस्तावित विवरणात्मक रचना

अपेक्षित नैतिक (विवाद्य) विषय

प्राथमिक पथदर्शी निष्कर्ष (उपलब्ध असल्यास)

अपेक्षित परिणाम आणि अभ्यासाचे महत्त्व

संदर्भ

परिशिष्ट: मुलाखतीचे प्रश्न, निरीक्षणे नोंदविण्यासाठीचा अर्ज, कालमर्यादा, प्रस्तावित अंदाजपत्रक, अंतिम अभ्यासातील प्रत्येक प्रकरणाच्या आशयाचा सारांश

या उदाहरणात, लेखक पुढील गोष्टींचा समावेश करतो- प्रस्तावना, कार्यपद्धती, नैतिक बाबी, प्राथमिक निष्कर्ष आणि अभ्यासाचा अपेक्षित परिणाम. साहित्याच्या पुनरावलोकनाचा स्वतंत्र विभाग समाविष्ट करता येईल. पण प्रकरण क्र. ३ मध्ये म्हटल्याप्रमाणे हे वैकल्पिक आहे. अनेक परिशिष्टे अनुचित वाटतील. अभ्यासासाठी वेळेची मर्यादा ठरविल्यामुळे आणि प्रस्तावित अंदाजपत्रकाच्या सादरीकरणामुळे समितींना उपयुक्त माहिती मिळते, जरी हे विभाग खास करून प्रस्तावांमध्ये आढळत नसले तरी. याचप्रमाणे गुणात्मक संशोधनातील प्रकरणांची संख्या आणि प्रकार यात बदल आढळतो. म्हणून अंतिम अभ्यासातील प्रत्येक प्रकरणाच्या संभाव्य आशयाचा सारांश देणे उपयुक्त ठरते.

उदा. ४.२ *गुणात्मक रूपांतरणात्मक रचना*

प्रस्तावना

समस्येचे विधान (त्यात सत्ता, जुलूम, भेदभाव इ. निर्देशित बाबी; समस्येवर उपलब्ध असलेले साहित्य; साहित्यातील उणिवा, वाचकांसाठी असलेली अभ्यसाची उचितता इत्यादींचा समावेश होतो)

अभ्यासाचा उद्देश

संशोधनाचे प्रश्न

कार्यपद्धती

तात्त्विक गृहीते किंवा जागतिक दृष्टिकोन

गुणात्मक संशोधन धोरण

संशोधकाची भूमिका

(पुढे चालू)

(पुढे चालू)

माहिती संकलनाच्या पद्धती ('सहभागीं'बरोबर अवलंबविलेला सहयोगाचा मार्ग)

माहितीच्या विश्लेषणाची कार्यपद्धती

निष्कर्षांची सत्यता पडताळण्याविषयीचे धोरण

प्रस्तावित विवरणात्मक संरचना

अपेक्षित नैतिक बाबी

प्राथमिक पथदर्शी निष्कर्ष (उपलब्ध असल्यास)

अभ्यासाचे महत्त्व आणि होऊ शकणारे रूपांतरणात्मक बदल

संदर्भ

परिशिष्टे: मुलाखतीचे प्रश्न, निरीक्षणे नोंदविण्यासाठीचे फॉर्म्स, कालमर्यादा, प्रस्तावित अंदाजपत्रक, अंतिम अभ्यासातील प्रस्तावित प्रकरणांचा सारांश

पुढील उदाहरणात नमूद केलेला अपवाद सोडल्यास ही रचना विवेचनात्मक (भाष्यात्मक) रचनात्मक/रचनेसारखीच आहे, उदा. संशोधक (पृच्छक) अभ्यासात शोधल्या जाणाऱ्या एका विशिष्ट रूपांतरणवादी बाबीला शोधून काढतो. (उदा. जुलूम, भेदभाव), सहयोगावर आधारित माहिती संकलनाचे आधारित आराखडा बनवतो, संशोधनाच्या अभ्यासातून अपेक्षित बदलांचा उल्लेख करतो.

संख्यात्मक प्रस्तावासाठीचा नमुना (आराखडा)

संख्यात्मक अभ्यासासाठी, नियतकालिकातील लेखांमध्ये प्रसिद्ध झालेल्या संख्यात्मक अभ्यासात खास करून आढळणाऱ्या विभागांशी साम्य असलेला आराखडा अनुरूप असतो. हा नमुना साधारणपणे असे प्रारूप अनुसरतो ज्यात प्रस्तावना, साहित्याचे पुनरावलोकन, पद्धती, निष्कर्ष आणि चर्चा असते. संख्यात्मक अभ्यासाचे नियोजन करत असताना आणि शोधप्रबंध प्रस्तावाचे संकल्पचित्र तयार करताना पुढील नमुन्याचा सर्वसाधारण नियोजन आखताना विचार करावा. (पहा उदा. ४.३)

उदा. ४.३ *संख्यात्मक नमुना*

प्रस्तावना

समस्येचे विधान (विषय, समस्येवरील उपलब्ध साहित्य, साहित्यातील उणिवा, वाचकांसाठी असलेले अभ्यासाचे औचित्य (प्रस्तुतता)

अभ्यासाचा उद्देश

संशोधनाचे प्रश्न किंवा परिकल्पना

सैद्धांतिक यथार्थदर्शन

साहित्याचे पुनरावलोकन (प्रस्तावनेत सिद्धान्त समाविष्ट करण्याऐवजी या विभागात समाविष्ट करता येतो.)

पद्धती

संशोधन संकल्पचित्राचा प्रकार (उदा. प्रयोगात्मक, सर्वेक्षण)

लोकसंख्या, नमुना आणि सहभागी

माहिती संकल्पनाची साधने, चले आणि सामुग्री

माहिती विश्लेषणाच्या पद्धती

अभ्यासातील अपेक्षित नैतिक बाबी

प्राथमिक अभ्यास किंवा पथदर्शक चाचण्या

परिशिष्टे: साधने, कालमर्यादा व प्रस्तावित अंदाजपत्रक

उदा. ४.३ हे सामाजिक शास्त्राच्या अभ्यासासाठीचा एक प्रमाणित नमुना आहे. (पहा मिलर आणि सॅलकाईंड २००२) अर्थात, विभागांचा क्रम; विशेषत: सिद्धान्ताचा आणि साहित्याचा उपयोग यांचा क्रम बदलू शकतो (पहा, उदा. रूडस्टम आणि न्यूटन २००७). असे असले तरी, संख्यात्मक प्रस्तावांसाठी हा नमुना विषयांच्या विशिष्ट क्रमाचे प्रतिनिधित्व करतो.

मिश्र पद्धतींच्या प्रस्तावासाठी नमुना

एका मिश्र पद्धतीच्या संरचनेच्या नमुन्यात संशोधक गुणात्मक आणि संख्यात्मक नमुन्यात अंतर्भूत असलेल्या मार्गांना एकत्रित आणतो. उदा. ४.४ मध्ये (क्रेसवेल आणि प्लॅनो क्लार्क २०११ मधून घेतलेले) अशा प्रकारचा नमुना दिसून येतो.

उदा. ४.४ *मिश्र पद्धतीचा नमुना*

प्रस्तावना

संशोधनाचा प्रश्न (प्रश्नावरील उपलब्ध असलेले संशोधन, साहित्यातील उणिवा, वाचकांसाठी असलेले अभ्यासाचे महत्त्व)

अभ्यासाचा हेतू किंवा प्रकल्पाचे उद्दिष्ट आणि कारणे किंवा मिश्र पद्धतींच्या अभ्यासाची कार्यकारण परंपरा

संशोधनाचे प्रश्न आणि परिकल्पना (संख्यात्मक प्रश्न किंवा परिकल्पना, गुणात्मक प्रश्न, मिश्र पद्धतीचे प्रश्न)

मिश्र पद्धतींच्या अवलंबनामागील तत्त्वज्ञानपर पाया

साहित्याचे पुनरावलोकन (संख्यात्मक, गुणात्मक आणि मिश्र पद्धतींचे अभ्यासासाठी पर्यायी परीक्षण)

(पुढे चालू)

(पुढे चालू)

पद्धती

मिश्र पद्धतींच्या संशोधनाची व्याख्या

वापरलेली संरचना प्रकार आणि तिची व्याख्या

ही संरचना वापरण्यामध्ये येणारी आव्हाने आणि त्यांचा परामर्श कसा घेतला जाईल

संरचनेचा हा प्रकार वापरण्याबाबतची उदाहरणे

कार्यपद्धतीच्या आकृतीचा संदर्भ व अंतर्भाव

संख्यात्मक माहितीचे संकलन

संख्यात्मक माहितीचे विश्लेषण

गुणात्मक माहितीचे संकलन

गुणात्मक माहितीचे विश्लेषण

मिश्र पद्धतींच्या माहितीच्या विश्लेषणाची कार्यपद्धती

संख्यात्मक आणि गुणात्मक अशा दोन्ही प्रकारच्या संशोधनातील सत्यता पडताळून पाहण्याचे मार्ग

संशोधकाची मिश्र पद्धतींच्या संशोधन करण्यासाठीची संसाधने आणि कौशल्ये

संभाव्य नैतिक बाबी

संदर्भ

परिशिष्टे: साधने, लेखी दाखला, आकृत्या, कालमर्यादा, अंदाजपत्रक, प्रत्येक प्रकरणातील मुख्य आशयाचा सारांश

हा नमुना असे दर्शवितो की, संशोधक संख्यात्मक आणि गुणात्मक तसेच मिश्र घटकांसाठी उद्देश दर्शविणारे विधान आणि संशोधनाचे प्रश्न असे दोन्ही नमूद करतो. प्रस्तावाच्या सुरुवातीलाच मिश्र पद्धतींचा मार्ग स्वीकारण्याची कारणे (कार्यकारण परंपरा) स्पष्ट करणे महत्त्वाचे आहे आणि तसेच संरचनेवरील महत्त्वाचे घटक ओळखणे महत्त्वाचे आहे. जसे की, मिश्र पद्धतींच्या अभ्यासाचा प्रकार, प्रणालींची दृश्य आकृती आणि संख्यात्मक आणि गुणात्मक अशा दोन्ही प्रकारच्या माहितीचे संकलन आणि विश्लेषणातील टप्पे. या सर्व भागांमुळे मिश्र पद्धतीच्या प्रस्तावाची लांबी ही गुणात्मक किंवा संख्यात्मक प्रस्तावापेक्षा जास्त होण्याची शक्यता असते.

प्रस्तावाच्या विभागांची संरचना बनविणे

प्रस्तावाच्या एकंदर आराखड्याची संरचना तयार करण्यासाठी मी संशोधनासंबंधी अनेक सूचना विद्यार्थ्यांना देत असतो:

- प्रस्तावाच्या संरचनेच्या सुरुवातीला विभाग स्पष्ट करा. एका विभागवार काम केल्याने इतर विभागांसाठी कल्पनांची प्रेरणा मिळते. प्रथम एक बाह्य सीमारेषा विकसित करा आणि नंतर प्रत्येक

विभागासाठी काही तरी कागदावर जलद लिहून काढा, ज्यामुळे काही कल्पना सुचतील. तुम्ही अधिक सखोलपणे जशी माहिती द्याल तसे विभाग अधिक अचूक होत जातील.

- तुमच्या मार्गदर्शकांकडे काम करत असलेल्या अन्य विद्यार्थ्यांचे प्रस्ताव मिळवा. मार्गदर्शकांना आवडलेल्या प्रस्तावांच्या प्रती मागून घ्या, ज्या समित्यांना सादर करण्यायोग्य अशा अभ्यासपूर्ण असतील. निर्देश केलेल्या विषयांचा अभ्यास करा आणि त्यांचा क्रम तसेच प्रस्ताव तयार करताना किती तपशीलात जाऊन तयार केला आहे ते लक्षात घ्या.
- तुमचा संशोधन कार्यक्रम किंवा संस्था ही प्रस्ताव विकसनासाठी अभ्यासक्रम चालवते का किंवा तत्सम विषयावर अभ्यासक्रम उपलब्ध करून देत आहे का ते पहा. तुमच्या प्रकल्पासाठी आधार देणारी व्यवस्था म्हणून असा वर्ग नेहमीच सहाय्यभूत ठरतो. त्याचप्रमाणे तुमच्या प्रस्तावांतर्गत कल्पना जशा विकसित होतील तशा त्यांच्यावर प्रतिक्रिया व्यक्त करणाऱ्या व्यक्तीही वर्ग उपलब्ध करून देतील.
- तुमच्या सल्लागाराबरोबरील बैठकीत त्यांना पसंत असलेल्या प्रस्तावाच्या नमुन्यावर चर्चा करा. त्याच्याकडे प्रस्तावाची प्रत मागा जी तुम्हाला मार्गदर्शक म्हणून उपयोगी पडेल. प्रस्तावासाठी नियतकालिकात प्रसिद्ध झालेले लेख प्रारूप म्हणून वापरताना सावध रहा; तुमच्या सल्लागाराला किंवा ग्रॅज्यूएट कमिटीला (research review committeela) आवश्यक वाटणारी माहिती ते लेख कदाचित देऊ करणार नाहीत.

कल्पना लिहिताना

अनेक वर्षे मी 'कसे लिहावे' याबद्दलची पुस्तके गोळा केली आहेत. माझ्याकडे खासकरून एक नवीन पुस्तक आहे जे मी माझ्या संशोधन प्रस्तावांवर काम करत असताना वाचत आहे. गेली काही वर्षे मी लिखाणावरची कमीतकमी पुस्तके खरेदी केली आहेत. ती माझ्या पुस्तकांच्या एक दोन मांडण्यांवर नीट ठेवण्याऐवजी कशीही विखुरलेली दिसतात. परंतु या चौथ्या आवृत्तीवर काम करताना 'लेखनावरील' पुस्तकांचे माझे वाचन चालूच आहे. अगदी आत्ता मी स्टीफन किंग (२०००) यांचे *'ऑन रायटिंग'* हे पुस्तक वाचत आहे. जे किंगचा लेखक म्हणून विकास कसा झाला याच्या मननशील आठवणी सांगणारे आहे. चांगल्या लेखनासंबंधीच्या त्यांच्या सूचना त्यात आहेत आणि तसेच प्रकाशनासंबंधीच्या त्यांच्या सूचनाही त्यात आहेत. अलीकडेच मी नेब्रास्का रायटर्स कॉनफरन्सने प्रायोजित केलेली 'कल्पक आठवणींचे लेखन' या विषयावरील कार्यशाळा पूर्ण केली जी सुप्रसिद्ध निबंधकार मेगन डाऊन (२०१०) यांनी पुरस्कृत केली होती. मी *न्यूयॉर्क टाईम्सच्या* सर्वोत्तम १० पुस्तकांची यादीतील पुस्तके नेहमी वाचत असतो. तसेच काल्पनिक आणि अकाल्पनिक लोकप्रिय पुस्तके वाचत असतो. (कल्पितसाठी पहा होर्डिंग २००९) मी माझ्या संशोधन पद्धतीवरील वर्गांमध्ये लिखाणाच्या मुद्द्यांचे उदाहरण देण्यासाठी पुस्तकातील काही वेचे/भाग उद्धृत करत असतो. थोडक्यात, मी केवळ लेखनाबद्दलच पुस्तके वाचत नाही तर चांगले वाङ्मय ही वाचतो. लेखक त्यांच्या लेखनात त्यांच्या कल्पना त्यांच्या शब्दांत कशा उतरवतात यावर सदैव विचार करतो आणि त्या चांगल्या संशोधनावरील लिखाणात कशा वापरता येतील याचा विचार करतो. माझ्या पुस्तकांची व्याप्ती एक मोठी पट्टपंक्ति दर्शविते ज्यात व्यावसायिक व्यापारावरील पुस्तकांपासून शैक्षणिक लिखाणावरील पुस्तकांचा समावेश आहे. या विभागात, मी माझ्या अनेक आवडत्या लेखनावरील पुस्तकांमधून मला अर्थपूर्ण वाटलेल्या महत्त्वाच्या कल्पना उद्धृत केल्या आहेत.

लिखाण करणे: जणू विचार करणे

अननुभवी लेखकांचे एक लक्षण म्हणजे त्यांना त्यांच्या प्रस्तावित अभ्यासाबद्दल लिखाण करण्याऐवजी त्याची चर्चा करणे पसंत असते. स्टीफन किंग (२०००) यांनी सुचविल्याप्रमाणे त्याबद्दल लवकरात लवकर लिहिणे मग ते कितीही कच्च्या स्वरूपात असू दे, उपयुक्त ठरते. मी पुढीलप्रमाणे शिफारस करतो:

- *संशोधनाच्या प्रक्रियेच्या सुरुवातीला कल्पनांबद्दल बोलण्याऐवजी त्याबद्दल लिहून काढा.* लेखन-विशेषज्ञ लिहिण्याकडे विचार करणे या दृष्टीने पाहतात. (बेले १९८४). झिनस्सर (१९८३) यांच्या मते आपल्या डोक्यातून शब्द बाहेर काढून ते कागदावर उतरवले पाहिजेत. जेव्हा सल्लागार ऐकतात किंवा विद्यार्थी व सहकारी यांच्याशी संशोधनाच्या विषयावर चर्चा करतात तेव्हापेक्षा ते जेव्हा कागदावरील कल्पना वाचतात, तेव्हा ते अधिक चांगल्या प्रकारे प्रतिक्रिया देतात. ज्यावेळी एखादा संशोधक कल्पना कागदावर उतरवतो तेव्हा वाचक तिच्या अंतिम स्वरूपाची कल्पना मनात करू शकतो. प्रत्यक्षात ती कशी दिसते ते पाहू शकतो. कल्पना स्पष्ट करण्यास सुरुवात करतो. कल्पना कागदावर उतरविण्याच्या संकल्पनेचे अनेक लेखकांना चांगले अनुभव आले आहेत. प्रस्तावाची रूपरेषा ठरविण्यापूर्वी तुमच्या प्रकल्पांचे महत्त्वाचे मुद्दे सांगणारा १ ते २ पानी मसुदा तयार करा. तुमच्या सल्लागाराकडून तुमच्या भावी अभ्यासाची दिशा संमत करून घ्या. या मसुद्यात आवश्यक माहिती असू शकेल. ज्यावर संशोधन करायचे आहे तो संशोधन प्रश्न, अभ्यासाचा हेतू, विचारले जाणारे मध्यवर्ती प्रश्न, माहितीचा स्रोत, वेगवेगळ्या वाचकांसाठी असलेले प्रकल्पांचे महत्त्व, वेगवेगळ्या विषयांवर १ ते २ पानांची माहिती लिहून काढणेही उपयुक्त ठरू शकते आणि तुमच्या सल्लागाराला त्यापैकी कोणती पद्धत सर्वात जास्त योग्य वाटते तसेच तुमच्या क्षेत्राला तिचे उत्तम योगदान होईल असे वाटते ते बघा.
- *पहिल्याच मसुद्यात सुधारणा करण्यापेक्षा प्रस्तावाच्या अनेक मसुद्यांवर काम करा.* लोक कागदावर विचार कसे उतरवतात हे पाहणे रंजक ठरते. झिनस्सर (१९८३) यांनी दोन प्रकारचे लेखक मानले आहेत. (अ) ब्रिकलेअर लेखक: असे लेखक की जे पुढच्या परिच्छेदाकडे जाण्यापूर्वी प्रत्येक परिच्छेद परिपूर्ण असेल असे बघतात, ते 'ब्रिकलेअर' (गवंडी) लेखक होय. (ब) 'लेट इट ऑल हँग आऊट ऑन द फर्स्ट ड्राफ्ट' लेखक : जे काही असेल ते पहिल्या मसुद्यातच लिहून मोकळे होणारे लेखक, जे पहिला मसुदा कितीही गचाळ किंवा कितीही वाईट पद्धतीने लिहिलेला आहे याचा विचार न करता पूर्ण लिहून टाकतात. या दोन्हीच्यात पिटर एस्बो (१९७३) सारखे सल्लागार येतात जे असे सुचवितात की, प्रत्येकाने लिहिण्याच्या, पुनरावलोकनाच्या आणि पुन्हा लिहिण्याच्या प्रक्रियेतून पुन्हा गेले पाहिजे. त्यांनी सरावासाठी एक पाठ दिला आहे – एक मसूदा एका तासात (बहुतेक वेळा शेवटच्या १५ मिनिटांत) लिहिण्यापेक्षा जर १ परिच्छेद लिहिण्यासाठी केवळ एक तास दिला असेल तर चार मसूदे (पंधरा मिनिटांत एक याप्रमाणे) लिहा. बहुतेक अनुभवी संशोधक पहिला मसुदा काळजीपूर्वक लिहितात. पण परिपूर्ण (झळझळीत) मसुद्यावर काम करत नाहीत; लिहिण्याच्या प्रक्रियेत परिपूर्णता (झळाळी) शेवटी येते.
- *मसुद्याच्या सुरुवातीच्या स्थितीत तुमच्या प्रस्तावाचे संपादन करू नका.* त्याऐवजी फ्रँकलीनचे (१९८६) तीन टप्प्यांच्या प्रारूपाचे अनुकरण करा, जे मला प्रस्ताव विकसित करताना तसेच माझ्या व्यासंगपूर्ण लिखाणात उपयुक्त वाटले.

१. प्रथम मसुदा तयार करा; तो एका वाक्याचा असेल किंवा शब्दांकित रूपरेषा असेल किंवा एक दृश्य नकाशाही असेल.

२. मसुदा लिहून काढा आणि नंतर हस्तलिखितातील सर्व परिच्छेदातून कल्पनांची जागा बदला आणि विशिष्ट क्रमाने त्यांची जुळणी करा.

३. शेवटी प्रत्येक विधानाची दुरूस्ती करा, निवड करा आणि ते परिपूर्ण करा.

लेखनाची सवय

तुमच्या प्रस्तावावर काम करत असताना शिस्त पाळा किंवा नियमितपणे आणि सातत्याने **लिहिण्याची सवय** लावून घ्या. काही काळासाठी प्रस्तावाचा पूर्ण मसुदा बाजूला ठेवण्यानेही अंतिम हात फिरविण्यापूर्वी तुमच्या कामाचे पुनरावलोकन करण्यासाठी काही यथार्थदर्शन होते. लेखनातील धरसोड वृत्तीने कामाच्या प्रवाहात अडथळा येतो. यामुळे एका चांगल्या संशोधकाचे रूपांतर ज्याला मी म्हणतो 'सप्ताहाच्या शेवटी लिहिण्याच्या' लेखकात/विकएंड रायटरमध्ये होते, ज्याला सर्व महत्त्वाची कामे आठवडाभर केल्यावर आठवड्याच्या शेवटी संशोधनावर काम करण्यासाठी वेळ मिळतो. प्रस्तावावर सतत काम करणे म्हणजे प्रतिदिनी काहीतरी लिहिणे किंवा किमान रोज विचार करण्याच्या प्रक्रियेत गुंतलेले असणे, माहितीचे संकलन करणे, हस्तलिखितात प्रस्तावाच्या निर्मितीत समाविष्ट होणाऱ्या पुनरावलोकनाचे काम करणे आवश्यक आहे. मला असे वाटते की काही लोकांना इतर लोकांपेक्षा लिहिण्याची उर्मी जास्त असते. ही कदाचित स्वत:ला व्यक्त करण्याच्या निकडीतून निर्माण होत असावी किंवा अभिव्यक्तीच्या समाधानाच्या पातळीवरून किंवा निव्वळ प्रशिक्षणामुळे उत्पन्न होत असावी.

काम करण्यासाठी दिवसातील वेळ निश्चित करा की जो तुम्हाला अतिशय अनुकूल आहे आणि नंतर रोज त्याचवेळी लिहायची स्वत:ला शिस्त लावा. व्यत्यय येणार नाही अशी जागा निवडा. बॉईस (१९९०) पान क्र. ७७–७८) यांनी लिखाणासाठी चांगल्या सवयी सांगितल्या आहेत.

- प्राधान्य देण्याच्या तत्त्वाचा आधार घेऊन असे सांगितले जाते की, मन:स्थिती, लिहिण्याची तयारी यांचा विचार न करता लिखाण करणे ही एक दैनंदिन कृती करा.
- नियमित लिखाण करण्यासाठी जर तुम्हाला वेळ नाही असे वाटत असेल तर एक किंवा दोन आठवड्यासाठी तुमच्या दैनंदिन कामाचा अर्ध्या तासाच्या अवधीचा तक्ता तयार करा. यामुळे तुम्हाला लेखनासाठी वेळ उपलब्ध होण्याची शक्यता आहे.
- तुम्हाला उत्साह असेल तेव्हाच लिहा.
- सुस्ती आली असताना काम करणे टाळा.
- थोडेसे पण नियमित लिहा.
- लिखाणाच्या कामाचे वेळापत्रक करा. त्यामुळे प्रत्येक सत्रात तुम्ही ठरावीक आटोपशीर असेल असे लिखाण करू शकाल.
- रोजचे तक्ते बनवा. किमान तीन गोष्टींचा तक्ता तयार करा. (अ) लिखाणासाठी खर्च केलेला वेळ. (ब) लिहून पूर्ण केलेली पाने. (क) पूर्ण केलेल्या कामाची टक्केवारी.
- दैनंदिन उद्दिष्टांपेक्षा जास्त नियोजन करा.
- जोपर्यंत तुमचे लिखाण प्रसिद्ध करण्यासाठी तयार आहे असे तुम्हाला वाटत नाही तोपर्यंत तुमच्या लिखाणाची चर्चा तुम्हाला प्रोत्साहन देणाऱ्या, उपयुक्त सल्ला देणाऱ्या मित्रांशी करीत राहा.
- एकाच वेळी दोन किंवा तीन प्रकल्पांवर काम करण्याचा प्रयत्न करा म्हणजे एकाच प्रकल्पाचा तुमच्यावर अतिरिक्त भार पडणार नाही.

एक गोष्ट लक्षात घेणे महत्त्वाचे आहे, ती म्हणजे लिखाण सावकाश पुढे जात असते आणि लेखकाने त्या प्रक्रियेत स्वत:ला सहजभावाने सामावून टाकले पाहिजे. (स्वत:ला जुळवून घेतले पाहिजे.) धावपटू ज्याप्रमाणे शर्यतीपूर्वी 'ताणण्याचे' व्यायाम करतो त्याचप्रमाणे लेखकालाही मन आणि बोटे यांच्यासाठी प्रारंभीचा व्यायाम करण्याची आवश्यकता आहे. मला येथे अशा एका पियानोवादकाची आठवण होते आहे, जो अवघड तुकडा वाजविण्यापूर्वी बोटांचे ताणण्याचे व्यायाम करीत असे कारण त्या वादनासाठी त्याला बोटे वेड्यावाकड्या स्थितीत ठेवावी लागत असत. तुमच्या संशोधनासाठी काही हलके-फुलके लिहिण्याची; जसे की, मित्राला पत्र लिहिणे, संगणकावर बुद्धीला चालना देणारे काम, काही चांगल्या लिखाणाचे वाचन किंवा आवडत्या कवितेचे पठण यामुळे प्रत्यक्ष लिहिण्याचे काम सोपे होण्यास मदत होते. मला *'जर्नल ऑफ अ नॉव्हेल: द इस्ट ऑफ इडन लेटर्स'* मध्ये वर्णन केलेल्या जॉन स्टेनबेकच्या (१९६९) 'वॉर्म अप पिरिअड' (पान क्र. ४२) ची आठवण येते. स्टेनबॅक त्याच्या लेखनाच्या प्रत्येक लेखन दिवसाची सुरुवात त्याचा संपादक आणि जवळचा मित्र, पास्कल कोव्हिकीला, त्यानेच दिलेल्या मोठ्या वहीत लिखाण करून करत असे.

इतर व्यायामप्रकार/कृतीही वॉर्मअपसाठी उपयुक्त ठरतील. कॅरोल (१९९०) यांनी लेखकाचे वर्णनात्मक आणि भावनात्मक परिच्छेदांवरील नियंत्रण सुधारण्यासाठी वॉर्मअपची उदाहरणे दिली आहेत:

- वाचकाला एखाद्या वस्तूचे नाव न सांगता प्रथम त्या वस्तूच्या भागांचे आणि लांबी-रुंदीचे वर्णन करा.
- नाट्यपूर्ण किंवा कुतूहलजन्य विषयावर दोन व्यक्तींमधील संभाषण लिहून काढा.
- गुंतागुंतीच्या कामासाठी सूचना लिहून काढा.
- एखादा विषय घेऊन त्यावर तीन वेगवेगळ्या प्रकारे लिहा. (पान क्र. ११३–११६)

शेवटचा कृतीपाठ हा गुणात्मक संशोधकांसाठी योग्य वाटतो कारण ते त्यांच्या माहितीचे विश्लेषण बहुविध सांकेतिक भाषेत आणि विशिष्ट विषयात करतात. (पहा प्रकरण ९, गुणात्मक माहितीचे विश्लेषण)

शिस्तशीर लेखनासाठी सहाय्यभूत ठरणाऱ्या लिखाणाची साधने आणि स्थूलस्वरूपातील जागा यांचाही विचार करा. साधने आहेत—शब्दकोष, समानार्थी शब्दांचे पुस्तक, विचार नोंदवून ठेवण्यासाठी टॅब्लेट, नोटपॅड, एक कप कॉफी आणि मुठभर बिस्किटे (वॉलकॉट २००९). यामुळे लेखन करताना लेखकाला सुखकर वाटण्यासाठी पर्याय उपलब्ध होतात. बैठकीचीही मदत होते. (ॲनी डिलार्ड १९८९), पुलिट्झर पारितोषिक विजेत्या कादंबरीकार ॲनी डिलार्ड (१९८९) मोहात पाडणाऱ्या जागा टाळत असत:

> एखाद्याला कोणतेही दृश्य न दिसणारी खोली हवी असते. त्यामुळे अंधारात कल्पनाशक्तीची स्मृतीशी भेट होऊ शकते. सात वर्षांपूर्वी जेव्हा मी हा अभ्यास केला त्यावेळी मी लिहिण्याचे डेस्क कोऱ्या भिंतीला टेकून लावले. त्यामुळे मी कोणत्याही खिडकीतून बघू शकत नव्हते. एकदा पंधरा वर्षांपूर्वी मी वाहनतळावरील 'सिंडर-ब्लॉक सेल' मध्ये बसून लिहिले होते. डांबर व खडीच्या छपराकडे डोळे करून. सिंडर ब्लॉकमधील अभ्यासाच्या खोलीपेक्षा झाडांखालील पाईनची शेड (सावली/छप्पर) इतकी चांगली नव्हती. पण तीही चालून गेली. (पान क्र. २६–२७)

हस्तलिखिताची वाचनीयता

प्रस्ताव लिहिणे सुरू करण्यापूर्वी, इतर लोकांसाठी तिची वाचनीयता कशी वाढवता येईल याचा विचार करा. द *पब्लिकेशन मॅन्युअल ऑफ द अमेरिकन सायकॉलॉजिकल असोसिएशनने* (अमेरिकन सायकॉलॉजिकल असोसिएशन (ए.पी.ए.) २०१०) कल्पनांमधील संबंध आणि स्थित्यंतरदर्शक शब्द यांचा उपयोग करून एका सुव्यवस्थित सादरीकरणातून चर्चा केली आहे. याशिवाय संज्ञांचा सातत्यपूर्ण वापर, कल्पनांच्या अवस्था, टप्पे, निर्देश, धोक्याचे इशारे इ. गोष्टी नियोजनात व्यवस्थितपणे समाविष्ट करणे महत्त्वाचे आहे.

- संपूर्ण प्रस्तावात संज्ञांच्या वापरात सातत्य हवे. संख्यात्मक अभ्यासात प्रत्येक चलासाठी एकच संज्ञा वापरा आणि गुणात्मक अभ्यासात तेच मध्यवर्ती/महत्त्वाचे यथार्थदर्शन असू दे. या संज्ञांना समानअर्थी संज्ञा वापरण्यापासून स्वत:ला परावृत्त करा, कारण त्यामुळे वाचकाला कल्पनांचे अर्थ समजून घेण्याचे काम करावे लागते आणि अर्थाच्या व्यक्त/अव्यक्त छटांमुळे होणाऱ्या बदलांवर लक्ष ठेवावे लागते. जेव्हा संज्ञांमध्ये बदल होतो मग तो कितीही लहान का असेना, त्यामुळे वाचकाला संभ्रम वाटायला लागतो.
- वेगवेगळ्या प्रकारचे वर्णनात्मक विचार वाचकाला कसे मार्गदर्शन करतात याचा विचार करा. टारशिस (१९८२) यांनी अशी कल्पना मांडली की, लेखकाच्या मनात मजकुराच्या वेगवेगळ्या आकारमानाच्या आणि हेतूंच्या तुकड्यांसाठी (भागांसाठी) वेगवेगळे उद्देश हवेत. त्यांनी त्याचे चार प्रकार सांगितले आहेत.

१. एकछत्र विचार (अंब्रेला थॉटस्): एखादी व्यक्ती समजावून घेत असलेली सर्वसाधारण किंवा मूलगामी कल्पना. (एकमत विचार)

२. **लिखाणातील मोठे विचार**: एकमत होऊ शकणाऱ्या विचारांच्या कक्षेत येणाऱ्या विशिष्ट कल्पना किंवा प्रतिमा. आणि त्या सर्वसाधारण किंवा मूलगामी विचार बळकट करतात, स्पष्ट किंवा त्याबद्दल अधिक माहिती देतात.

३. **लहान विचार (लिटिल थॉटस्)**: ज्यांचे मुख्य काम मोठ्या विचारांना बळकटी देण्याचे आहे अशा कल्पना किंवा प्रतिमा.

४. **अवधान किंवा स्वहिताचे विचार (अटेंशन ऑर इंटरेस्ट थॉट्स)**: अशा कल्पना ज्यांचे उद्देश वाचकांना योग्य मार्गावर ठेवणे, कल्पनांचे संघटन करणे आणि व्यक्तीचे लक्ष/ध्यान वेधून घेणे हे असते.

आरंभ करणारे संशोधक बहुधा एकमत होण्यासारखे विचार आणि अवधान विचारांशी झगडताना दिसतात. एखाद्या प्रस्तावात अनेकछत्री कल्पना समाविष्ट केलेल्या असू शकतात, ज्यांच्यात मोठ्या कल्पनांना सहाय्य करण्यासाठी पुरेसा तपशील दिलेला नसतो. असे साहित्याच्या पुनरावलोकनात होऊ शकते ज्यात संशोधकाला साहित्यातील मोठ्या भागांना एकत्रित ठेवण्यासाठी काही लहान विभाग आणि मोठे विभाग देणे आवश्यक असते. या प्रश्नाचे मुख्य लक्षण म्हणजे हस्तलिखितात एका प्रमुख कल्पनेकडून सतत दुसऱ्या कल्पनांकडे होणारे स्थानांतर होय. नेहमी प्रस्तावातील प्रास्ताविकात लहान परिच्छेद आढळतील, जे वर्तमानपत्रातील लेखांमध्ये वार्ताहरांनी लिहिल्याप्रमाणे असतात. हा प्रश्न

सोडविण्यासाठी तपशीलवार निवेदनाच्या स्वरूपात विचार करून छत्री प्रकारच्या कल्पनांना सहाय्य करणे उपयुक्त ठरेल.

अवधान विचार—हे वाचकाला मार्गदर्शन करण्यासाठी संघटनात्मक विधाने पुरवितात ज्यांची त्यांना आवश्यकता असते. वाचकांना एका मुख्य कल्पनेकडून दुसऱ्या कल्पनेकडे जाण्यासाठी मार्गदर्शन करणाऱ्या पथचिन्हांची गरज असते. (या पुस्तकातील प्रकरण ६ आणि ७ संशोधनातील मुख्य पथचिन्हांची चर्चा करतात. उदा. उद्देशाबद्दलची विधाने आणि संशोधन प्रश्न व परिकल्पना.) साहित्याच्या पुनरावलोकनाच्या प्रारंभी आणि शेवटी परिच्छेद संरचित करणे नेहमी उपयुक्त ठरते. प्रस्तावनेच्या परिच्छेदांमधून कल्पनांची सर्वसाधारण संरचना वाचकांनी पाहणे गरजेचे आहे. तसेच त्यांना सारांशासाठी लक्षात ठेवण्याचे महत्त्वाचे मुद्दे सांगितले पाहिजेत.

- हस्तलिखिताची वाचनीयता वाढविण्यासाठी *सुसंगतपण* असावा. लेखनातील संलग्नता, सुसंगतपणा म्हणजे कल्पना एकत्रित बांधलेल्या असतात आणि एका वाक्याकडून दुसऱ्या वाक्याकडे तसेच एका परिच्छेदाकडून दुसऱ्या परिच्छेदाकडे त्या तर्कसुसंगतरीत्या जात असतात. उदा., शीर्षकातील चलांच्या त्याच विशिष्ट नावाची पुनरावृत्ती, उद्देशाचे विधान, संशोधनाचे प्रश्न आणि संख्यात्मक प्रकल्पांतील साहित्याच्या पुनरावलोकनातील शीर्षक अशा प्रकारच्या विचारांचे उदाहरण आहे. हा मार्ग अभ्यासात संलग्नता निर्माण करतो. जेव्हा स्वतंत्र आणि परतंत्र चलांच्या एका सुसंगत क्रमावर भर दिला जातो तेव्हा या कल्पनेची पुष्टी होते.

अधिक तपशीलवार पातळीवर, हस्तलिखितातील वाक्ये आणि परिच्छेद यांना जोडल्याने संलग्नता निर्माण होते. झिन्स्सार (१९८३) यांनी सुचविले आहे की, प्रत्येक वाक्य हे त्याच्या आधीच्या वाक्याच्या तार्किक अनुक्रमाने आले पाहिजे. वाक्या-वाक्यातील आणि प्रत्येक परिच्छेदातील विचारांची संगती लावण्यासाठी 'हुक अँड आय सराव (तंत्र) प्रकार हा (विल्किन्सन १९९१) उपयुकत ठरतो. हुक अँड आय एक्सरसाइज म्हणजे आधीच्या वाक्याचा उद्देश हा पुढच्या वाक्याचा विषय बनतो. यातील मूळ कल्पना अशी आहे की एक वाक्य दुसऱ्यावर तयार होते आणि वाक्ये ही परिच्छेद बनतात, परिच्छेद हा दुसऱ्या परिच्छेदावर तयार होतो. विशिष्ट शब्दांमुळे अशाप्रकारे जोडणारी साखळी तयार होते.

एका विद्यार्थ्याच्या प्रस्तावाच्या मसुद्यातील पुढील परिच्छेद आहे जो पातळीची सुसंगती दर्शवितो. गुणात्मक शोध प्रबंधातील प्रस्तावनेच्या विभागातील तो असून, प्रकल्प 'अॅट-रिस्क स्टूडंट्स' बद्दलचा आहे. या परिच्छेदात मी 'हुक अँड आय' दाखविण्याची मुभा घेतली असून एका वाक्यातील शब्द दुसऱ्या वाक्याशी, मग ते पुढच्या वाक्याशी, असे करत एका परिच्छेदाकडून दुसऱ्या परिच्छेदाकडे गेला आहे. पूर्वी नमूद केल्याप्रमाणे 'हुक अँड आय' (विल्किन्सन १९९१) चा उद्देश प्रत्येक वाक्यातील व परिच्छेदातील महत्त्वाच्या विचारांना (शब्दांना) जोडणे हा आहे. जर अशाप्रकारे सहजरीत्या जोडणी झाली नाही तर लिहिलेल्या परिच्छेदात संलग्नता राहात नाही; कल्पना आणि बाबी स्थानांतरीत होतात; वाचकाला स्पष्ट संगतीसाठी बदली शब्द, वाक्प्रचार किंवा वाक्ये यांची भर घालावी लागते. वाचकाला अभ्यासात कल्पना कशा आकार घेतात याचे आकलन होत नाही.

माझ्या प्रस्ताव विकसनाच्या वर्गांमध्ये मी 'प्रस्तावाची ओळख' यातून एक परिच्छेद दिला आणि विद्यार्थ्यांना महत्त्वाच्या प्रस्तावांसाठी शब्द आणि वाक्ये वलयांकित करून जोडायला सांगितली. वाचकाला पहिल्या पानापासून प्रस्तावात संलग्नता आढळणे महत्त्वाचे आहे. प्रथम मी माझ्या विद्यार्थ्यांना खुणा न केलेला परिच्छेद देतो आणि नंतर सरावानंतर त्यांना खुणा केलेला परिच्छेद देतो. जर एका वाक्यातील महत्त्वाची कल्पना दुसऱ्या वाक्यातील महत्त्वाच्या कल्पनेशी जोडली जायला हवी असेल

तर त्यांनी परिच्छेदात या संबंधाला अधोरेखित केले पाहिजे. वाक्ये जर जोडली गेली नसतील तर गहाळ झालेल्या बदली शब्दांचा अंतर्भाव केला पाहिजे. मी विद्यार्थ्यांना 'हुकस् अँड आईज' या तत्त्वानुसार परिच्छेद व सुटी वाक्ये जोडली गेली आहेत ना याबद्दल खात्री करून घेण्यास सांगतो.

उदा. ४.५ *'हुक अँड आय' तंत्राचे उदा.*

ते खोलीच्या मागच्या भागात बसले कारण त्यांना तिथे बसायचे होते म्हणून नाही तर त्यांना ती जागा नेमून देण्यात आली होती म्हणून. बहुतेक वर्गांमधून जे अदृश्य अडथळे असतात ते खोलीची विभागणी करतात आणि ते विद्यार्थ्यांना वेगळे करतात. वर्गाच्या पुढच्या भागात 'चांगले विद्यार्थी' असतात जे एका क्षणाच्या सूचनेसरशी दोन्ही हात फैलावून आनंदाने आकाशात झेप घेण्यास सज्ज असतात. शैक्षणिक जाळ्यात पकडल्याप्रमाणे हे विद्यार्थी हे महाकाय कीटकांप्रमाणे पोक काढून बसलेले असतात आणि त्यांचे पाठीराखे वर्गाचा मध्यभाग व्यापून असतात. स्वत:बद्दल खात्री नसलेले व वर्गात कुठे बसायचे हे न कळणारे वर्गाच्या अगदी पाठीमागे बसतात आणि विद्यार्थ्यांच्या गटांच्या शेवटी बसतात.

बाह्य वर्तुळात बसलेले विद्यार्थी हा विद्यार्थ्यांचा असा समुदाय असतो, जो अनेकविध कारणांमुळे अमेरिकन पब्लिक एज्युकेशन सिस्टिममध्ये यशस्वी होऊ शकलेला नाही. ते सतत विद्यार्थी समूहाचाच एक भाग राहिले. पूर्वी त्यांना उपेक्षित, सामान्य, मंद, गरीब, म्हणून संबोधले गेले. (क्यूबन १९८९, प्रेझिएसेन १९८८) आता त्यांना शैक्षणिकदृष्ट्या मागासलेले, काठावरचे विद्यार्थी म्हटले जाते. त्यांचे मुखवटे बदलत आहेत आणि नागरी परिसरात त्यांची संख्या वाढत आहे. (हॅकिंम्सन १९८५)

गेल्या आठ वर्षात 'शिक्षणक्षेत्रात अत्युत्कृष्टतेची निकड आणि शैक्षणिकदृष्ट्या मागासलेले, काठावरचे विद्यार्थी यासंबंधी अभूतपूर्व संशोधन झाले आहे. १९८३ मध्ये सरकारने एक 'ए नेशन अॅट रिस्क' मथळा असलेला कायदेशीर लेख (दस्तऐवज) प्रसिद्ध केला. त्यात अमेरिकेच्या शिक्षण व्यवस्थेतील समस्या स्पष्ट केल्या होत्या आणि मोठ्या सुधारणेची आवश्यकता व्यक्त केली होती. (खूप पूर्वीच्या) सुधारणेचा भर अभ्यासाच्या दमदार अभ्यासक्रमांवर आणि विद्यार्थ्यांच्या उच्च प्रतीच्या कामगिरीवर होता. (बार्बर १९८७) अत्युत्कृष्टतेकडे लक्ष देण्याच्या रेट्यामध्ये शैक्षणिकदृष्ट्या मागासलेल्या, काठावरच्या विद्यार्थ्यांच्या आवश्यकता पूर्ण होत नाही असे स्पष्ट झाले. सर्वांना विद्यार्थ्यांना दर्जेदार शिक्षण मिळविण्यासाठी योग्य संधीची खात्री देण्याच्या प्रश्नाकडे कमी लक्ष दिले जात होते. (हॅमिल्टन १९८७, टॉच १९८४) शिक्षणातील अत्युत्कृष्टतेचा रेटा जसा वाढला तशा शैक्षणिकदृष्ट्या मागासलेल्या, काठावरच्या विद्यार्थ्यांच्या गरजा अधिकच स्पष्ट झाल्या.

पूर्वी झालेल्या संशोधनाचा भर (मागासलेल्या, काठावरच्या विद्यार्थ्यांची) लक्षणे (विशेष गुणधर्म) शोधून काढण्यावर होता. (ओ.इ.आर. आय १९८७, बार्बर आणि मॅक्लि १९८७, हान्ह १९८७, रूमबर्गर १९८७) शैक्षणिक सुधारणेची आवश्यकता व्यक्त केली आणि शैक्षणिकदृष्ट्या मागासलेल्या, काठावरच्या विद्यार्थ्यांसाठी कार्यक्रम विकसित केले. (मात्र १९८७, प्रेसेईसेन १९८८, व्हेलागे १९८८, व्हेलागे आणि लिपमन १९८८, स्टॉक्लिनस्की १९९१ आणि लेव्हिन १९९१) या (विषयावरील) अभ्यास आणि संशोधनात शिक्षण, व्यवसाय आणि उद्योग तसेच अनेक सरकारी संस्थांतील तज्ज्ञांचा समावेश आहे.

(पुढे चालू)

(पुढे चालू)

शैक्षणिकदृष्ट्या मागासलेल्या, काठावरच्या विद्यार्थ्यांची वैशिष्ट्ये शोधून काढण्यात आणि त्यांच्या आवश्यकता पूर्ण करण्यासाठी कार्यक्रम विकसित करण्यात जरी प्रगती झाली असली तरी या काठावरच्या मुलांचा प्रश्न अमेरिकेच्या शाळा व्यवस्थेला साथीच्या रोगाप्रमाणे ग्रासून आहे. काही शिक्षणतज्ज्ञांच्या मते त्यांना अधिक (संशोधनाची) गरज नाही. (डिब्लोईस १९८९, हान्ह १९८७) अन्य काहीजण व्यवसाय आणि शिक्षण यांच्यातील अधिक बळकट संबंधांची मागणी करतात. (डेब्लोईस १९८९, मात्र १९८७, व्हेलेजी १९८८) तर आणखी काहीजण आपल्या शिक्षण पद्धतीच्या पुनर्रबांधणीची मागणी करतात. (आ.ई.आर.आय. १९८७, गायनेर १९८७, लेव्हिन १९८८, मॅक्युन १९८८)

तज्ज्ञांच्या सगळ्या संशोधन आणि अभ्यासानंतरही शिक्षणाच्या काठाने विद्यार्थी लटकलेले दिसतात. या अभ्यासाच्या अनन्यतेमुळे कारणे आणि अभ्यासक्रम यावरून विद्यार्थ्यांकडे झोत स्थानांतरीत होईल. आता विद्यार्थ्यांकडे पृच्छा करण्याची आणि त्यांच्या प्रतिसादांकडे लक्ष देण्याची वेळ आली आहे. या वाढलेल्या आयामामुळे आधी/पूर्वी उपलब्ध असलेल्या संशोधनाच्या आकलनात भर पडेल व ते सुधारणेच्या पुढील क्षेत्राकडे वाटचाल करेल. पब्लिक स्कूलच्या परिसरात काही समान घटक आहेत का जे शिकण्याच्या प्रक्रियेत अडथळा निर्माण करतात हे शोधून काढण्यासाठी शाळा सोडलेल्या व शाळा सोडण्याच्या मार्गावर असणाऱ्या विद्यार्थ्यांची कसून मुलाखत घेतली जाईल. सदर माहिती संशोधकांना शिक्षणासाठी नवे मार्ग शोधण्यासाठी आणि ते कृतीत आणणाऱ्यांसाठी जे रोज ह्या विद्यार्थ्यांबरोबर काम करतात अशा दोघांसाठी ही माहिती उपयुक्त ठरू शकेल.

प्रयोग काळाची रूपे आणि भेद

ढोबळ मानाने विस्तृत विचार आणि परिच्छेदांवर काम केल्यावर मी आता वाक्ये आणि शब्द लिहिण्याच्या पातळीकडे वळतो. ए.पी.ए. पब्लिकेशन मॅन्यूअल (ए.पी.ए. २०१०) मध्ये अशाच प्रकारच्या व्याकरण आणि वाक्यरचना या बाबींकडे निर्देश केलेला आहे. पण व्याकरणातील काही समान बाबी सर्वसाधारणपणे मी, ज्या विद्यार्थ्यांच्या प्रस्तावांमध्ये आणि माझ्या स्वत:च्या लिखाणात बघतो त्यांना अधोरेखित करण्यासाठी या विभागात मी समाविष्ट केल्या आहेत.

फ्रँकलीन (१९८६) च्या शब्दांत सांगायचे झाले तर मी माझे विचार 'सफाईदार' पातळीवर लिहिण्याच्या दिशेने वळविले आहेत. लिहिण्याच्या प्रक्रियेत शेवटी लक्षात घेतली जाणारी ही पायरी आहे. संशोधनावरील साहित्यात लेखनात चांगली वाक्यरचना आणि शब्दांची निवड यासाठी पाळायचे नियम आणि तत्त्वे सांगणारी असंख्य पुस्तके कुणालाही सापडतील. वॉलकॉट (२००९) एक उच्च श्रेणीचे मानवसंस्कृती तज्ज्ञ, हे (आवश्यक शब्द ठेवून) अनावश्यक शब्द वगळण्याच्या धारदार संपादकीय कौशल्याबद्दल सांगातात. कर्मणी प्रयोग वगळणे (कर्तरी प्रयोग वापरणे); विशेषणे व क्रियाविशेषणे इत्यादी प्रमाणाबाहेर न वापरणे, अति वापरलेले वाक्प्रचार वगळणे (जास्तीत जास्त एकच वापरणे) आणि अतिरिक्त अवतरणे इटॅलिक्स, वर्णाक्षरांचा वापर आणि टिप्पण्या कमी करणे हे विद्वत्तापूर्ण व्यासंगी लेखनाचे घटक आहेत. कर्तरी प्रयोग, क्रियापदाचा काळ आणि लिखाणाची सूज कमी करणे, या आणखी काही कल्पना शोधप्रबंध आणि प्रबंधाच्या प्रस्तावाच्या विद्वत्तापूर्ण लिखाणाला सबळ आणि जोमदार बनवतील.

- व्यासंगपूर्ण लेखनात शक्य तितका कर्तरी प्रयोग वापरा (ए.पी.जे. २०१०) साहित्यिक रॉस-लार्सन (१९८२) यांच्या मते 'जर कर्ता कृतीशील असेल तर प्रयोग कर्तरी असतो. जर कर्त्यावर कृती

केली जात असेल तर प्रयोग कर्मणी असतो. याशिवाय कर्मणी प्रयोग पद्धतीच्या रचनेत सहाय्यकारी क्रियापदात काही बदल आढळतात. उदा. *होता (वॉज)*. याची उदाहरणे म्हणजे *होईल (विल बी) होत आहे (हॅव बिन)* आणि *होत आहे (इन बिइंग)*. ज्यावेळी कर्ता वाक्यातून तर्कसंगतीने बाहेर काढता येत असेल आणि उरलेल्या परिच्छेदात ज्यावर कृती करायची तो विषयाचा भाग फक्त शिल्लक राहत असेल, तर लेखक कर्मणी प्रयोगासारखी वाक्यरचना करू शकतो. (रॉस्स, लार्सन १९८२)

- परिच्छेदासाठी *उचित दमदार कर्तरी क्रियापदांचा* वापर करा. कृतीचा अभाव असलेली क्रियापदे निष्क्रिय असतात, साधारणपणे त्यांना 'टु बी' क्रियापदे म्हणतात जशी की, 'आहे' किंवा 'होता' किंवा क्रियापदांचे विशेषणात किंवा अव्ययात परिवर्तन होणे.

- तुमच्या क्रियापदाच्या *काळा*कडे विशेष लक्ष द्या. सामान्यपणे साहित्याचे पुनरावलोकन करताना आणि पूर्वीच्या अभ्यासांच्या प्रगतीचा अहवाल देताना भूतकाळाचा वापर केला जातो. संख्यात्मक संशोधनात भूतकाळ हा सर्वसाधारणपणे उपयोगात आणला जातो. भविष्य काळाचा वापर योग्य अर्थाने असे दर्शवितो की अभ्यास भविष्यात केला जाईल; हे महत्त्वाचे क्रियापद आहे, जे प्रस्तावासाठी वापरले जाते. अभ्यासात, विशेषत: प्रस्तावनेत जोम निर्माण करण्यासाठी वर्तमानकाळाचा उपयोग करा आणि अशाप्रकारचा काळाचा उपयोग गुणात्मक अभ्यासात वरचेवर होतो. मिश्र पद्धतींच्या अभ्यासात संशोधक वर्तमान किंवा भूतकाळाचा उपयोग करतात आणि योग्य काळाचा वापर साधारणपणे अभ्यासाची अभिमुखता संख्यात्मक आहे की गुणात्मक असेल ते प्रतिबिंबित करतो. (प्रकरण १० 'मिश्र पद्धतींचे संशोधन' यात या दोन मार्गांना (दृष्टिकोनांना) 'प्राधान्य' म्हणून संबोधले आहे त्याप्रमाणे ए.पी.ए. पब्लिकेशन मॅन्यूअल (ए.पी.ए. २०१०) भूतकाळ (उदा. ''जोन्सने सांगितले''.) किंवा पूर्ण वर्तमानकाळ (उदा. ''संशोधकांनी सांगितले आहे'') हा साहित्याच्या पुनरावलोकनासाठी आणि गतकालीन घटनांवर आधारित कार्यप्रणालीसाठी वापरला जातो. परिणामांचे वर्णन करण्यासाठी भूतकाळ (उदा. ''तणाव कमी करणारा आत्मसन्मान'') आणि परिणामांची चर्चा करण्यासाठी व निष्कर्ष मांडण्यासाठी वर्तमानकाळ. (उदा. ''गुणात्मक निष्कर्ष स्पष्ट करतात.'') ह्याच्याकडे मी काटेकोरपणे पाळायचा नियम म्हणून बघत नाही तर एक उपयुक्त मार्गदर्शक तत्त्व म्हणून बघतो.

- जाडी कमी करण्यासाठी हस्तलिखिताच्या मसुद्यांचे संपादन आणि उजळणी अपेक्षित आहे. 'जाडी' म्हणजे असे अतिरिक्त शब्द जे कल्पनांचे अर्थ सांगण्यासाठी आवश्यक नसतात आणि ज्यांचे संपादन होणे गरजेचे असते. बहुसंख्य लेखकांची एका हस्तलिखिताचे अनेक मसुदे लिहिण्याची सवय ठरलेली आहे. त्यात लिहिणे, मागोवा घेणे आणि काटछाट करणे यांचा नक्कीच/खास करून समावेश असतो. संपादनाच्या प्रक्रियेत वाक्यातील गरज नसलेले शब्द काढून टाका जसे की, स्पष्टीकरण करणारे अनेक शब्द, अतिरिक्त उपसर्ग, 'द' 'अँड'चा वापर उदा. 'द स्टडी ऑफ' जो विनाकारण शब्दांचा पसारा वाढवितो (रॉस्स-लार्सन, १९८२). बंज (१९८५). यांनी उद्धृत केलेल्या उदाहरणावरून मला लेखनात येणाऱ्या अनावश्यक गद्य वेच्यांची आठवण येते:

> हल्ली तुम्ही पाहात असाल की हुशार माणसे आपल्या देखत गुतागुंतीचे वाक्य नव्याने शोधण्यासाठी धडपडत असतात. माझा एक मित्र आहे जो एका महाविद्यालयात प्रशासक आहे. त्याला जटिल वाक्ये उच्चारावी लागतात. आणि तो एखाद्या दलदलीत रूतल्याप्रमाणे म्हणण्यास सुरुवात करतो. ''मी अशी आशा करतो की, आपण असे करू शकू....'' ज्यावेळी मी त्याला पहिल्यांदाच भेटलो तेव्हा तो अशा रीतीने कधीही बोलत नव्हता. पण आता या वयात तरुण लोकांच्या जीवनातील समस्यांपासून काही अंतरावर असूनही तो सहज बोलण्याला काही प्रमाणात परका झालेला दिसतो. (पान १७२)

संशोधनाबद्दल चांगल्या प्रकारे लिहिण्याच्या अभ्यासाची सुरुवात गुणात्मक, संख्यात्मक आणि मिश्र पद्धतींची संरचना वापरून करा. चांगल्या लेखनात डोळे थांबत नाहीत आणि परिच्छेदात मन बुचकळ्यात पडत नाही. प्रस्तुत पुस्तकात मी मानव आणि समाजशास्त्राच्या नियतकालिकांमधून चांगली उदाहरणे शोधण्याचा प्रयत्न केला आहे. ती नियतकालिके आहेत *ॲडमिनिस्ट्रेटिव्ह सायन्स क्वार्टरली, अमेरिकन एज्युकेशनल रिसर्च जर्नल, अमेरिकन जर्नल ऑफ सोशॉलॉजी, इमेज, जर्नल ऑफ अप्लाईड सायकॉलॉजी, जर्नल ऑफ मिक्सड् मेथड्स रिसर्च, जर्नल ऑफ नर्सिंग स्कॉलरशिप* आणि *सोशॉलॉजी ऑफ एज्युकेशन.* गुणात्मकतेच्या क्षेत्रात स्पष्ट गद्य आणि तपशीलवार परिच्छेदाची उदाहरणे चांगल्या साहित्यामुळे उपलब्ध होतात. ज्या व्यक्ती गुणात्मक संशोधनाचे अध्यापन करतात ते अधिक वाचनासाठी (वाचण्याचा गृहपाठ) *मॉबी डिक, द स्कार्लेट लेटर* अँड द *बॉनफायर ऑफ द व्हॅनिटिज* (वेब आणि ग्लेस्ने १९९२) *जर्नल ऑफ कॉन्टेम्परी इथोनोग्राफी, क्वालिटेटिव्ह हेल्थ रिसर्च, क्वालिटेटिव्ह इनक्वायरी* आणि *क्वालिटेटिव्ह रिसर्च* ही गुणात्मक संशोधनातील परीक्षणासाठीची व्यासंगी नियतकालिके आहेत. मिश्र पद्धतींच्या संशोधन पद्धती वापरताना अशा नियतकालिकांचा शोध घ्या जी गुणात्मक आणि संख्यात्मक संशोधन आणि माहिती एकत्रित करणाऱ्या अभ्यासांचा अहवाल प्रसिद्ध करतात. त्याचबरोबर अनेक सामाजिक शास्त्रसंबंधीची नियतकालिके उदा. द *जर्नल ऑफ मिक्सड् मेथड्स रिसर्च, फिल्ड मेथड्स अँड क्वालिटी अँड क्वांटिटी, द इंटरनॅशनल जर्नल ऑफ सोशल रिसर्च मेथॉडॉलॉजी* यांचाही त्यात समावेश करा. *सेज हँड बुक ऑफ मिक्स्ड मेथड्स इन सोशल* अँड *बिहेव्हिअरल रिसर्च* (ताशाक्कोरी आणि टेडी, २०१०) आणि द *मिक्स्ड मेथड्स रिडर* (प्लानो क्लार्क आणि क्रेसवेल २००८) यातील असंख्य लेखांचे परीक्षण करा.

अपेक्षित नीतिविषयक समस्या

प्रस्ताव लिहिण्याच्या प्रक्रियेचा विचार करण्याबरोबरच संशोधकांनी त्यांच्या अभ्यासा दरम्यान काही नीतिपर बाबी उद्‌भवू शकतात याची अटकळ बांधली पाहिजे. (बेर्ग २००१, हेस्सी वायबर आणि लेव्ही २०११, पंच २००५, सायबेर १९९८) लोकांकडून व लोकांविषयी माहिती गोळा करणे हा संशोधनाचा एक भाग आहे. (पंच २००५) अभ्यासाचे समर्थन करताना तसेच प्रस्तावांच्या चौकटीतील एक महत्त्वाची बाब म्हणून अपेक्षित नैतिक समस्यांबद्दल लिहिणे गरजेचे आहे. संशोधकांनी त्यांच्या संशोधक सहभागीदारांना जपले पाहिजे. त्यांच्यात विश्वास विकसित केला पाहिजे. संशोधनातील एकात्मता वाढविली पाहिजे. त्यांच्या संघटनांची किंवा संस्थांची प्रतिमा मलीन होऊ नये म्हणून त्यांना गैरवर्तन आणि अनुचितता यापासून जपले पाहिजे. नव्या व आव्हानात्मक प्रश्नांशी जुळवून घेता आले पाहिजे. (इस्राएल आणि हे २००६) हल्ली या बद्दलचे नजरेस येणारे नैतिक प्रश्न म्हणजे संशोधन अहवालातील वैयक्तिक गोपनीयतेचा भंग, सत्यता व विश्वसनीयता; सांस्कृतिक विविधतेच्या संदर्भातील संशोधकाची भूमिका आणि वैयक्तिक गोपनीय माहितीच्या संदर्भातील इंटरनेटच्या माध्यमातून माहिती गोळा करण्यासंबंधीचे विषय होत. (इस्राएल आणि हे २००६)

संशोधनातील नैतिक बाबी या आज सर्वात जास्त लक्ष वेधून घेतात. ज्या नैतिक बाबींचा विचार करणे अपेक्षित आहे त्या असंख्य आहेत. त्या संशोधनाच्या प्रक्रियेतून व्यक्त होतात. हे मुद्दे गुणात्मक, संख्यात्मक आणि मिश्र पद्धतींच्या संशोधनाला आणि संशोधनाच्या सर्व अवस्थांना लागू पडतात. प्रस्ताव लेखकांनी अशा समस्यांचा अंदाज घेऊन त्यांच्या संशोधनाच्या नियोजनात त्यांचा सक्रिय परामर्श घेतला पाहिजे. अशाप्रकारे त्यांचा निर्देश करणे उपयोगी पडते कारण त्या तपासाच्या विविध अवस्थांशी निगडित असतात. तक्ता क्र. ४.१ मध्ये दाखविल्याप्रमाणे अभ्यास करण्यास सुरुवात

तक्ता ४.१ गुणात्मक, संख्यात्मक आणि मिश्र पद्धतींच्या संशोधनातील नैतिक बाबी

गुणात्मक, संख्यात्मक, मिश्र पद्धतींचे संशोधन संशोधनाच्या प्रक्रियेत नैतिक मुद्दे कुठे कुठे उपस्थित होतात	नैतिक बाबींचा प्रकार	नैतिक बाबींचे समाधान कसे करावे?
अभ्यासास आरंभ करण्यापूर्वी	• व्यावसायिक संघटनांचे मानदंड जाणून घ्या. • इन्स्टिट्यूशनल रिव्ह्यू बोर्डाकडून (आय.आर.बी.) प्रांगणातील महाविद्यालय/विद्यापीठ यांची मान्यता मिळवा. • स्थळ आणि सहभागींकडून स्थानिक परवानगी मिळवा. • अभ्यासाच्या निष्कर्षांमध्ये व्यक्तिगत रस नसलेल्या/हितसंबंध न गुंतलेल्या स्थळाची निवड करा. • प्रकाशनासाठी लेखकाबद्दल चर्चा करा.	• तुमच्या क्षेत्रातील व्यावसायिक संघटनांच्या नैतिकतेच्या संकेतांचा आधार घ्या. • आय. आर. बी. च्या मान्यतेसाठी प्रस्ताव सादर करा. • स्थानिक मान्यता कोणत्या मिळवाव्या लागतात, त्या शोधून काढा व त्या वाचा; परवानग्या देणाऱ्या किंवा अति महत्त्वाच्या व्यक्तींचा मदतीसाठी शोध घ्या. • अशी स्थळे निवडा जी संशोधकाच्या अधिकारासंबंधी मुद्दे उपस्थित करणार नाहीत. • प्रकल्पावर काम केल्याचे श्रेय द्या; भावी प्रकाशनासाठी लेखकाचा क्रम ठरवा.
अभ्यासास प्रारंभ करताना	• सहभागी व्यक्तींना लाभ होईल असा संशोधनाचा प्रश्न शोधून काढा. • अभ्यासाचा उद्देश उघड करा. • सहभागी व्यक्तींवर संमती अर्जावर स्वाक्षरी करण्यास दबाव टाकू नका. • एतद्देशीय समाजाच्या रितींचा आणि सनद/अधिकार यांचा मान ठेवा. • दुर्बल लोकांच्या (उदा. लहान मुले) प्रश्नांबद्दल संवेदनशील रहा.	• आवश्यकतांचे मूल्यमापन करा किंवा सहभागी व्यक्तींशी त्यांच्या आवश्यकतांबद्दल अनौपचारिक संवाद साधा. • सहभागींशी संपर्क साधा आणि त्यांना अभ्यासाच्या साधारण उद्देशाची माहिती द्या. • सहभागी व्यक्तींना सांगा की, त्यांनी अर्जावर स्वाक्षरी करण्याची आवश्यकता नाही. • ज्यांचा मान राखला पाहिजे असे सांस्कृतिक, धार्मिक, लैंगिक आणि अन्य प्रकारच्या भेदांचा शोध घ्या. • उचित मान्यता मिळवा (उदा. पालक, तसेच मुले.)
माहितीचे संकलन	• स्थानाचा मान ठेवा आणि त्या जागी विस्कळीतपणा, उपद्रव, उलथापालथ होणार नाही यासाठी प्रयत्नशील रहा. • सर्व सहभागी व्यक्तींना समान वागणूक मिळेल याबाबत जागरूक रहा. • सहभागी व्यक्तींना फसविणे टाळा.	• विश्वास निर्माण करा आणि संपर्क साधण्यात किती फाटे फुटू शकतात याची माहिती द्या. • नियंत्रणासाठी कराव्या लागणाऱ्या उपायांसाठी यादी तयार ठेवा. • अभ्यासाच्या हेतूची चर्चा करा. आणि माहितीचा वापर कसा होईल ते सांगा. • सूचक प्रश्न टाळा. तुमच्या व्यक्तिगत मतांचे कथन रोखून धरा. संवेदनशील माहिती जाहीर करणे टाळा. सहभागींना सहकारी म्हणून सामावून घ्या.

(पुढे चालू)

तक्ता ४.१ (पुढे चालू...)

गुणात्मक, संख्यात्मक, मिश्र पद्धतींचे संशोधन संशोधनाच्या प्रक्रियेत नैतिक मुद्दे कुठे कुठे उपस्थित होतात	नैतिक बाबींचा प्रकार	नैतिक बाबींचे समाधान कसे करावे?
	• सहभागींच्या अधिकारांमध्ये असमतोल राहणार नाही आणि सहभागींची पिळवणूक होणार नाही याबाबत दक्ष रहा. त्यांना आदर द्या. (उदा. मुलाखत घेणे, निरीक्षण करणे या संदर्भात.) • माहिती गोळा करताना आणि स्थान सोडून जाताना सहभागींचा 'वापर' करू नका. • धोकादायक, नुकसानकारक माहितीचे संकलन टाळा.	• सहभाग घेतल्या बद्दल बक्षिसे द्या. • मुलाखतीसाठीच्या संहितेनुसार केवळ प्रश्नांशी ठाम रहा.
माहितीचे विश्लेषण	• सहभागी व्यक्तींची बाजू घेणे टाळा. (जात...पात इ. वरून) • केवळ सकारात्मक (चांगले) निकाल जाहीर करणे टाळा. • सहभागी व्यक्तींचा खाजगीपणा आणि अनामिकता यांचा आदर करा.	• यथार्थ वास्तवचित्रासंबंधी अनेक अहवाल तयार करा. • परस्पर विरोधी निष्कर्षांचा अहवाल द्या. • काल्पनिक किंवा टोपण नावे द्या; सहभागी व्यक्तींची संयुक्तपणे माहिती विकसित करा.
माहितीचा अहवाल देणे, माहिती प्रस्तुत करणे आणि माहितीचा साठा करणे	• लेखक, पुरावा, माहिती, शोध आणि निष्कर्ष यांची असत्यता टाळा. • वाङ्मयचौर्य करू नका. • सहभागींना धोका पोहोचेल अशाप्रकारे माहिती जाहीर करणे टाळा. • स्वच्छ, स्पष्ट आणि योग्य भाषेत संवाद साधा. • माहितीत इतरांना सहभागी करून घ्या. • कच्ची माहिती व अन्य साहित्य (उदा. कार्यपद्धतींचा तपशील, संरचना.) जपून ठेवा. • नक्कल करू नका. तुकड्यांमध्ये प्रकाशित करू नका. • विनंती वरून नैतिक बाबींचे समाधान केल्याचा संपूर्ण पुरावा द्या. तसेच हितसंबंधांचा संघर्ष नसल्याचा पुरावा द्या. • अभ्यासातील माहिती कुणाच्या मालकीची आहे ते सांगा.	• प्रामाणिकपणे अहवाल द्या. • दुसऱ्यांच्या लेखनाची पुनर्छपाई किंवा त्यांचे काम फेरफार करून घेणे यासाठी ए.पी.ए. (२०१०) ची मार्गदर्शक तत्त्वे पहा. • गोष्टींचा संयुक्त वापर करा म्हणजे सहभागी स्वतंत्रपणे ओळखता येणार नाहीत. • संशोधनाच्या वाचकांसाठी योग्य अशी निःपक्षपाती भाषा वापरा. • सहभागी आणि लाभार्थींना अहवालाच्या प्रती द्या. अन्य संशोधकांना निष्कर्षांमध्ये सहभागी करून घ्या. वेबसाईटवर टाकण्याबाबत विचार करा. भिन्न भाषांमध्ये प्रकाशित करण्याबाबत विचार करा. • माहिती आणि साहित्य पाच वर्षांसाठी साठवून ठेवा. (ए.पी.ए. २०१०) • एकापेक्षा जास्त प्रकाशनासाठी तेच साहित्य वापरणे टाळा. • संशोधनासाठी निधी देणाऱ्यांना निष्कर्ष कळवा. संशोधनाचा लाभ ज्या ज्या कोणाला होणार असेल त्यांना निष्कर्ष कळवा. • संशोधक, सहभागी व्यक्ती आणि सल्लागार यांना संशोधनात आपलेपणाने सहकार्य केल्याबद्दल श्रेय द्या.

स्रोत: ए.पी.ए. २०१०; क्रेसवेल २०१३; मेर्टेन्स आणि गिन्सबेर्ग २००९ आणि सालमॉन्स २०१० यांच्याकडून स्वीकृत.

करण्यापूर्वी नैतिक बाबींकडे लक्ष देणे गरजेचे ठरते. अभ्यासाच्या प्रारंभापूर्वी, माहितीचे संकलन करताना माहितीचे विश्लेषण करताना, अहवाल सादर करताना, माहितीचे आदान-प्रदान व साठवण करताना नैतिक बाबी लक्षात घेणे आवश्यक आहे.

अभ्यासाला प्रारंभ करण्यापूर्वी

- *नैतिकतेचे संकेत लक्षात घ्या.* तुमच्या प्रस्तावाच्या विकासाच्या अगदी सुरुवातीलाच तुमच्या व्यावसायिक विचार संगतीसाठी **नैतिक संकेत** जाणून घ्या. साहित्यात, संशोधनाच्या व्यावसायिक आचारसंहितेच्या संकेताची चर्चा करताना नैतिक बाबी उद्‌भवतात आणि नैतिक पेचांवरील तसेच त्यांच्या संभाव्य उताऱ्यावरील भाष्यावर चर्चांमधूनही नैतिक बाबी निष्पन्न होतात. (पंच २००५) अनेक राष्ट्रीय स्तरावरील व्यावसायिक संघटनांनी त्यांच्या वेबसाईटवरून नैतिकतेची परिमाणे किंवा नियमावली (संकेत) प्रसिद्ध केले आहेत. उदा. खालील वेबसाईट पहा-
  - द अमेरिकन सायकॉलॉजिकल असोसिएशन एथिकल प्रिन्सिपल्स ऑफ सायकॉलॉजिस्टस् अँड कोड ऑफ काँडक्ट इन्क्लुडिंग २०१० ॲमेडमेंट्स (www.apa.org/ethics/code/index.aspx)
  - द अमेरिकन सोशॉलॉजिकल असोसिएशन कोड ऑफ एथिक्स. ॲडॉप्टेड इन १९९७ (www.asanet.org/images/asa/docs/pdf/CodeofEthics.pdf)
  - द अमेरिकन ॲन्थ्रोपॉलॉजिकल असोसिएशन्स कोड ऑफ एथिक्स, फेब्रुवारी २००९ (www.aaanet.org/issues/policy-advocacy/Code-of-Ethics.cfm)
  - द अमेरिकन एज्युकेशनल रिसर्च असोसिएशन एथिकल स्टँडर्डस् ऑफ द अमेरिकन एज्युकेशनल रिसर्च असोसिएशन २०११ (www.aera.net/AboutAERA/AERARulesPolicies/CodeofEthics/tabid/10200/Default.asp)
  - द अमेरिकन नर्सेस असोसिएशन कोड ऑफ एथिक्स फॉर नर्सेस–प्रोव्हिजन्स ॲप्रूव्हड इन जून २००१ (www.nursingworld.org/codeofethics)

- *इन्सिट्यूशनल रिव्ह्यू बोर्डाकडे अर्ज करा.* महाविद्यालय किंवा विद्यापीठाच्या आवारातील **इन्सिट्यूशनल रिव्ह्यू बोर्डाकडून (आय.आर.बी.)** संशोधकांनी त्यांच्या नियोजनाचे परीक्षण करून घेणे गरजेचे आहे. फेडरल रेग्युलेशनमुळे प्रांगणात आय.आर.बी. समित्या कार्यरत असतात ज्या मानवी हक्कभंगाविरुद्ध संरक्षण पुरवितात. आय.आर.बी. समितीची संशोधकाकडून अशी अपेक्षा असते की अभ्यासात सहभागी होणाऱ्यांना असणाऱ्या संभाव्य धोक्याचे मूल्यांकन करणे. जसे की शारीरिक, मानसिक, सामाजिक, आर्थिक किंवा कायदेशीर इजा (सीबर, १९९८). याशिवाय संशोधकाने दुबळ्या (दुखापत करण्यास सुलभ) लोकांच्या विशेष गरजा लक्षात घेतल्या पाहिजेत. जसे की अज्ञान व्यक्ती (१९ वर्षांखालील), मानसिकदृष्ट्या दुर्बल सहभागी, पीडित व्यक्ती मनोरुग्ण, गरोदर स्त्रिया, भ्रूण (गर्भ), बंदीजन आणि एड्‌सचे रुग्ण. संशोधक म्हणून तुम्हाला आय.आर.बी.कडे अर्ज दाखल करणे गरजेचे आहे ज्यात कार्यपद्धती आणि सहभागींबद्दलची माहिती समाविष्ट असेल. ज्यामुळे समितीला तुमच्या अभ्यासात सहभागींना तुम्ही किती मर्यादेपर्यंत संभाव्य धोक्याला तोंड द्यायला लागू शकते याचा आढावा घेता येईल. या अर्जाशिवाय सहभागींची **'माहिती मिळाल्याच्या' संमती अर्जावर** सही घेणे

आवश्यक आहे ज्यानुसार त्यांनी माहिती देण्यापूर्वी तुमच्या अभ्यासासंदर्भातील तरतूदी मान्य केल्या आहेत. अशा अर्जामध्ये मानवी हक्कांचे संरक्षण करण्याचे मान्य करणाऱ्या प्रमाणित घटकांचा समावेश असतो. ते घटक खालीलप्रमाणे (सरान्तकोस २००५)

- संशोधकाला जाणून घेणे/ओळख होणे.
- प्रायोजकत्व करणाऱ्या संस्थेची ओळख होणे.
- अभ्यासाच्या उद्देशाशी ओळख करून घेणे.
- भाग घेतल्यामुळे होणाऱ्या लाभांची माहिती मिळणे.
- सहभाग घेणाऱ्यांना किती प्रमाणात व पातळीवर अभ्यासात सहभाग घ्यायचा आहे ते समजणे.
- सहभागी होणाऱ्यांना धोक्याची सूचना देणे
- सहभागींना गोपनीयतेची हमी देणे.
- केव्हाही सहभागी व्यक्ती (अभ्यासातून) बाहेर पडू शकते याबद्दल खात्री देणे.
- जर प्रश्न निर्माण झालाच तर संपर्कासाठी आवश्यक असणाऱ्या व्यक्तींची नावे देण्याची तरतूद.

- *आवश्यक त्या परवानग्या मिळवा.* अभ्यासापूर्वी संशोधकांनी कार्यस्थळापर्यंत जाण्यासाठी व सहभागी व्यक्तींचा अभ्यास करण्यासाठी पदाधिकाऱ्यांची मान्यता मिळविणे आवश्यक आहे. उदा. परवानग्या देणाऱ्या व्यक्ती. यात बहुधा संशोधनासाठी लागणारा कालावधी, त्याचा संभाव्य परिणाम आणि निष्कर्ष यांचा उल्लेख असलेले पत्र लिहिणे समाविष्ट असते. इंटरनेटच्या वापराद्वारा इलेक्ट्रॉनिक माध्यमातून घेतलेल्या मुलाखतीतून मिळालेला प्रतिसाद किंवा सर्वेक्षणांसाठी सहभागी व्यक्तींची परवानगी लागते. प्रथम परवानगी मिळवून हे सर्वकाही प्राप्त करता येते.

- *कोणताही स्वार्थी हेतू (मतलब) न ठेवता स्थळाची निवड करा.* स्थळाची अभ्यासासाठी निवड करताना तुम्हाला फलनिष्पत्तीत स्वारस्य असणे ही काही चांगली गोष्ट नाही. संख्यात्मक संशोधनासाठी आवश्यक असणारी वस्तुनिष्ठता त्यामुळे येऊ शकत नाही किंवा गुणात्मक संशोधनासाठी आवश्यक असणारी बहुविध दृष्टिकोनांची पूर्ण अभिव्यक्ती (प्रकटीकरण) शक्य होत नाही. अशी स्थाने निवडा की जी अधिकारांसंबंधी आणि प्रभावासंबंधी उत्पन्न करणार नाहीत.

- *प्रकाशनासाठी लेखकाच्या मानधनासाठी बोलणी (वाटाघाटी) करा.* जर तुमचा अभ्यास तुम्हीच प्रकाशित करायचा तुमचा बेत असेल (शोधप्रबंध प्रकल्प हा नेहमीच प्रकाशनाचा विषय) तर अभ्यासाला सुरुवात करण्यापूर्वी ज्या महत्त्वाच्या मुद्द्याची चर्चा व्हायला हवी तो म्हणजे जे अभ्यासात योगदान देतात त्यांच्या मानधनाचा प्रश्न होय. मानधनातील क्रमवारी सुरुवातीलाच सांगणे महत्त्वाचे ठरते कारण त्यामुळे ज्या प्रमाणात व्यक्ती संशोधनात योगदान देतात त्यांना त्यानुसार मोबदला मिळतो. इस्राएल आणि हे (२००६) यांनी एका 'अनैतिक' पद्धतीची तथाकथित लेखकाला 'देणगी/मानधन' देण्याबाबत चर्चा केली आहे. अशा लोकांना मानधन जे हस्तलिखितासाठी योगदान देत नाहीत किंवा अदृश्य/निनावी लेखक म्हणून काम करतात. ज्यांनी मोलाचे योगदान दिले अशा कनिष्ठ कर्मचाऱ्यांना लेखकांच्या यादीतून वगळले जाते. अभ्यासाच्या दरम्यान लेखकांचा समावेश आणि मानधनाचा क्रम बदलू शकतो पण प्रकल्पाच्या प्रारंभीच या विषयीची प्राथमिक माहिती असण्याने जेव्हा प्रकाशन अगदी जवळ येऊन ठेपते, तेव्हा उपयोगाला येते.

अभ्यासास सुरुवात

- *हितकारक अशी संशोधन समस्या शोधून काढा.* संशोधन करण्यासाठी समस्येचा शोध घेताना अशी समस्या शोधली पाहिजे की ज्यांचा अभ्यास केला जाणार आहे त्यांना त्यापासून लाभ होईल. तसेच संशोधक सोडून इतरांसाठीही ती अर्थपूर्ण असेल. (पंच २००५) हेस्से-बायबर आणि लेव्ही (२०१३) विचारणा करतात की, तुमच्या संशोधन समस्येच्या निवडीत नैतिक बाबी कशा येतात? (पान ८६) अशा प्रश्नाच्या बचावासाठी प्रस्तावकर्ते पथदर्शक प्रकल्प करू शकतात, आवश्यकतांचे मूल्यमापन किंवा सहभागी होणाऱ्यांमध्ये विश्वास आणि आदर निर्माण होण्यासाठी अनौपचारिक संवाद घडवून आणू शकतात. त्यामुळे तपासक अभ्यासास सुरुवात होतानाच सहभागी होणाऱ्यांची अभ्यासाच्या दरम्यान संभाव्य उपेक्षा होण्याची शक्यता शोधून काढू शकतील.

- *अभ्यासाचा उद्देश स्पष्ट करा.* उद्देशासंबंधीचे विधान किंवा मध्यवर्ती हेतू आणि अभ्यासाचे प्रश्न मांडत असताना प्रस्तावकर्त्यांने अभ्यासाचा उद्देश सांगितला पाहिजे, ज्याचे वर्णन सहभागींकडे केले जाईल. (सारांतकोस २००५) जेव्हा सहभागींना एका उद्देशाचे आकलन होते आणि संशोधकाच्या मनात वगळाच उद्देश असतो त्यावेळी फसवणूक होते. संशोधकाने अभ्यासासाठी प्रायोजकत्त्व कुणाचे आहे हेही स्पष्ट करणे महत्त्वाचे आहे. उदा. सर्वेक्षणासाठी ओळखपत्राचा मसुदा तयार करताना संशोधनाचे प्रयोजकत्त्व हा विश्वास आणि विश्वासार्हता निर्माण करण्यासाठी महत्त्वाचा भाग ठरतो. विशेषकरून टपालाद्वारा होणाऱ्या सर्वेक्षणाचे साधन म्हणून जेव्हा ते वापरले जाते तेव्हा.

- *मान्यता अर्जावर सही करण्यासाठी सहभागींवर दबाव टाकू नका.* अभ्यासासाठी मान्यता मिळविताना संशोधकाने सहभागींवर माहिती मान्यता अर्जावर सही करण्याची सक्ती करू नये. अभ्यासातील सहभाग हा ऐच्छिक असला पाहिजे. संशोधकाने मान्यता अर्जातील सूचनांमध्ये असे स्पष्ट केले पाहिजे की सहभागी अभ्यासात सहभाग न घेण्याचे ठरवू शकतात.

- *स्थानिक संस्कृतीतील लोकमान्य आचरण आणि अधिकार यांचा आदर करा.* संशोधकाला सहभागींमधील सांस्कृतिक, धार्मिक, लैंगिक किंवा अन्य प्रकारच्या फरकांचा अंदाज असण्याची आवश्यकता आहे. तसेच स्थळांचाही मान ठेवला पाहिजे. स्थानिक लोकांच्या सर्वमान्य आचरण आणि अधिकार या संबंधीच्या चर्चा, जसे की अमेरिकी–भारतीय जमातीबद्दलचे निरीक्षण करायचे आहे. (लाफ्रान्स अँड क्रेझी, बूल २००९) भारतीय जमाती (टोळ्या) त्याच्या सदस्यांकडे सेवा पोहोचवतात. कोणत्या प्रकारचे (कोणते) संशोधन त्यांच्यावर व्हावे आणि ते त्या जमातींना त्यांची संस्कृती आणि वैशिष्ट्ये लक्षात घेता संवेदनशीलतेने कसे सांगावे याबाबतही अमेरिकी-भारतीय जमातींनी आपले अधिकार राखून ठेवले आहेत.

माहितीचे संकलन

- *स्थानाचा मान ठेवा आणि तेथे कमीतकमी व्यत्यय येईल असे पहा.* संशोधकांनी संशोधन होत असलेल्या स्थानांचा आदर केला पाहिजे. त्यामुळे संशोधनाचा अभ्यास संपल्यानंतरही त्या जागा आहेत तशा राहतील. एखाद्या जागी, पृच्छक विशेषकरून जे गुणात्मक अभ्यास करतात ज्यात दीर्घकाळासाठी निरीक्षण करावे लागते किंवा मुलाखती घ्याव्या लागतात, त्यांनी भौतिक परिसरावर होणाऱ्या परिणामांबद्दल दक्ष असावे आणि त्यात कमीतकमी बिघाड होईल असे पहावे. उदा. त्यांनी

त्यांच्या भेटीच्या वेळा. अशा प्रकारे निर्धारित कराव्यात की ज्यामुळे सहभागी होणाऱ्यांच्या कामाच्या ओघात घुसखोरी कमीत कमी होईल. कामाच्या जागांमध्ये व्यत्यय (बिघाड) येणार नाही याबाबत मार्गदर्शन करणाऱ्या मार्गदर्शक सूचना बऱ्याचदा संस्थांकडे असतात.

● *सहभागी होणाऱ्या सर्वांना लाभ होतो आहे ना याची खात्री करा.* प्रयोगात्मक अभ्यासात तपास करणाऱ्यांनी माहिती गोळा करणे आवश्यक आहे. त्यामुळे केवळ प्रयोगासाठी निवडलेल्या गटालाच नाही तर सहभागी होणाऱ्या सर्वांना त्यायोगे फायदा होईल. यासाठी सर्व गटांवर काही प्रमाणात उपचार करणे गरजेचे आहे किंवा सर्वांवर उपचाराचा प्रयोग करणे ज्यामुळे शेवटी सगळ्या गटांना हितकारक वागणूक मिळेल. (उदा. प्रतिक्षा यादी.) संशोधनाचा लाभ शेवटी संशोधक आणि भाग घेणारे अशा दोघांना झाला पाहिजे. काही परिस्थितींमध्ये अधिकाराचा सहज दुरूपयोग केला जाऊ शकतो. आणि सहभागींना प्रकल्पात सक्तीने घेतले जाते. संशोधनात व्यक्तींना सहकार्यातून सामावून घेण्याने दोन्ही गटांना लाभ होतो. संशोधकांना आणि सहभागींना गुणात्मक संशोधनात लोकप्रिय असलेल्या अत्यंतिक सहकार्याच्या भावनेने होत असलेल्या अभ्यासात संशोधनाच्या संपूर्ण प्रक्रियेत सहभागींना सहसंशोधक म्हणून घेतले जाऊ शकते. उदा. संरचना, माहितीचे संकलन आणि विश्लेषण, अहवाल लेखन आणि निष्कर्षांचा प्रचार (पॅटन २००२)

● *सहभागींची प्रतारणा टाळा.* संशोधनाच्या अभ्यासात सक्रिय सहभाग असल्याचे सहभागींना ज्ञात असले पाहिजे. या प्रकारच्या समस्येला प्रतिउत्तर म्हणजे त्यांना अभ्यासाच्या उद्देशाची आठवण करून देणाऱ्या सूचना द्या.

● *अधिकारातील संभाव्य अधिकार असमतोलाचा मान राखा.* गुणात्मक संशोधनात मुलाखत घेण्याकडे एक नैतिक चौकशी म्हणून वाढत्या प्रमाणात पाहिले जात आहे. (कवेल २००७). तितक्याच प्रमाणात ती तशी संख्यात्मक आणि मिश्र पद्धतींच्या संशोधनात पाहिली जाऊ शकते. मुलाखतीमुळे मानवी स्थिती कशी सुधारेल याचा विचार मुलाखतकाराने करणे आवश्यक आहे. (त्याचबरोबर शास्त्रोक्त ज्ञान कसे वृद्धिंगत होईल याचाही विचार). संवेदनशील मुलाखतीतील क्रिया प्रतिक्रिया या सहभागींसाठी किती तणावाच्या होऊ शकत असतील, सहभागी होणाऱ्यांना त्यांच्या विधानांचे कसे प्रतिपादन केले जाते याबाबत काही म्हणण्याचा अधकिार आहे किंवा कसे? मुलाखत देणाऱ्यांना किती चिकित्सकपणे प्रश्न विचाले जावेत आणि मुलाखतीचे मुलाखत देणाऱ्यांवर आणि ते ज्या गटातील आहेत त्यांच्यावर काय परिणाम होतील याचाही विचार केला पाहिजे. मुलाखती (आणि निरीक्षणे) हे गृहीत धरूनच सुरू झाल्या पाहिजेत की माहितीचे संकलक आणि सहभागी यांच्यात अधिकारचा असमतोल आहे.

● *सहभागी होणाऱ्यांचे शोषण टाळा.* तुमच्या अभ्यासात सहभागी होणाऱ्यांनी जी आत्मियता दाखवली, त्याबद्दल त्याची त्यांना काहीतरी परतफेड करणे गरजेचे आहे. त्यांच्या सहभागाबद्दल, त्यांना संशोधनाच्या अंतिम अहवालात वाटेकरी किंवा त्यांना 'सहकारी' म्हणून समाविष्ट करणे हे एक लहानसे बक्षिस/शाबासकी होऊ शकते. पूर्व परंपरेनुसार काही संशोधकांनी सहभागी व्यक्तींना माहिती गोळा करण्यासाठी वापरून घेतले आणि ते अचानक अंतर्धान पावले. याची परिणती सहभागी होणाऱ्यांच्या शोषणात होते. पुरस्कार व कौतुक यामुळे आदर निर्माण होतो. अभ्यासासाठी जे जे मौल्यवान माहिती पुरवितात त्यांच्या मनात अभ्यास व अभ्यासकांबद्दल अन्योन्य भाव निर्माण होतो.

● *धोकादायक माहिती गोळा करणे टाळा.* माहिती गोळा करण्याच्या प्रक्रियेत केव्हा, किती आणि वैयक्तिक माहिती उघड होण्याची शक्यता आहे याचा अंदाज संशोधकांनी करणे आवश्यक आहे. असा अंदाज मुलाखतीच्या दरम्यान किंवा नंतर अवघड आहे. (पॅटन २०१२) उदाहरणार्थ, एखादा विद्यार्थी पालकांकडून होणाऱ्या छळाबद्दल चर्चा करेल किंवा कैदी सुटकेबद्दल बोलेल. अशा

परिस्थितीत विशेषकरून संशोधकांसाठी असलेल्या नैतिक संहितेने (जी शाळा आणि तुरुंगासाठी वेगळी असू शकेल) सहभागी असणाऱ्या व्यक्तींच्या एकांताचे रक्षण केले पाहिजे आणि अभ्यासात समाविष्ट असलेल्या सर्व व्यक्तींना अशा संरक्षणाची माहिती करून दिली पाहिजे.

माहितीचे विश्लेषण करणे

● *स्थानिक होणे टाळा. (त्यांचे होणे टाळा.)* अभ्यासातील सहभागींना मदत करणे आणि त्यांचा दृष्टिकोन स्वीकारणे सोपे असते. गुणात्मक अभ्यासात याच अर्थ 'बाजू घेणे' आणि सहभागी व्यक्तींना अनुकूल झोतात/प्रकाशात आणले जाईल अशाच फक्त परिणामांची चर्चा करणे होय. संख्यात्मक अभ्यासात याचा अर्थ संशोधक जी गृहीतके व्यक्तीश: धरून चाललेला असतो ती मान्य किंवा अमान्य करणारी माहिती नाकारणे होय.

● *केवळ अनुकूल परिणाम उघड करणे टाळा.* संशोधनात सहभागी व्यक्तींच्या किंवा संशोधकांच्या कलानुसार/प्रवृत्तीनुसार महत्त्वाचे परिणाम रोखून ठेवणे किंवा उघड करणे हे शैक्षणिक दृष्ट्या अप्रामाणिकपणाचे आहे. गुणात्मक संशोधनात याचा अर्थपृच्छाकाने निकालांची पूर्ण मालिका सादर करणे आवश्यक आहे, ज्यातील निष्कर्ष हे मूळ संकल्पनेच्या विरुद्धही असू शकतील. चांगल्या गुणात्मक संशोधनाचे प्रमाण (प्रमुख लक्षण) म्हणजे विषयाच्याबद्दलच्या दृष्टिकोनातील वैविध्याची माहिती देणे होय. संख्यात्मक संशोधनात माहितीच्या विश्लेषणाचे संख्याशास्त्रीय चाचण्या प्रतिबिंबित केल्या पाहिजेत आणि त्यांची संपूर्ण माहिती देण्यात यावी.

● *सहभागी व्यक्तींच्या व्यक्तिगत गोष्टींची माहिती वगळू नये.* प्रकल्पातील व्यक्तींचा निनावीपणा, भूमिका आणि प्रसंग यांचे तुमचा अभ्यास कसे रक्षण करणार आहे? संशोधक/तपासक हा संकेतीकरण करताना आणि नोंदणी करण्याची प्रक्रिया करताना प्रतिसादांपासून नावे अलग करतो. गुणात्मक संशोधनात पृच्छक सहभागींच्या ओळखीचे रक्षण होण्यासाठी व्यक्ती किंवा स्थळांसाठी टोपण नावे किंवा कल्पित नावे वापरतो.

इतिवृत्त देणे, विभागणे आणि माहितीचा संचय करणे

● *लेखकत्त्व, पुरावे, माहिती, शोध किंवा निष्कर्ष लबाडीने बदलणे.* माहितीचे स्पष्टीकरण किंवाअर्थसंगती लावताना संशोधकांनी माहितीचा अचूक तपशील/वर्णन देणे आवश्यक आहे. संख्यात्मक संशोधनात अशाप्रकारच्या अचूकतेसाठी, संशोधक आणि सहभागींमध्ये विस्ताराने बोलणे होण्याची अपेक्षा असते. (बर्ग २००१) गुणात्मक संशोधनात सहभागींकडच्या माहितीची अचूकता पडताळून पाहण्यासाठी एक किंवा अधिक धोरणे वापरणे किंवा माहितीच्या वेगवेगळ्या स्त्रोतांमधून पडताळणी करून अचूकतेला बळकटी देणे याचा समावेश होऊ शकतो. संशोधनाच्या अहवालातील आणखी नैतिक मुद्दे म्हणजे संशोधनात दबाव आणण्याची ताकद असणे, खोटे किंवा विपर्यास करणारे निष्कर्ष मांडणे किंवा संशोधकाच्या किंवा वाचकांच्या गरजा पूर्ण करण्यासाठी निष्कर्षांचा शोध लावणे हे होत. व्यावसायिक संशोधन समुदायात अशा लबाडी करणाऱ्या कृतींचा स्वीकार केला जात नाही आणि त्यांची गणना शास्त्रीय गैरवर्तनात होते (न्यूमन २००९) अशा प्रकारच्या गैरव्यवहारात अडकू नये म्हणून आगाऊ खबरदारी घेण्याबाबत उल्लेख असावा.

● *वाङ्मयचौर्य करू नका.* दुसऱ्यांच्या लिखाणातून मोठ्या प्रमाणात लिखाणाची नक्कल उतरविणे (कॉपी करणे) ही एक नैतिकतकेसंबंधी बाब आहे. संशोधकांनी इतर संबंधितांना त्याच्या कामाबद्दल श्रेय दिले पाहिजे. अवतरणचिन्हातील शब्द इतरांकडून वापरलेल्या शब्दांप्रमाणे तंतोतंत असले पाहिजेत. या मागची मुख्य कल्पना ही की इतरांचे काम तुम्ही तुमचे म्हणून सादर करू नये. (ए.पी.ए. २०१०) साहित्याचे भाषांतर जरी केले जात असले तरी मूळ साहित्याला (स्रोताला) त्याचे श्रेय दिले पाहिजे. साहित्याच्या वापराबद्दल मान्यता शुल्क न देता किती साहित्य दुसऱ्या स्रोतातून घेता येईल याबद्दल नियतकालिकांमध्ये खास करून मार्गदर्शनपर नियमावली दिलेली असते.

● *सहभागी व्यक्तींना नुकसान पोहोचेल अशी माहिती जाहीर करणे टाळा.* गोपनियतेबद्दल एक गोष्ट अशी असू शकते की काही सहभागी व्यक्तींना त्यांची ओळख गुप्त ठेवायची इच्छा नसते. हे मान्य करून संशोधक, सहभागी व्यक्तींना त्यांचे मत त्यांच्या शब्दांत कायम ठेवण्यास परवानगी देतो आणि निर्णय घेण्यातील त्यांचे स्वातंत्र्य कायम ठेवतो. असे असले तरी, गोपनीयता न पाळण्यातील संभाव्य धोक्यांबद्दल त्यांना व्यवस्थित माहिती देणे गरजेचे आहे. जसे की, अंतिम अहवालात समाविष्ट केलेली माहिती, जी त्यांना अपेक्षित नसते, दुसऱ्याच्या हक्कांचे उल्लंघन करणारी माहिती जी गुप्त राहिली पाहिजे, आणि इतर अशाच प्रकारची माहिती (गिओर्डानो, ओ रायली, टेलर आणि डोग्ना २००७). अभ्यासाचे नियोजन करताना संशोधनाच्या काही वाचकांवर होणाऱ्या अनुषंगिक परिणामांची कल्पना करणे महत्त्वाचे असते आणि एखाद्या दुसऱ्या गटाच्या फायद्यासाठी निष्कर्षांचा दुरूपयोग न करणेही महत्त्वाचे असते.

● *नि:संदिग्ध, स्पष्ट व योग्य भाषेत संवाद साधा.* संशोधनात अशी भाषा किंवा शब्द वापरले जाणार नाहीत जे व्यक्तींच्या विरुद्ध लिंग, लैंगिक अभिमुखता, वांशिक किंवा जातीय गट, विकलांगता किंवा वय याबाबतीत भेदभाव/पक्षपात करतील, याबाबत चर्चा करा. ए.पी.ए. पब्लीकेशन मॅन्यूअल (ए.पी.ए. २०१०) मधील पक्षपाती भाषेसंबंधीच्या तीन मार्गदर्शक तत्त्वांचा मागोवा घ्या. अचूकतेच्या/निश्चिततेच्या योग्य पातळीवर नि:पक्षपाती भाषेचा वापर करा. (उदा. 'ग्राहकाचे वर्तन खास करून पुरुषी होते' असे म्हणण्याऐवजी ग्राहकाचे वर्तन ________________ होते.) (कसे ते नेमकेपणाने लिहा) शीर्षकांसाठी संवेदनशील असणारी भाषा वापरा. (उदा. ४०० हिस्पॅनिक च्या ऐवजी ४०० मेक्सिकन, स्पॅनिय आणि प्युरेटोरिकन्स असा निर्देश करा.) अभ्यासातील सहभागी व्यक्तींची दखल घ्या. उदा. कर्मचारी/कार्यकर्ता ऐवजी *सहभागी व्यक्ती* असे म्हणा. तसेच महिला डॉक्टर ऐवजी डॉक्टर किंवा इंजिनिअर असे शब्द वापरा.

● *माहितीत इतरांना सहभागी करून घ्या.* अभ्यासाच्या संरचनेबरोबरच संशोधनाचे तपशील प्रसिद्ध करणे महत्त्वाचे आहे ज्यामुळे वाचकांनाच अभ्यासाच्या विश्वासार्हतेबद्दल ठरविता येईल. (न्यूमन २००९) पुढील प्रकरणांमध्ये संख्यात्मक, गुणात्मक आणि मिश्र पद्धतींच्या संशोधनासाठीच्या तपशीलासहित असलेल्या कार्यप्रणालींवर भर दिला जाईल. माहितीत सहभागी करून घेण्याच्या संदर्भातील काही धोरणे म्हणजे सहभागी व्यक्तींना अहवालाच्या प्रती देणे तसेच लाभार्थींना प्रती देणे. वेबसाईटवर अहवाल टाका. आणि जेव्हा आवश्यक असेल तेव्हा अनेक भाषांमधून अभ्यासाचे प्रकाशन करा.

● *कच्ची माहिती आणि अन्य साहित्याचे जतन करा. उदा. कार्यपद्धतींचा तपशील, साधने इ.* एकदा माहितीचे विश्लेषण झाले की ते योग्य कालावधीसाठी जतन करणे. (उदा. सीबर १९९८), सुचवितात तो कालावधी पाच वर्षे ते दहा वर्षे आहे. ए.पी.ए. नुसार तो पाच वर्षे आहे.) या कालखंडानंतर

तपासकांनी माहिती नष्ट केली पाहिजे म्हणजे ती अशा अन्य संशोधकांच्या हातात पडणार नाही, जे तिचा कदाचित गैरवापर करतील.

● *हुबेहुब नक्कल करू नका किंवा तुकड्या-तुकड्यात प्रकाशन करू नका.* त्याचप्रमाणे संशोधकांनी नक्कल करणाऱ्या किंवा वाजवीपेक्षा जास्त काम करणाऱ्या प्रकाशनाकडे काम करू नये, ज्यात लेखक तीच तीच माहिती, चर्चा आणि निष्कर्ष असणारे लेख प्रसिद्ध करत असतात आणि कोणतीही नवीन माहिती देत नाहीत. काही जैववैद्यकीय नियतकालिके आता लेखकांकडून असे जाहीर प्रकटन मागतात की, त्यांच्याकडे सादर केलेला लेख/माहिती यापूर्वी प्रकाशित केली आहे का? किंवा ते प्रकाशित करण्याच्या तयारीत आहेत का? (इस्राएल आणि हे २००६)

● *नैतिक बाबींबद्दलच्या पूर्ततेचा पूर्ण पुरावा आणि हितसंबंधातील संघर्षाचा अभाव.* काही शैक्षणिक प्रांगणांना आता लेखकांनी अशी विधाने प्रस्तुत करणे आवश्यक वाटू लागले आहे की, त्यांचे संशोधन प्रकाशित करण्यात त्यांचा कोणताही हितसंबंधांचा संघर्ष नाही. अशाप्रकारचा संघर्ष त्यांच्या संशोधनासाठीच्या मोबदल्यातून निर्माण होऊ शकतो. माहितीतून निष्पन्न होणाऱ्या निष्कर्षांमध्ये हितसंबंध गुंतल्यामुळे किंवा वैयक्तिक कारणांसाठी संशोधनाचा वापर करण्याच्या हेतूमुळे संघर्ष उद्भवू शकतो. एक संशोधक म्हणून तुम्हाला हितसंबंधांच्या संभाव्य संघर्षांबद्दल जे तुमच्या संशोधनाशी निगडित आहेत ते जाहीर करण्याची विनंती मान्य करणे आवश्यक आहे.

● *माहिती कुणाच्या मालकीची आहे ते समजावून घ्या.* माहितीचे संकलन आणि विश्लेषण झाल्यानंतर माहिती कुणाच्या मालकीची आहे या प्रश्नावरून संशोधन करणाऱ्या संघांमध्ये विभागणी होऊ शकते आणि त्यामुळे व्यक्ती परस्परांविरुद्ध उभ्या राहू शकतात. एखाद्या प्रस्तावात मालकीचा मुद्दा नमूद करता येईल आणि त्याचा निवाडा कसा करायचा याबद्दल चर्चा होऊ शकते. उदा. संशोधन, सहभागी व्यक्ती आणि शिक्षक, सल्लागार यांच्यात स्पष्ट समझोता करून पंच (२००५), बेर्ग (२००१) यांनी संशोधनाच्या माहितीची मालकी कुणाला तरी वैयक्तिक करारान्वये देणे असा उपाय सुचविला आहे.

सारांश

प्रत्यक्ष प्रक्रिया सुरू करण्यापूर्वी, संशोधनाचा प्रस्ताव कसा लिहावा याबाबत विचार करणे उपयुक्त ठरते. मॅक्सवेलने (२००५) महत्त्वाचे घटक म्हणून समाविष्ट करण्यास सांगितलेल्या नऊ विधानांचा विचार करावा आणि नंतर गुणात्मक, संख्यात्मक किंवा मिश्र पद्धतींचा प्रस्ताव तयार करण्यासाठी ज्या चार घटनांसंबंधीच्या रूपरेषा उपलब्ध आहेत त्यापैकी एकीचा उपयोग करावा.

प्रस्तावाचा विकास करताना, कल्पनांच्याद्वारे विचार करण्यासाठी कागदावर शब्द उतरवून सुरुवात करा; नियमितपणे लिहिण्याची सवय लावून घ्या; सातत्याने त्याच संज्ञा वापरणे, विविध पातळ्यांवरील कथनयोग्य विचार करणे, लिखाणास पुष्टी येण्यासाठी स्पष्ट आणि काळजीपूर्वक विधान करणे यासारखी धोरणे तुम्ही वापरा. कर्तरी प्रयोगात लिखाण, दमदार क्रियापदांचा उपयोग आणि पुनर्लेखन व संपादन करणे सुद्धा उपयुक्त ठरते.

प्रस्ताव लिहिण्यापूर्वी अशा नैतिक बाबींचा विचार करणे उपयुक्त ठरते, ज्यांचा अंदाज बांधता येतो, ज्या प्रस्तावात अपेक्षित आहेत आणि वर्णिलेल्या आहेत त्या बाबी प्रस्तावात लिहिणे उपयुक्त ठरते. संशोधनाच्या प्रक्रियेच्या सर्व अवस्थांशी संबंधित अशा या बाबी आहेत. सहभागी व्यक्तींचा, संशोधन स्थळांचा आणि संभाव्य वाचक यांचा विचार करून अभ्यासाच्या संरचनेमध्ये चांगल्या नैतिक कृतींचा समावेश करता येईल.

लेखन सराव

१. संख्यात्मक, गुणात्मक किंवा मिश्र पद्धतींच्या प्रस्तावासाठी एका विषयाची बाह्य रूपरेषा विकसित करा. या प्रकरणातील महत्त्वाच्या विषयांचा उदाहरणांमध्ये समावेश करा.

२. गुणात्मक, संख्यात्मक किंवा मिश्र पद्धतींच्या संशोधनाबद्दल माहिती देणारा एखाद्या नियतकालिकातील लेख शोधून काढा. लेखातील प्रस्तावनेचे परीक्षण करा व या प्रकरणात वर्णन केलेली हूक-अँड-आय पद्धत वापरून वाक्यावाक्यातील तसेच परिच्छेद-परिच्छेदातील कल्पनांचा ओघ शोधून काढा आणि त्रुटी असल्यास त्या ओळखून काढा.

३. संशोधकाला सामोरे जावे लागेल अशा नैतिक पेचांचा विचार करा. तुमच्या संशोधन प्रस्तावात तुम्ही एखादी समस्या कोणत्या प्रकारे निर्माण होईल अशी अपेक्षा करता आणि तिला तुम्ही सक्रियपणे कसे सोडवाल ते स्पष्ट करा.

अ. ज्याची तुम्ही मुलाखत घेत आहात तो कैदी त्याच रात्री होऊ शकणाऱ्या तुरुंग फोडीच्या शक्यतेबद्दल तुम्हाला सांगतो आहे तर तुम्ही काय कराल?

ब. तुमच्या गटातील संशोधक दुसऱ्या अभ्यासातील वाक्ये उचलून तुमच्या प्रकल्पाच्या अंतिम लेखी अहवालात समाविष्ट करत आहे तर तुम्ही काय कराल?

क. तुमच्या शहरात असणाऱ्या कुटुंबांमधील अनेक व्यक्तींच्या मुलाखतीतून एक विद्यार्थी प्रकल्पासाठी माहिती संकलित करत आहे. चौथ्या मुलाखतीनंतर तो विद्यार्थी तुम्हाला सांगतो की आय.आर.बी. कडून प्रकल्पासाठी मान्यता मिळालेली नाही. तर तुम्ही काय कराल?

अधिक वाचनासाठी

अमेरिकन सायकॉलॉजिकल असोसिएशन (२०१०) *पब्लिकेशन मॅन्यूअल ऑफ द अमेरिकन सायकॉलॉजिकल असोसिएशन* (सहावी आवृत्ती) वॉशिंग्टन डीसी: ऑथर

एक संशोधक म्हणून तुमच्याकडे अशाप्रकारचे क्रमिक पुस्तक एक आवश्यक साधन म्हणून असले पाहिजे. गुणात्मक संशोधनात लिहिताना, ते नैतिक मुद्द्यांचा धांडोळा घेते. तसेच प्रकाशनातील कायदेशीर प्रमाणांचा गोषवारा घेते. यात सुस्पष्ट आणि नेमके लेखन, सातत्य, चालू स्थिती, अचूकपणा आणि स्पष्टता व लिहिण्याची शैली सुधारण्यासाठी उपाय, अशा विषयांचा समावेश केलेला आहे. विद्वत्तापूर्ण संशोधनाच्या अहवालातील पक्षपातीपणा/भेदभाव कमी करता येईल यासाठी भरपूर उदाहरणे दिली आहेत. यात शैलीच्या तंत्राबद्दल विभाग आहेत. उदा. शुद्धलेखन, विरामचिन्हे देणे, स्पेलिंग, मोठ्या अक्षरात छपाई, शब्दांची संक्षिप्त रूपे इ. संशोधकाला लेखनासाठी आवश्यक असणाऱ्या अनेक सूचनांपैकी या थोड्या सूचना आहेत.

इस्राएल, एम. आणि हे आय (२००६) *रिसर्च एथिक्स फॉर सोशल सायंटिस्टस्: बिटवीन एथिकल कॉंडक्ट अँड रेग्युलॅरिटी कम्प्लायन्स.* थाऊजंड ओक्स, सीए: सेज.

सामाजिक शास्त्रांमध्ये नैतिक आचरण कशाने घडते याबद्दल मार्क इस्रायेल आणि आयेन हे यांनी गांभीर्याने आणि पद्धतशीरपणे विचार करण्याच्या व्यावहारिक मूल्यांचे विचारपूर्ण विश्लेषण दिले आहे. त्यांनी नीतिशास्त्रातील वेगवेगळ्या

सिद्धान्तांचे पुनरावलोकन केले आहे. उदा. परिणामवादी आणि बिगरपरिणामवादी दृष्टिकोन, नैतिक मूल्ये आणि नैतिक आचरणाबद्दलचे निकषांनीयुक्त आणि अपरिणामस्वरूप असलेले दृष्टिकोन. त्यांनी जगभरातील देशांमधील नैतिक व्यवहारांचा इतिहास जाणून घेऊन एक आंतरराष्ट्रीय दृष्टिकोन किंवा वास्तवाचे यथार्थ दर्शन धडविले आहे. संपूर्ण पुस्तकभर त्यांनी व्यावहारिक दाखले दिले आहेत. संशोधकांनी नैतिकदृष्ट्या प्रकरणे कशी हाताळावीत यासाठी मार्ग सुचविले आहेत. परिशिष्टात त्यांनी तीन प्रकरणांची उदाहरणे दिली आहेत आणि आघाडीच्या विद्वानांना त्यातील नैतिक बाबींबद्दलच्या त्यांच्या दृष्टिकोनावर टिपण्णी करण्याचे आवाहन केले आहे.

मॅक्सवेल. जे. (२००५) *क्वालिटेटिव्ह रिसर्च डिझाईन: ॲन इंटरॲक्टिव्ह ॲप्रोच* (दुसरी आवृत्ती) थाऊजंड ओक्स सीए: सेज.

जे मॅक्सवेल यांनी गुणात्मक संशोधनासाठी प्रस्ताव विकासाची प्रक्रिया जी अनेक प्रकारे संख्यात्मक आणि मिश्र पद्धतींच्या संशोधनासाठीही वापरता येते. तिच्यासाठी एक थोडक्यात चांगले महत्त्वाचे भाग स्पष्ट करणारे विवेचन केले आहे. त्यांच्या मते प्रस्ताव हे एक मार्गदर्शक अभ्यासासंबंधीचे विधान आहे. त्यांनी नऊ आवश्यक टप्प्यांचे वर्णन करणारे एक उदाहरण दिले आहे. याशिवाय, त्यांनी पूर्ण गुणात्मक प्रस्तावाचा अंतर्भाव केला असून त्याचे विश्लेषण एका चांगल्या अनुकरणीय प्रारूपाचे उदाहरण म्हणून केले आहे.

सीबर.जे.इ. (१९९८), प्लॅनिंग एथिकली पॉसिबल रिसर्च. एल् बिकमन आणि डि.जे.शेग (इडीएस.), *हँडबुक ऑफ अप्लाईड सोशल रिसर्च मेथड्स* (पान १२७–१५६), थाऊजंड ओक्स, सीए: सेज.

जॉन सायेबेर संशोधन संरचनेच्या प्रक्रियेत नैतिक योजनेच्या महत्त्वाची चर्चा करतात. या प्रकरणात त्या आयआरबीएस, ज्ञात संमती, एकांत, गुप्तता, गोपनीयता आणि नाव गुप्त ठेवणे तसेच धोक्याचे घटक आणि ज्यांच्यावर परिणाम होणार आहे ती लोकसंख्या अशा नैतिकतेशी संबंधित मुद्द्यांचा व्यापक आढावा घेतात. त्यांची व्याप्ती व्यापक आहे आणि त्या असंख्य पद्धती सुचवतात.

वॉलकॉट, एच.एफ. (२००९). *रायटिंग अप क्वालिटेटिव्ह रिसर्च* (तिसरी आवृत्ती) थाऊजंड ओक्स, सीए: सेज.

हॅरी वॉलकॉट या प्रतिष्ठित शैक्षणिक मानववंशशास्त्रज्ञाने गुणात्मक संशोधनातील लेखनप्रक्रियेच्या असंख्य बाजूंचा विचार करणारे उत्तम संसाधन मार्गदर्शक तयार केले आहे. ते लिखाण सुरू करण्याच्या, तपशील विकसित करण्याच्या, साहित्य, सिद्धान्त आणि पद्धती यांच्यात दुवा साधण्याच्या, पुनरावलोकनाने लेखन बांधीव करण्याच्या आणि संकलनाच्या तसेच शीर्षक आणि परिशिष्ट अशा विषयांनी प्रक्रिया समाप्त करण्याच्या तंत्रांचे सर्वेक्षण करतात. अभ्यास गुणात्मक, संख्यात्मक किंवा मिश्र कोणत्याही प्रकारचा असो सर्व महत्त्वाकांक्षी लेखकांसाठी हे एक आवश्यक पुस्तक आहे.

भाग 2

संशोधनाची संरचना करताना

- **प्रकरण 5**
  प्रस्तावना
- **प्रकरण 6**
  उद्देशाचे विधान
- **प्रकरण 7**
  संशोधन प्रश्न आणि गृहीतप्रमेये (परिकल्पना)
- **प्रकरण 8**
  संख्यात्मक पद्धती
- **प्रकरण 9**
  गुणात्मक पद्धती
- **प्रकरण 10**
  मिश्र पद्धतींच्या कार्यप्रणाली

हा विभाग तीन मार्गांशी, दृष्टिकोनांशी संबंधित आहे– (अ) संख्यात्मक, (ब) गुणात्मक, (क) मिश्र पद्धती– या संशोधन प्रक्रियेतील पायऱ्यांकडे जाणारे प्रत्येक प्रकरण या प्रक्रियेतील एका स्वतंत्र पायरीला संबोधित करणारे आहे, ज्याची सुरुवात अभ्यासाची ओळख करून देण्याने होते.

प्रकरण पाच

प्रस्तावना

गुणात्मक, संख्यात्मक किंवा मिश्र पद्धतींच्या मार्गाबद्दल निर्णय घेतल्यानंतर तसेच साहित्याचा प्रारंभीचा धांडोळा घेतल्यानंतर आणि प्रस्तावाचे स्वरूप निश्चित झाल्यानंतर पुढचा टप्पा म्हणजे अभ्यासाची संरचना ठरविणे किंवा नियोजन करणे होय! प्रस्तावाच्या प्रस्तावनेचे स्वरूप ठरविण्याबरोबरच कल्पनांची जुळणी आणि लेखन यांची प्रक्रिया सुरू होते. हे प्रकरण एक विद्वत्तापूर्ण (अभ्यासपूर्ण) प्रस्तावना तयार करण्याची आणि लिहिण्याची चर्चा करते आणि तीन भिन्न प्रकारच्या संरचनांसाठी प्रस्तावना लिहिण्यातील फरक तपासते. नंतर चर्चेचा रोख एक चांगली प्रस्तावना लिहिण्यासंबंधीच्या पाच घटकांकडे वळतो- (अ) अभ्यासाकडे नेणाऱ्या प्रश्नांची निश्चिती करणे. (ब) प्रश्नांसंबंधीच्या साहित्याचे पुनरावलोकन करणे, (क) प्रश्नाच्या संदर्भातील साहित्यातील त्रुटी शोधणे, (ड) वाचक वर्ग निश्चित करणे (लक्ष्य निश्चित करणे) आणि या वाचक वर्गासाठी असलेल्या प्रश्नाच्या महत्त्वाची नोंद करणे, (इ) प्रस्तावित अभ्यासाचा उद्देश ठरविणे. 'प्रस्तावना लिहिण्याचे सामाजिक शास्त्रातील उणिवांचे प्रारूप' या घटकांचे बनलेले असते कारण प्रस्तावनेतील मुख्य घटक हा पूर्वी झालेल्या संशोधनातील उणिवा दूर करणे हा असतो. या प्रारूपाचे उदाहरण म्हणून एका संशोधनाच्या अभ्यासात प्रसिद्ध झालेल्या प्रस्तावनेचे येथे सादरीकरण आणि विश्लेषण केले आहे.

प्रस्तावनांचे महत्त्व

नियतकालिकामधील लेख, शोधनिबंध किंवा विद्वत्तापूर्ण संशोधन अभ्यास यामध्ये पहिला परिच्छेद हा प्रस्तावनेचा असतो. संपूर्ण प्रकल्पासाठी तो व्यासपीठ तयार करतो. विल्किन्सन (१९९१) यांनी पुढीलप्रमाणे नमूद केले आहे.

> प्रस्तावना हा लेखाचा असा भाग असतो, जो वाचकांना लेखात प्रस्तुत केलेल्या संशोधनाच्या पार्श्वभूमीबद्दलची माहिती देतो. तिचा उद्देश संशोधनासाठी चौकट निर्माण करणे हा आहे, ज्यामुळे वाचकांना ते इतर संशोधनांशी कसे संबंधित आहे ते समजते (पान ९६).

समस्येबद्दल माहिती सांगून प्रस्तावना, ही समस्येबद्दलची बाब किंवा चिंतेचा विषय संशोधनाप्रत घेऊन जाते. अभ्यास किंवा प्रस्तावाच्या सुरुवातीचा हा परिच्छेद असल्यामुळे तो लिहिताना विशेष

काळजी घेतली पाहिजे. प्रस्तावनेने विषयाबद्दल वाचकांमध्ये कुतूहल निर्माण केले पाहिजे. समस्येची मांडणी अशाप्रकारे करा की, तिचे पर्यवसान अभ्यासात होईल. व्यासंगपूर्ण साहित्याच्या अधिक व्यापक संदर्भात अभ्यासाला स्थान द्या. हे सगळे काही विभागाच्या थोड्या पानांमध्ये संक्षिप्तपणे जमविले जाते. दिले गेलेच पाहिजेत असे संदेश आणि उपलब्ध होणारी मर्यादित जागा यामुळे प्रस्तावना लिहिणे आणि समजणे आव्हानात्मक असते.

संशोधनाची समस्या ही अशी समस्या किंवा बाब असते की जी अभ्यास करण्यास भाग पाडते. ती अनेक अव्यक्त स्रोतांमधून निर्माण होऊ शकते. संशोधकांच्या व्यक्तिगत आयुष्यातील अनुभवातून किंवा कामाच्या ठिकाणातून ती एकदम व्यक्त होऊ शकते. साहित्यातील प्रदीर्घ चर्चेतून ती निष्पन्न होऊ शकते. साहित्यात काही रिक्त स्थाने असू शकतात ज्यांच्याकडे लक्ष दिले पाहिजे. पर्यायी/वैयक्तिक मते असू शकतात ज्यांच्याबद्दल उलगडा केला पाहिजे किंवा एखाद्या शाखेचा अभ्यास होणे गरजेचे असते. याशिवाय सरकारमधील धोरणांसंबंधी चर्चेतून किंवा उच्च पदस्थ अधिकाऱ्यांच्या वादातून संशोधनास योग्य समस्या निर्माण होऊ शकते. संशोधन समस्येचे स्रोत बहुधा अनेकविध असतात. अभ्यासाच्या मुळाशी असलेली संशोधन समस्या ओळखणे आणि मांडणे हे सोपे नाही. उदा. किशोरावस्थेतील (वय १३ ते १९) गर्भधारणा ही बाब सिद्ध करणे म्हणजेच स्त्रिया आणि संपूर्ण समाजाच्या प्रश्नाकडे बोट दाखविल्यासारखे आहे (निर्देश केल्यासारखे आहे). अनेक लेखक संशोधन समस्या स्पष्टपणे मांडत नाहीत आणि विषयाचे महत्त्व ठरविण्याचे काम वाचकांवर सोपवितात. ज्यावेळी समस्या स्पष्ट नसते,त्यावेळी संशोधन होत असलेल्या अभ्यासाच्या इतर पैलूंचे आकलन होणे अवघड जाते, विशेष करून संशोधनाचे महत्त्व समजणे! याही पुढे म्हणजे संशोधन समस्या आणि संशोधनाचा प्रश्न यात नेहमी गल्लत केली जाते. असे प्रश्न की ज्यांची उत्तरे मिळणे हे शोधकाला समस्येचे आकलन होण्यासाठी किंवा स्पष्ट होण्यासाठी आवडेल. या अशा गुंतागुंतीत भर पडते अशा प्रस्तावनांच्या आवश्यकतेची, ज्यांच्यावर वाचकांना पुढे वाचण्यास प्रोत्साहन देण्याचा आणि अभ्यासाचे महत्त्व जाणून देण्याचा भार पडतो!

सुदैवाने सामाजिक शास्त्रात चांगली व अभ्यासपूर्ण प्रस्तावना लिहिण्यासाठी प्रारूप उपलब्ध आहे. या प्रारूपाची ओळख करून देण्यापूर्वी एका चांगल्या सारांशाची (ॲबस्ट्रॅक्ट) मांडणी कशी करावी याबद्दल थोडक्यात चर्चा करणे आवश्यक आहे आणि त्यानंतर गुणात्मक, संख्यात्मक आणि मिश्र पद्धतींच्या अभ्यासासाठी असलेल्या प्रस्तावनांमधील अत्यंत सूक्ष्म फरक करणे आवश्यक आहे.

अभ्यासाचा सारांश (गोषवारा)

अभ्यासातील आशयाच्या संक्षिप्त वृत्तास सारांश म्हणतात. वाचकांना प्रकल्पातील महत्त्वाच्या भागांचे जलद सर्वेक्षण करण्यास त्याची मदत होते. त्याचे स्थान अभ्यासाच्या प्रारंभी असते आणि अभ्यासाच्या प्रस्तावांसाठी व अंतिम प्रबंध किंवा शोध प्रबंध अशा दोन्हीसाठी तो उपयुक्त असतो. द *पब्लिकेशन मॅन्युअल ऑफ द अमेरिकन सायकॉलॉजिकल असोसिएशन* (अमेरिकन सायकॉलॉजिकल असोसिएशन- [ए.पी.ए.], २०१०) असे सूचित करते की, अभ्यासातील एकमेव सर्वात महत्त्वाचा परिच्छेद हा 'सारांश' असू शकतो. तो अचूक, मूल्यमापन न होणारा (संशोधनाच्या व्याप्तीपलीकडील शेरे देऊन) सुसंगत, वाचनीय आणि संक्षिप्त असणे गरजेचे आहे. त्याची लांबी (आकारमान) वेगवेगळी असू

शकते आणि काही महाविद्यालये आणि विद्यापीठांची मागणी योग्य लांबीची (उदा. २५० शब्द) असते. द ए.पी.ए *पब्लिकेशन मॅन्युअल* (ए.पी.ए. २०१०) च्या मार्गदर्शक तत्त्वांनुसार बहुतेक सारांशात १५० ते २५० शब्द असतात.

काही महत्त्वाचे घटक आहेत ज्यांचा समावेश मी सारांशात करतो. अहवाल, साहित्याचे पुनरावलोकन, सिद्धान्तावर आधारित लेख आणि वर्गीकरणावरील लेख यांच्या सारांशातील आशय वेगळा असतो. येथे मी अनुभवजन्य लेखाच्या प्रस्तावाच्या सारांशावर लक्ष केंद्रित करणार आहे. सारांशाचे अनेक मुख्य घटक मला दिसतात आणि ते सर्वांसाठी समान असतात. मग तो प्रस्ताव संख्यात्मक असो, गुणात्मक असो किंवा मिश्र पद्धतींचा असो. ज्याप्रकारे मी या घटकांचा क्रम लावतो तो क्रम पुढीलप्रमाणे:

१. संशोधनाची आवश्यकता सूचित करणाऱ्या *बाबींपासून* किंवा *समस्येपासून* सुरुवात करा. या प्रश्नासाठी अधिक साहित्य उपलब्ध होण्याची गरज असेल, पण मला वास्तव जीवनातील समस्येचा विचार करायला आवडतो, ज्याकडे लक्ष देणे गरजेचे आहे. उदा. एड्सचा प्रसार, किशोर वयातील गर्भधारणा, महाविद्यालयीन विद्यार्थ्यांचे शिक्षण अर्धवट सोडणे किंवा काही व्यवसायांमध्ये महिलांचा सहभाग नसणे. या सर्व वास्तव जीवनातील समस्या आहेत. त्यांच्याकडे लक्ष दिले पाहिजे. समस्या ही साहित्यातील त्रुटीही दर्शवू शकते. जसे की, तफावत, विषयाचा विस्तार करण्याची आवश्यकता, संशोधनाच्या अभ्यासातील मतभेद मिटवणे. तुम्ही अशाच एक-दोन 'समस्यां'चा दाखला देऊ शकता पण सामान्यत: अनेक संदर्भांचा समावेश करण्याएवढा सारांश फार मोठा नसतो.

२. अभ्यसाच्या *हेतूकडे निर्देश करा. 'हेतू'* असाच शब्दप्रयोग करा. ज्या केंद्रिभूत घटनेचा शोध घेतला जात आहे, त्याबद्दल, ज्या सहभागी व्यक्तींचा अभ्यास केला जाणार आहे त्याबद्दल आणि ज्या ठिकाणी संशोधन होणार आहे त्याबद्दल बोला.

३. हा हेतू साध्य करण्यासाठी कुठली *माहिती गोळा करायची* हे आता नमूद करा. तुम्ही माहितीचा प्रकार, भाग घेणाऱ्या व्यक्ती आणि माहिती कुठून गोळा करणार हेही सूचित करू शकता.

४. यानंतर तुमच्या अभ्यासातून निष्पन्न होणारे *विषय* किंवा *संख्याशास्त्रीय निष्कर्ष* सूचित करा. प्रकल्पाच्या नियोजनाच्या सुरुवातीच्या अवस्थांमध्ये तुम्हाला कोणते विषय निर्माण होतील हे समजणार नाही म्हणून तुम्हाला त्यांच्याबद्दल केवळ तर्कानेच ते काय असतील हे जाणून घ्यावे लागेल. चार किंवा पाच विषय सूचित करा किंवा संख्याशास्त्रीय निकाल हे शक्यता म्हणून व्यक्त करा.

५. अभ्यासाचे *व्यावहारिक परिणाम/लक्ष्यार्थ* नमूद करून सारांशाचा शेवट करा. प्रकल्पाचा नेमका फायदा कोणत्या वाचकांना होणार आहे ते आणि त्यांना फायदा का होणार आहे तेही सांगा.

गुणात्मक अभ्यासाच्या लहान सारांशाचे येथे एक उदाहरण देत आहे ज्यात पाचही घटक समविष्ट आहेत.

> या अभ्यासाचा विषय 'मार्शल आर्ट स्पर्धेत महिलांचा अभाव' याकडे निर्देश करतो. या समस्येकडे लक्ष वेधण्यासाठी या अभ्यासाचा हेतू महिला धावपटूंच्या तायक्वांदो स्पर्धांमधील/स्पर्धांसाठीच्या प्रेरणांचा शोध घेणे हा होय. माहिती जमविण्यासाठी ताय-क्वांदो या सामन्यामधील चार महिला स्पर्धकांच्या मुलाखती घेण्यात आल्या. मुलाखती

> नेहमीच्या पद्धतीने लिहिण्यात आल्या व त्यांचे विश्लेषण केले गेले. या माहितीतून तीन मुद्दे स्पष्ट झाले. (१) सामाजिक आधार, सहकार्य, (२) स्व:सामर्थ्य, (३) उद्दिष्ट अभिमुखता. महिला मार्शलआर्ट खेळाडूंची प्रेरणा वाढविण्यासाठी योग्य मार्ग कोणते ते समजण्यासाठी हे मुद्दे उपयुक्त ठरतील. (विट्टी २०११, व्यक्तिगत संपर्क)

गुणात्मक, संख्यात्मक आणि मिश्र पद्धतीसाठी प्रस्तावना

सर्व प्रस्तावनांचा साधारण गोषवारा घेतला तर असे दिसते की, त्या एकच पद्धत अनुसरतात. लेखक समस्या जाहीर करतो. प्रस्तावनेत सादर केलेल्या समस्येचा प्रकार हा दृष्टिकोनानुसार बदलतो. (पहा प्रकरण १) गुणात्मक पद्धतीच्या प्रकल्पात लेखक संशोधन करण्याच्या समस्येचे अशाप्रकारे वर्णन करतो की तिचे आकलन एखादी संकल्पना किंवा एखाद्या अद्‌भुत गोष्टींचा शोध लावून होईल. मी असे सूचित केले आहे की गुणात्मक संशोधन हे शोधक स्वरूपाचे आहे आणि संशोधक त्याचा उपयोग एखाद्या विषयाचा शोध घेण्यासाठी (छडा लावण्यासाठी) तेव्हा करतात, जेव्हा चले आणि सिद्धान्ताचा पाया अज्ञात असतो.(माहीत नसतो). उदाहरणार्थ मोर्से (१९९१) असे म्हणतात:

> गुणात्मक संशोधन समस्येची वैशिष्ट्ये म्हणजे (अ) सिद्धान्ताचा स्पष्टपणे ढळढळीत दिसणारा अभाव आणि त्या संदर्भातील पूर्वीच्या संशोधनाचा अभाव यामुळे विशिष्ट संकल्पना अपरिपक्व आहे. (ब) असे मानणे आहे, की उपलब्ध सिद्धान्त तंतोतंत/अचूक, अयोग्य, चुकीचा किंवा पूर्वग्रहदूषित आहे. (क) घटना शोधून काढण्याची आणि तिचे वर्णन करण्याची गरज आहे व सिद्धान्त विकसित करण्याची आवश्यकता आहे. (ड) घटनेचे स्वरूप हे संख्यात्मक साधनांना अनुकूल नाही. (पान क्र. १२०)

उदाहरणार्थ, अनियोजित नागरीकरण (एक समस्या) याचा शोध घेण्याची गरज आहे कारण राज्यातील काही भागांमध्ये त्याचे परीक्षण झालेले नाही. शिकण्यात (एक समस्या) अडथळा आणते आणि ही समस्या उलगडण्याचा, शोधून काढण्याचा उत्तम मार्ग म्हणजे शाळेला जाणे आणि शिक्षक व विद्यार्थी यांची प्रत्यक्ष भेट होणे. काही गुणात्मक संशोधक रूपांतरवादी भिंगातून समस्येचे परीक्षण करतात. (उदा. स्त्री-पुरुषांच्या वेतनातील विषमता किंवा महामार्गावरील वाहन चालकांकडे बघण्याच्या एकांगी स्वरूपाचा वांशिक दृष्टिकोन.) थॉमस (१९९३) असे सुचवितात की, समीक्षक दर्जाचे गंभीर संशोधक प्रस्तावनेदाखल अशी सुरुवात करतात की, संपूर्ण सांस्कृतिक जीवन हे नियंत्रण आणि प्रतिरोध यांच्यातील सततच्या तणावाखाली असते (पान क्र.९). अशी सैद्धांतिक अभिमुखता ही प्रस्तावनेच्या रचनेला आकार देते. उदाहरणार्थ, बैसेल (१९९०) यांनी असे प्रतिपादन केले आहे, की अमेरिकेतील तीन शहरांपैकी एका शहरात 'अँटी व्हाईस कॅम्पेन'ला आलेल्या अपयशाचे 'वर्गीय' राजकारणाचा सिद्धान्त कसे स्पष्टीकरण करतो याची तपासणी करावी. अशाप्रकारे, काही गुणात्मक अभ्यासांमध्ये, प्रस्तावनेतील दृष्टिकोन हा कमी अनुमानिक असू शकतो तर बहुतेक गुणात्मक अभ्यासात सहभागी व्यक्तींच्या सम्यक दर्शनावरच विसंबून राहिले जाते. याशिवाय, गुणात्मक प्रस्तावांची सुरुवात लेखकाच्या स्वत:च्या अनुभवाबद्दलच्या व्यक्तिगत विधानाने होते जी (विधाने) मानसशास्त्रीय अभ्यासात आढळतात (मुस्ताकस, १९९४). ती

वैयक्तिक, प्रथमपुरुषी, व्यक्तिनिष्ठ दृष्टिकोनातून लिहिली जाऊ शकता, ज्यात संशोधक तिला किंवा त्याला कथारूपाने जागा देतात.

संख्यात्मक प्रकल्पांच्या प्रस्तावनांमध्ये फरक कमी प्रमाणात आढळतो. संख्यात्मक प्रकल्पात कोणते घटक किंवा चले निष्कर्षांवर परिणाम करतात हे जाणून घेऊन समस्येवर उत्तम प्रकारे लिहिले जाते. उदाहरणार्थ, कामगार कपातीच्या निमित्ताने (सर्वच नोकरदारांची समस्या) कोणते घटक व्यवसाय कमी होण्यास कारणीभूत आहेत हे तपासक शोधून काढण्याचा प्रयत्न करेल. दुसरा संशोधक विवाहित जोडप्यातील वाढलेले घटस्फोटाचे प्रमाण (एक समस्या) समजून घेण्याचे ठरवेल आणि आर्थिक बाबी घटस्फोटाला कारणीभूत आहेत का हे तपासून बघेल. या दोन्ही परिस्थितींमध्ये संशोधन विषय असा आहे की, निष्कर्षांचे विवरण करणारे किंवा संबंधित असणाऱ्या घटकांचे आकलन तपासकाला समस्येची उत्तम जाण होण्यास आणि समस्या समजावून घेण्यात मदत करते. याशिवाय संख्यात्मक प्रस्तावनांमध्ये संशोधक कधीतरी पडताळून पाहण्यासाठी सिद्धान्त घेतात आणि त्या संशोधनासंबंधित प्रश्नांची उत्तरे शोधून काढण्यासाठी मोठ्या प्रमाणावर साहित्याचे पुनरावलोकन करतात. संख्यात्मक अभ्यासाची प्रस्तावना ही वस्तुनिष्ठता दर्शविण्यासाठी त्रयस्थाच्या दृष्टिकोनातून व भूतकाळाचा वापर करून लिहिली जाऊ शकते.

मिश्र पद्धतीच्या अभ्यासात प्रस्तावना लिहिण्यासाठी गुणात्मक किंवा संख्यात्मक दृष्टिकोन (किंवा मिश्र स्वरूपाचा दृष्टिकोन) वापरला जातो. कोणत्याही मिश्र पद्धतीच्या अभ्यासात ज्यावर भर द्यायचा आहे तो त्या घटक अभ्यासाला संख्यात्मक किंवा गुणात्मक संशोधनाच्या दिशेकडे वळवेल. अन्य मिश्र पद्धतींच्या प्रकल्पांमध्ये गुणात्मक आणि संख्यात्मक संशोधन या दोन्हींवर समान भर दिला जातो. या ठिकाणी समस्या अशी असू शकते की विशिष्ट परिस्थितीत चलांमधील संबंध समजावून घेण्याची, तसेच विषयाचे अधिक सखोल शोधन करण्याची आवश्यकता आहे. एका मिश्र पद्धती प्रकल्पाच्या प्रारंभी कुमार गटातील मुलांचे धूम्रपानासंबंधीचे वर्तन आणि नैराश्य यातील संबंध स्पष्ट करण्याचा प्रयत्न केला जाईल व या तरुण मुलांची तपशीलात जाऊन मते जाणून घेण्याचा प्रयत्न केला होईल आणि धूम्रपान व नैराश्य या दोन घटकांमधील संबंधांचे विविध नमुने प्रदर्शित केले जातील. या प्रकल्पाचा पहिला टप्पा (अवस्था) संख्यात्मक असल्याने प्रस्तावनेत संख्यात्मक दृष्टिकोनावर भर दिला जाईल. तसेच हा संबंध वर्तविणारा अभ्यास असल्याने त्यात सिद्धान्त आणि साहित्याचा वस्तुनिष्ठ गोषवारा यांचाही अंतर्भाव केला जाईल.

प्रस्तावनेसाठीचे प्रारूप

वेगवेगळ्या दृष्टिकोनातील फरक खूप कमी आहे आणि त्यांचा संबंध भिन्न प्रकारच्या समस्यांशी आहे, ज्यांचा संबंध गुणात्मक, संख्यात्मक आणि मिश्र पद्धतींच्या अभ्यासाशी आहे. दृष्टिकोन कोणताही असला तरी संशोधक उपयोग करू शकतील अशी संशोधन अभ्यासासाठी प्रस्तावना संरचित करण्याचे आणि लिहिण्याचे उदाहरण देणे उपयुक्त ठरेल.

'प्रस्तावनेचे कमतरता प्रारूप' हे एक संशोधन अभ्यासासाठी प्रस्तावना लिहिण्याचा एक मार्ग आहे जो उपलब्ध साहित्यातील त्रुटी भरून काढतो. त्यात संशोधन विषय (समस्या) विषद करणे, समस्येबद्दल पूर्वी झालेल्या अभ्यासाचे पुनरावलाकन करणे, अभ्यासातील कमतरता दाखविणे आणि अभ्यासाचे महत्त्व वाढविणे या घटकांचा समावेश होतो. चांगली प्रस्तावना लिहिण्यासाठी ही एक सामान्य माहिती जुळविण्यास मदत करणारी पद्धत आहे. सामाजिक शास्त्रांकडे वापरला जाणारा हा लोकप्रिय मार्ग आहे आणि एकदा ह्या मांडणीचे स्पष्टीकरण झाले की, वाचकांना तो अनेक प्रकाशित संशोधन अभ्यासात

वारंवार वापरलेला दिसेल. (येथे ज्या क्रमाने दिला आहे, तसाच तो असेल असे नाही.) दोन पानी प्रस्तावना पाच भागांची बनलेली असते आणि प्रत्येक भागासाठी स्वतंत्र परिच्छेद देता येतो.

१. संशोधन समस्या/विषय नमूद करा.

२. ज्या इतर अभ्यासांनी समस्येची हाताळणी केली आहे, त्या अभ्यासाचे पुनरावलोकन करा.

३. अभ्यासातील उणिवा निदर्शनास आणा.

४. विशिष्ट वाचकांसाठी अभ्यासाचे महत्त्व प्रस्तुत करा.

५. उद्देश-विधान सांगा.

उदाहरण

प्रत्येक भागाचा गोषवारा घेण्यापूर्वी, तेरेनसिनी, काब्रेरा, कोलबेक, वजोर्कलंड व पारेंटे यांनी (२००५) मध्ये प्रसिद्ध केलेल्या संख्यात्मक अभ्यासातील एक उत्तम उदाहरण येथे देत आहे, जे *'द जर्नल ऑफ हायर एज्युकेशन'* मध्ये रेशिअल अँड एथनिक डायव्हर्सिटी इन द क्लासरूम' (संमतीपूर्वक पुनर्मुद्रण) या शीर्षकाखाली प्रसिद्ध झाले. प्रस्तावनेतील प्रत्येक महत्त्वाचा विभाग, त्यातील ज्या घटकाला उद्देशून आहे तो थोडक्यात अधोरेखित केला आहे.

> १९६४ च्या नागरी हक्क कायदा आणि १९६५ च्या उच्च शिक्षण कायद्याच्या मान्यतेमुळे अमेरिकेची महाविद्यालये आणि विश्वविद्यालये ही त्यांच्या विद्यार्थ्यांमधील व शिक्षकांमधील वांशिक आणि जमातीय विविधता वाढविण्यासाठी कष्ट घेत आहेत आणि अशी भिन्नता साध्य करण्यासाठी 'होकारार्थी कृती' हे ऐच्छिक धोरण झाले आहे. (लेखकांनी हे कथन पद्धतीने सांगितले आहे.) ही धोरणे आता पराकाष्ठेच्या राष्ट्रीय वादाच्या (परिचर्चेच्या) केंद्रस्थानी आहेत. सकारात्मक कृती धोरणांचा सांप्रतचा कायदेशीर आधार हा १९७८ च्या रिजेंट्स ऑफ द युनिव्हर्सिटी ऑफ कॅलिफोर्निया विरुद्ध बाक्के प्रकरण आहे, ज्यात न्यायमूर्ती विल्यम पॉवेल यांनी प्रतिपादन केले आहे की, प्रवेशासंबंधीचे निर्णय ज्या घटकांवर आधारित आहेत, त्यात वंश हा घटक विचारात घ्यायला हरकत नाही. अगदी अलीकडे, १९९६ मध्ये यू.एस.कोर्ट ऑफ अपील्स फॉर द फिफ्थ सर्किटला, होपवुड विरुद्ध स्टेट ऑफ टेक्सास प्रकरणात पाऊल यांचे प्रतिपादन योग्य/आवश्यक आहे असे म्हटले आहे. न्यायालयाच्या निर्णयामुळे 'होकारार्थी धोरण कृती' बरोबरच त्याला जोड सरकारच्या सार्वजनिक मतमोजणीची, कायद्याची आणि वंशसंवेदनशील प्रवेश किंवा भरतीशी निगडित कृतींवर पूर्ण बंदी किंवा मोठ्या प्रमाणात कमी करणे हे कॅलिफोर्निया, फ्लोरिडा, लुईजियाना, माईनी, मॅसेच्युसेट्स, मिशिगन, मिसिस्सिपी, न्यू हॅम्पशायर, होंडे आयलंड आणि पोर्टो रिकोमध्ये होऊ शकले. (हेली १९९८ अ, १९९८ ब, १९९९)
>
> याला प्रतिसाद म्हणून शिक्षणक्षेत्र आणि अन्य यांनी असा दावा केला आहे की, वैविध्यपूर्ण विद्यार्थ्यांची संघटना ही एकसंध गटापेक्षा शैक्षणिकदृष्ट्या अधिक प्रभावी असते. त्यामुळे त्यांनी होकारार्थी कृतीला पाठींबा देणारी शैक्षणिक विधाने केली आहेत. हावर्ड युनिव्हर्सिटीचे अध्यक्ष नील रूडेनस्टाईन असा दावा करतात की, उच्च शिक्षणातील विद्यार्थ्यांच्या विविधते-मागील मूळ आधार शैक्षणिक मूल्य हा आहे (रूडेनस्टाईन १९९९, पान क्र. १).

ली बोलिंजर, रूडेनस्टाईन यांचे समकक्ष, मिशिगन विद्यापीठ असे ठामपणे म्हणतात की, ''ज्या वर्गात भिन्न वंशाच्या सदस्यांचे पुरेसे प्रतिनिधित्व नसते तेथील चर्चा नि:सत्त्व असते.'' (श्मित १९९८, पान क्र. ए.३२) असा विश्वास असलेले हे केवळ दोनच अध्यक्ष नाहीत. असोसिएशन ऑफ अमेरिकन युनिव्हर्सिटीज यांनी एक विधान प्रसिद्ध केले ज्याला बासष्ट संशोधन विद्यापिठांच्या अध्यक्षांनी मान्यता दिली. ते विधान असे: ''पहिली गोष्ट म्हणजे आम्ही अध्यापक म्हणून बोलतो आहोत. विविधता असलेल्या वातावरणात केलेल्या अध्ययनाचा आमच्या विद्यार्थ्यांना खूपच लाभ होतो असा आमचा विश्वास आहे.'' (ऑन द इम्पॉर्टन्स ऑफ डायव्हर्सिटी इन युनिव्हर्सिटी ॲडमिशन्स. द *न्यूयॉर्क टाइम्स,* एप्रिल २४, १९९७, पान क्र. ए.२७) *[लेखक संशोधन समस्या शोधून काढतात.]*

विविधतेचा विद्यार्थ्यांच्या शैक्षणिक निकालावर काय परिणाम होतो यासंबंधीचे अभ्यास हे ज्या पद्धतीने विद्यार्थी कोणत्याही तीन प्रकारच्या विविधतेचा सामना करतात त्याचनुसार सामोरे येतात. एक लहान अभ्यासगट विद्यार्थ्यांचा विविधतेशी असलेला संपर्क हा प्रांगणावरील वंश/जमात/लिंग यांचे मिश्रण असलेल्या विद्यार्थी संख्या किंवा प्रमाणाशी संबंधित आहे असे समजतो (चँग १९९६, १९९९ अ; कॅन्टर, १९७७, सॅक्स १९९६). अभ्यासांचा तुलनेने एक मोठा अभ्यासगट रचनात्मक विविधता थोड्या प्रमाणात असणारच असे मानून विद्यार्थ्यांची विविधतेचा सामना करण्याची कृती समजण्यासाठी त्यांच्यापेक्षा वंशाने, जमातीच्या दृष्टीने वेगळ्या असणाऱ्या पण त्यांच्याच वयाच्या विद्यार्थ्यांशी किती वेळा भेट झाली किंवा त्यांच्या नोंदविलेल्या भेटीचे स्वरूप काय होते हे लक्षात घेतो. तिसरा अभ्यासगट संख्यात्मक पद्धतीने संरचित आणि हेतूपूर्वक केलेल्या प्रयत्नांचे परीक्षण करतो, जे (प्रयत्न) विद्यार्थ्यांना वांशिक, जमातीच्या आणि/किंवा लैंगिक विविधतांमध्ये सामावून जाण्यासाठी कल्पना आणि लोक अशा दोन्ही रूपात मदत करतात.

विविधतेचा, संख्येने जास्त व वेगळे असणाऱ्या विद्यार्थ्यांच्या शैक्षणिक निकालांवर काय परिणाम होतो हे तपासून पाहण्यासाठी वेगवेगळे मार्ग अनुसरले जातात. पुरावा हा सातत्याने एक सारखा आहे. तो असे दर्शवितो की जे विद्यार्थी वंश/जमात किंवा लिंग भिन्नतेच्या समुदायातील आहेत किंवा जे विविधतेतून निर्माण होणाऱ्या कामात गुंतलेले आहेत त्यांना मोठ्या प्रमाणावर निर्विवादपणे शिक्षणाचे फायदे होतात. *[लेखकांनी समस्येचा निर्देश असलेले अभ्यास नमूद केले आहेत.]*

फक्त तुलनेने मूठभर असलेल्या अभ्यासगटांनी (उदा. चँग १९९६, १९९९ अ. सॅक्स १९९६) हे तपासून पाहिले आहे की, शैक्षणिक संस्थांच्या प्रांगणातील विद्यार्थ्यांच्या वंश, जमातीच्या किंवा लिंग यानुसार बनलेल्या गटात, आकृतिबंधात किंवा वर्गात किंवा गटात (रचनात्मक विविधता) अधिक शैक्षणिक लाभांचा दावा केला आहे का?....महाविद्यालयाच्या प्रांगणातील किंवा वर्गातील वांशिक भिन्नतेच्या प्रमाणाचा अध्ययनाच्या निकालांवर थेट परिणाम होतो का? कसेही असले तरी हा एक अनुत्तरीत (खुला) प्रश्न राहतोच! *[अभ्यासातील त्रुटी दर्शविलेल्या आहेत.]*

महाविद्यालयाच्या आवारातील किंवा वर्गातील रचनात्मक वैविध्यांना असलेल्या शैक्षणिक लाभासंबंधीच्या माहितीची कमतरताही शोचनीय आहे कारण हा अशाप्रकारचा पुरावा होऊ शकतो, जो न्यायालयांना 'वंश' संवेदनशील प्रवेशासंबंधीच्या धोरणांना मान्यता देण्याच्या संदर्भात आवश्यक असू शकतो. [वाचकांसाठी असलेले अभ्यासाचे महत्त्व नमूद केलेले आहे.]

वर्गातील रचनात्मक वैविध्याचा विद्यार्थ्यांच्या शैक्षणिक व बौद्धिक कौशल्याच्या विकासावर होणारा परिणाम शोधून काढून या अभ्यासाने ज्ञानात भर घालण्याचा प्रयत्न केला आहे... हा अभ्यास शैक्षणिक आणि बौद्धिक निष्पत्तीवर वर्गातील वैविध्याचा होणारा प्रत्यक्ष परिणाम आणि वर्गातील वैविध्याचे परिणाम, अभ्यासक्रमांमध्ये किती मर्यादेपर्यंत सक्रिय आणि परस्पर सहकार्य तत्त्वाचे मार्ग वापरून कमी करता येतील यांचे परीक्षण करतो. *[अभ्यासाचा हेतू स्पष्ट केलेला आहे.] (पान क्र. ५१०–५१२, द जर्नल ऑफ हायर एज्युकेशनच्या मान्यतेनुसार पुनर्मुद्रण)*

संशोधन समस्या

टेरेंनझिनी आणि सहकारी (२००१) यांच्या लेखामधील पहिले वाक्य प्रस्तावनेची दोन्ही प्राथमिक उद्दिष्टे पूर्ण करतो. (अ) अभ्यासात रस निर्माण करणे आणि (ब) संशोधन विषय किंवा बाब सुव्यक्त करणे. या वाक्याचा परिणाम काय होईल? ते वाचकाला पुढे वाचण्यासाठी मोहित करेल का? ते अशा पातळीवर नेले आहे का की ज्यामुळे अनेक वाचकांना/मोठ्या प्रमाणावरील वाचक वर्गाला ते समजू शकेल? सुरुवातीच्या वाक्यांसाठी हे प्रश्न महत्त्वाचे आहेत आणि ते त्यांना **'वृत्तविषयक गळ'** (नॅरेटिव्ह हूक) म्हणतात. ही संज्ञा इंग्रजी रचनेतून घेतलेली आहे. जिचा अर्थ– असे शब्द जे वाचकाला आपल्याकडे खेचून घेतील व पुढे वाचायला गळ घालतील, अभ्यासात गुंतवून ठेवतील किंवा अडकवून ठेवतील. चांगली वृत्तविषयक/कथात्मक गळ घालणारी वाक्ये कशी लिहायची हे शिकण्यासाठी प्रथम वेगवेगळ्या अभ्यासाच्या क्षेत्रातील आघाडीच्या नियतकालिकांमधील सुरुवातीच्या वाक्यांचा अभ्यास करा. बहुतेकवेळा वार्ताहर वृत्तपत्रे आणि मासिकांच्या लेखांमधून सूचक वाक्यांची चांगली उदाहरणे उपलब्ध करतात. सामाजिक शास्त्राच्या नियतकालिकांमधील सूचक वाक्यांची काही उदाहरणे पुढे देत आहे:

- लिंग परिवर्तनाची शस्त्रक्रिया करून घेण्यापूर्वी तीन वर्षे, सुप्रसिद्ध अग्नेस, जी लिंगपरिवर्तनाची आणि मानवसंस्कृती विषयाची पुरस्कर्ती आहे तिने तिच्या व्यक्तिमत्वाची ओळख बदलली होती. (काहिल १९८९, पान क्र. २८१)
- मुख्य कार्यकारी अधिकाऱ्याचा उत्तराधिकारी ठरविण्याच्या प्रक्रियेवर कोण नियंत्रण ठेवतो? (बोएकर १९९२, पान क्र. ४००)
- नकाशात असतात त्याप्रमाणे रेषा (बुटे इन फिल्ड मधील अलीकडील लेखाचा सारांश १९८५) आणि अशा रेषांचे सामान्यीकरण (मॅकमास्टर १९८७) यांचा अभ्यास करणारे, पुष्कळ माहिती असणारे साहित्य उपलब्ध आहे. (कार्सटेनसन १९८९, पान क्र. १८१)

अनेक वाचकांना सहज समजेल अशी माहिती या तीन उदाहरणांनी दिली आहे. पहिल्या दोन प्रस्तावना या गुणात्मक अभ्यासातील असून त्या वाचकाला केवळ एका सहभागी व्यक्तीचा संदर्भ देऊन तसेच प्रश्न विचारून कसे प्रेरित करता येईल याचे प्रमाण देतात. तिसरे उदाहरण, संख्यात्मक प्रायोगिक अभ्यासातील असून ते साहित्याच्या सम्यक दर्शनातून एखादा कशी सुरुवात करतो ते दर्शविते. ही तीनही उदाहरणे सूचक वाक्ये कशी लिहिली जाऊ शकतात याची उत्तम प्रचिती देतात. त्यामुळे (अशा वाक्यामुळे) वाचक विचाराच्या खोल दलदलीत खेचला जात नाही तर त्या विषयात हलकेच बुडून जातो.

विहिरीत पिंप बुडविणाऱ्या लेखकाचे रूपक मी येथे वापरत आहे. *नवा* लेखक पिंप विहिरीत (लेखनात) खोल बुडवितो. वाचकाला केवळ अपरिचित साहित्य दिसते. *अनुभवी* लेखक पिंप सावकाश खाली नेतो, वाचकाला खोली (अभ्यास) आजमावण्यास अवसर देतो. पिंपाचे अवगाहन हलकेच खाली

(विषयात) बुडून जाणे म्हणजे हे पुरेशा संदिग्धतेने गळाला लावण्याने (कथन करण्याने), गळाला लावण्यासारखी सुरुवात करणे. ज्यामुळे वाचकाला विषय समजतो व तो त्याच्याशी जुळवून घेतो.

पहिल्या वाक्याच्या पलीकडे जाऊन, अभ्यासाची आवश्यकता स्पष्ट करणाऱ्या बाबी स्पष्टपणे ओळखणे किंवा समस्या (विषय) शोधून काढणे महत्त्वाचे आहे. टिरेन्झिनी आणि सहकारी (२००१) यांनी एका वैशिष्ट्यपूर्ण प्रश्नाची चर्चा केली आहे. अमेरिकेच्या महाविद्यालये आणि विद्यापीठांच्या आवारातील वांशिक व मानववंशीय वैविध्य वाढविण्यासाठीचा लढा. ते नमूद करतात की, विविधता वाढविण्याची धोरणे ही पराकोटीच्या राष्ट्रीय वादाच्या परिचर्चेच्या केंद्रस्थानी होती. (पान क्र. ५०९)

उपयोजित सामाजिक शास्त्रातील संशोधनात वास्तव जीवनातील परिस्थितीतील बाबी, अडचणी आणि प्रचलित व्यवहार यातून समस्या निर्माण होत. एखाद्या अभ्यासातील संशोधन विषय स्पष्ट होऊ लागतो जेव्हा संशोधक विचारतो, ''या अभ्यासाची गरज काय?'' किंवा हा अभ्यास सुरू करण्याच्या आवश्यकतेवर कोणत्या समस्येचा प्रभाव पडला आहे? उदाहरणार्थ, शाळांनी बहुसांस्कृतिक मार्गदर्शनपर तत्त्वांची अंमलबजावणी केली नसेल, महाविद्यालयातील शिक्षकांच्या गरजा अशा असू शकतील की त्यांना त्यांच्या विभागाच्या व्यावसायिक विकासाच्या कार्यक्रमांमध्ये सामील होणे भाग पडत असेल. अल्पसंख्यांक विद्यार्थ्यांची विद्यापीठांशी चांगला संपर्क असण्याची आवश्यकता किंवा एखाद्या समुदायाने भूतपूर्व महिला शोधकांचे योगदान योग्यप्रकारे समजून घेण्याची गरज. हे सर्व महत्त्वाचे संशोधन विषय असून ते अभ्यास होण्याच्या पात्रतेचे आहेत आणि ज्यांच्याकडे लक्ष दिले पाहिजे अशाप्रकारचे ते व्यावहारिक मुद्दे किंवा चिंतेचे विषय उपस्थित करतात. प्रस्तावातील सुरुवातीचा परिच्छेद, ज्यात संशोधन विषय अंतर्भूत केलेला आहे, त्याचे अंतरंग ठरविताना पुढील संशोधनविषयक सूचना लक्षात ठेवा:

- प्रारंभीचे वाक्य असे लिहा की जे वाचकाची उत्सुकता (स्वारस्य) तर वाढवेलच, पण त्याचबरोबर असा मुद्दा ध्वनित करेल की ज्याच्याशी व्यापक वाचक वर्ग संबंध जोडू शकेल.
- एक सर्वसामान्य नियम म्हणून अग्रणी वाक्यात अवतरण किंवा उतारा वापरण्यावर नियंत्रण ठेवा. विशेषकरून लांबलचक अवतरण. कारण त्यामुळे तुम्हाला वाचकांना जी महत्त्वाची कल्पना समजणे अपेक्षित आहे तिचे त्यांना आकलन होणे अवघड जाईल. अवतरणांमुळे अनेक प्रकारचे अन्वयार्थ लावले जाऊ शकतात. अनेक प्रकारे अर्थग्रहण केले जाऊ शकते आणि त्यामुळे प्रारंभीच संदिग्धता निर्माण होते. असे असले तरी अवतरणे वाचकांमध्ये उत्सुकता निर्माण करतात. हे काही गुणात्मक अभ्यासातून सिद्ध झाले आहे.
- विशिष्ट प्रकारच्या भाषाशैलीतील उद्गारापासून किंवा जुन्या वाक्प्रचारापासून दूर राहा. (उदा. ''बहुसंख्य महाविद्यालयीन आणि विद्यापिठीय शिक्षकांसाठी व्याख्यान देणे ही पद्धत सेक्रेड काऊ (निर्विवाद परंपरा, ज्यावर कोणीही प्रश्न उपस्थित करू शकत नाही) बनून राहिली आहे.
- परिणाम साधण्यासाठी आकडेवारीच्या स्वरूपातील माहितीचा विचार करा. (उदा. दर वर्षी पाच लक्ष अमेरिकन लोकांना त्यांच्या जवळच्या परिवार सदस्यांच्या मृत्यूचा अनुभव घ्यावा लागतो असे अनुमान आहे.)
- संशोधन विषय स्पष्टपणे ओळखावा (द्वंद्व/पेच, बाब) जो अभ्यासयोग्य आहे. 'असे एखादे विशिष्ट वाक्य (किंवा वाक्ये) आहे का ज्याद्वारे मी संशोधन विषय दुसऱ्यापर्यंत पोहोचवू शकेन' असा स्वत:ला प्रश्न विचारा.
- समस्या महत्त्वाची कशी आहे हे दर्शविणारे असंख्य संदर्भ देऊन समस्येचा अभ्यास करणे कसे गरजेचे आहे याचे समर्थन करा. गंमत म्हणून नाही, पण मी माझ्या विद्यार्थ्यांना म्हणतो की, जर

त्यांच्या प्रस्तावाच्या पहिल्या पानावर डझनभर उदाहरणे दिलेली नसतील, तर त्यांचा अभ्यास व्यासंगपूर्ण नाही.

- अभ्यासातील संशोधनाच्या दृष्टिकोनाशी सुसंगत अशा पद्धतीने समस्या चौकटीत बसविलेली आहे ना याची खात्री करा. (उदा. गुणात्मक दृष्टिकोनात शोधन पद्धती, संख्यात्मकमध्ये संबंधाची पडताळणी करणारा किंवा भाकित करणारा दृष्टिकोन आणि मिश्र पद्धतींच्या तपासात कोणताही दृष्टिकोन).
- प्रस्तावित अभ्यासात एकच समस्या अंतर्भूत आहे की अनेक आहेत, ज्यामुळे अभ्यासाची आवश्यकता निर्माण झाली, त्याबद्दल विचार करून लिहा. नेहमी संशोधन अभ्यासात अनेक संशोधन विषय असतात.

समस्येकडे निर्देश करणारे अभ्यास

सुरुवातीच्या परिच्छेदात संशोधन समस्या स्थापित केल्यानंतर टेरेन झिनी आणि त्यांचे सहकारी (२००१) पुढे म्हणतात की, ज्या अभ्यासाच्या आधारे संशोधन केले आहे, त्या **अभ्यासाचे पुनरावलोकन** करा. येथे अभ्यासाच्या पुनरावलोकनाबद्दल बोलताना मी खबरदारी घेतली पाहिजे, कारण प्रस्तावनेच्या परिच्छेदात साहित्याचे संपूर्ण पुनरावलोकन असले पाहिजे असे माझ्या मनात नाही. मला तसे वाटत नाही. प्रस्तावाच्या नंतरच्या साहित्याच्या पुनरावलोकनाच्या प्रकरणात विद्यार्थी साहित्याचे पूर्णपणे पुनरावलोकन करतात. याच्याऐवजी प्रस्तावनेत अभ्यासाचा स्वतंत्रपणे गोषवारा साहित्याच्या पुनरावलोकनाच्या परिच्छेदात दिला पाहिजे. मी माझ्या विद्यार्थ्यांना साहित्याच्या नकाशावर ते प्रतिबिंबित करायला सांगतो. (प्रकरण क्र. २ मध्ये वर्णन केल्याप्रमाणे) आणि त्याकडे नजर टाकण्यास सांगतो, तसेच वरती त्यांनी साहित्याची जी वर्गवारी केलेली असते त्यात वर्गीकरणकृत साहित्याचा सारांश नमूद करण्यास सांगतो.

प्रस्तावनेत अभ्यासाचे पुनरावलोकन करण्याचा उद्देश अभ्यासाच्या महत्त्वाचे समर्थन करणे आणि पूर्वी झालेल्या अभ्यासात आणि प्रस्तावित अभ्यासात फरक दर्शविणे हा आहे. या घटकाला "साहित्यात होत असलेल्या संभाषणात संशोधन विषयाला स्थान देणे" असे समजता येईल. संशोधकाला दुसऱ्याने परीक्षण केलेल्या गोष्टींची तंतोतंत नक्कल करणारा अभ्यास करावासा वाटत नाही. नवीन अभ्यासांनी साहित्यात भर घालणे गरजेचे आहे किंवा इतरांनी लावलेल्या शोधाचा विस्तार किंवा पुनर्तपासणी करणे गरजेचे आहे. अशाप्रकारे अभ्यासाची रूपरेषा ठरविण्याची क्षमता नवशिक्यांना अधिक अनुभवी संशोधकांपासून वेगळे करते. अनुभवी व्यक्तीने पुनरावलोकन केलेले असते आणि क्षेत्रातील एखाद्या विषयावर किंवा समस्येवर काय लिहिले गेले आहे हे तो जाणतो. संशोधन समस्यांचा विचार आणि त्यांच्या जोडीचे वाङ्मय यांच्या अनेक वर्षांच्या आकलनातून हे ज्ञान प्राप्त होत असते.

एक वारंवार उद्‌भवणारा प्रश्न म्हणजे कुठल्या प्रकारच्या साहित्याचे पुनरावलोकन करायचे? यावर माझा उत्तम सल्ला म्हणजे अशा संशोधन अभ्यासाचे पुनरावलोकन करावे ज्याद्वारे लेखक संशोधनविषयक प्रश्न निर्माण करतो आणि त्यांची उत्तरे देण्यासाठी माहिती पुरवितो (म्हणजेच वास्तवदर्शी लेख). असे अभ्यास संख्यात्मक, गुणात्मक किंवा मिश्र पद्धतीचे अभ्यास असू शकतात. येथे महत्त्वाचा मुद्दा म्हणजे हेच साहित्य प्रस्तावात निर्देश केलेले संशोधनविषय उपलब्ध करते. नवीन संशोधक नेहमी विचारतात की, "मी आता काय करू? माझ्या विषयावर कोणतेच संशोधन झालेले नाही." संकुचितपणे रचना केलेल्या काही अभ्यासांच्या संदर्भात किंवा नव्या, शोधन स्वरूपाच्या प्रकल्पांमध्ये कोणतेच साहित्य संशोधन वाङ्मय (साहित्य) म्हणून कागदोपत्री उपलब्ध नसते. अर्थात हेही खरे आहे की त्यामुळेच असा विषय

प्रस्तावित केला गेला, कारण त्या विषयावर थोडेसेच संशोधन झाले आहे. अशा टीकेला प्रत्युत्तर म्हणून मी नेहमी असे सुचवितो की तपासकाने उलट्या त्रिकोणाची प्रतिमा वापरावी. अशा त्रिकोणाच्या सर्वात वरती प्रस्तावित असलेला व्यासंगपूर्ण अभ्यास आहे. हा अभ्यास संकुचित व केंद्रित स्वरूपाचा आहे. (या बाबतीत अभ्यास उपलब्ध नसू शकतात.) जर एखाद्याने साहित्याच्या पुनरावलोकनाचा (गोषवाऱ्याचा) विस्तार केला, तर उलट्या त्रिकोणाच्या वरच्या भागातील पायाप्रमाणे (रुंद भागाप्रमाणे) साहित्य उपलब्ध होऊ शकेल, जरी हाताशी असलेल्या अभ्यासातून काही प्रमाणात काढून टाकलेले असले तरी! उदा. 'प्राथमिक शाळेतील अभ्यासात मागे असलेले, काठावरचे विद्यार्थी' या छोट्याशा विषयावर आफ्रिकन-अमेरिकन संशोधन झालेले नसेल; तरीही अधिक विस्ताराने बोलायचे झाल्यास, प्राथमिक शाळेतील किंवा शिक्षणाच्या कोणत्याही स्तरावरील अशा विद्यार्थ्यांचा विषय अभ्यासला गेला असेल. संशोधकाने अधिक सर्वसाधारण साहित्याचा सारांश घ्यावा आणि प्राथमिक शाळा पातळीवरील अशा आफ्रिकन अमेरिकन विद्यार्थ्यांचे परीक्षण करणाऱ्या अभ्यासांची गरज असल्याच्या विधानांनी शेवट करावा.

प्रस्तावाची प्रस्तावना लिहिताना आणि समस्येशी संबंधित साहित्याचे पुनरावलोकन करताना पुढे दिलेल्या संशोधन टीपांचा विचार करा:

- अभ्यासगटांच्या संशोधनाचा सारांश घेऊन साहित्याचा संदर्भ लिहा. एकएकट्या अभ्यासाचा (संदर्भाचा). स्वतंत्रतपणे नको. (प्रकरण दोनमध्ये एकत्रित पुनरावलोकनात एकाच अभ्यासावर भर दिल्याप्रमाणे नाही). संशोधनाची व्यापक क्षेत्रे प्रस्थापित करण्याचा उद्देश असला पाहिजे
- एकल अभ्यासांचे भर कमी करण्यासाठी पाठातील संदर्भ परिच्छेदाच्या शेवटी ठेवा किंवा अनेक अभ्यासांच्या सारांशाच्या शेवटी ठेवा.
- अशा संशोधन अभ्यासांचा गोषवारा घ्या की ज्यांनी संख्यात्मक, गुणात्मक किंवा मिश्र पद्धतींचे मार्ग वापरले आहेत.
- सारांशासाठी अलीकडील साहित्याचा शोध घ्या, जे गेल्या दहा वर्षात प्रकाशित झाले आहे. यापेक्षा जुने अभ्यास, जर मौलिक असतील तर त्यांचा आधार घ्या. कारण इतरांनी त्यांचा मोठ्या प्रमाणात संदर्भ म्हणून वापर केलेला असतो.

पूर्वीच्या साहित्यातील उणिवा

संशोधन-विषयाचे प्रतिपादन केल्यानंतर आणि त्याबद्दलच्या साहित्याचे पुनरावलोकन केल्यानंतर संशोधक या साहित्यात आढळलेल्या उणिवा शोधून काढतो. म्हणून मी प्रस्तावना लिहिण्यासाठी असलेल्या व्यवस्थेला *'कमतरतांचे प्रारूप' (डेफिशिअन्सीज मॉडेल)* असे म्हणतो. या कमतरतांचे स्वरूप अभ्यास-परत्वे बदलते. **पूर्वीच्या साहित्यात त्रुटी** आढळू शकतात कारण विषयाचे शोधन एखादा विशिष्ट गट, नमुना किंवा लोकसंख्या यांच्या संदर्भात झालेले नसते. पुन्हा तेच निष्कर्ष मिळतात का यासाठी साहित्याची नक्कल किंवा पुनरावृत्ती करण्याची गरज भासेल, लोकांचे नवीन नमुने किंवा अभ्यासासाठी नवी स्थाने किंवा कमी प्रतिनिधित्व मिळालेल्या गटांच्या मागण्या या प्रसिद्ध झालेल्या साहित्यात दिसून येत नाहीत. कुठलाही अभ्यास घ्या. लेखक या त्रुटींपैकी एक, दोन त्रुटींचा उल्लेख करतील. नियतकालिकामधील लेखांच्या 'भावी संशोधनासाठी सूचना' या विभागात त्रुटींचा उल्लेख हमखास आढळेल आणि लेखक अशा त्रुटींचा संदर्भ देऊ शकतात आणि त्यांच्या प्रस्तावित अभ्यासासाठीचे अधिक समर्थन देऊ शकतात.

त्रुटींच्या उल्लेखानंतर प्रस्ताव लेखकांनी त्यांचा नियोजित अभ्यास या त्रुटी कशा दूर करणार आहे किंवा ते त्यांचा परामर्श कसा घेणार आहे ते सांगितले पाहिजे. उदाहरणार्थ, पूर्वीच्या अभ्यासात महत्त्वाच्या चलाकडे दुर्लक्ष झाले होते. हा अभ्यास त्याचा समावेश करून त्याच्या परिणामाचे विश्लेषण करेल. नमुना दाखल, पूर्वीच्या अभ्यासांनी स्थानिक अमेरिकनांच्या एका सांस्कृतिक गटाच्या परीक्षणाकडे दुर्लक्ष केलेले असेल तर हा अभ्यास त्यांचा सहभागी म्हणून प्रकल्पात समावेश करेल.

पुढील दोन उदाहरणांमध्ये लेखक साहित्यातील त्रुटी किंवा दोष निदर्शनास आणतात. उणिवा दाखविताना त्यांनी वापरलेली शब्दांची घाटणी लक्षात घ्या: 'शोधून काढायचे काय बाकी राहते.' ''थोडे वास्तवदर्शी संशोधन'' आणि ''फारच थोडे अभ्यास''.

उदा. ५.१ *साहित्यातील उणिवा—अभ्यासांची गरज*

समाजशास्त्रज्ञांनी (कूपर, १९६५, अल्विक १९६८, रोझेल १९६८, स्वानकारोव्हा आणि स्वानकारोव्हा १९६७– ६८, हावेदस्वुड १९७०) या हेतूने 'युद्ध आणि शांतता' याच्या अर्थाचा सविस्तर शोध घेतला. तरीही, पूर्वीच्या युद्धातील अनुभवी लोक नव्या लढायांच्या स्पष्ट/भडक वर्णनदृश्यावर कशा प्रतिक्रिया देतात हे शोधण्याचे बाकी आहे.

(झिल्लर १९९०, पान क्र. ८५–८६)

उदा. ५.२ *साहित्यातील उणिवा—अभ्यासांची कमी संख्या*

स्थानिक पातळीवरील राजकारणात वाढता रस असला तरी, या विषयावर प्रत्यक्ष झालेल्या संशोधनाचे प्रमाण अतिशय कमी आहे हे आश्चर्यजनक आहे. विशेषकरून कनिष्ठ पातळीवरील कर्मचाऱ्यांच्या दृष्टिकोनातून! शैक्षणिक क्षेत्रात राजकीय संशोधन हे विशेषकरून दुर्मिळ आहे: शाळा प्रमुखांशी धोरणीपणाने प्रतिक्रिया देताना शिक्षक बळाचा वापर कसा करतात आणि वर्णनपर व संख्यात्मकदृष्ट्या याचा अर्थ काय होतो यावर फारच थोड्या अभ्यासांनी भर दिला आहे. (बॉल १९८७, हॉयले १९८६, प्रॅट १९८४.)

(ब्लेझ १९८९, पान क्र. ३८१)

थोडक्यात, पूर्वीच्या साहित्यातील उणिवा शोधण्यासाठी, प्रस्ताव विकसित करणारे संशोधनाच्या पुढील सूचना उपयोगात आणू शकतील:

- अभ्यासासाठी, बाजू बळकट करण्याठी उणिवांची अनेक उदाहरणे द्या.
- खास करून दुसऱ्या इतर अभ्यासातील त्रुटी शोधून काढा. (उदा. पद्धतीजन्य चुका, दुर्लक्षित चले.)
- पूर्वीच्या अभ्यासांकडून ज्या क्षेत्रांकडे दुर्लक्ष झाले, त्यात विषय, संख्याशास्त्रीय विशेष वागणूक, महत्त्वाचे परिणाम इ. येतात त्याबद्दल लिहा.
- या कमतरता प्रस्तावित अभ्यास कशा भरून काढणार आहे आणि विद्वत्तापूर्ण साहित्यात कशी विशेष भर घालणार आहे याची चर्चा करा.

टेरेनझिनी आणि सहकारी (२००१) यांच्या प्रस्तावनेत दाखिवल्याप्रमाणे मागील संशोधनातील तीन किंवा चार दोष दर्शविणाऱ्या लहान परिच्छेदांच्या मालिकांचा वापर करून या उणिवांचा उल्लेख करा.

वाचकांसाठी अभ्यासाचे महत्त्व

लेखक शोध प्रबंधामध्ये एक विशिष्ट विभाग समाविष्ट करतात ज्यात निवडक वाचकांसाठी अभ्यासाचे महत्त्व वर्णन केलेले असते, ज्यामुळे विविध गटांना विषयाचे (समस्येचे) महत्त्व सांगता येईल, असे गट की ज्यांना अभ्यासाच्या वाचनाने व त्या अभ्यासाचा उपयोग केल्याने फायदा होईल! असा विभाग समाविष्ट करून, लेखक अभ्यासाच्या महत्त्वासाठी स्पष्टपणे कार्यकारण परंपरा निर्माण करतो. जितक्या वाचकांचा उल्लेख केला जाईल तेवढे अभ्यासाचे महत्त्व वाढेल आणि तितक्या जास्त प्रमाणात वाचकांकडून उपयोगात आणण्यासाठी ते वाचले जाईल. या विभागाचे अंतरंग ठरविताना पुढील गोष्टींचा समावेश करता येईल:

- अभ्यास विद्वत्तापूर्ण संशोनात भर घालतो, तसेच संबंधित क्षेत्रातील वाङ्मयातही भर घालतो हे स्पष्ट करणारी तीन किंवा चार कारणे (समर्थन करणारे मुद्दे.)
- व्यवहार सुधारण्यासाठी अभ्यास कशी मदत करतो यासंबंधीचे तीन ते चार मुद्दे.
- धोरण किंवा निर्णय घेणे यात अभ्यास कशी सुधारणा करतो हे सांगणारे तीन किंवा चार मुद्दे.

पुढे दिलेल्या उदाहरणात एका नियतकालिकातील लेखामध्ये लेखकाने लेखाच्या आरंभाच्या परिच्छेदात त्या अभ्यासाचे महत्त्व सांगितले आहे. मास्कारेन्हास (१९८९) यांनी या अभ्यासात उद्योगसंस्थांच्या मालकीबद्दल परीक्षण केले आहे. त्यांनी स्पष्टपणे निर्णय घेणारे संस्थेतील सदस्य (कर्मचारी) आणि संशोधक यांना अभ्यासाचे वाचक म्हणून ठरविले आहे.

उदा. ५.३ *संख्यात्मक अभ्यासाच्या प्रस्तावनेमध्ये नमूद केलेले अभ्यासाचे महत्त्व*

संस्थेची मालकी आणि तिचे कार्यक्षेत्र या संबंधीच्या अभ्यासात त्याची व्याख्या, पुरवठा करत असलेल्या बाजारपेठा, उत्पादनाची व्याप्ती, ग्राहक अभिमुखता आणि वापरलेले तंत्रज्ञान (अ‍ॅबेल आणि हामॉंड १९७९, अ‍ॅबेल १९८०, पेरी आणि रायने १९८८) या गोष्टी अनेक कारणांसाठी महत्त्वाच्या आहेत. पहिले कारण म्हणजे मालकी आणि कार्यक्षेत्राचे आकारमान यातील संबंधांचे ज्ञान हे संस्थेच्या उपक्रमांमागील तत्त्व स्पष्ट करण्यासाठी सहाय्यभूत ठरते आणि संस्थेच्या सदस्यांना धोरणांचे मूल्यमापन करण्यास मदत करते. दुसरी गोष्ट म्हणजे सर्व संस्थांच्या चिंतेचा विषय. तो म्हणजे कुठल्या उपक्रमासाठी कोणत्या प्रकारच्या संस्थांना उत्तेजन द्यायचे किंवा कोणत्या संस्थांचा अंगिकार करायचा यासबंधी मूलभूत निर्णय घेणे... संस्थांच्या वेगवेगळ्या प्रकारच्या मालकीचे, त्यांच्या विशेष कार्यक्षेत्रातील परिणामांचे ज्ञान हे निर्णय घेण्यासाठी उपयुक्त ठरू शकते. तिसरे कारण म्हणजे संशोधकांनी एखाद दुसऱ्या प्रकारची मालकी असलेल्या संस्थांचा अभ्यास अनेकदा केलेला आहे पण त्यांचे निष्कर्ष सर्वच संस्थांसाठी सामान्यीकृत म्हणून गृहीत धरलेले आहेत.

(मास्कारेन्हस १९८९, पृष्ठ क्र. ५८२)

न्यायालये अभ्यासाच्या माहितीचा उपयोग महाविद्यालये आणि विद्यापीठे ''वंश-संवेदनशील प्रवेश धोरणांना'' (पृष्ठ क्र. ५१२) पाठींबा देण्यासाठी कशा प्रकारे करू शकतील असे नमूद करून टिरेन्झिनी आणि सहकारी (२००५) यांनी त्यांच्या प्रस्तावनेचा शेवट केला आहे. याशिवाय लेखकांनी, प्रवेश देणारी कार्यालये आणि प्रवेश घेऊ इच्छिणारे विद्यार्थी तसेच प्रवेश अर्जांची पडताळणी करणाऱ्या समित्या यांच्यासाठीही या अभ्यासाचे महत्त्व आहे, हे नमूद केले आहे.

शेवटी, संशोधन-अभ्यासांच्या प्रस्तावनांचा शेवट अभ्यासाच्या हेतूच्या किंवा उद्दिष्टांच्या विधानाने होतो. टिरेन्झिनी आणि सहकारी (२००५) यांनी त्यांच्या प्रस्तावनेचा शेवट असे सांगून केला आहे की, रचनात्मक विविधतेचा वर्गातील विद्यार्थ्यांच्या कौशल्यावर होणारा परिणाम तपासण्याचा त्यांचा विचार (नियोजन) आहे. या हेतूची चर्चा पुढील प्रकरणात होईल. (प्रकरण क्र. ६)

सारांश

हे प्रकरण एका विद्वत्तापूर्ण अभ्यासासाठी प्रस्तावनेच्या अंतरंग आणि लेखनाविषयी मार्गदर्शन करते. यात पहिली विचारात घेण्याची गोष्ट म्हणजे संख्यात्मक, गुणात्मक आणि मिश्र पद्धतींच्या संशोधनात प्रस्ताववाक्याचा एकमेकाशी व परिच्छेदांशी मेळ घालावा. नंतर पाच भाग असलेली प्रस्तावना प्रारूप म्हणून किंवा चौकट म्हणून वापरण्याचे सुचविले आहे. कमतरता (दर्शविणारे) प्रारूप हे प्रथम संशोधन विषय शोधून काढण्यावर आधारित आहे. (ज्यात कथन रूपाने वाचकाला पुढे वाचण्यास गळ घातली आहे). त्यानंतर संशोधन विषयाशी संबंधित साहित्याचे थोडक्यात पुनरावलोकन समाविष्ट आहे, जे पूर्वीच्या साहित्यातील एक किंवा अधिक त्रुटी दर्शविते आणि अभ्यास या त्रुटी कशा पूर्ण करेल हे सुचविते. शेवटी, समस्येवरील संशोधनाचा ज्यांना लाभ होईल अशा विशिष्ट वाचकवर्गाशी संशोधक संवाद साधतो. प्रस्तावनेचा शेवट उद्देशांसंबंधीच्या विधानाने होतो जे अभ्यासाचा हेतू पुढे मांडते. (पुढील प्रकरणात याचा विचार केलेला आहे.)

लेखन सराव

१. कथनस्वरूपाचे आकर्षण असलेली अनेक उदाहरणे अभ्यासाच्या प्रस्तावनेसाठी लिहा. त्यांची सहकाऱ्यांबरोबर चर्चा करून असे आकर्षण वाचकांना खेचून घेईल का ते ठरवा. तसेच त्यांना अभ्यासात स्वारस्य निर्माण करले का तसेच ही उदाहरणे वाचकाच्या पातळीशी मिळती जुळती असतील का हे ठरवा.

२. प्रस्तावित अभ्यासासाठी प्रस्तावना लिहा. संशोधन-विषय, त्याच्याशी संबंधित साहित्य, साहित्यातील उणिवा आणि ज्यांना अभ्यासात स्वारस्य वाटेल असे वाचक, अशा प्रत्येकासाठी एकेक परिच्छेद लिहा.

३. विशिष्ट क्षेत्रातील अभ्यासाच्या संदर्भातील विद्वत्तापूर्ण नियतकालिकांमधील प्रसिद्ध झालेले संशोधन-अभ्यास शोधून काढा. प्रस्तावनांचे पुनरावलोकन करा आणि असे वाक्य किंवा वाक्ये शोधून काढा ज्यात लेखकांनी संशोधन-समस्या किंवा बाब स्पष्ट केली आहे.

अधिक वाचनासाठी

बेम, डी.जे. रायटिंग द इम्पिरिकल जर्नल आर्टिकल. एम्.पी.झन्ना अँड जे.एम्.डार्ले द *कम्प्लीट ॲकॅडेमिक प्रॅक्टिकल गाईड फॉर द बिगिनिंग सोशल सायंटिस्ट* (पृष्ठ १७१–२०१). न्यूयॉर्क: रँडम हाऊस.

डेरिल बेम हे प्रसिद्ध झालेल्या संशोधनातील सलामीच्या विधानाच्या महत्त्वावर जोर देतात. ते अशा सलामीच्या (सुरुवातीच्या) विधानांसाठीच्या सर्वमान्य नियमांची सूची देतात आणि स्पष्ट आणि वाचनीय पाठाच्या आवश्यकतेवर जोर देतात. अशी रचना हवी, जी वाचकाला टप्प्याटप्प्याने विषयाच्या विधानापर्यंत घेऊन जाईल. सुरुवातीच्या विधानांची समाधानकारक आणि असमाधानकारक अशी दोन्ही प्रकारची उदाहरणे दिली आहेत. बेम यांना सुरुवातीची अशी विधाने हवीत की जी विशेषता नसलेल्या (सामान्य) वाचकाला सुगम वाटतील. आकलन सुयोग्य वाटतील आणि त्याचवेळी तांत्रिकदृष्ट्या प्रगल्भ असलेल्या वाचकाला कंटाळवाणी वाटणार नाहीत.

मॅक्सवेल जे.ए. (२००५), *क्वालिटेटिव्ह रिसर्च डिझाईन: ॲन इंटरॲक्टिव्ह ॲप्रोच* (२री आवृत्ती) थाऊजंड ओक्स, सीए: सेज

जे मॅक्सवेल हे गुणात्मक निबंधाच्या प्रस्तावाच्या उद्देशावर प्रकाश पाडतात. प्रस्तावाच्या महत्त्वाच्या बाजूंपैकी एक म्हणजे प्रकल्पाचे समर्थन करणे– वाचकांना तुम्ही काय नियोजन करता आहात हे समजण्यास मदत करणे. एवढेच नव्हे तर नियोजन का करता आहात हेही समजण्यास मदत करणे. ते तुम्ही ज्या बाबी शोधून काढण्याचे ठरवताय, त्याचे महत्त्व नमूद करतात, तसेच त्या मुद्द्यांचा अभ्यास का महत्त्वाचा आहे हेसुद्धा दर्शवितात. एका पदवीधर विद्यार्थ्यांच्या निबंधाच्या प्रस्तावाच्या उदाहरणात, ते विद्यार्थ्याने अभ्यासासाठी केलेल्या प्रभावी विधानातील महत्त्वाच्या बाबींची चर्चा करतात.

विलकिन्सन, ए.एम्.(१९९१) द *सायंटिस्ट्स हँडबुक फॉर रायटिंग पेपर्स अँड डिझर्टेशन्स.* इगलवूड क्लीफ्स, एन. जे: प्रेंटिस हॉल

अँटोइनेट्टी विलकिन्सन यांनी प्रस्तावनेचे तीन भाग शोधून काढले आहेत: (अ) समस्येची व्युत्पत्ती आणि समसय्चेचे विधान आणि तिच्या स्वरूपाची चर्चा, (ब) समस्येच्या पार्श्वभूमीची चर्चा आणि (क) संशोधनाच्या प्रश्नाचे विधान. त्यांच्या पुस्तकात या तीनही भागांची असंख्य उदाहरणे दिलेली आहेत. त्याचबरोबर प्रस्तावना कशी लिहावी व तिची रचना (तिचे स्वरूप) कसे असावे, याबद्दलही चर्चा आहे. प्रस्तावना तार्किकदृष्ट्या व अपरिहार्यपणे संशोधन समस्येच्या विधानाप्रत नेईल अशी खबरदारी घेण्यावरही त्यांनी भर दिला आहे.

प्रकरण सहा

उद्देशाचे विधान

प्रकरण पाच मध्ये नमूद केल्याप्रमाणे प्रस्तावनेचा शेवटचा विभाग हा उद्देशविधान सादर करणे हा असतो, जो संपूर्ण संशोधन अभ्यासाचे हेतू प्रस्थापित करतो. संपूर्ण अभ्यासातील हे सर्वात महत्त्वाचे विधान असून ते स्पष्ट, निश्चित आणि माहिती देणारे असणे गरजेचे आहे. यापासूनच संशोधनाच्या इतर बाबी निर्माण होतात आणि ते काळजीपूर्वक शब्दांकित केले नाही तर वाचक गोंधळून जातात. नियतकालिकांमधील लेखांमध्ये, संशोधक उद्देशविधान हे अंतिम विधान म्हणून प्रस्तावनांमध्येच लिहितात. प्रबंध आणि शोधनिबंधांमध्ये ते स्वतंत्र विभाग म्हणून येते.

पूर्णपणे उद्देशविधानाला समर्पित केलेल्या या प्रकरणात उद्देशविधान विकसित करण्याची कारणे, त्याच्या संरचनेत वापरली जावीत अशी महत्त्वाची तत्त्वे आणि तुमच्या प्रस्तावाच्या कुशल लेखनासाठी चांगल्या प्रारूपांची उदाहरणे मी दिली आहेत.

उद्देशविधानाचे महत्त्व आणि अर्थ

लॉकी, स्पिरड्सो व सिल्वरमन (२०१३) यांच्या मते उद्देशविधान हे तुम्हाला अभ्यास का करायचा आहे आणि त्यातून तुम्ही काय साध्य करू इच्छिता याकडे निर्देश करते. दुर्दैवाने, प्रस्ताव लिहिण्याच्या माहितीत उद्दिष्ट विधानाकडे कमी लक्ष दिले जाते आणि पद्धत लेखक हे बहुधा त्याचा समावेश इतर विषयांच्या चर्चांमध्ये करतात. जसे की संशोधन प्रश्नांचे तपशील किंवा गृहीतप्रमेय विल्किन्सन (१९९१). उदा. त्याचा उल्लेख संशोधन प्रश्न आणि उद्दिष्ट यांच्या संदर्भात करतात. अन्य लेखक संशोधन समस्येचा एक भाग म्हणून त्याचा समावेश करतात (कास्टेट्टर आणि हैसलर १९७७). त्यांच्या चर्चेचे बारकाईने परीक्षण केल्यास असे निदर्शनास येते की ते दोघेही उद्देशविधानाला अभ्यासाची मध्यवर्ती आणि नियमन करणारी कल्पना मानतात.

या उताऱ्याला उद्देशविधान म्हणतात कारण ते प्रस्तावित अभ्यासाचा सर्वसाधारण आशय एका वाक्यात किंवा अनेक वाक्यांमधून सांगतात. संशोधकांनी प्रस्तावांमध्ये उद्देशविधान, संशोधन विषय आणि संशोधन प्रश्न यात स्पष्टपणे फरक केला पाहिजे. उद्देशविधान हे अभ्यासाचा आशय सांगते. ज्यासाठी अभ्यासाची गरज आहे अशी समस्या किंवा बाब याबद्दल सांगत नाही. (प्रकरण पाच पहा) उद्देशविधान म्हणजे संशोधन प्रश्नही नव्हेत – असे प्रश्न, ज्यांची उत्तरे माहिती संकलनातून देण्याचा प्रयत्न केला जातो. (प्रकरण सातमध्ये चर्चा कली आहे). याऐवजी, पुन्हा एकदा नमूद करतो की,

उद्देशविधान हे उद्दिष्टे ठरविते, आशय सांगते किंवा प्रस्तावाची मुख्य कल्पना किंवा अभ्यासाबद्दल सांगते. ही कल्पना आवश्यकतेवर (संशोधक समस्या) आकार घेते आणि विशिष्ट प्रश्नांमध्ये (संशोधन प्रश्न) परिष्कृत होते.

उद्देशविधानाचे महत्त्व लक्षात घेऊन, त्याला प्रस्तावाच्या किंवा अभ्यासाच्या अन्य गोष्टींपासून वेगळे ठेवणे आणि वाचकांना सहजपणे ओळखता येईल अशाप्रकारे त्याला (विधानाला) एका वाक्यात किंवा परिच्छेदात बसविणे उपयोगी पडते. जरी गुणात्मक, संख्यात्मक आणि मिश्र पद्धतींची उद्देशविधाने एकाच प्रकारचे विषय विभागून घेत असली, तरी पुढील परिच्छेदांमध्ये प्रत्येक विधान स्वतंत्रपणे शोधले आहे. त्यात पुरेशी माहिती भरून एक पूर्ण पण संयमित उद्देशविधान सादर केले आहे.

गुणात्मक उद्देशविधान

चांगल्या **गुणात्मक उद्देशविधानां**मध्ये अभ्यासादरम्यान शोधलेल्या **मध्यवर्ती घटने**बद्दलची माहिती, अभ्यासातील सहभागी, संशोधन स्थळे यांची माहिती असते. ते निर्माण होणाऱ्या संरचनेबद्दल माहिती सांगते आणि गुणात्मक तपासाच्या भाषेतील संशोधनासंबंधीचे शब्द वापरते (श्वांडट २००७). अशा रितीने हे विधान लिहिण्यासाठी अनेक मूलभूत संरचना वैशिष्ट्यांचा विचार करता येतो:

- मध्यवर्ती नियंत्रण करणारी कल्पना म्हणून या विधानाकडे विशेष लक्ष देण्यासाठी *उद्देश, हेतू* किंवा *उद्दिष्ट* असे शब्द वापरा. उद्देशविधान स्वतंत्र वाक्य किंवा परिच्छेदाच्या स्वरूपात द्या आणि त्यामध्ये संशोधनाची भाषा वापरा उदा. ''या अभ्यासाचा उद्देश (उद्दिष्ट) आहे (होता) (असणार आहे)....'' नियतकालिकांमधील लेखात व निबंधात संशोधक बहुधा वर्तमान किंवा भूतकाळ दर्शविणारी क्रियापदे वापरतात व प्रस्तावासाठी भविष्यकाळ, कारण संशोधक सुरू न झालेल्या अभ्यासासाठी प्रस्ताव सादर करत असतात.

- एकाच घटनेवर (किंवा संकल्पनेवर किंवा कल्पनेवर) लक्ष केंद्रित करा. एकाच कल्पनेचा शोध घेण्यासाठी किंवा आकलन होण्यासाठी अभ्यासाची कक्षा कमी करा. हे लक्ष एकाग्र करणे (भर देणे) म्हणजे संख्यात्मक संशोधनात खासकरून जसे दोन किंवा जास्त चले याबद्दल माहिती, किंवा दोन किंवा अधिक गटांबद्दल माहिती सांगितली जाते, तशी हे विधान माहिती देत नाही. याऐवजी तुमच्या अभ्यास संबंधांच्या शोधनात किंवा कल्पनांची तुलना न करण्यात उत्क्रांत होत जाईल हे जाणून एकच घटनासदृश्य वास्तव विकसित करा. सुरुवातीला यापैकी कोणत्याच संबंधित शोधांबद्दल काहीच अंदाज करता येत नाही. उदा. एखाद्या प्रकल्पाची सुरुवात शिक्षकाच्या व्यक्तिमत्त्वाचा शोध घेण्याने होईल आणि हा शोध घेता घेता पुढे जाऊन एखाद्या शाळेत शिक्षकाच्या व्यक्तिमत्त्वाचे महत्त्व कमी लेखले जाते का याचा शोध सुरू होईल. (हुबेर आणि व्हेलान १९९९). बेसबॉल संस्कृतीचा अर्थ आणि क्रीडांगण सेवकांचे बोलणे (टूजिल्लो १९९२) किंवा व्यक्तींना ज्ञानाच्या सहाय्याने एड्सचा बोध कशाप्रकारे होतो? (अँडरसन आणि स्पेन्सर २०१२) ही उदाहरणे एकाच कल्पनेवर एकाग्र होणे दर्शवितात.

- अध्ययन कसे होईल हे सांगण्यासाठी कृती-क्रियापदांचा वापर करा. कृती दर्शविणारी क्रियापदे आणि वाक्प्रचार पुढीलप्रमाणे– *समजणे, विकास करणे, शोध घेणे, अर्थ पडताळून पाहणे* किंवा *शोधून काढणे.* तपास मुक्त ठेवा, उदयास येणारी/विकसित होणारी संरचना विदित करा.

● अक्रिय (उदासीन) शब्द व वाक्प्रचारांचा उपयोग करा. तसेच निर्देशक भाषा वापरू नका. जसे की, 'व्यक्तींचे यशस्वी स्वप्रकटीकरण'च्या ऐवजी 'व्यक्तींचे स्वयंप्रकटीकरण करणारे अनुभव' असे लिहा. काही अन्य शब्द आणि वाक्‌प्रचार जे त्रासदायक ठरू शकतात, उदा. *उपयुक्त, सकारात्मक, माहिती देणारे* हे व असे शब्द जे परिणाम किंवा निष्पत्ती होईल किंवा होणार नाही असे सूचित करतात. मॅकक्रॅकेन (१९८८) यांनी गुणात्मक मुलाखतीत संवादी व्यक्तीला त्याचे किंवा तिचे अनुभव व्यक्त करण्यासाठी संधी देण्याची गरज आहे असे म्हटले आहे. मुलाखतकार (किंवा उद्देशविधानाचे लेखक) हे गुणात्मक संशोधनात दिशादर्शी/सूचक शब्दांचा उपयोग करून सहजपणे 'द लॉ ऑफ नॉनडायरेक्शन' (मॅकक्रॅकेन, १९८८, पान क्र. २१) चे उल्लंघन करू शकतो.

● मध्यवर्ती अनुभवजन्य घटना किंवा कल्पना यासाठी कामचलाऊ व्याख्या द्या. विशेषकरून जर बहुसंख्य वाचकांना या संज्ञा अज्ञात (अपरिचित) असतील तर! गुणात्मक संशोधनाच्या अलंकारिक भाषेला साजेशी अशी व्याख्या ठाम आणि निश्चित नसते; तर ती अंदाजे लिहिलेली असते. अभ्यासाच्या दरम्यान सहभागी व्यक्तींकडून मिळणाऱ्या माहितीच्या आधारे ती उत्क्रांत होत जाणारी असते. म्हणून लेखक असे म्हणू शकतो की, "या या वेळापुरती ________________ या शब्दांची (मध्यवर्ती घटना) हीही व्याख्या आहे." साहित्याच्या पुनरावलोकनावरील दुसऱ्या प्रकरणातील संकल्पनांच्या परिपूर्ण व्याख्यांच्या विभागातील व्याख्यांशी या व्याख्येची गल्लत होता कामा नये, हेही लक्षात ठेवले पाहिजे. या मागील उद्देश म्हणजे प्रस्तावाच्या किंवा संशोधनविषयक अभ्यासाच्या सुरुवातीला वाचकांना मुख्य (मध्यवर्ती) अनुभवजन्य घटनेबद्दल माहिती सांगणे. कारण त्यामुळे त्यांना विचारले जाणारे प्रश्नांचे प्रकार व त्यांच्याकडून अपेक्षित प्रतिसाद तसेच माहितीचे स्रोत याच्याबद्दल चांगली माहिती होईल.

● माहितीचे संकलन, विश्लेषण आणि संशोधनाची प्रक्रिया यासंदर्भात वापरली जाणारी तपासाची नीती दर्शविणाऱ्या शब्दांची योजना करा. जसे की, अभ्यासात मानव संस्कृती वर्णन सिद्धान्त, पायाभूत सिद्धान्त, व्यक्ती अभ्यास, मानसघटनाशास्त्र (प्रत्ययवाद), वर्णनपर दृष्टिकोन किंवा अशाच प्रकारचे अन्य धोरण.

● अभ्यासात सहभागी होणाऱ्यांचा उल्लेख करा. उदा. एक किंवा अनेक व्यक्ती, लोकांचे गट किंवा संपूर्ण संस्था.

● संशोधनाचे स्थळ निश्चित करा. उदा. घरे, वर्गखोल्या, संस्था, कार्यक्रम किंवा घटना. अशा स्थळाचे वर्णन आवश्यक तेवढा पुरेसा तपशील देऊन करा की ज्यामुळे वाचकाला अभ्यास नक्की कोठे होणार आहे ते समजेल.

● उद्देशविधानातील अंतिम विचार(मत) म्हणून अभ्यासातील सहभागाच्या किंवा संशोधन स्थानांच्या व्याप्तीवर मर्यादा येणार नाही अशाप्रकारची शब्दरचना करा.(अशी भाषा वापरा) उदा. अभ्यास केवळ महिलांपुरताच किंवा फक्त लॅटिनांपुरता मर्यादित असू शकेल. संशोधनाची जागा एखाद्या महानगरापुरती किंवा एखाद्या लहान भौगोलिक क्षेत्रापुरती मर्यादित असू शकते. मुख्य घटना व्यावसायिक संस्थांमधील अशा व्यक्तींपुरती मर्यादित असू शकते, जे सर्जनशील गटांमध्ये सहभागी असतात. संशोधन अभ्यासाच्या निकषांच्या पुढे जाऊन व्याख्या करण्यासाठी अशा बंधनविरहित मर्यादा सहाय्यभूत ठरतात.

उद्देश-विधानात या मुद्द्यांचा समावेश करण्याबद्दल पुष्कळ मतभिन्नता असली तरी एका चांगल्या शोधप्रबंधाच्या किंवा प्रबंधाच्या प्रस्तावात यातील अनेक मुद्दे आले पाहिजेत.

तुमच्या मदतीसाठी येथे एक विधानाचा एक नमुना देत आहे. त्याचा उपयोग तुम्हाला संपूर्ण विधानाचा मसुदा तयार करण्यासाठी होईल. या पुस्तकात दिल्याप्रमाणे मसुद्यांमध्ये विधानातील महत्त्वाचे शब्द आणि कल्पना असतात आणि संशोधकाला माहिती भरण्यासाठी रिकामी जागा सोडलेली असते.

या _______________ (मानववंशशास्त्रीय, व्यक्ती अभ्यास किंवा अन्य प्रकारच्या तपासाच्या पद्धतीचा) उद्देश (संशोधनाच्या जागी असलेल्या) _______________ (व्यक्ती, गट, संघटना अशांसारख्या सहभागांसाठी) _______________ (अभ्यासाचा विषय असलेल्या मध्यवर्ती घटनेचे) _______________ (आकलन करून घेणे/शोध घेणे/विकसन करणे/शोधून काढणे) _______________ हा आहे (होता/असू शकेल).

पुढील उदाहरणे या प्रकारच्या हस्तलिखिताच्या सर्व पैलूंचे कदाचित पूर्णपणे दर्शन घडविणार नाहीत, पण अभ्यासासाठी व अनुकरण करण्यासाठी ती योग्य नमुना आहेत.

उदा. ६.१ *गुणात्मक प्रत्ययवाद अभ्यासातील उद्देशविधान*

लॉटरबाख (१९९३) यांनी पाच स्त्रियांचा अभ्यास केला. प्रत्येकीने गर्भावस्थेच्या शेवटच्या काळात बाळ गमावले होते. त्यांच्या स्मृती व या गमावण्याच्या अनुभवांचा अभ्यास केला. त्यांचे उद्देशविधान पुढीलप्रमाणे:

> प्रत्ययवाद तपासण्यांमध्ये, ज्यांनी आपली मनोवांछित बाळे गमावली अशांच्या अनुभवांचा अर्थ उलगडण्यासाठी शब्दबद्ध केला. स्त्रीवादी दृष्टिकोनाच्या भिंगाचा वापर करून मातांच्या आठवणींवर आणि अनुभव 'पुन्हा जगण्यावर' लक्ष केंद्रित केले गेले. या दृष्टिकोनामुळे (सम्यक दर्शनाने) मातांच्या अनुभवांना वेढून असलेल्या शांततेचा भंग करता येणे शक्य झाले; मातांना त्यांच्या आठवणींना आणि त्यांच्या झालेल्या हानीला शब्दरूप देणे आणि त्या विशद करणे यांस मदत झाली. या चौकशीच्या पद्धतींमध्ये मातांच्या अनुभवांच्या अस्तित्ववादी चौकशीच्या पद्धतीने मिळविलेल्या मातांच्या अनुभवांचा आणि प्रत्ययवादी चौकशीच्या सर्जनशील कलेचा समावेश होता, ज्या मध्ये प्रत्ययवादाचे प्रतिबिंब होते. (पान १३४)

मला नियतकालिकातील 'अभ्यासाचे ध्येय' हा मथळा असलेल्या लॉटरबाख (१९९३) यांच्या लेखात सुरुवातीच्या विभागात उद्देशविधान आढळले. अशाप्रकारे, मथळा हा विधानाकडे लक्ष वेधून घेतो. गुणात्मक अभ्यासातील शोधून काढायची कल्पना म्हणजे 'मातांचे साक्षात (प्रत्यक्ष) अनुभव', आणि लेखक या अनुभवांच्या अर्थाची चर्चा करण्यासाठी *'हुबेहुब वर्णन केले'* असा कृतिदर्शक शब्द वापरतो. लेखिकेने 'स्मृती' आणि 'साक्षात घेतलेले अनुभव' या गोष्टी लक्षात घेऊन कोणते अनुभव पडताळले आहेत ते स्पष्ट केले आहे. संपूर्ण परिच्छेदातून असे स्पष्ट होते की, लौटरबाख यांनी प्रत्ययवादाची नीती वापरली आहे. तसेच परिच्छेदावरून असे समजते की, सहभागी व्यक्ती या माता होत्या. लेखातून वाचकांना असे कळते की, लेखिकेने पाच मातांची मुलाखत एक सोयीचा नमुना म्हणून

घेतली आहे. त्यापैकी प्रत्येकीने कुटुंबात पाच महिने नऊ महिन्यांच्या गर्भपाताचा किंवा एक महिना वयाच्या अर्भकाच्या (पेरिनाटल) मृत्यूचा अनुभव घेतलेला होता.

उदा. ६.२ *व्यक्ती-अभ्यासातील उद्देशविधान*

कोस (१९९१) यांनी एक बहुविध व्यक्ती-अभ्यास संचलित केला, जो माध्यमिक शाळेतील वाचनविकासातील प्रगतीमध्ये अडथळा आलेल्या विद्यार्थ्यांच्या विषयग्रहणशक्ती बद्दलचा होता. त्यात विद्यार्थ्यांची वाचनाची प्रगती रोखून धरणाऱ्या घटकांचा अभ्यास होता. त्यांचे उद्देशविधान पुढीलप्रमाणे:

> या अभ्यासाचा उद्देश चार तरुण मुलांच्या वाचनविषयक अपात्रता वाढीस कारणीभूत ठरू शकणारे, सामाजिक आणि शैक्षणिक घटक शोधून काढणे हा होता. या अभ्यासाने हेही शोधून काढण्याचा प्रयत्न केला की, अनेक वर्षांच्या शिक्षणानंतरही विद्यार्थ्यांची वाचनविषयक अपात्रता कायम का राहिली? हा काही हस्तक्षेप स्वरूपाचा अभ्यास नव्हता आणि काही विद्यार्थ्यांनी त्यांचे वाचन जरी सुधारले असले तरी वाचन-सुधार हा अभ्यासाचा केंद्रबिंदू कधीच नव्हता. (पान क्र. ८७६–८७७)

हे लक्षात घ्या की, कोसने (१९९१) असे जाहीर केले आहे की, हा अभ्यास विद्यार्थ्यांच्या वाचनातील बदलांचे प्रमाण मोजणारा संख्यात्मक अभ्यास नाही. या उलट कोस यांनी हा अभ्यास गुणात्मक मार्गांच्या आवाक्यात 'शोधणे' (एक्सप्लोअर) यासारखे शब्द योजून केला आहे. त्यांनी 'घटक' या मुख्य गोष्टीवर लक्ष केंद्रित केले आणि त्यांचे 'परिणाम करणारे सामाजिक आणि शैक्षणिक घटक' अशी उदाहरणे देऊन तात्पुरते स्पष्टीकरण दिले. त्यांनी या विधानाचा अंतर्भाव 'अभ्यासाचा हेतू' अशा मथळ्याखाली केला ज्यामुळे त्याच्याकडे लक्ष जाईल, शिवाय त्यांनी सहभागींचा उल्लेख केला आहे. सारांश आणि पद्धती विभागात वाचकाला असे आढळते की, व्यक्ती अभ्यास संशोधनासाठी, अभ्यासात चौकशी धोरण वापरले आहे आणि अभ्यासाचे स्थान हे वर्गखोली होते.

उदा. ६.३ *मानवसंस्कृतीजातिशास्त्रातील उद्देशविधान*

ऱ्होड्स (१९९७) यांनी दोन वर्षे कालावधीचा मानवसंस्कृतीशास्त्राचा अभ्यास केला, ज्यात मोठ्या विद्यापीठातील परिक्षेत्रीय वातावरण हे समलिंगी (गे), द्विलिंगी (बाय सेक्सुअल) असलेल्या पुरुषांसाठी कसे अनुकूल करता येईल याबाबत अभ्यास होता. त्यांचे सुरुवातीच्या विभागांमध्ये समाविष्ट केलेल उद्देशविधान पुढीलप्रमाणे:

> हा लेख त्या साहित्यात योगदान देतो, जो 'गे' आणि बायसेक्युअल विद्यार्थ्यांच्या गरजांकडे निर्देश करतो. असे करताना त्यात अनेक क्षेत्रे शोधून काढली आहेत,ज्यात त्यांच्यासाठी वातावरण अनुकूल करण्यासाठी प्रगती होऊ शकेल. एका मोठ्या संशोधन विद्यापीठातील 'गे' आणि 'बायसेक्युअल' पुरुष विद्यार्थ्यांच्या वेगळ्याच संस्कृतीच्या प्रत्ययवादाप्रमाणे दोन वर्षे केलेल्या अभ्यासावरून हा लेख तयार झाला आहे. पुरुषांना केंद्रस्थानी मानून केलेल्या या अभ्यासातून असे निदर्शनास आले की, विद्यापीठात लेस्बियन (lesbian) आणि बायसेक्युअल (महिला) विद्यार्थिनींची वेगळीच उपसंस्कृती आहे. (पान क्र. २७६)

आवारात सुधारणा घडवून आणण्याच्या हेतूने पहिल्या प्रकरणात उल्लेख केल्याप्रमाणे या गुणात्मक अभ्यासाने संशोधन विशिष्टप्रकारे लिहिण्याचे समर्थन केले आहे. लेखाच्या सुरुवातीला आलेली वाक्येही वाचकाला अभ्यासाच्या हेतूबद्दल इशारा देतात. अभ्यासात विद्यार्थ्यांच्या गरजा मुख्य कथावस्तू बनतात आणि लेखक 'गे' आणि 'बायसेक्स्युअल' मुलांसाठी वातावरण अनुकूल होण्याच्या दृष्टीने क्षेत्रे शोधून काढण्याचा प्रयत्न करतो. लेखकाने तपासाची नीती प्रत्ययवादी आहे असे नमूद केले आहे आणि अभ्यासात विद्यापीठातील (स्थान) मुलांचा (सहभागी) समावेश आहे. या ठिकाणी लेखक गरजांच्या खऱ्या स्वरूपाबद्दल अधिक माहिती देत नाही किंवा असे असले तरी लेखक अभ्यासाच्या पुढच्या विभागातील संज्ञेकडे; मूळ स्वरूपाकडे निर्देश करतो आणि संज्ञेसाठी तात्पुरता अर्थ स्वत:हून देऊ करतो.

उदा. ६.४ *पायाभूत सिद्धान्त अभ्यासातील उद्देशविधान*

रिची आणि त्यांचे सहकारी (१९९७) यांनी एक गुणात्मक अभ्यास एक सिद्धान्त विकसित करण्यासाठी केला. प्रस्तुत सिद्धान्त हा अठरा महत्त्वाच्या, उच्च यश संपादन करणाऱ्या आफ्रिकन, अमेरिकन श्वेत व श्यामल वर्णीय महिला, ज्या अमेरिकेत वेगवेगळ्या व्यवसाय क्षेत्रात कार्यरत होत्या, त्यांच्या कर्तबगारीच्या विकाससंबंधी आहे. या अभ्यासाच्या दुसऱ्या परिच्छेदात त्यांनी हेतू विशद केला आहे:

> प्रस्तुत लेख हा कर्तबगारी विकसनाच्या अशा संख्यात्मक अभ्यासाचे वर्णन करतो जो अठरा महत्त्वाच्या, उच्च प्रतीचे यश संपादन करणाऱ्या अमेरिकेतील आठ व्यवसाय क्षेत्रांतील आफ्रिकी-अमेरिकन श्वेत-श्यामल महिलांबद्दल आहे. या अभ्यासातील आमचा सर्वसाधारण उद्देश या महिलांच्या कर्तृत्व विकासावरील महत्त्वाचे प्रभाव शोधून काढणे, विशेषकरून त्यांच्या व्यावसायिक यशप्राप्तीशी संबंधित असलेले प्रभाव शोधून काढणे हा होता. (पान क्र.१३३)

या विधानातील मध्यवर्ती असाधारण गोष्ट (घटना) ही कर्तृत्वाचा विकास ही आहे आणि वाचकाला असे कळते की, या घटनेची व्याख्याही महिलांच्या व्यावसायिक यशातील महत्त्वाचे प्रभाव अशी केलेली आहे. या अभ्यासात 'यश' या सूचक (दिशादर्शक) शब्दाचा वापर मुख्य घटनेच्या तपासापुरता मर्यादित न ठेवता, ज्यांचा अभ्यास करायचा आहे, त्या व्यक्तींच्या नमुन्याचे वर्णन करण्यासाठी केला आहे. त्या असाधारण घटनेचा शोध लावण्याचे नियोजन लेखकांनी केले आहे, आणि वाचकाला असे समजते की, सहभागी सर्व व्यक्ती या वेगवेगळ्या व्यावसायिक समूहांमधील महिला आहेत. सारांशात नंतर पद्धतीवरील चर्चेत पायाभूत सिद्धान्त ही तपासनीती म्हणून नमूद केलेली आहे.

संख्यात्मक उद्देशविधान

संख्यात्मक उद्देशविधाने ही भाषा आणि संबंध किंवा तुलना करणाऱ्या चलांवर अथवा रचना करण्यावर असलेला भर या दृष्टीने गुणात्मक नमुन्यापेक्षा वेगळी असतात. प्रकरण क्र. ३ मधील तीन

प्रकारची मुख्य चले किंवा सिद्धान्त आठवून बघा. उदा. स्वतंत्र, मध्यस्थी करणारे, मध्यत,मवाळ आणि परावलंबी.

संख्यात्मक उद्देशविधानाच्या रचनेत अभ्यासातील चले आणि त्यांच्यातील संबंध, सहभागी आणि संशोधनाची जागा यांचा समावेश असतो. त्यात संख्यात्मक संशोधनाशी संबंधित भाषा आणि संबंधांचे किंवा सिद्धान्तांचे प्रतिगामी पद्धतीने परीक्षण यांचाही समावेश होतो. संख्यात्मक उद्देशविधानाची सुरुवात अभ्यासातील संभाव्य प्रमुख चलांचा (स्वतंत्र, हस्तक्षेप करणारी, परावलंबी) शोध घेण्याने, त्याचबरोबर क्रम स्पष्टपणे शोधण्यासाठी एक दृश्य संरचना आणि चले कशी मोजली जावीत किंवा त्यांचे निरीक्षण कसे करावे याबद्दल स्थाननिश्चिती व सूचना देण्याने होते. शेवटी, संख्यात्मक पद्धतीने चले वापरण्याचा उद्देश, हा खास पद्धतीने चलांचा संबंध लावणे, जसे सर्वेक्षणात सामान्यत: आढळते, किंवा गटांची निष्पत्तीच्या आधारे तुलना करणे, जे साधारणपणे प्रयोगांमध्ये आढळते; हा असतो.

एका चांगल्या संख्यात्मक उद्देशविधानाच्या मुख्य घटकांमध्ये पुढील गोष्टींचा समावेश होतो:

- अभ्यासाच्या मुख्य हेतूकडे लक्ष वेधण्यासाठी उद्देश, *हेतू* किंवा *उद्दिष्ट* यासारखे शब्द समाविष्ट करा/वापरा. 'या अभ्यासाचा हेतू (उद्दिष्ट किंवा उद्देश) आहे......(होता, असेल)....' अशा रीतीने सुरुवात करा.

- सिद्धान्त, प्रारूप किंवा संकल्पनात्मक चौकट शोधून काढा. या ठिकाणी सविस्तरपणे वर्णन करण्याची आवश्यकता नाही; प्रकरण क्र. ३ मध्ये मी या कारणासाठी 'सैद्धांतिक सम्यकदर्शन दृष्टिकोन' विभाग स्वतंत्रपणे लिहिण्याची शक्यता सुचविलेली होती. उद्देशविधानात याचा उल्लेख केल्याने सिद्धान्ताच्या महत्त्वावर भर दिला जातो आणि अभ्यासातील त्याच्या वापराची शक्यता आधीच व्यक्त केली जाते.

- स्वतंत्र आणि परावलंबी चले शोधून काढा तसेच अभ्यासात वापरलेली अन्य चले; मध्यस्थी करणारी, नियमन करणारी किंवा नियंत्रक चले सुद्धा ओळखा.

- स्वतंत्र आणि परावलंबी चले ही परस्परांशी संबंधित आहेत हे दर्शविणारे शब्द वापरा. उदा. 'दोन किंवा अधिक चलांमधील संबंध' किंवा 'दोन किंवा अधिक गटांची तुलना.' एखादे उद्देशविधान चलांचे 'वर्णन' करणारे असू शकते. बहुतेक संख्यात्मक अभ्यासांमध्ये या तीन पर्यायांपैकी एक किंवा जास्त पर्यायांचा उपयोग उद्देशविधानातील चलांची चर्चा करण्यासाठी केला जातो. तुलना करणे किंवा संबंध लावणे यांचे मिश्रणही असू शकते. उदा. एका, दोन-घटक असलेल्या प्रयोगात संशोधकाकडे दोन किंवा अधिक उपचार असतात तसेच कायमचा स्वतंत्र चल असू शकतो. जरी एखाद्याला प्रयोगात दोन किंवा अधिक गटांची तुलना करण्याबद्दलचा अभ्यास आढळला, तरी सर्वेक्षण पद्धतीच्या अभ्यासातही गटांची तुलना करणे शक्य आहे.

- उद्देशविधानात चले डावीकडून उजवीकडे याप्रमाणे मांडा किंवा त्यांचा क्रम लावा– प्रथम स्वतंत्र चल त्याच्या पाठोपाठ परावलंबी चल. स्वतंत्र आणि परावलंबी चलांच्यात हस्तक्षेप करणाऱ्या चलांना स्थान द्या. अनेक संशोधक मवाळ चलांना स्वतंत्र आणि परावलंबी चलांमध्ये स्थान देतात. याला पर्याय म्हणून नियंत्रक चलांना परावलंबी चलांच्या नंतर लगेच स्थान देता येते. त्यासाठी 'च्या नियंत्रणासाठी' असा शब्दप्रयोग करता येतो. प्रयोगांमध्ये स्वतंत्र चल हे नेहमीच कौशल्याने ताब्यात ठेवता येणारे चल असते.

● अभ्यासात वापरलेल्या विशिष्ट प्रकारच्या तपासाच्या धोरणाचा उल्लेख (सर्वेक्षण किंवा प्रयोगात्मक संशोधन) करा. अशाप्रकारची माहिती देऊन संशोधन पद्धतींवर चर्चा होईल अशी संशोधक अपेक्षा करतो. तसेच वाचकाला चलांमधील संबंधांचा; तपास मार्गांशी संबंध जोडू देणे शक्य करतो.

● अभ्यासातील सहभागींचा (किंवा विश्लेषणाच्या घटकाचा) संदर्भ द्या. संशोधनाचे स्थान नमूद करा.

● साहित्यात आढळणाऱ्या निश्चित, स्वीकृत आणि सुस्थापित व्याख्या वापरून प्रत्येक महत्त्वाच्या चलाची साधारणपणे व्याख्या द्या. अशा सामान्य व्याख्या या ठिकाणी वाचकाला उद्देशविधान चांगल्याप्रकारे समजण्यासाठी दिल्या जातात. या व्याख्या काही नेमक्या क्रियात्मक कार्यकारी व्याख्यांची जागा घेत नाहीत, ज्या व्याख्या पुढे प्रस्तावातील लेखकाच्या 'संज्ञांच्या व्याख्या' या विभागात आढळतात. (प्रस्ताव हा चलांचे मापन कसे होईल याच्या तपशीलाबद्दल असतो.) अभ्यासाच्या व्याप्तीवर परिणाम करणाऱ्या सीमिततेचा (मर्यादांचा) सुद्धा उल्लेख करा. उदा. डेटा गोळा करण्याची व्याप्ती/शक्यता, अभ्यास काही व्यक्तींपुरताच मर्यादित असणे.

या मुद्यांवर आधारित, संख्यात्मक उद्देशविधानाच्या मसुद्यात पुढील कल्पनांचा समावेश होऊ शकतो.

(संशोधनाच्या जागी संशोधन करणाऱ्या सहभागींसाठी स्वतंत्र चल व परावलंबी चले यांच्यामध्ये, नियमन करणाऱ्या ______________ चलांचे नियमन करणाऱ्या सिद्धान्ताचे ______________ (परिणामांचे वर्णन करणे) किंवा (तुलना करणे) संबध प्रस्थापित करणे हा ______________ (या प्रयोगाचा/सर्वेक्षणाचा) उद्देश आहे. स्वतंत्र चल (लां)ची व्याख्या पुढील प्रकारे करता येईल ______________ (व्याख्या द्या) आणि नियमन करणाऱ्या व हस्ताक्षेप करणाऱ्या चलांची ______________ (नियमन करणारी व हस्तक्षेप करणाऱ्या चलांची ______________ (नियमन करणारी व हस्तक्षेप करणारी चले निश्चित करा) व्याख्या पुढील प्रकारे करता येईल ______________ (व्याख्या द्या).

पुढील उदाहरणांमध्ये हस्तलिखितांमधील अनेक मुद्दे दिसून येतील. पहिले दोन अभ्यास सर्वेक्षण स्वरूपाचे आहेत; शेवटचा प्रयोग स्वरूपाचा आहे.

उदा. ६.५ *प्रसिद्ध झालेल्या सर्वेक्षण अभ्यासाचे उद्देशविधान*

कालोफ (२०००) यांनी दोन वर्षे (पूर्व-पश्चिम/रेखांतरीय) चोपन्न महाविद्यालयीन महिलांच्या लैंगिक शोषणाबद्दलचा दृष्टिकोन आणि अनुभव यांचा अभ्यास केला. दोन वर्षांच्या अंतराने राबविलेल्या टपालाद्वारा केलेल्या दोन समान सर्वेक्षणाला या महिलांनी प्रतिसाद दिला. लेखकाने उद्देशविधान एकत्रित करून संशोधन प्रश्नासहित, सुरुवातीच्या विभागात त्याचा परिचय करून दिला आहे.

> हा अभ्यास म्हणजे महिलांच्या लैंगिक भूमिकेबद्दलचा दृष्टिकोन आणि लैंगिक शोषणासंबंधीचे अनुभव यातील संबंध विस्ताराने आणि स्पष्टपणे मांडण्याचा एक प्रयत्न आहे. पुढील प्रश्नांची उत्तरे मिळविण्यासाठी मी दोन वर्षांमध्ये चोपन्न महाविद्यालयीन महिलांकडून माहिती गोळा केली: (१) दोन वर्षांमध्ये लैंगिक बळजबरी संदर्भातल्या असुरक्षिततेवर महिलांच्या दृष्टिकोनाचा परिणाम झाला आहे का? (२) लैंगिक जबरदस्तीला बळी पडण्याच्या अनुभवांनंतर दृष्टिकोनांमध्ये बदल झाला आहे का? (३) पूर्वीची जबरदस्ती ही नंतरच्या जबरदस्तीचा धोका कमी करते की वाढवते? (पान क्र. ४८)

जरी कॅलोफ (२०००) यांनी ते कोणता सिद्धान्त पहात आहेत याचा उल्लेख केला नसला तरी त्यांनी स्वतंत्र चल (लैंगिक भूमिकेबद्दलचा दृष्टिकोन) आणि परावलंबी चल (लैंगिक शोषण) हे दोन्ही शोधले आहेत. त्यांनी चलांचे स्थान स्वतंत्रकडून परावलंबीकडे असे ठेवले आहे. त्यांनी चलांमधील संबंध प्रस्थापित करण्याऐवजी चलांमधील दुवा (साखळी) विषयक चर्चा केली आहे. (वर्णन करण्याऐवजी) हा परिच्छेद सहभागी (महिला) आणि संशोधनाचे स्थळ (महाविद्यालयाचा परिसर) हे स्पष्ट करतो. नंतर पद्धती विभागात त्यांनी असे नमूद केले आहे की, अभ्यास हा टपालाद्वारा सर्वेक्षण पद्धतीचा होता. जरी त्यांनी महत्त्वाच्या चलांची व्याख्या केलेली नसली, तरी त्यांनी संशोधन प्रश्नातील चलांची विशिष्ट मापने दिलेली आहेत.

उदा. ६.६ *सर्वेक्षण पद्धतीने केलेल्या शोध प्रबंध अभ्यासातील उद्देशविधान*

डिग्रॉ (१९८४) यांनी शिक्षण क्षेत्रात प्रौढांसाठी असलेल्या सुधारणा केंद्रांमध्ये काम करणाऱ्या अध्यापकांवर डॉक्टरल प्रबंध पूर्ण केला. 'समस्येचे विधान' हे शीर्षक असलेल्या विभागात त्यांनी अभ्यासाचा हेतू स्पष्ट केला आहे:

> या अभ्यासाचा हेतू अमेरिकेतील निवडक राज्यांत प्रौढ सुधार केंद्रांमध्ये शिकविणाऱ्या प्रमाणित शिक्षकांची व्यक्तिगत वैशिष्ट्ये आणि त्यांची कार्यप्रेरणा यातील संबंध तपासणे हा आहे. व्यक्तिगत वैशिष्ट्ये ही दोन भागात विभागली होती. प्रतिसादकांच्या पार्श्वभूमीबद्दलची माहिती (उदा. संस्थेबद्दलची माहिती, शैक्षणिक पातळी, पूर्वप्रशिक्षण इ.) आणि प्रतिसादांच्या नोकरी बदलण्याबाबतच्या विचाराबद्दलची माहिती. गतिक्षमता आणि प्रेरणा यातील लक्षणीय तफावतीसाठी कारणीभूत असणारे घटक आणि गुणवैशिष्ट्ये शोधून काढणे सोपे जाईल अशा अपेक्षेने पार्श्वभूमीच्या माहितीची पडताळणी या अभ्यासाच्या दृष्टीने करणे महत्त्वाचे होते. अभ्यासाच्या दुसऱ्या भागात प्रतिसादकांना त्यांच्या दृष्टीने महत्त्वाचे वाटणारे प्रेरणादायी घटक शोधून काढण्यास सांगण्यात आले. एज्युकेशनल वर्क कांपोनंटस् स्टडी (इ.डब्ल्यू. सी.एस्.) प्रश्नावलीने ठरविलेल्या सहा सामान्य घटकांच्या आधारे कार्यप्रेरणेची व्याख्या केलेली होती. (मिस्केल आणि हेल्लर १९७३) हे सहा घटक म्हणजे: वैयक्तिक आव्हाने आणि विकासासाठीची क्षमता, स्पर्धात्मकता, यशाची कामना आणि पुरस्कार; कामाचे दडपण सहन करण्याची क्षमता, सुरक्षिततेबद्दलची पारंपरिक मानसिकता आणि 'अनिश्चितता विरुद्ध टाळणे' अशा मनःस्थितीत बक्षीस मिळविण्याची इच्छा (पान क्र. ४–५)

एका चांगल्या उद्देशविधानाचे अनेक घटक या विधानात आले आहेत. एका स्वतंत्र विभागात ते सादर केलेले आहेत . त्याने 'संबंध' (रिलेशनशिप) हा शब्द वापरला आहे. संज्ञांच्या व्याख्या केलेल्या आहेत. नमुना निश्चित केलेला आहे. विधानातील चलांचा क्रम लक्षात घेता, कोणालाही ही स्वतंत्र चले आणि परावलंबी चले स्पष्टपणे ओळखता येतील.

उदा. ६.७ *प्रयोगात्मक अभ्यासातील उद्देशविधान*

बूथ-क्यूली, एडवर्डस् आणि रोझेनफेल्ड (१९९२) यांनी संगणक आवृत्ती प्रणित आणि कागद-पेन्सिल स्वरूपात 'दृष्टिकोन आणि व्यक्तिमत्व प्रश्नावली' भरून देण्यासंदर्भात प्रतिसाद देण्याची सामाजिक इच्छा यांचा तुलनात्मक अभ्यास केला. त्यांचा हा अभ्यास महाविद्यालयीन विद्यार्थ्यांवर झालेल्या एका अभ्यासामधील 'बॅलन्स्ड इंव्हेंटरी ऑफ डिझायरेबल रिस्पाँडिंग (बी.आ.डी.आर.)' वापरून त्या धर्तीवर केला होता. तो दोन मापनाचा बनलेला होता (अ) ठसा उमटविणे जमविणे (व्यवस्थापन) (impression management (IM)), (ब) स्व-वंचना (सेल्फ डिसेप्शन (एस्.डी.)) प्रस्तावनेच्या शेवटच्या परिच्छेदात त्यांनी अभ्यासाचा हेतू स्पष्ट केला आहे.

> नौदलात नव्याने भरती झालेल्यांच्या प्रतिसादांची तुलना करण्यासाठी आम्ही आय.एम्. व एस्.डी. या मापनांवर सदरचा अभ्यास बेतला; जी मापने तीन प्रकारे संकलित केली—कागद-पेन्सिल वापरून, संगणकाचा वापर करून; ज्यात पाठपुरावा करणे गृहीत आहे आणि संगणकाचा वापर करून; पण पाठपुरावा करणे अमान्य. नवीन भरती झालेल्यांपैकी पन्नास टक्के लोकांनी अनाम राहून प्रश्नावलीची उत्तरे दिली. तर उरलेल्या पन्नास टक्के लोकांनी स्वत:ची ओळख प्रकट केली. (पान क्र. ५६३)

एका चांगल्या उद्देशविधानाच्या अनेक चांगल्या बाबी या विधानात दिसून येतात. प्रस्तावनेत याला अन्य कल्पनांपासून स्वतंत्र परिच्छेदाच्या रूपात वेगळे काढले होते. त्यात तुलना केली जाईल असे म्हटले होते आणि तसेच प्रयोगातील सहभागी कोण तेही स्पष्ट केले होते. (विश्लेषणाचा घटक म्हणून) चलांच्या क्रमाच्या स्वरूपात, लेखकांनी माझ्या सूचनेच्या अगदी उलट म्हणजे परावलंबी चल प्रथम; अशी सुरुवात केली होती. (जरी गटांबद्दल स्पष्टता असली तरी) पायाभूत सिद्धान्ताचा उल्लेख जरी नसला, तरी उद्देशविधानाच्या पूर्वीच्या परिच्छेदांमध्ये पूर्वीच्या सिद्धान्ताच्या निष्कर्षांचा आढावा घेतलेला आहे. त्याचप्रमाणे लेखक तपासाच्या धोरणांविषयी काही सांगत नाहीत. पण अन्य परिच्छेद; विशेष करून प्रणालींशी सबंधित हा अभ्यास एक प्रयोग असल्याचे स्पष्ट करतात.

मिश्र पद्धतींचे उद्देशविधान

मिश्र पद्धतींच्या उद्देशविधानांमध्ये अभ्यासाचा आशय सर्वसाधारण असतो. संख्यात्मक आणि गुणात्मक अभ्यासातील धागेदोरे याविषयाची माहिती आणि दोन्ही प्रकारच्या सूत्रांचा संशोधन विषयाचा अभ्यास करण्यासाठी प्रमाण, यांचा समावेश असतो. या विधानांची लवकर ओळख पटणे अगदी प्रस्तावनेतच; गरजेचे असते, आणि अशी विधाने वाचकांना संख्यात्मक आणि गुणात्मक असे अभ्यासाचे भाग समजून घेण्यासाठी खुणेचे खांब ठरतात. मिश्र पद्धतींच्या उद्देशविधानाच्या शब्द रचनेसाठी व सादरीकरणासाठी मार्गदर्शक करू शकणारी अनेक मार्गदर्शकपर तत्त्वे आहेत.

- '...चा हेतू' किंवा '...चा उद्देश' अशा शब्दांनी सुरुवात करा, ज्यातून आशय सूचित होतो.

- आशयाच्या सम्यक दर्शनातून अभ्यासाचा सर्वसाधारण हेतू सूचित करा. जसे की, 'संस्थात्मक परिणामकारकतेबद्दल जाणून घेणे हा उद्देश आहे.' किंवा 'सावत्र मुले असलेल्या परिवारांबद्दल जाणून घेणे हा उद्देश आहे.' अशा रितीने संशोधकाने संख्यात्मक आणि गुणात्मक सूत्रांमध्ये प्रकल्प विभागण्यापूर्वीच वाचकाला सर्वसाधारण अभ्यास समजण्यासाठी आधार मिळतो.
- मिश्रपद्धतींच्या संकल्पसंरचनेचा प्रकार स्पष्ट करा. उदा. शोधात्मक अनुक्रमिक संरचना किंवा पक्की बसवलेली अनुक्रमिक संरचना किंवा रूपांतरणात्मक किंवा बहुअवस्था किंवा अन्य.
- संख्यात्मक आणि गुणात्मक माहिती एकत्रित करण्याची कारणे स्पष्ट करा. खालीलपैकी कोणतेही एक कारण असू शकेल. (या कारणांच्या अधिक तपशीलासाठी प्रकरण क्र.१० पहा.)
  - संख्यात्मक आणि गुणात्मक माहिती एकाच केंद्राकडे वळवून आणि त्यांच्या माहितीकोषाची तुलना करून संशोधन विषयाचे संपूर्ण आकलन विकसित करणे (केंद्राभिमुख संरचना)
  - संख्यात्मक माहितीकोष (डेटाबेस) स्पष्ट करण्यासाठी गुणात्मक पाठपुरावा डेटा वापरून, डेटा अधिक तपशीलाच्या पातळीवर समजून घेणे. जसे की, सर्वेक्षण (ओ कॅथियन, मर्फी निकोल, २००७). (विवरणात्मक/विवेचनात्मक अनुक्रमिक संरचना)
  - मापनासाठी साधने विकसित करणे, जी प्रथम गुणात्मक संशोधनासाठीच्या नमुन्यासाठी योग्य ठरतील (उदा. मुलाखती द्वारा) आणि माहितीचा वापर करून साधनांचे रेखाचित्र तयार करणे, जे मोठ्या नमुन्याबरोबर पारखून घेता येईल. (स्पष्टीकरणात्मक अनुक्रमिक संकल्पचित्र)
  - एका मोठ्या संरचनेत ही कारणे सामावून घेणे जसे की, प्रयोग (एक अंत:स्थापित संरचना),वंचित लोकांसाठीच्या सामाजिक न्यायाच्या धारणेच्या चौकटीत बसविणे (परिवर्तनशील संरचना) किंवा त्यांना एका दीर्घ काळ चालणाऱ्या कार्यक्रमात एकाच सर्वसाधारण हेतूशी जोडणे (बहुअंगी संरचना).

केंद्राभिसारी, विवरणात्मक, अनुक्रमिक व शोधात्मक अनुक्रमिक संरचनांवर आधारित वरील मुद्द्यावर आधारित असलेली मिश्र पद्धतींची उद्देशविधानांची ३ उदाहरणे त्या पाठोपाठ येतात. (क्रेसवेल आणि प्लानो क्लार्क २०११) मिश्रा पद्धतींचे उद्देशविधान हे पाहिले उदाहरण आहे जे केंद्राभिसारी मिश्र पद्धतींच्या प्रकाराचे लिखाण आहे. ज्यामध्ये संख्यात्मक आणि गुणात्मक डेटाचे स्वतंत्रपणे संकलन व विशेषण केलेले आहे. संशोधन विषयाचे उतम आकलन होण्यासाठी दोन्ही डेटाबेसेसची तुलाना केलेली आहे.

हा मिश्र पद्धतींचा अभ्यास संबोधेल ______________ (सर्वसाधारण आशय, उद्दिष्ट). केंद्राभिसारी मिश्र पद्धतींची संरचना वापरली जाईल, आणि ही अशाप्रकारची संरचना आहे की ज्यात गुणात्मक आणि संख्यात्मक डेटा एकाच वेळी गोळा केला जाईल, विश्लेषण स्वतंत्रपणे केले जाईल आणि नंतर एकत्रित केले जाईल. या अभ्यासात, ______________ (संख्यात्मक डेटा) वापरला जाईल, ______________ सिद्धान्त पडताळणीसाठी (हा सिद्धान्त) जो भाकीत करतो की (स्वतंत्र चले) ही ______________ (सकारात्मकपणे, नकारात्मकपणे) परिणाम करतात. ______________ (परावलंबी चले) यांच्यासाठी ______________ (सहभागी) ______________ या ठिकाणी (स्थळ) ______________ (गुणात्मक प्रकारचा डेटा) शोधून काढेल. ______________ (मुख्य घटना) साठी ______________ (सहभागी) ______________ या जागी (स्थळ). संख्यात्मक आणि गुणात्मक डेटा संकलित करण्याचे कारण आहे ______________.

हे दुसरे हस्तलिखित विवेचनात्मक अनुक्रमिक संरचनेसाठी मिश्र पद्धतींचे उद्देश-विधानाचे उदाहरण देते, ज्यात गुणात्मक डेटा वापरून अधिक खोलवर संख्यात्मक माहितीकोष (डेटाबेस) समजावून घेणे हा हेतू आहे.

> हा अभ्यास _______________ (आशय उद्दिष्ट)ला संबोधित करतो. विवेचनात्मक मिश्र पद्धतींची संरचना वापरली जाईल आणि त्यात प्रथम संख्यात्मक डेटा गोळा करण्याचा समावेश असेल आणि नंतर गुणात्मक माहितीचा सखोल वापर करून संख्यात्मक निष्कर्ष समजावून सांगणे याचा समावेश असेल. पहिल्या, अभ्यासाच्या संख्यात्मक अवस्थेत, _______________ (संख्यात्मक साधन) या द्वारे हा डेटा गोळा केला जाईल. _______________ (सहभागी) यांच्याकडून _______________ येथे (संशोधनाची जागा) _______________ (सिद्धान्ताचे नाव) चाचणी घेण्यासाठी. _______________ (स्वतंत्र चले) यांचा संबंध _______________ (परावलंबी चले) यांच्याशी आहे का याचे मूल्यमापन केले जाईल. संख्यात्मक निष्कर्ष समजावून सांगण्यास सहाय्यभूत होण्यासाठी दुसरी गुणात्मक अवस्था ही संख्यात्मक परिणामांचा (निष्कर्षांचा) मागोवा म्हणून पूर्ण केली जाईल. या शोधन स्वरूपाच्या पाठपुराव्यात तात्पुरते नियोजन हे _______________ (सहभागी) यांच्या संदर्भात _______________ या ठिकाणी (संशोधन स्थळ) _______________ (मुख्य घटना) शोधणे हे होय.

अंतिम हस्तलिखित हे उद्देश-विधानाचे असे उदाहरण आहे, जे शोधात्मक अनुक्रमिक संरचनेसाठी वापरले जाऊ शकते. ज्याचा हेतू साधने (किंवा उपकरणे) विकसित करून नमुन्यासाठी त्याचा उपयोग करून घेणे आहे. त्यासाठी प्रथम गुणात्मक माहिती गोळा करणे आणि नंतर त्याचा उपयोग, साधनांची किंवा उपकरणांची रचना (घडण) करण्यासाठी करणे. अशाप्रकारे की त्यांचा उपयोग लोकसंख्येच्या नमुन्याची चाचणी घेण्यासाठी होईल.

> हा अभ्यास _______________ ला (आशय उद्दिष्ट) संबोधित करतो. शोधात्मक अनुक्रमिक संरचनेचा हेतू प्रथम लहान नमुन्याच्या मदतीने गुणात्मक पद्धतीने शोध घेणे आणि नंतर गुणात्मक निष्कर्ष मोठ्या प्रमाणावरील नमुन्यासाठी लागू करता येतील का हे ठरविणे. अभ्यासाची पहिली अवस्था गुणात्मक पद्धतीने शोधन करणे. त्याचे _______________ (मुख्य घटना) ज्यात _______________ (सहभागी) _______________ या ठिकाणी (संशोधनाचे स्थळ) सुरुवातीच्या शोधातून मूल्यमापनासाठी साधने विकसित करण्यासाठी गुणात्मक निष्कर्षांचा उपयोग केला जाईल. ज्यांचा वापर मोठ्या नमुन्यांसाठी करता येऊ शकेल. तात्पुरते नियोजन केलेल्या संख्यात्मक अवस्थेत _______________ (सहभागी) पासून _______________ (संशोधनाचे स्थान) या ठिकाणी _______________ (उपकरणांबद्दलचा डेटा) गोळा केला जाईल.

क्रेसवेल आणि प्लॅनो क्लार्क (२०११) यांच्या पुस्तकात अधिक उदाहरणे उपलब्ध आहेत जी अधिक प्रगत संरचना अधिक प्रगत करतात. उदा. अंत:स्थापित संरचना, परिवर्तनशील संरचना आणि बहुअंगी संरचना.

अलीकडे प्रसिद्ध झालेल्या लेखांमध्ये आढळणारी उद्देशविधानाची अनेक उदाहरणे बारकाईने बघणे (वाचणे) उपयुक्त ठरते. मसुद्यातील सर्व घटक जरी या उदाहरणांमध्ये समाविष्ट नसले तरी ती मिश्र

पद्धतींच्या अभ्यासाचा हेतू स्पष्टपणे सांगणारी योग्यरीतीने परिपूर्ण असलेली, उद्देशविधानांची उदाहरणे म्हणून उपयुक्त ठरतात. तीन मुख्य प्रकारांच्या संरचनांपुरती चर्चा मर्यादित असेल (अ) केंद्राभिमुख संरचना (ब) विवेचनात्मक/विवरणात्मक अनुक्रमिक संरचना (क) शोधात्मक अनुक्रमिक संरचना. प्रकरण क्र. १० यात या शक्यतांचा विस्तार करणाऱ्या अन्य संरचना तपशीलवार दिल्या जातील.

उदा. ६.८ *केंद्राभिमुख मिश्र पद्धतींचे उद्देशविधान*

क्लासेन आणि त्यांचे सहकारी (२००७) यांनी वयस्कर वाहनचालकांच्या सुरक्षिततेसाठी एक आरोग्य वृद्धी प्रारूप (प्रतिमान) विकसित केले. राष्ट्रीय स्तरावरील माहिती कोषाचे (डेटाबेसचे) मोठ्या प्रमाणात अनुषंगिक विश्लेषण केले. त्यांनी जोखीम तपासली आणि चालकांच्या दुखापतींना कारणीभूत असलेल्या संरक्षक घटकांचे परीक्षण केले (संख्यात्मक अवस्था). त्यांनी सहा अभ्यासांचा गुणात्मक उच्चप्रतीचा संयोग केला, ज्याचा उद्देश गरजा कथन करण्याचे परिणाम ठरविणे, सुरक्षिततेवर परिणाम करणारे घटक आणि वयस्कर चालक-लाभार्थींचे सुरक्षाविषयक प्राधान्य ठरविणे हा होता (गुणात्मक अवस्था). त्यानंतर त्यांनी दोन्ही डेटाबेस मधील निकाल (परिणाम) एकत्रित करण्यासाठी दोन्ही डेटाबेसची तुलना केली. त्याचे उद्देशविधान पुढीलप्रमाणे होते:

> या अभ्यासाने संभाव्य निमित्तकारण असणाऱ्या घटकांमधील परस्पर संबंध स्पष्ट करण्यासाठी एक सामाजिक-पर्यावरणाशी संबंधित एक अगदी निर्भिड मत मांडले आहे; या घटकांचा एकत्रित सारांश आणि वयस्कर चालकांच्या सुरक्षावाढी संदर्भात सार्वजनिक आरोग्यसेवेचा हस्तक्षेप वाढविण्यासाठी व्यवहार्य मार्गदर्शक सूचना केल्या आहेत. मिश्र पद्धतींचा मार्ग वापरून आम्ही मोठ्या राष्ट्रीय डेटासेट मधील (संगणकीकृत माहिती) मुख्य निष्कर्षांची लाभार्थींच्या दृष्टिकोनातून तुलना आणि एकत्रीकरण करू शकलो. (पान क्र. ६७७)

सदर परिच्छेद सारांशात समाविष्ट केलेला होता आणि कदाचित त्याचा समावेश प्रस्तावनेत करणे योग्य ठरले असते. तो संख्यात्मक आणि गुणात्मक डेटाचा उपयोग दर्शवितो. सिद्धान्ताची ओळख पटविण्यासाठी अधिक तपशील (अभ्यासाच्या सुरुवातीला हे प्रारूप दिलेले होते), तसेच विशिष्ट चलांचे विश्लेषण आणि अभ्यासाच्या गुणात्मक अवस्थेतील मुख्य घटना देण्याची आवश्यकता होती.

उदा. ६.९ *विवेचनात्मक अनुक्रमिक मिश्र पद्धतींचे उद्देशविधान*

इव्हानकोवा आणि स्टिक (२००७) यांनी डिस्ट्रिब्यूटेड डॉक्टोरल प्रोग्रॅम (ऑनलाईन दूर शिक्षण) मधील विद्यार्थ्यांच्या चिकाटीत भर घालणाऱ्या घटकांचा अभ्यास केला. त्यांनी प्रथम विद्यार्थ्यांच्या चिकाटीचा अंदाज घेऊ शकतील अशा बाह्य आणि अंतर्गत घटकांची चाचणी घेण्यासाठी सर्वेक्षणातून डेटा गोळा केला. नंतर त्यांनी चिकाटीच्या चार वर्गवारीनुसार विद्यार्थ्यांच्या गुणात्मक मुलाखती घेतल्या. त्यांची परिणती चार प्रकारच्या पदवीधर-चिकाटी असणाऱ्या व्यक्ती-अभ्यासात झाली. उद्देशविधान पुढील प्रमाणे होते:

(पुढे चालू)

(पुढे चालू)

या मिश्र अनुक्रमिक आणि विवेचन पद्धतीच्या अभ्यासाचा हेतू विद्यार्थ्यांच्या चिकाटी वाढविणाऱ्या घटकांना ओळखणे हा होता. इ.एल्.एच.ई. कार्यक्रमाअंतर्गत २७८ आजी आणि माजी विद्यार्थ्यांच्या सर्वेक्षणातून संख्यात्मक निकाल मिळविणे आणि त्यानंतर विशिष्ट हेतूने निवडलेल्या चार जणांच्या बाबतीतले परिणाम अधिक खोलवर गुणात्मक व्यक्ती अभ्यास विश्लेषण पद्धतीने शोधणे. अभ्यासाच्या पहिल्या संख्यात्मक अवस्थेत इ.एल्.एच्.इ. कार्यक्रमातील (डॉक्टरल कार्यक्रमाशी संबंधित सल्लागार आणि शिक्षकांशी संबंधित, संस्थेशी संबंधित, विद्यार्थ्यांशी संबंधित घटक आणि बाह्य घटक) निवडक अंतर्गत आणि बाह्य चले ही कार्यक्रमातील विद्यार्थ्यांच्या चिकाटाचे भाकित वर्तवणारे कशी ठरतात यावर संशोधन प्रश्नांचा भर होता. दुसऱ्या गुणात्मक अवस्थेत तपशीलवार शोधन झालेल्या विशिष्ट गटातील चार व्यक्ती अभ्यासाचे परिणाम सांख्यिकी चाचण्यांमधून मिळविणे यावर भर होता. या अवस्थेत संशोधन प्रश्नांनी अशा सात अंतर्गत आणि बाह्य घटकांकडे निर्देश केला आहे, ज्यांनी चार गटांच्यात फरक करण्याच्या कामात वेगवेगळ्याप्रकारे भर घातली आहे. डॉक्टरल कार्यक्रम (पीएच.डी.), ऑनलाईन अध्ययन वातावरण, शिक्षकवर्ग, विद्यार्थी सहाय्यक सेवा, स्वयंप्रेरणा, आभासी समुदाय आणि शैक्षणिक सल्लागार (पान क्र. ९५).

या उदाहरणांमध्ये पूर्वीच्या विवेचनात्मक अनुक्रमिक संरचनेसाठीचा मसुदा पाठोपाठ येतो. त्याची सुरुवात सामान्य उद्देशविधानाने झाली. त्यानंतर पहिल्या संख्यात्मक अवस्थेची ओळख (पडताळलेल्या विशिष्ट चलांचा समावेश असलेली) आणि त्यानंतर गुणात्मक अवस्था असा क्रम आहे. त्याचा शेवट चार व्यक्ती आणि संख्याशास्त्रीय चाचण्यांमधून अधिक व्यक्ती अभ्यासाचे परिणाम शोधण्यासाठी मिश्र पद्धतीच्या वापराच्या धोरणाने होतो.

उदा. ६.१० *शोधात्मक अनुक्रमिक मिश्र पद्धतींचे उद्देशविधान*

मायर्स आणि ओएटझेल (२००३) यांनी संस्थात्मक एकरूपतेचे उपाय निर्माण केले आणि संमत केले. या साधनाद्वारे संघटनेच्या वातावरणातील नवागतांचा सुसंवादातून परस्परांचा केलेला स्वीकार प्रतिबिंबीत होतो. या अभ्यासाची सुरुवात जाहिरात, बँकिंग, आदरातिथ्य (हॉस्पिटॅलिटी), विद्यापीठ, बिगर नफा आणि प्रकाशन उद्योगातील सभासदांच्या मुलाखतींनी होते. त्यानंतर उदयाला येणाऱ्या सहा परिमाणांना मान्यता देण्यासाठी एक नमुना चाचणी घेण्यासाठी एक सर्वेक्षणाची संरचना येते. उद्देश-विधान पुढीलप्रमाणे होते:

नंतर गरज कशाची असेल तर एका साधनाची, जे सभासदांची संस्थेतील समरसतेची पातळी ठरवू शकेल... येथे नमूद करण्यात आलेला अभ्यास बावीस टप्प्यांमध्ये पार पडला. पहिल्या टप्प्यात नवागताचे परिवर्तन संघटनेच्या सदस्यांमध्ये होण्याच्या प्रक्रियेची व्याख्या करण्यासाठी आम्ही संघटनात्मक समरसतेच्या मिती (परिमाण) शोधल्या. संघटन एकरूपतेच्या (समरसतेच्या) विस्ताराच्या कार्यास मान्यता देणाऱ्या साधनाच्या विकासाबरोबर पहिली अवस्था संपुष्टात आली. दुसऱ्या अवस्थेत या साधकाला संमत करण्याचे प्रयत्न झाले. त्याला आम्ही ऑर्गनायझेशनल ॲसिमिलेशन इंडेक्स (आ.ए.आय.) असे म्हणतो (पान क्र. ४३९).

विधानाची सुरुवात अतिशय मजबूत, कणखर उद्देशविधानाने होते. नंतर ते संशोधनाची गुणात्मक अवस्था आणि साधनाला (परिमाणाला) संमती (मान्यता) देण्याची दुसरी अवस्था अशा दोन्ही बद्दल सांगते. प्रत्येक अवस्थेतील (टप्प्यातील) नमुन्यांबद्दल ते विशेष माहिती देत नाही आणि त्यानंतर लेखामध्ये आम्हाला साधन विकसित करण्यासाठी लागणाऱ्या कडक प्रमाणशीर प्रणालींबद्दल समजले.

सारांश

हे प्रकरण उद्देशविधानाच्या मूलभूत महत्त्वावर भर देते. हे विधान अभ्यासातील मध्यवर्ती कल्पना पुढे नेते. गुणात्मक उद्देशविधानाचे लेखन करताना संशोधकाला एक मुख्य घटना शोधण्याची आवश्यकता असते. त्यासाठी एक तात्पुरती व्याख्या ठरवावी लागते. याचबरोबर, संशोधक विधानात मजबूत कृती दर्शविणारे शब्द; जसे की, 'शोधा, विकसित करा, समजून घ्या' वापरतो पण सूचक भाषा वापरत नाही. तपासाचे धोरण, सहभागी आणि संशोधनाचे स्थान नमूद करतो. संख्यात्मक उद्देश-विधानात संशोधक ज्या सिद्धान्ताची पडताळणी व्हायची आहे तो सिद्धान्त, चले, त्यांचे वर्णन, संबंध किंवा तुलना यांचा उल्लेख करतो. प्रथम स्वतंत्र चलाचे स्थान, त्यानंतर परावलंबी चलाचे स्थान ठरविणे महत्त्वाचे आहे. संशोधक तपासाचे धोरण, सहभागी, संशोधनासाठी तपासाचे स्थळही संशोधक स्पष्ट करतो. काही अन्य उद्देशविधानात संशोधक अभ्यासात वापरलेल्या महत्त्वाच्या चलांची व्याख्याही देतो. मिश्र पद्धतीच्या अभ्यासात उद्देशविधानात, हेतूचे विधान, मिश्र पद्धतीच्या संरचनेचा प्रकार, गुणात्मक आणि संख्यात्मक माहितीचे संकलन व विश्लेषण आणि दोन्ही प्रकारची माहिती संकलित करण्याचा उद्देश हे अंतर्भूत असतात.

लेखन सराव

१. गुणात्मक उद्देशविधानाच्या मसुद्याचा उपयोग करून रिक्त जागा भरून विधान लिहा. हे विधान संक्षिप्त करा; एका टंकलिखित पानाच्या तीन चतुर्थांश पानापेक्षा ते मोठे नसावे.

२. संख्यात्मक उद्देश-विधानाच्या हस्तलिखिताचा उपयोग करून एक विधान लिहा. हे विधान ही संक्षिप्त करा. ते एका टंकलिखित एका पानाच्या तीन चतुर्थांशापेक्षा मोठे नसावे.

३. मिश्र पद्धतीचे उद्देशविधान वापरून एक उद्देश-विधान लिहा. त्यात संख्यात्मक आणि गुणात्मक माहिती एकत्रित करण्याचे कारण, चांगल्या गुणात्मक आणि चांगल्या संख्यात्मक विधानातील अंश समाविष्ट असतील याची खात्री करा.

लेखन सराव

अधिक वाचनासाठी

मार्शल सी. आणि रॉसमन जी.बी (२०११). *डिझायनिंग क्वालिटेटिव्ह रिसर्च* (५वी आवृत्ती). थाऊजंड ओक्स, सीएः सेज.

कॅथरिन मार्शल आणि ग्रेचेन रॉसमन हे अभ्यासाच्या मुख्य हेतूकडे लक्ष वेधतातः अभ्यासाचे प्रयोजन. या विभागात सामान्यतः विषयावरील चर्चा असते आणि ती एक किंवा दोन वाक्यात नमूद केलेली असते. संशोधन कोणते निष्कर्ष सिद्धीस नेईल ते वाचकाला सांगितले जाते. लेखक उद्देशांची वैशिष्ट्ये पुढीलप्रमाणे सांगतात – शोध स्वरूपाची, विवेचनात्मक, वर्तनपर, विमोचनात्मक. याशिवाय ते असेही नमूद करतात की, उद्देश-विधानात विश्लेषणाच्या एककाचा/युनिटचा उल्लेख असतो. उदा. व्यक्ती, जोडी किंवा गट)

क्रेसवेल जे.डब्ल्यू. आणि प्लॅनो क्लार्क व्हि.एल. (२०११) *डिझायनिंग अँड कंडक्टिंग मिक्सड् मेथडस् रिसर्च* (२री आवृत्ती) थाऊजंड ओक्स, सीएः सेज.

जॉन डब्ल्यू क्रेसवेल आणि व्ही. एल. प्लॅनो क्लार्क यांनी मिश्र पद्धतींच्या संशोधनासाठी गोषवारा व प्रस्तावना लिहिली आहे. त्यात संशोधनाची पूर्ण प्रक्रिया येतेः प्रस्तावना लिहिणे, डेटा जमा करणे, डेटाचे विश्लेषण करणे, त्याचा अन्वय लावणे आणि मिश्र पद्धतीने अभ्यासाचे लिखाण करणे. प्रस्तावनेसंबंधीच्या प्रकरणात ते गुणात्मक, संख्यात्मक आणि मिश्र पद्धतीच्या उद्देशविधानांची चर्चा करतात. ते मसुदा देऊ करतात आणि मिश्र पद्धती संरचनेची उदाहरणे, तसेच अशी विधाने लिहिण्यासाठी साधारण मार्गदर्शक तत्त्वे सुचवितात.

विल्किन्सन, ए.एम. (१९९१) द *सायंटिस्टस् हँडबुक फॉर रायटिंग पेपर्स अँड डिझर्टेशन्स.* ईगलवूड क्लिफ्स, एन. जेः प्रेंटिस हॉल

अँटोइनिटी विल्किन्सन या उद्देश-विधानाला संशोधन अभ्यासाचे 'जवळचे उद्दिष्ट' असे म्हणतात. त्यांच्या मते, उद्दिष्टांचा हेतू हा संशोधन प्रश्नाचे उत्तर देणे असला पाहिजे. याशिवाय अभ्यासाचे उद्दिष्ट प्रस्तावनेत नमूद असणे गरजेचे आहे. जरी तो संशोधनाचा विषय म्हणून पूर्णपणे सांगता येतो. जर उद्दिष्ट स्पष्टपणे नमूद केलेले असेल तर ते प्रस्तावनेतील वादविवादाच्या शेवटी आढळेल. ते प्रारंभी, मध्यभागीही आढळू शकते, प्रस्तावनेच्या रचनेवर हे अवलंबून राहील.

प्रकरण सात

संशोधन प्रश्न आणि गृहीतप्रमेये (परिकल्पना)

अभ्यासाच्या नियोजनाबद्दल वाचकाला मार्गदर्शनपर टप्पे सांगण्यासाठी संशोधक त्या नियोजनातील खुणेच्या जागा/टप्पे सांगतो. पहिली खुणेची जागा आहे उद्देश-विधान, जे अभ्यासासाठी मुख्य उद्देश निश्चित करते. पुढची असते 'संशोधनाचे प्रश्न किंवा गृहीतप्रमेये', ज्या उद्देशविधानांना अभ्यासापासून काय शिकायला मिळणार किंवा कोणत्या प्रश्नांची उत्तरे मिळणार अशा भाकितापर्यंत सीमित करतात. हे प्रकरण सुरू होते गुणात्मक संशोधन प्रश्नांची रचना सुचविणाऱ्या अनेक तत्त्वांनी आणि हे प्रश्न लिहिण्यासाठी उपयुक्त असा मसुदा देण्याने! त्यानंतर ते (प्रकरण) वळते संख्यात्मक संशोधन प्रश्नांच्या संरचनेकडे आणि गृहीतप्रमेयाकडे आणि अभ्यासात हे घटक लिहिण्याच्या प्रकारांकडे. हे प्रकरण शेवटी संशोधन विषयांचा आणि गृहीतप्रमेयांचा मिश्र पद्धती अभ्यासातील उपयोग पुढे मांडते आणि एका विशेष अशा एकमेव, मिश्र पद्धतींच्या विषयाचा विकास सुचविते, जो अभ्यासातील संख्यात्मक आणि गुणात्मक भागांना एकत्रित जुळवतो.

गुणात्मक संशोधन प्रश्न

गुणात्मक अभ्यासात पृच्छक संशोधन विषयक प्रश्न मांडतो; उद्दिष्टे नाही. (म्हणजेच, संशोधनासाठीची विशिष्ट ध्येये) किंवा गृहीतप्रमेये (म्हणजेच चले आणि सांख्यिकी चाचण्यांचा समावेश असलेली भाकिते) नाही. ह्या संशोधन प्रश्नांचे दोन प्रकार असतात. (अ) मुख्य प्रश्न आणि (ब) संबंधित उपप्रश्न.

- *संशोधनाबद्दल महत्त्वाचे एक किंवा दोन प्रश्न विचारा.* महत्त्वाचा प्रश्न हा एक व्यापक प्रश्न असतो, जो मध्यवर्ती अनुभवजन्य घटना किंवा अभ्यासातील संकल्पना यांच्या शोधाची विचारणा करणारा असतो. पृच्छक असा प्रश्न विचारून विचारात पाडतो ,जो उदय पावणाऱ्या गुणात्मक संशोधनाच्या पद्धतीशास्त्राशी सुसंगत असतो, एक सर्वसाधारण बाब (मुद्दा), जी सहभागींच्या दृष्टिकोनांवर मर्यादा घालत नाही. या प्रश्नापर्यंत येण्यासाठी (हेतू साध्य करण्यासाठी), या 'अभ्यासात मी कोणता व्यापक प्रश्न विचारू शकेन?' असा प्रश्न विचारा. नवीन संशोधक; जे संख्यात्मक संशोधनात प्रशिक्षित असतात त्यांना या दृष्टिकोनाशी झगडावे लागेल कारण त्यांना उलट (विरुद्ध) बाजूने विचार करण्याची सवय असते. ते थोड्या चलांवर आधारित विशिष्ट, नेमके मर्यादित प्रश्न किंवा परिकल्पनांपुरती संख्यात्मक

अभ्यासाची व्याप्ती सीमित (मर्यादित) करतात. गुणात्मक अभ्यासात मध्यवर्ती घटनेला वेढून टाकणाऱ्या सामान्य, गुंतागुंतीच्या घटकांच्या संचाचा शोध लावणे, तसेच सहभागी व्यक्तींनी व्यापक, भिन्न पद्धतीने निरनिराळ्या भागांचा लावलेला संबंध किंवा अर्थ सादर करणे असा उद्देश असतो. गुणात्मक संशोधनाचे प्रश्न विचारण्यासंबंधीची मार्गदर्शनपर तत्त्वे पुढील प्रमाणे:

● *तुमच्या मुख्य/मध्यवर्ती प्रश्नांबरोबर पाच ते सात उपप्रश्नांपेक्षा जास्त प्रश्न विचारू नका.* प्रत्येक सामान्य मध्यवर्ती प्रश्नापाठोपाठ अनेक उपप्रश्न येतात. ते अभ्यासाच्या महत्त्वाला कमीपणा आणतात. पण प्रश्न विचारण्याची मुभा ठेवतात. माईल्स आणि हबरमान (१९९४) यांनी घालून दिलेल्या मर्यादांमध्ये हा मार्ग योग्यप्रकारे बसतो. संशोधकांनी एकूणच (मुख्य आणि उपप्रश्न) बारापेक्षा जास्त गुणात्मक संशोधनविषयक प्रश्न विचारू नयेत असेही त्यांनी सुचविले आहे. हे उपप्रश्नच पुढे मुलाखतींमध्ये (किंवा निरीक्षणात किंवा दस्तऐवज पडताळून बघताना) खास प्रश्न म्हणून वापरले जातात. मुलाखतीसाठी योग्य असा मसुदा (मूळ टिपण) किंवा मार्गदर्शक विकसित करताना, उदाहरणार्थ, संशोधक सुरुवातीलाच कोंडी फोडणारा प्रश्न विचारू शकतो, त्याच्या पाठोपाठ पाचएक असेच उपप्रश्न अभ्यासात विचारू शकतो (पहा प्रकरण क्र. ९). मुलाखतीचा शेवट मात्र एका सर्वांना अवगुंठीत करणाऱ्या प्रश्नाने किंवा गोळाबेरीज स्वरूपाच्या प्रश्नाने व्हावा किंवा जसे मी माझ्या एका गुणात्मक व्यक्ती-अभ्यासात केले होते तसे विचारा, ''या विषयाबद्दल अधिक जाणून घेण्यासाठी मी कोणाची मदत घेऊ?'' (ॲस्म्युस्सेन आणि क्रेसवेल १९९५)

● *मुख्य मध्यवर्ती प्रश्नाचा संबंध तपासाच्या विशिष्ट गुणात्मक धोरणाशी जोडा.* उदाहरणार्थ, मानवसंस्कृतीशास्त्रातील प्रश्नांचा नेमकेपणा हा अन्य गुणात्मक धोरणांच्या पेक्षा संरचनेच्या या स्थितीत भिन्न असतो. मानवसंस्कृती संबंधित संशोधनात श्री. स्प्रेली (१९८०) यांनी वर्गीकरणासंबंधीचे शास्त्र विकसित केले, ज्यात सांस्कृतिक देवाण-घेवाण गटाच्या लहान सहली, त्यांचे अनुभव, त्यांचा स्थानिक भाषेचा वापर, अन्य सांस्कृतिक गटांमधील फरक आणि माहितीची अचूकता पडताळून पाहण्यासाठी प्रश्न, यांचा अंतर्भाव होता. टीकात्मक मानवसंस्कृतीशास्त्रात उपलब्ध साहित्यावर आधारित संशोधन प्रश्न तयार करता येतात. हे प्रश्न सिद्ध झालेले सत्य ठरविण्यापेक्षा काम करण्यासंबंधीची मार्गदर्शक तत्त्वे बनतात (थॉमस १९९३, पृष्ठ क्र. ३५). याउलट, मानसघटनाशास्त्रात (प्रत्ययवादात) उपलब्ध साहित्याचा किंवा प्रश्नांच्या प्रकाराचा (वर्गीकरणाचा) विशिष्ट संदर्भ न देता ढोबळमानाने प्रश्न उद्धृत केले जातात. मुस्ताकस (१९९४) सहभागी व्यक्तींनी कशाचा अनुभव घेतला आणि कुठल्या संदर्भात किंवा परिस्थितीत त्यांनी तो अनुभव घेतला असे विचारून त्याबद्दल बोलतात. एक मानसघटनाशास्त्रीय उदाहरण असे आहे, 'ज्या आईचे तरुण मूल कॅन्सरने मरणार असेल तर तिला जगण्यासाठी काय शिल्लक राहणार आहे?' (निस्वीडोमी १९९३, पान क्र. १५१). लुस (ग्राऊंडेड) सिद्धान्तात कुठल्याही प्रक्रियेचा सिद्धान्त मांडण्यासाठी प्रश्न उपस्थित केले जाऊ शकतात. उदा. इस्पितळाच्या वातावरणात उपचार करणे आणि रुग्ण परस्परांशी कसे वागतात ती प्रक्रिया शोधून काढणे. गुणात्मक व्यक्ती अभ्यासात 'केस' (व्यक्ती)चे वर्णन आणि त्यांच्या अभ्यासातून निर्माण होणारे वादाचे विषय यांकडे प्रश्नाचा रोख असू शकतो.

● *खुली आणि उदयोन्मुख संरचना सूचित करण्यासाठी संशोधन विषयक प्रश्नांची सुरुवात 'काय' किंवा 'कसे' अशा शब्दांनी करा. 'का'* हा शब्द अनेकदा असे सूचित करतो की संशोधक एखादी गोष्ट का घडते हे स्पष्ट करण्याचा प्रयत्न करतो आहे आणि यावरून मला ती संभाव्य कारण आणि परिणाम विचारसरणी आहे असे सूचित करतो, जिचा संबंध मी *संख्यात्मक* संशोधनाशी लावतो आणि त्यामुळे

सहभागी व्यक्तींसाठी मत व्यक्त करण्यासाठी ती गोष्ट खुली न राहता, त्याच्या स्पष्टीकरणांवर मर्यादा घातल्या जातात.

- *एकाच घटनेवर किंवा संकल्पनेवर अभ्यास एकाग्र करा.* काळाबरोबर अभ्यास जसा-जसा विकसित होत जाईल तसतसे या एकाच घटनेवर परिणाम करणारे अनेक घटक निर्माण होतील, पण अभ्यासाची सुरुवात एकच घटना अधिक तपशीलात जाऊन (खोलवर जाऊन) संपूर्ण एकाग्रतेने करा. मी असे नेहमी विचारतो, ''तुम्हाला जिचा शोध घ्यायचा आहे अशी एकच एक संकल्पना कोणती?''

- *उदयास येणाऱ्या संरचनेची परिभाषा सांगणारी शोधक क्रियापदे वापरा.* ही क्रियापदे वाचकाला, 'तुमचा अभ्यास पुढील गोष्टी करणार आहे' हे सांगतात:

  - घटनांचा अहवाल द्या. (मनन-चिंतन करा) (उदा. वृत्तांतविषयक/कथात्मक स्वरूपाचे संशोधन)
  - अनुभवाच्या गाभ्याचे वर्णन करा. (उदा. मानसघटनाशास्त्र)
  - शोध घ्या. (उदा. लुप्त सिद्धान्त)
  - आकलन करून घेण्याचा प्रयत्न करा. (उदा. मानवसंस्कृती वर्णन)
  - प्रक्रियेचा शोध लावा. (उदा. व्यक्ती अभ्यास)

- *संख्यात्मक संशोधन सूचित करणाऱ्या शोधक क्रियापदांचा उपयोग करा, जी दिशात्मक (रोख दर्शविणारी) असण्यापेक्षा आदेशात्मक असतील. जसे की* परिणाम करणे, प्रभाव पाडणे, ठरविणे, निमित्त (कारण) होणे आणि संबंध जोडणे.

- *निर्माण होणाऱ्या संरचनेच्या कल्पनांशी/समजांशी/धारणांशी सुसंगत असे संशोधन-विषय अभ्यासाच्या दरम्यान उत्क्रांत होत जातील व अनेकदा संशोधन प्रश्नांचा सतत मागोवा घेतला जाईल आणि त्यांची पुनर्रचना केली जाईल.* गुणात्मक संशोधनात अनेकदा असे प्रश्नांचे सतत पुनरावलोकन होत असते आणि त्यात सुधारणा होत असते. (ग्राऊंडेड थिअरीच्या अभ्यासात होते तसे) संख्यात्मक संरचनेची सवय असलेल्या व्यक्तींना असा मार्ग कदाचित त्रासदायक वाटेल कारण संख्यात्मक संरचनेत संशोधन विषय एकदा ठरवल्यावर कायम तेच राहतात आणि संपूर्ण अभ्यासाच्या दरम्यान काधीही बदलत नाहीत.

- *तपासाच्या गुणात्मक धोरणाने सूचित केले नसले, तर साहित्य किंवा सिद्धान्ताचा संदर्भ न देता मुक्त अंत (विश्लेषणात्मक) प्रश्न विचारा.*

- *अद्यापपर्यंत दिली नसेल, तर सहभागी कोण व संशोधन स्थळ कोणते ही माहिती स्पष्ट करा.*

गुणात्मक मध्यवर्ती (मुख्य) प्रश्नासाठीचा एक खास हस्तलिखित मसुदा येथे दिला आहे:

कथात्मक संशोधनासाठी ______________ (''गोष्ट कशी किंवा काय आहे? ''मानसघटनाशास्त्रातील घटनेचा 'अर्थ': सिद्धान्त, जो लुप्त सिद्धान्ताची (ग्राऊंडेड थिअरीची) प्रक्रिया स्पष्ट करतो'': ''मानवसंस्कृती वर्णनासाठी 'संस्कृतीची देवाण-घेवाण करणारा नमुना: ''व्यक्ती–अभ्यासातील'' ''बाब'') ______________ (संशोधन स्थळ) येथे ______________साठी (सहभागी) मध्यवर्ती घटना ______________ ही आहे.

विविध प्रकारच्या धोरणांपासून घेतलेले गुणात्मक संशोधन विषय पुढीलप्रमाणे.

उदा. ७.१ *मानवसंस्कृतीवर्णनातील मुख्य प्रश्न*

फिंडर्स (१९९६) यांनी युरोपियन अमेरिकेन सातव्या इयत्तेतील मध्यम वर्गीय मुलींच्या युवा (पौगंडावस्थेतील वयाच्या) वर्गासाठी असलेल्या मासिकांच्या वाचनाच्या' दस्तऐवजीकरणासाठी संस्कृतीवर्णनपद्धती वापरल्या. या टीन झिन (मासिके) च्या वाचनाचे परीक्षण केल्यानंतर संशोधकाने मुली कनिष्ठ, महाविद्यालयात जातात, तेव्हा त्यांना सामाजिक भूमिका आणि नातेसंबंध यांचे आकलन कसे होते व त्याबद्दलच्या संकल्पना कशा विकसित होतात याचा शोध घेतला. त्यांनी त्यांच्या अभ्यासात एक मार्गदर्शक मुख्य प्रश्न विचारला:

"किती लवकर तरुण मुली काल्पनिक सृष्टीच्या पलीकडील साहित्य वाचण्यास सुरुवात करतात?" (पृष्ठ ७२)

फिंडर्स (१९९६) यांचा मुख्य प्रश्न 'किती' या शब्दाने सुरू होतो. त्यात वाचन करणे(वाचणे) असे मुक्त अंत क्रियापद वापरले आहे: त्याने 'साहित्य किंवा युवा मासिके' ही एकच संकल्पना वापरली आहे. सांस्कृतिक देवाण-घेवाणीचा गट म्हणून किशोरवयीन मुली हा गट वापरला आहे. लेखिकेने तिच्या अभ्यासात ज्याचे उत्तर मिळाले पाहिजे असा हा एक प्रश्न कसा संक्षिप्तपणे शब्दांकित केला आहे हे लक्षात घ्या. सहभागी व्यक्तींना साहित्याच्या वाचनाबद्दल त्यांच्या भिन्न भिन्न यथार्थ दर्शनातील मत-मतांतरे व्यक्त करण्याबाबत सहभागी होण्यास मान्यता देणारा हा एक विस्तृत प्रश्न होता.

उदा. ७.२ *एका व्यक्ती-अभ्यासातील गुणात्मक मुख्य प्रश्न*

पॅड्युला आणि मिलर (१९९९) यांनी एक बहुविध 'व्यक्ती-अभ्यास' केला. ज्यात काही कालखंडाच्या अंतराने पुन्हा शाळेत प्रवेश घेतलेल्या महिलांच्या अनुभवांचे वर्णन आहे. एका मोठ्या मिडवेस्टर्न संशोधन विद्यापिठाच्या मानसशास्त्रातील डॉक्टोरल पदवीसाठी पुन्हा प्रवेश घेतलेल्यांच्या माहितीबाबत तो अभ्यास होता. स्त्रीवादी आणि लिंगवादी दृष्टिकोनातून यथार्थदर्शन उपलब्ध करून महिलांच्या अनुभवांची कागदोपत्री नोंद करणे हा हेतू होता. तपासाला मार्गदर्शक ठरतील असे तीन महत्त्वाचे प्रश्न लेखकांनी विचारले:

(अ) मानसशास्त्राच्या डॉक्टोरल कार्यक्रमातील महिला विद्यार्थी त्यांच्या विद्यापीठात परत जाण्याच्या निर्णयाचे वर्णन कसे करतात? (ब) मानसशास्त्राच्या डॉक्टोरल कार्यक्रमातील महिला विद्यार्थी त्यांच्या पुनर्प्रवेशाच्या अनुभवांचे वर्णन कसे करतात? (क) ग्रॅज्युएट स्कूलमध्ये परतण्याने या महिलांच्या जीवनामध्ये कसा बदल झाला? (पान क्र. ३२८)

वरील तीनही मुख्य प्रश्न (इंग्रजीत विचारले असता) 'कसा/कसे?' या शब्दाने सुरु होतात; त्यांच्यात मुक्त अंत विश्लेषणात्मक क्रियापदे आहेत जसे की, 'वर्णन करा' आणि त्यांच्यात डॉक्टोरल अनुभवाच्या तीन गोष्टींवर भर दिला आहे—विद्यापीठ (महाविद्यालय) वापसी, पुनर्प्रवेश, बदल होणे. त्यांनी सहभागी म्हणून मिडवेस्टर्न संशोधन विद्यापीठातील डॉक्टोरल कार्यक्रमातील महिला असे नमूद केले आहे.

संख्यात्मक संशोधन प्रश्न आणि गृहीत प्रमेये

संख्यात्मक अभ्यासात, संशोधक हे अभ्यासाला आकारबद्ध करण्यासाठी आणि विशेष करून अभ्यासाच्या हेतूला महत्त्व देण्यासाठी संख्यात्मक संशोधन प्रश्न, गृहीतप्रमेये (परिकल्पना) आणि काही वेळा उद्दिष्टे यांचा उपयोग करतात. **'संख्यात्मक संशोधन प्रश्न'** हे, संशोधकांना जाणून घेण्याची इच्छा असते अशा चलांमधील संबंधांचा तपास करतात. सामाजिकशास्त्रातील संशोधनात आणि विशेषकरून सर्वेक्षण स्वरूपाच्या अभ्यासात त्यांचा वारंवार उपयोग केला जातो. या उलट, **संख्यात्मक परिकल्पना** या चलांमधील संबंधांविषयी अपेक्षित निकालांबद्दलची संशोधकाची भाकिते असतात. नमुन्यांमधून गोळा केलेल्या माहितीवर आधारित असलेले लोकसंख्येच्या मूल्यांसंबंधीचे ते अंकात्मक अंदाज असतात. परिकल्पनांच्या चाचणीसाठी सांख्यिकीप्रणाली वापरल्या जातात, ज्यात संशोधक अभ्यास केलेल्या नमुन्यातून लोकसंख्येबद्दलचे अनुमान करतो (या साठी प्रकरण ८ सुद्धा पहा). संशोधक ज्या प्रयोगात गटांची तुलना करतात त्या प्रयोगांत नेहमी परिकल्पनांचा वापर केला जातो. सल्लागार काहीवेळा परिकल्पनांचा वापर औपचारिक स्वरूपाच्या संशोधन प्रकल्पासाठी सुचवितात. जसे की, शोधप्रबंध किंवा प्रबंधातील अभ्यास कोणते वळण घेईल हे सुचविणारे साधन म्हणून! याउलट उद्दिष्टे अभ्यासाची ध्येये किंवा हेतूंकडे निर्देश करतात. संशोधननिधीसाठीच्या प्रस्तावांमध्ये सामान्यपणे ते दिसून येतात पण सामाजिक आणि आरोग्यशास्त्रातील संशोधनात त्यांचा वापर कमी प्रमाणात झालेला आढळून येतो. या कारणांमुळे येथे संशोधनाचे प्रश्न आणि परिकल्पना यांना महत्त्व दिले आहे.

येथे संख्यात्मक संशोधन विषयाच्या मसुद्याचे उदाहरण दिले आहे, जे एका चलाच्या गुणसंख्येच्या निष्पत्ती बद्दल आहे.

> अभ्यासातील _______________ (सहभागींसाठी) _______________ ची (चलाचे नाव सांगा) वारंवारिता आणि फरक विविधता यांची गुणसंख्या किती?

खाली दिलेले उदाहरण एका मसुद्याबाबत आहे जे चलांमधील संबंधाच्या परीक्षणावर भर देणाऱ्या संख्यात्मक संशोधन विषयातील आहे.

> हा _______________ सिद्धान्त (सिद्धान्ताचे नाव द्या) _______________ (स्वतंत्र चल) आणि _______________ (परावलंबी चल) यांच्यातील संबंध स्पष्ट करतो का आणि _______________ (नियंत्रक चल) च्या परिणामांवर नियंत्रण ठेवतो का?

पर्यायाने संख्यात्मक शून्य परिकल्पनेसाठी **निरर्थक गृहीतका**चा एखादा मसुदा पुढीलप्रमाणे असू शकतो:

> _______________ (स्वतंत्र चलावरील नियंत्रण करणारा आणि प्रयोगात्मक गट) यात आणि _______________ (परावलंबी चल) यात विशेष फरक नाही.

चांगले संख्यात्मक संशोधन विषय आणि परिकल्पना लिहिण्यासाठीच्या मार्गदर्शक तत्त्वांमध्ये पुढील गोष्टींचा समावेश होतो.

- संशोधन विषय किंवा परिकल्पनांमध्ये चलांचा वापर खास करून तीन मार्गांपुरताच मर्यादित असतो. संशोधक स्वतंत्र चल गटांची तुलना त्याचा परावलंबी चलावरील परिणाम बघण्यासाठी करू शकतो. (हा एक प्रयोग असू शकतो किंवा ती गटांची एक तुलना असू शकते.) किंवा, संशोधक एक किंवा अधिक स्वतंत्र चलांचा संबंध एक किंवा अनेक परावलंबी चलांशी लावू शकतो. (चलांचा सह-संबंध लावणारे असे हे सर्वेक्षण असू शकते.) तिसरा मार्ग म्हणजे संशोधक स्वतंत्र, मध्यस्थी करणाऱ्या किंवा परावलंबी चलांना असणाऱ्या प्रतिसादांचे वर्णन करू शकतो. (हा वर्णनात्मक अभ्यास होईल.) बहुतेक संख्यात्मक संशोधन या तीनपैकी एक किंवा अधिक प्रकारात मोडते.

- संख्यात्मक संशोधनाचा अत्यंत कठीण प्रकार सिद्धान्ताची कसोटी घेण्यातून उत्पन्न होतो. (पहा प्रकरण ३) आणि सिद्धान्तातील चलांमधील संबंधांतून स्वाभाविकपणे (तर्कशुद्धतेने) संशोधन विषयांचे आणि परिकल्पनांचे तपशील उद्भवतात.

- स्वतंत्र आणि परावलंबी चलांचे मापन स्वतंत्रपणे झाले पाहिजे, एकाच संकल्पनेच्या संदर्भात नाही; ही प्रक्रिया संख्यात्मक संशोधनातील कारण आणि परिणाम तर्क पुनःस्थापित करते.

- जोपर्यंत परिकल्पना या संशोधन प्रश्नांवर आधारित नाहीत, तोपर्यंत अनावश्यकता टाळण्यासाठी, फक्त संशोधन-प्रश्न लिहा किंवा परिकल्पना लिहा, दोन्ही नको. परंपरांवर, सल्लागाराच्या किंवा शिक्षक समितीच्या शिफारशींवर आधारित नमुना निवडा किंवा निष्कर्षांबद्दल पूर्वीचे संशोधन काही भाकित सूचित करते का ते पहा.

- परिकल्पना वापरायच्या असतील तर त्यांच्यासाठी दोन प्रकार उपलब्ध आहेत. (अ) शून्य (निरर्थक) (नल) (ब) पर्यायी. (अल्टरनेट) शून्य परिकल्पना पारंपरिक मार्गाचे प्रतिनिधित्व करते : ते असे भाकित करते की सर्वसाधारण लोकसंख्येत एका चला संबंधीच्या गटांमध्ये कोणतेही संबंध किंवा लक्षणीय भेद असत नाहीत. असे शब्दांकन असे करतात, ''गटांमध्ये कोणताही फरक (किंवा संबंध) नाही.'' शून्य परिकल्पनेचे खालील उदाहरण शून्य परिकल्पनेची स्पष्ट कल्पना देते.

- नियतकालिकांमधील दुसरा लोकप्रिय प्रकार म्हणजे पर्यायी किंवा दिशादर्शक परिकल्पना.

उदा. ७.३ *शून्य परिकल्पना*

स्वमग्न मुलांच्या बाबतीत संशोधक तीन प्रकारच्या सुदृढीकरणाच्या पद्धती वापरून परीक्षण करू शकतो. (अ) मौखिक सूचक शब्द, (ब) बक्षीस, (क) कोणतीही सुदृढीकरण पद्धती न वापरता. संशोधकाने स्वमग्न मुलांचे त्यांच्या भावंडांशी असलेला सामाजिक (सु)संवाद तपासण्यासाठी त्यांच्या वर्तनासंबंधीचे प्रमाण वापरले. सर्वसाधारण सामाजिक परिकल्पना पुढीलप्रमाणे:

> स्वमग्न मुले आणि त्यांची भावंडे यांच्यातील सर्वसाधारण/सामान्य संवादाच्या बाबतीत, मौखिकसूचक शब्द, बक्षीस, सुदृढीकरण न करणे यांच्या परिणमांमध्ये कोणताही लक्षणीय फरक नाही.

संशोधक अपेक्षित निष्कर्षांबद्दल भाकित करतो. हे भाकित संबंधित विषयाच्या पूर्वीच्या साहित्य आणि अभ्यासांवर आधारित असते, जे सामान्य निष्कर्ष सूचित करते. उदाहरणार्थ, संशोधक असा अंदाज

करू शकतो की, 'गट 'ब' पेक्षा गट 'अ' ची गुणसंख्या (स्कोअर) परावलंबी चलासाठी जास्त असेल.' किंवा निष्कर्षांच्या बाबतीत गट 'अ' हा गट 'ब' पेक्षा अधिक बदल दाखवेल.' ही उदाहरणे दिशादर्शक परिकल्पनेची आहेत कारण अपेक्षित अनुमान केलेले आहे. (उदा. जास्त, अधिक बदल) पुढे दिशादर्शक परिकल्पनेचे उदाहरण दिले आहे.

उदा. ७.४ *दिशादर्शक परिकल्पना*

मास्करिन्हास (१९८९) यांनी किनाऱ्यापासून दूर असलेल्या खनन उद्योगातील उद्योग संख्यांच्या मालकी प्रकारांमधील (सरकारच्या मालकीचे, सार्वजनिक आणि खाजगी) फरकाचा अभ्यास केला. या अभ्यासाने खास करून जे फरक शोधून काढले आहेत, ते अंतर्गत बाजारपेठेवरील प्रभुत्व, आंतरराष्ट्रीय बाजारपेठेत स्थान मिळविणे, ग्राहकाभिमुखता या संदर्भातील आहेत. हा अभ्यास नियंत्रित क्षेत्र अभ्यास होता, ज्यात प्रयोगात्मक कार्यप्रणालीसारखी पद्धत वापरली होती.

गृहीतप्रमेय १: खाजगी मालकीच्या उद्योगसंस्थांपेक्षा सार्वजनिक उद्योगसंस्थांचा वृद्धिदर जास्त असेल.

गृहीतप्रमेय २: सरकारी मालकीच्या किंवा खाजगी मालकीच्या उद्योगसंस्थांपेक्षा सार्वजनिक संस्थांना/उपक्रमांना आंतरराष्ट्रीय पातळीवर जास्त संधी असेल.

गृहीतप्रमेय ३: सार्वजनिक किंवा खाजगी मालकीच्या उद्योसंस्थांपेक्षा सरकारी मालकीच्या उद्योगसंस्थांचा अंतर्गत बाजारपेठेत जास्त वाटा असेल.

गृहीतप्रमेय ४: सरकारी मालकीच्या आणि खाजगी मालकीच्या उद्योगसंस्थांपेक्षा सार्वजनिक उद्योगसंस्थांकडे व्यापक उत्पादन मार्ग असतील.

गृहीतप्रमेय ५: सरकारी मालकीच्या उद्योगसंस्थांचे विदेशातील ग्राहक हे सरकारी मालकीचे उपक्रम असण्याची जास्त शक्यता असेल.

गृहीतप्रमेय ६: खाजगी मालकीच्या उद्योगसंस्थांपेक्षा सरकारी मालकीच्या उद्योगसंस्थांचे ग्राहकाधिष्ठित स्थैर्य चांगले असेल.

गृहीतप्रमेय ७: सरकारी मालकीच्या किंवा खाजगी मालकीच्या उद्योगसंस्थांपेक्षा सार्वजनिक उद्योगसंस्था कमी दृश्यमान असण्याच्या संदर्भांच्या बाबतीत अधिक प्रगत तंत्रज्ञान वापरतात. (पृष्ठ क्र. ५८५–५८८)

- पर्यायी विधानाचा दुसरा प्रकार म्हणजे **दिशा दर्शन न करणारी (अदिशादर्शक) परिकल्पना (गृहीतप्रमेय)**, ज्यात भाकित केले जाते, पण फरकाचे नेमके स्वरूप नमूद केले जात नाही. (उदा. वरचे, खालचे, अधिक, कमी) कारण, संशोधकाला पूर्वीच्या साहित्यावरून काय भाकित करावे हे माहीत नसते. अशाप्रकारे संशोधक असे लिहू शकतो की दोन गटांमध्ये 'फरक आहे' दोन्ही प्रकारची गृहीतप्रमेये एकत्रित करणारे उदाहरण पुढे देत आहे:

उदा. ७.५ *अदिशादर्शक आणि दिशादर्शक परिकल्पना*

काही वेळा दिशादर्शक परिकल्पना गटांची तुलना करण्याऐवजी चलांमधील संबंधांचे परीक्षण करण्यासाठी रचल्या जातात, कारण संशोधकाकडे अभ्यासाच्या संभाव्य निकालाबद्दल पूर्वी झालेल्या अभ्यासातील काही पुरावा असतो. उदा. मूरे (२०००) यांनी इस्त्रायली समाजातील धार्मिक आणि धर्मनिरपेक्ष ज्यू आणि अरब स्त्रियांच्या दृष्टीने 'लिंग समानतेच्या' अर्थाचा अभ्यास केला. ज्यू आणि अरब महिलांच्या राष्ट्रीय संभाव्यता नमुन्यात (नॅशनल प्रोबेबलिटी सँपल) लेखकाने तीन परिकल्पना अभ्यासासाठी शोधून काढल्या. पहिली आदेशात्मक/अदिशादर्शक असून शेवटच्या दोन दिशादर्शक, दिशात्मक आहेत.

एच १ (परिकल्पना-१): धार्मिक आणि धर्मनिरपेक्ष अरब आणि ज्यू महिलांमधील लिंगसमानतेच्या संकल्पना ह्या विविध सामाजिक-राजकीय व्यवस्थांशी संबंधित असतात, ज्या त्यांनी स्वीकारलेल्या भिन्न मूल्यपद्धतींना प्रतिबिंबित करतात.

एच२: लिंगसमानता मानणाऱ्या धर्मनिरपेक्ष महिलांपेक्षा लिंगसमानता मानणाऱ्या धार्मिक महिला या सामाजिक राजकीयदृष्ट्या कमी क्रियाशील असतात.

एच३: ज्यू महिलांपेक्षा अरब महिलांमधील लिंगसमानता, धार्मिकता आणि सामाजिक क्रियाशीलता यातील संबंध हे कमकुवत असतात.

- जर अभ्यासात हेतूपूर्वक लोकसंख्याविषयक चले अनुमान करण्यासाठी उपयोगात असणली जात नसतील, तर बिगर-लोकसंख्यात्मक चले (म्हणजेच दृष्टिकोन किंवा वर्तन) ही **मध्यस्थित चले** किंवा **नियामक चले** म्हणून वापरा. ही अशी चले आहेत, जी स्वतंत्र आणि परावलंबी चलांच्या मध्ये स्थित आहेत किंवा ती स्वतंत्र चलाचा परावलंबी चलावरील प्रभाव कमी करतात. संख्यात्मक अभ्यास सिद्धान्त पडताळून घेण्याचा प्रयत्न करतात म्हणून लोकसंख्याविषयक चले (उदा. वय, उत्पन्न पातळी, शैक्षणिक स्तर) या अभ्यासांमध्ये हस्तक्षेप करणारी किंवा मध्यस्थी करणारी किंवा नियमन करणारी चले म्हणून मुख्य स्वतंत्र चलांच्या ऐवजी प्रविष्ट होतात.

- वाचकाला महत्त्वाची चले सहज ओळखता येणे शक्य व्हावे म्हणून प्रश्न किंवा परिकल्पनांमध्ये (गृहीतप्रमेयांमध्ये) एकाच प्रकारचा शब्दांचा क्रम ठेवा. यासाठी महत्त्वाच्या वाक्प्रचारांची पुनरावृत्ती करणे गरजेचे बनते आणि चलांच्या क्रमात स्वतंत्र चले प्रथम आणि शेवटी परावलंबी चले, डावीकडून उजवीकडे या पद्धतीने लिहिणे आवश्यक ठरते. (प्रकरण ६ हे चांगल्या उद्देश-विधानाच्या संदर्भात आहे.) वाक्प्रयोगात 'स्वतंत्र चले प्रथम' अशा शब्दक्रमाचे उदाहरण पुढे देत आहे.

उदा. ७.६ *गृहीतप्रमेयांमध्ये (परिकल्पनांमध्ये) भाषेचा प्रमाणित वापर*

१. महाविद्यालयीन अपारंपरिक-वयस्क विद्यार्थिनींच्या संदर्भात पूरक आधारभूत सेवा आणि शैक्षणिक चिकाटी यात काहीही संबंध नाही.

२. महाविद्यालयीन अपारंपरिक-वयस्क विद्यार्थिनींच्या बाबतीत परिवार आधारप्रणाली आणि शैक्षणिक चिकाटी यात काहीही संबंध नाही.

३. महाविद्यालयीन अपारंपरिक-वयस्क विद्यार्थिनींच्या संदर्भात पूरक आधारभूत सेवा आणि परिवार आधारप्रणाली यांच्यात काहीही संबंध नाही.

वर्णनात्मक प्रश्न आणि गृहीतप्रमेयांसाठी प्रारूप

वर्णनात्मक प्रश्न (कशाचे तरी वर्णन करणारे) व त्यानंतर (नमुन्यावरून लोकसंख्येचा तर्क करणारे) अनुमानिक प्रश्न किंवा गृहीतप्रमेये लेखनासाठी प्रारूपाचा (प्रतिमानाचा) विचार करा. ह्या प्रश्नांमध्ये किंवा गृहीतप्रमेयामध्ये स्वतंत्र आणि परावलंबी चलांचा समावेश असतो. या प्रारूपात लेखक प्रत्येक स्वतंत्र आणि परावलंबी चलासाठी व महत्त्वाच्या मध्यस्थी करणाऱ्या किंवा नियामक चलांसाठी वर्णनात्मक प्रश्न ठरवितो. चले किंवा तुलना होणारे गट यांच्याशी संबंधित अनुमानिक प्रश्न (किंवा गृहीतप्रमेये) या वर्णनात्मक प्रश्नांच्या पाठोपाठ येतात. प्रश्नांच्या अंतिम संचात अनुमानिक प्रश्न किंवा गृहीतप्रमेये समाविष्ट होऊ शकतात, ज्याच्यात चले नियंत्रित केलेली असतात.

उदा. ७.७ *वर्णनात्मक आणि अनुमानिक प्रश्न*

या मार्गाचे (दृष्टिकोनाचे) उदाहरण देण्यासाठी संशोधक एका मोठ्या जिल्ह्यातील मुख्य शाळेतील आठवी इयत्तेतील विज्ञानाच्या वर्गातील विद्यार्थ्यांचे गंभीरपणे विचार करण्याचे कौशल्य (श्रेणीच्या रूपात मोजले जाणारे परावलंबी चल) आणि विद्यार्थ्यांचे यश यांच्यातील संबंधांचे परीक्षण करू इच्छितो. संशोधक, विज्ञानाच्या वर्गातील पूर्वीच्या श्रेणींचा निर्देशक म्हणून उपयोग करून गंभीर विचारसरणीच्या मूल्यमापनाचे नियमन करतो आणि पालकांच्या शैक्षणिक कामगिरीसाठी त्याचा नियंत्रक म्हणून उपयोग करतो. संभाव्य प्रारूपाला अनुसरून संशोधनविषयी प्रश्न पुढीलप्रमाणे लिहिता येतील:

वर्णनात्मक प्रश्न

१. गांभीर्याने विचार करण्याच्या कौशल्याच्या बाबतीत विद्यार्थ्यांचे मूल्यांकन कसे करावे? (स्वतंत्र चलावर भर देणारा वर्णनात्मक प्रश्न)

२. विज्ञानाच्या वर्गांमध्ये विद्यार्थ्यांच्या यशस्वीतेचे स्तर (किंवा श्रेणी) कोणते? (परावलंबी चलावर भर देणारा वर्णनात्मक प्रश्न)

३. विद्यार्थ्यांच्या विज्ञानाच्या वर्गातील आणि त्यांच्या गांभीर्याने विचार करण्याच्या कौशल्याच्या बाबतीत पूर्वीच्या श्रेणी कोणत्या आहेत? ('पूर्वीच्या श्रेणी' या नियमन करणाऱ्या चलावर वर्णनात्मक प्रश्नांचा भर आहे.)

४. आठव्या इयत्तेतील विद्यार्थ्यांच्या पालकांच्या शैक्षणिक कामगिरी/यशप्राप्ती क्षमता काय आहे? (पालकांची शैक्षणिक कामगिरी या नियंत्रक चलावर वर्णनात्मक प्रश्नाचा भर आहे.)

अनुमानिक प्रश्न

१. गांभीर्याने विचार करण्याच्या क्षमतेचा विद्यार्थ्यांच्या कामगिरीशी कसा संबंध आहे? (स्वतंत्र आणि परावलंबी चलांशी संबंधित तार्किक प्रश्न)

(पुढे चालू)

(पुढे चालू)

२. विद्यार्थ्यांच्या कामगिरीवर गांभीयनि विचार करण्याची क्षमता आणि पूर्वीच्या श्रेणी यांचा कसा प्रभाव पडतो? (गांभीयनि विचार करणे, काळाचा निर्देश प्रश्न)

३. गांभीर्यनि विचार करण्याच्या क्षमतेचा (किंवा काळाशी संबंधित काळाच्या विविध टप्प्यांवर गांभीर्यनि विचार करण्याची क्षमता) विद्यार्थ्यांच्या कामगिरीशी काय संबंध आहे? त्याचा आठवीतील मुलांच्या पालकांच्या शैक्षणिक कामगिरीवरील परिणाम नियंत्रित करण्याशी काय संबंध आहे? (स्वतंत्र आणि परावलंबी चलांशी संबंधित तसेच नियंत्रित चलाचे परिणाम करण्यासंबंधित अनुमानिक प्रश्न)

वरील उदाहरणाने सर्व संशोधनविषयक प्रश्न वर्णनात्मक आणि अनुमानिक प्रश्नांमध्ये कसे बसवायचे हे दाखवून दिले आहे. दुसऱ्या उदाहरणात संशोधकाला गटांची तुलना करायची असेल आणि ही तुलना अनुमानिक, तार्किक प्रश्नांमध्ये प्रतिबिंबित होण्यासाठी भाषा बदलू शकते. अन्य अभ्यासात ज्या प्रारूपाचे परीक्षण होत आहे त्यात अधिक जास्त स्वतंत्र आणि परावलंबी चले असू शकतात आणि त्यातून एक मोठी वर्णनात्मक आणि तार्किक/अनुमानिक प्रश्नांची मालिका निष्पन्न होऊ शकते. मी या उदाहरणाने चलांचा उपयोग वर्णन करण्यासाठी तसेच संबंध दाखविण्यासाठी करता येतो हे दाखवून दिले आहे. त्याने प्रश्नांमध्ये स्वतंत्र चले प्रथम स्थानी नंतर परावलंबी चले दुसऱ्या स्थानी व नियंत्रक चले तिसऱ्या स्थानी अशी मांडणी केली आहे. त्याने प्रश्नांमध्ये नियामक चले म्हणून जनसांख्यिकीय (श्रेणी) चा (डेमोग्राफीचा) उपयोग केला आहे; मुख्य चले म्हणून नाही; आणि वाचकाला सैद्धांतिक प्रारूपातून प्रश्न तयार होतात असे गृहीत धरावे लागते.

मिश्र पद्धतीच्या संशोधनाचे प्रश्न आणि परिकल्पना

पद्धतींबद्दलच्या चर्चांमध्ये संशोधकाला मिश्र पद्धतींच्या संशोधनासाठी बेतलेले खास प्रश्न किंवा परिकल्पना आढळून येत नाहीत. असे असले तरी याबद्दल चर्चा सुरू झाली आहे. अभ्यासात किंवा समीक्षेत त्यांचा वापर करण्यासाठी त्यांचे स्वरूप (संरचना) कशी असावी याबद्दल चर्चा सुरू आहे. (क्रेसवेल आणि प्लानो क्लार्क, २०११ ताशाक्कोरी आणि क्रेसवेल २००७). एका सशक्त मिश्र पद्धतींच्या अभ्यासात गुणात्मक प्रश्न, संख्यात्मक प्रश्न किंवा गृहीतप्रमेये आणि मिश्र पद्धतींचे प्रश्न असले पाहिजेत. असे बाह्य स्वरूप आवश्यक आहे कारण मिश्र पद्धती पूर्णपणे फक्त गुणात्मक किंवा संख्यात्मक संशोधनावर अवलंबून नसतात, तर दोन्ही प्रकारच्या तपासावर अवलंबून असतात. संशोधकांनी कोणत्या प्रकारचे प्रश्न सादर व्हावेत याचा विचार केला पाहिजे. तसेच अभ्यासाचे स्वरूप स्पष्ट करण्यासाठी केव्हा व कोणती माहिती अत्यंत गरजेची आहे याचाही विचार केला पाहिजे.

- मिश्र पद्धतींच्या अभ्यासातील उद्देश-विधान सीमित करण्यासाठी आणि केंद्रिभूत करण्यासाठी मिश्र पद्धतींच्या अभ्यासात गुणात्मक आणि संख्यात्मक असे दोन्ही प्रकारचे संशोधन

किंवा परिकल्पनात्मक प्रश्न देणे गरजेचे आहे. असे प्रश्न किंवा परिकल्पना संशोधनाच्या प्रारंभी देणे शक्य आहे किंवा संशोधनाच्या नंतरच्या अवस्थेत जेव्हा ते निर्माण होता तेव्हा देता येऊ शकतात. अभ्यासात पुढे जेव्हा गुणात्मक अवस्थेकडे निर्देश केला जातो तेव्हा गुणात्मक संशोधन प्रश्न निष्पन्न होतात.

- असे प्रश्न किंवा परिकल्पना जेव्हा लिहायच्या असतात तेव्हा या प्रकरणातील चांगले प्रश्न किंवा परिकल्पना लिहिण्यासाठीच्या मार्गदर्शक सूचनांचे पालन करा.

- संशोधनासंबंधीच्या प्रश्नांच्या आणि गृहीतप्रमेयांच्या क्रमाकडे थोडे लक्ष दिले पाहिजे. दोन टप्पे असलेल्या प्रकल्पांमध्ये पहिल्या टप्प्यातील प्रश्न प्रथम आले पाहिजेत. त्यानंतर दुसऱ्या टप्प्याचे प्रश्न, ज्यामुळे वाचकांना प्रस्तावित अभ्यासात कोणत्या क्रमाने त्यांच्याकडे लक्ष दिले जाईल (संबोधले जाईल) हे समजते. एकच टप्पा असलेल्या तपास धोरणांमध्ये प्रश्नांचा क्रम हा संरचनेत ज्या पद्धतीला सर्वात जास्त महत्त्व अथवा प्राधान्य दिले जाते त्यानुसर ठरविता येतो.

- संख्यात्मक प्रश्न/गृहीतप्रमेये आणि गुणात्मक प्रश्नांच्या बरोबरीने **मिश्र पद्धतीच्या संशोधन प्रश्नांचा समावेश** करा, जे संशोधनातील संख्यात्मक आणि गुणात्मक सूत्रांच्या एकत्रीकरणाकडे थेट निर्देश करतात. हा असा प्रश्न आहे ज्याचे उत्तर एकत्रीकरणावर आधारित अभ्यासात मिळेल (पहा क्रेसवेल आणि प्लानो क्लार्क २०११). संशोधन पद्धतींवरील हा एक नावीन्यपूर्ण प्रकारचा प्रश्न आहे आणि त्याला 'संकरीत' (हायब्रीड) किंवा 'संयुक्त' (इंटिग्रेटेड) प्रश्न असे ताशाक्कोरी आणि क्रेसवेल (२००७, पान क्र. २०८) यांनी म्हटले आहे. असा मिश्र पद्धतींचा प्रश्न अभ्यासाच्या सुरुवातीला लिहिला जाऊ शकतो किंवा अभ्यासाच्या दरम्यान तो जेव्हा उद्‌भवेल तेव्हा लिहिला जाऊ शकतो. उदाहरणार्थ एकल टप्पा (सिंगल फेज) अभ्यासात जेव्हा संख्यात्मक आणि गुणात्मक माहिती एकाचवेळी संकलित केली जाते आणि एकत्रित केली जाते, तेव्हा अभ्यासाच्या प्रारंभीच मिश्र पद्धतींचा प्रश्न उपस्थित करता येतो. असे असले तरी दोन टप्पे असलेल्या अभ्यासात एक टप्पा दुसऱ्यावर आधारित रचला जातो तेव्हा मिश्र पद्धतींचे प्रश्न दोन टप्प्यांमधील चर्चेत समाविष्ट होऊ शकतात.

- मिश्र पद्धतींचे प्रश्न वेगवेगळ्या प्रकारे लिहिता येतात. तीन प्रकारांपैकी एक गृहीत धरता येतो. पहिल्या प्रकारात अभ्यासाची पद्धती किंवा प्रणालीबद्दल माहिती देण्याविषयी लिहिता येते. (अभ्यासाच्या सुरुवातीच्या गुणात्मक अवस्थेतून मिळणाऱ्या निष्कर्षांचे स्पष्टीकरण मिळण्यासाठी गुणात्मक माहिती मदत करते का?) दुसऱ्या प्रकारच्या पद्धतीत अभ्यासाचा आशय सांगितला जाईल अशाप्रकारे लिहिले जाते. (उदा. शाळेत काही विद्यार्थी गुंड का बनतात याचे स्पष्टीकरण देण्यास सामाजिक आधाराचे उद्दिष्ट मदत करते का?) (पहा ताशाक्कोरी आणि क्रेसवेल २००७). तिसऱ्या प्रकारात पद्धती आणि आशय एकत्रित केला जातो. विद्यार्थ्यांच्या गुंडगिरीसंदर्भातील गुणात्मक मुलाखतींवर आधारित पुढे जाऊन महिला असे स्पष्ट करते की सामाजिक आधार संख्यात्मकदृष्ट्या मोजला तर गुंडगिरीचे मापन आधारभूत धरून गुंडगिरीला पायबंद घालता येईल का?

- एखाद्या मिश्र पद्धतींच्या अभ्यासात संख्यात्मक, गुणात्मक आणि मिश्र पद्धतींचे प्रश्न कसे सादर करायचे याचा विचार करा. वेगवेगळ्या विभागांमध्ये प्रश्न लिहिणे हा आदर्श प्रकार असू शकेल. जसे की, संख्यात्मक प्रश्न किंवा गृहीतप्रमेये, गुणात्मक प्रश्न आणि मिश्र पद्धतींचे प्रश्न. हा प्रकार तीनही (प्रकारच्या) प्रश्नांच्या संचांचे महत्त्व अधोरेखित करतो आणि मिश्र पद्धतीच्या अभ्यासात एकत्रित आलेल्या स्वतंत्र संख्यात्मक आणि गुणात्मक सूत्रांकडे वाचकाचे लक्ष वेधतो. मिश्र पद्धतींचे

प्रश्न (पद्धती किंवा आशय किंवा दोन्हीचे मिश्रण असलेला कोणता तरी प्रकार) शेवटी लिहा कारण संरचनेतील या घटकावर अभ्यासाची उभारणी होणार आहे.

उदा. ७.८ *मिश्र पद्धतींच्या अभ्यासातील गृहीतप्रमेये (परिकल्पना) आणि संशोधन प्रश्न*

हौट्झ (१९९५) यांनी दोन टप्पे असलेल्या अभ्यासाचे उदाहरण दिले आहे. त्यात प्रत्येक टप्प्याची ओळख करून देणारे विभाग आहेत, ज्यांच्यात संख्यात्मक आणि गुणात्मक संशोधनाची गृहीतप्रमेये स्वतंत्रपणे दिलेली आहेत. त्यांनी स्वतंत्र, विशिष्ट असा मिश्र पद्धतींच्या संशोधनाचा प्रश्न वापरलेला नाही, कारण त्यांच्या प्रकल्पाच्या वेळी अशा प्रकारचा प्रश्न विकसित झालेला नव्हता. एवढेच नाही तर त्यांचा अभ्यास अलवचिक मिश्र पद्धतींच्या चौकशीचा होता. त्यांनी माध्यमिक शाळा (अपारंपरिक) आणि कनिष्ठ उच्च (पारंपरिक) यांच्या सातवी आणि आठवीच्या विद्यार्थ्यांना शिकविण्याच्या पद्धतीतील फरकांचा अभ्यास केला आणि तसेच त्यांच्या (विद्यार्थ्यांच्या) विज्ञान विषयक दृष्टिकोनांचा आणि विज्ञानातील कामगिरीचा अभ्यास केला. त्यांनी अशावेळी अभ्यास केला ज्यावेळी अनेक शाळा दोन वर्षांचे ज्युनियर हायस्कूल या शैक्षणिक संकल्पनेला सोडून तीन वर्षांची मिडलस्कूल (सहावी इयत्ता धरून) या शैक्षणिक संकल्पनेकडे वळत होत्या. या दोन टप्पे असलेल्या अभ्यासात पहिल्या टप्प्यात श्रेणी (प्रमाण) आणि परिक्षेतील गुणसंख्या यांचा उपयोग करून (विद्यार्थ्यांचे) चाचणी-पूर्व आणि चाचणी पश्चात दृष्टिकोन आणि कामगिरीच्या मूल्यमापनाचा समावेश होता. हौट्झ यांनी नंतर विज्ञानाचे शिक्षक, शाळा प्रमुख आणि सल्लागार यांच्या गुणात्मक मुलाखतींचे संख्यात्मक निकाल लक्षात घेतले. पहिल्या टप्प्यात प्राप्त झालेल्या शिकविण्याच्या दोन पद्धतींमधील फरक आणि साम्य स्पष्ट करण्यासाठी या दुसऱ्या टप्प्याची मदत झाली.

पहिल्या टप्प्याच्या संख्यात्मक अभ्यासादरम्यान हौट्झ (१९९५) यांनी त्यांच्या संशोधनाला मार्गदर्शक ठरेल अशी गृहीतप्रमेय (परिकल्पना) मांडले.

> गृहीतप्रमेय असे आहे की, शाळेतील एक विषय म्हणून मिडलस्कूल (माध्यमिक शाळा) आणि ज्युनियर हायस्कूल (कनिष्ठ उच्च वर्ग) मधील विद्यार्थ्यांच्या विज्ञानविषयक दृष्टिकोनात विशेष फरक नसेल. पुढे असे ही गृहीतप्रमेय केले की, विज्ञानातील कामगिरीच्या संदर्भात मिडलस्कूल विद्यार्थी आणि ज्युनियर हायस्कूल मधील विद्यार्थी यांमध्ये फारसा लक्षणीय फरक नसेल. (पृष्ठ क्र. ६३०)

संख्यात्मक अवस्थेची प्रस्तावना म्हणून ही गृहीतप्रमेये अभ्यासाच्या सुरुवातीला आलेली आहेत. गुणात्मक टप्प्याच्या पूर्वी हौट्झ यांनी (१९९५) संख्यात्मक परिणाम अधिक सखोलपणे जाणून घेण्यासाठी प्रश्न उपस्थित केले आहेत. चाचणीपरीक्षेच्या निकालातील कामगिरीबद्दल महत्त्व देत, त्यांनी विज्ञान शिक्षक, प्राचार्य आणि विद्यापीठातील सल्लागार यांच्या मुलाखती घेतल्या आणि तीन प्रश्न विचारले:

> परिवर्तनाच्या स्थितीतील शाळेत माध्यमिक शाळेतील अध्यापनाचे धोरण आणि कनिष्ठ उच्च वर्गांचे अध्यापनाचे धोरण यात सध्या कोणते फरक अस्तित्वात आहेत? तुमच्या विद्यार्थ्यांच्या विधानाबद्दलचा दृष्टिकोन आणि यश यावर या परिवर्तनाच्या काळाचा कसा प्रभाव पडला आहे? शिक्षकांना या बदलाच्या प्रक्रियेबद्दल काय वाटते? (पृष्ठ क्र. ६४९)

मिश्र पद्धतींच्या अभ्यासाचे जवळून परीक्षण केले असता असे दिसते की लेखकाने संख्यात्मक आणि गुणात्मक अशा दोन्ही प्रकारचे प्रश्न समाविष्ट केलेले आहेत, त्यांच्या अभ्यासाच्या प्रत्येक टप्प्यांच्या सुरुवातीला ते स्पष्ट केले आहेत आणि संख्यात्मक गृहीतप्रमेये व गुणात्मक संशोधन विषयक प्रश्न या दोन्हीच्या लिखाणासाठी चांगले घटक वापरले आहेत. जर हौट्झ (१९९५) यांनी मिश्र पद्धतींचा प्रश्न विकसित केला असता तर तो कार्यप्रणालीच्या दृष्टिकोनातून मांडला गेला असता.

शिक्षक, प्राचार्य आणि विद्यापिठीय सल्लागार यांच्या मुलाखती माध्यमिक शाळा आणि कनिष्ठ उच्च वर्गातील विद्यार्थ्यांच्या यशातील संख्यात्मक भेदांचे स्पष्टीकरण देण्यात कशा मदत करतात? (पद्धती प्रधान).

आशय प्रधान मिश्र पद्धतींचा प्रश्न पर्यायाने पुढीलप्रमाणे लिहिला गेला असता:

माध्यमिक शाळेतील विद्यार्थ्यांना कनिष्ठ उच्च वर्गातील विद्यार्थ्यांपेक्षा कमी गुण का मिळतात, हे स्पष्ट करण्यासाठी जे मुद्दे शिक्षकांनी नोंदविले ते कसे उपयुक्त ठरतात? (संकल्पना प्रधान)

उदा. ७.९ *पद्धती आणि आशय यांची भाषा वापरून लिहिलेला एक मिश्र पद्धतींचा प्रश्न*

संयुक्त मिश्र पद्धतींच्या विश्लेषणाद्वारा सी.इ.इ.पी.टी. (CEEPT) मधील प्राप्त गुण आणि विद्यार्थ्यांची शैक्षणिक कामगिरी यातील संबंधाचे भाकित अधिक समावेशक आणि अतिशय सूक्ष्म भेदात्मक प्रकारे समजण्यासाठी किती मर्यादेपर्यंत आणि कशाप्रकारे विद्यार्थ्यांच्या आणि प्राध्यापकांच्या गुणात्मक मुलाखतींची मदत होते? (ली आणि ग्रीने २००७, पृष्ठ क्र.३६९).

मिश्रण करण्यावर केंद्रित झालेले मिश्र पद्धतीच्या प्रश्नाचे हे एक चांगले उदाहरण आहे. यामध्ये एकत्रीकरणाचा उद्देश, गुणात्मक मुलाखती आणि संख्यात्मक डेटा, प्राप्त गुणसंख्या आणि विद्यार्थ्यांची कामगिरी यामधील संबंध याला महत्त्व देऊन एकत्रीकरण केले आहे. हे एकत्रीकरण साध्य करण्याचा प्रयत्न करण्यावर या प्रश्नाने भर दिला आहे. बहुसमावेशक आणि अति सूक्ष्म फरकाचे आकलन (ज्ञान) आणि लेखाच्या शेवटी लेखकांनी या प्रश्नाच्या उत्तराचा दाखला दिला आहे.

सारांश

संशोधनाचे विषय आणि गृहीतप्रमेये उद्देशविधान सीमित करतात आणि वाचकांसाठी मुख्य खुणेचे खांब बनतात. गुणात्मक संशोधक किमान एक मुख्य आणि अनेक उपप्रश्न विचारतात. ते प्रश्नांची सुरुवात कसे किंवा काय अशा शोध दर्शविणाऱ्या क्रियापदांनी करतात. जसे की *शोध घ्या, समजून घ्या* किंवा *शोध लावा.* सहभागी व्यक्तींना त्यांच्या कल्पना स्पष्ट करता याव्यात म्हणून ते व्यापक आणि

साधारण प्रश्न विचारतात. सुरुवातीला ते एका मुख्य स्वारस्य असलेल्या घटनादृश्यावर भर देतात. प्रश्नांमध्ये सहभागींचा आणि संशोधनाच्या स्थानाचा उल्लेख असू शकतो.

संख्यात्मक संशोधक एक तर संशोधन प्रश्न लिहितात किंवा गृहीतप्रमेये लिहितात. दोन्ही प्रकारात चले असतात, ज्याचे वर्णन केले जाते, भिन्न प्रकारे मापन केलेल्या स्वतंत्र आणि परावलंबी चलांबरोबर संबंध जोडले जातात, किंवा तुलना केली जाते. अनेक संख्यात्मक प्रस्तावांमध्ये, लेखक संशोधनविषयक प्रश्नांचा उपयोग करतात. असे असले तरी संशोधनाच्या औपचारिक विधानात गृहीतप्रमेये असतात. ही गृहीतप्रमेये म्हणजे निकालाबद्दलची भाकिते असतात आणि अपेक्षित परिणाम सांगणारी जास्त किंवा कमी कशापेक्षा तरी वरची किंवा खालची पर्यायी गृहीतप्रमेये म्हणून ही लिहिली जाऊ शकतात. ती 'शून्य' (नल) स्वरूपातही सांगितली जाऊ शकतात, जी परावलंबी चलांचा समावेश असलेल्या गटांमध्ये अपेक्षित फरक किंवा संबंध नाही असे दर्शवितात. संशोधक खास करून स्वतंत्र चल (चले) प्रथम लिहितात त्यानंतर परावलंबी चल (चले) लिहितात. संख्यात्मक प्रस्तावातील प्रश्नांचा क्रम ठरविण्याच्या एका प्रारूपात सुरुवातीला वर्णनात्मक प्रश्न व त्या पाठोपाठ चले आणि तुलना करायचे गट यांच्याशी संबंध असणारे तर्काधिष्ठित अनुमानिक प्रश्न येतात.

मी मिश्र पद्धतीच्या संशोधकांना त्यांच्या अभ्यासांमध्ये संख्यात्मक, गुणात्मक आणि मिश्र पद्धतीचे प्रश्न लिहिण्यासाठी उत्तेजन देतो. मिश्र पद्धतीचे प्रश्न, अभ्यासाच्या पद्धतीचे किंवा अभ्यासाचे महत्त्व सांगण्यासाठी किंवा दोन्हीचे महत्त्व सांगण्यासाठी लिहिले जाऊ शकतात आणि हे प्रश्न अभ्यासात वेगवेगळ्या जागी उपस्थित केले जाऊ शकतात. मिश्र पद्धतींच्या प्रश्नंची भर घालून संशोधक संख्यात्मक आणि गुणात्मक घटकांच्या एकत्रीकरणाचे किंवा मिश्रण करण्याचे महत्त्व सांगतो. आदर्श प्रकार तो असेल, ज्याच्यात स्वतंत्र विभागांमध्ये तीन प्रकारचे प्रश्न लिहिले जातील. जसे की एकाच अभ्यासात संख्यात्मक प्रश्न किंवा गृहीतप्रमेये, गुणात्मक प्रश्न आणि मिश्र पद्धतीचे प्रश्न!

लेखन सराव

लेखन सराव

१. गुणात्मक अभ्यासासाठी एक किंवा दोन मुख्य प्रश्न आणि पाच ते सात उपप्रश्न तयार करा.

२. संख्यात्मक अभ्यासासाठी प्रश्नांचे दोन संच तयार करा. पहिल्या संचात अभ्यासातील स्वतंत्र आणि परावलंबी चलांसंबंधीचे वर्णनात्मक प्रश्न असले पाहिजे. दुसऱ्या संचात स्वतंत्र चल (चले) आणि परावलंबी चल (चले) यांचे वर्णन करणारे, संबंध (तुलना) दर्शविणारे प्रश्न असले पाहिजेत. यानंतर या प्रकरणात वर्णनात्मक आणि अनुमानिक प्रश्नांना एकत्रित करण्याचे प्रारूप दिले आहे.

३. मिश्र पद्धतींसाठी संशोधनविषयक प्रश्न लिहा, अभ्यासाच्या पद्धती आणि आशय असा दोन्हींचा समावेश असलेले प्रश्न लिहा.

अधिक वाचनासाठी

मोर्से, जे. एम्. (१९९४) डिझायनिंग फंडेड क्वालिटेटिव्ह रिसर्च, एन. के. डेन्झिन अँड वाय.एस. लिंकन (इडिएस) *हँडबुक ऑफ क्वालिटेटिव्ह रिसर्च* (पृष्ठ क्र. २२०–२३५) थाऊजंड ओक्स, सीए: सेज.

जॅन्सी मोर्से, परिचर्या क्षेत्रातील संशोधक, यांनी गुणात्मक प्रकल्पाच्या नियोजनातील संरचने संबंधी समस्या शोधून काढल्या व त्यांचे वर्णन केले आहे. त्या तपासाच्या वेगवेगळ्या धोरणांची तुलना करतात आणि प्रत्येक धोरणात उपयोगात आणलेल्या संशोधन प्रश्नांच्या प्रकाराचा आलेख काढतात. मानसघटनाशास्त्र आणि मानवसंस्कृती वर्णन यासाठी संशोधनाला अर्थ देणाऱ्या आणि वर्णनात्मक प्रश्नांची गरज असते. लुप्त सिद्धान्तात प्रक्रियेसंबंधी प्रश्न असणे आवश्यक असते. तर संस्कृतीवर्णनशास्त्र आणि संभाषण विश्लेषणात तोंडी प्रतिक्रिया आणि संवाद यांच्याशी संबंधित प्रश्न असतात. त्या असे सुचवितात की संशोधन प्रश्नांच्या शब्दरचनेवरून अभ्यासाचे केंद्रस्थान आणि व्याप्ती ठरते.

ताशाक्कोरी, ए. आणि क्रेसवेल, जे. डब्ल्यू. (२००७), एक्सप्लोरिंग द नेचर ऑफ रिसर्च क्वेश्चन्स इन रिसर्च (एडिटोरिअल). *जर्नल ऑफ मिक्स्ड मेथड्स रिसर्च* १(३) २०७–२११.

मिश्र पद्धतींच्या संशोधनातील संशोधनविषयक प्रश्नांचा उपयोग आणि स्वरूप याकडे संपादकीय निर्देश करते. संशोधनाच्या प्रक्रियेतील संशोधन प्रश्नांच्या महत्त्वाला ते अधोरेखित करते आणि मिश्र पद्धतींच्या प्रश्नांच्या वापराच्या योग्य आकलनाच्या आवश्यकतेची चर्चा करते. मिश्र पद्धतींच्या अभ्यासात संशोधन प्रश्नांची रचना कशा प्रकारे केली जाते याबाबत त्यात विचारणा केली जाते. (पृष्ठ क्र. २०७) तीन प्रकारचे नमुने दिलेले आहेत (अ) स्वतंत्रपणे संख्यात्मक आणि गुणात्मक प्रश्न लिहिणे, (ब) अनेक बाबींचे समावेशन करणारा मिश्र पद्धतींचा प्रश्न लिहिणे (क) संशोधन प्रगत होत असताना अभ्यासातील प्रत्येक (अवस्थेतील) टप्प्यातील संशोधन प्रश्न लिहिणे.

टकमॅन बी. डब्ल्यू (१९९९) *कंडक्टिंग एज्युकेशनल रिसर्च* (५वी आवृत्ती), फोर्ट वर्थ, टी.एक्स.: हारकोर्ट ब्रेस

ब्रूस टकमॅन यांनी गृहीतप्रमेयांच्या रचनेसाठी एक पूर्ण प्रकरण लिहिले आहे. त्यांनी गृहीतप्रमेयांचे मूळ, अनुमानिक सैद्धांतिक स्थितींमध्ये आणि प्रवर्तनिक निरीक्षणांमध्ये शोधले आहे. त्यांनी त्यानंतर पर्यायी व शून्य परिकल्पना अशा दोन्हीच्या व्याख्या आणि उदाहरणे दिली आहेत आणि वाचकांना गृहीतप्रमेये चाचणीच्या प्रक्रियेशी परिचित केले आहे.

प्रकरण आठ

संख्यात्मक पद्धती

आपण आता प्रस्तावना, उद्देश, प्रश्न आणि गृहीतप्रमेये याकडून आपण आता प्रस्तावाच्या पद्धती विभागाकडे वळत आहोत. हे प्रकरण संशोधन प्रस्तावासाठी किंवा अभ्यासासाठी आखलेल्या संख्यात्मक पद्धतीच्या संरचनेतील आवश्यक टप्पे सादर करते, ज्यात सर्वेक्षण आणि प्रायोगिक संरचनेवर विशेष भर आहे. प्रकरण एक मध्ये चर्चा केल्याप्रमाणे या संरचना उत्तरप्रत्यक्षार्थवाद तत्त्वज्ञानाची गृहीते प्रतिबिंबित करतात. उदा. हेतूमूलकता असे सूचित करते की सर्वेक्षण आणि प्रयोगातील प्रश्नांची उत्तरे आणि गृहीतप्रमेये यांच्यासाठी दोन चलांमधील व अनेक चलांतील संबंधांचे परीक्षण करणे महत्त्वाचे आहे. गृहीते व गृहीतकांचा (परिकल्पनांचा) कमीत कमी वापर व संरचना किंवा संख्याशास्त्रीय विश्लेषणाद्वारे कठोर नियंत्रण याद्वारे एखादा सिद्धान्त तपासून बघता येतो. अनुभवावर आधारित निरीक्षणे आणि साधने वस्तुनिष्ठ माहितीतून निष्पन्न होतात. साधनांमधून प्राप्त झालेल्या गुणसंख्येची वैधता व विश्वसनीयता, माहितीच्या अर्थपूर्ण विवेचनाप्रत नेते.

या गृहीतांचा आणि त्यांना अमलात आणणाऱ्या प्रणालींचा संबंध लावताना त्यांच्या संदर्भात ही चर्चा संख्यात्मक संशोधन पद्धतींना, सहसंबंध कार्यकारणभाव तुलनात्मक दृष्टिकोन (कोरिलेशनल अँड कॅज्यूअल कंपॅरिटिव्ह अ‍ॅप्रोचेस) प्रमाणे परिपूर्ण मानत नाही. त्यामुळे सर्वेक्षण आणि प्रयोगांवर भर देता येतो. सर्वेक्षणांवर आधारित संशोधनाबद्दलची माहिती, उत्तम, तपशीलवार संहितेमधून उपलब्ध होते. (उदा. पहा बॅबल, २००७, क्रेसवेल २०१२, फिंक २००२, सॅलँट आणि डिलमन १९९४). प्रयोगात्मक प्रणालींसाठी काही परंपरागत पुस्तके (उदा. कॅम्पबेल आणि स्टॅन्ली १९६३, कुक आणि कॅम्पबेल १९७९), त्याचप्रमाणे काही नवीन संहिता येथे सादर केलेल्या कल्पनांना पुढे नेतात (उदा. बोरूच १९९८, फ्लेड आणि होल २००३, केप्पल आणि विकन्स २००३, लिप्से १९९०, थॉमसन २००६). या प्रकरणात सर्वेक्षण आणि प्रयोगासाठीच्या प्रस्तावामधील पद्धती विभागातील आवश्यक घटकांना महत्त्व दिलेले आहे.

सर्वेक्षण आणि प्रयोगांची निश्चिती

लोकसंख्येच्या (पॉप्युलेशन) नमुन्याचा अभ्यास करून सर्वेक्षण पद्धती लोकसंख्या कल, दृष्टिकोन किंवा मते याबद्दल संख्यात्मक किंवा अंकात्मक वर्णन उपलब्ध करून देते. नमुन्याच्या निष्कर्षावरून, संशोधक लोकसंख्येच्या संदर्भात त्यांचे सामान्यीकरण करतो किंवा अनुमान काढतो. एखाद्या *प्रयोगात,* शोध घेणारा नमुना ओळखून त्यावरून लोकसंख्येच्या बाबतीत सामान्यीकरण करेल. असे असले तरी

प्रायोगिक संरचनेत निष्कर्षांवर परिणाम करू शकतील अशा अन्य सर्व घटकांवर नियंत्रण ठेवून केलेल्या उपचाराचा (हस्तक्षेपाचा) निष्कर्षावरील परिणाम जोखणे हा मूळ उद्देश असतो. नियंत्रणाचा एक प्रकार म्हणून संशोधक, व्यक्तींना गटात सरसकट सामील करतात. जेव्हा एका गटावर उपचार केले जातात; दुसऱ्या गटावर नाही, तेव्हा प्रयोग करणाऱ्याला, निष्कर्षावर उपचारच परिणाम करतो, अन्य घटक नाही असे स्पष्ट करता येते.

सर्वेक्षण पद्धती नियोजनातील घटक

सर्वेक्षण पद्धती विभागाची संरचना एका प्रमाणित नमुन्यासारखी असते. या नमुन्याची असंख्य उदाहरणे विद्वत्तापूर्ण नियतकालिकांमध्ये दिसून येतात आणि ही उदाहरणे प्रारूप म्हणून उपयुक्त ठरतात. पुढील विभागांमध्ये खास घटकांचे तपशील दिले आहेत. प्रस्तावात या घटकांची रचना करताना तक्ता क्र. ८.१ मध्ये दिलेल्या पडताळणी सूचीतील प्रश्नांचा विचार एक सर्वसाधारण मार्गदर्शक म्हणून करा.

तक्ता ८.१ सर्वेक्षण पद्धतीचा नमुना ठरविण्यासाठीची प्रश्नांची पडताळणी सूची

________	सर्वेक्षण पद्धतीच्या संरचनेचा हेतू विषद केला आहे का?
________	ही संरचना निवडण्याची कारणे नमूद केली आहेत का?
________	सर्वेक्षणाचे स्वरूप (क्रॉस सेक्शनल विरुद्ध लॉंग्टिट्यूडिनल) ठरविले आहे का?
________	लोकसंख्या आणि तिचे आकारमान नमूद केले आहे का?
________	लोकसंख्येची स्तरानुसार विभागणी केली जाईल का? केली जाणार असेल, तर कशी?
________	नमुन्यात किती लोकांचा समावेश असेल? कोणत्या आधारावर हा आकार ठरवला गेला?
________	नमुन्यात किती लोकांचा समावेश होण्यासाठी कोणती प्रणाली वापरली जाणार आहे? (निर्हेतुक, हेतुपूर्वक)
________	सर्वेक्षणात कोणती उपकरणे/साधने वापरली जाणार आहेत? ती कुणी विकसित केली आहेत?
________	सर्वेक्षणात निर्देश केलेली आशय क्षेत्रे कोणती? त्यांची परिमाणे कोणती?
________	पथदर्शक प्रकल्प किंवा क्षेत्र-चाचणी सर्वेक्षणासाठी कोणती पद्धत वापरली जाणार आहे?
________	सर्वेक्षण राबविण्याचा कालावधी किती?
________	अभ्यासातील चले कोणती?
________	संशोधन-विषयाशी आणि सर्वेक्षणातील बाबींशी ही चले उलटा-संदर्भ (क्रॉस रेफरन्स) कशाप्रकारे देतील?

	पुढील गोष्टींसाठी माहिती-विश्लेषणात कोणते खास उपाय केले जातील?
(अ)_______	परिणामांचे विश्लेषण केले आहे का?
(ब)_______	प्रतिसादातील पूर्वग्रहावर नियंत्रण ठेवले आहे का?
(क)_______	वर्णनात्मक विश्लेषण केले आहे का?
(ड)_______	मापनामध्ये/परिणामांमध्ये लय पावणारी किंवा निर्बल चले कोणती?
(इ)_______	परिणामांच्या विश्वासार्हतेची पडताळणी केली आहे का?
(ई)_______	संशोधनातील प्रश्नांची उत्तरे देण्यासाठी संख्याशास्त्रीय तर्क वापरला आहे का? किंवा निकालांच्या व्यावहारिक परिणामांचे मूल्यमापन केले आहे का?
_________	निष्कर्षांचे विवेचन कसे केले जाईल?

सर्वेक्षणाची संरचना (सर्व्हे डिझाइन)

प्रस्तावामध्ये किंवा संशोधनयोजनेमध्ये पद्धती संशोधन या विभागाचे सुरुवातीचे भाग वाचकांना सर्वेक्षण पद्धतीच्या संशोधनाचा मूळ उद्देश आणि कार्यकारण परंपरा यांची ओळख करून देऊ शकतात. चर्चेची सुरुवात सर्वेक्षणाच्या हेतूच्या पुनरावलोकनाने आणि प्रस्तावित अभ्यास का निवडला याच्या कार्यकारण परंपरेने करा. या चर्चेमुळे पुढील गोष्टी शक्य होतात:

- संशोधनासाठीच्या सर्वेक्षणाचा उद्देश स्पष्ट करा. हा उद्देश नमुन्यापासून (सँपल) लोकसंख्येसाठी (पॉप्युलेशन) अनुमान काढणे असा असतो, ज्यामुळे या लोकसंख्येची काही वैशिष्ट्ये, दृष्टिकोन आणि वर्तन याबद्दल तर्क करता येतो. सर्वेक्षण पद्धतीवरील लिखाणातून या उद्देशासाठी संदर्भ उपलब्ध करून द्या. (असे अनेक संदर्भ या प्रकरणात आढळतील.)

- अभ्यासासाठी माहिती गोळा करताना सर्वेक्षण पद्धती कशी योग्य आहे ते सूचित करा. या कार्यकारण परंपरेत सर्वेक्षण नमुन्याच्या फायद्यांचा विचार करा. जसे की, विशिष्ट संरचना वापरण्यातील मितव्यय (काटकसर), माहिती संकलनातील अडचणींवर जलद मात इ. व्यक्तींच्या लहान गटावरून मोठ्या लोकसंख्येची वैशिष्ट्ये ओळखण्याच्या फायद्यांची चर्चा करा. (फाऊलर २००९)

- तुमचे सर्वेक्षण कोणत्या प्रकारचे आहे ते दर्शवा. सर्वेक्षण क्रॉस सेक्शनल आहे का, की ज्यामध्ये माहिती ठरविलेल्या विशिष्ट वेळातच गोळा केली जाते; की सर्वेक्षण दीर्घ काळ चालणारे (लॅंग्टिट्युडनल) आहे, ज्यामध्ये माहिती त्याच विशिष्ट विषयावर पुन्हा पुन्हा विविध काळामध्ये गोळा केली जाते.

- माहिती संकलन कशाप्रकारे (कशा स्वरूपात) केले जाईल ते स्पष्ट करा. फाऊलर (२००९) यांनी पुढील प्रकार नमूद केले आहेत: टपालाद्वारा, टेलिफोन, इंटरनेट, व्यक्तिगत मुलाखती किंवा गट व्यवस्थापनाद्वारे (पहा, फिंक २०१२, क्रूगर आणि केसी २००९) साहित्यामध्ये इंटरनेटच्या मदतीने होणारे सर्वेक्षण आणि त्यांचे ऑनलाईन व्यवस्थापन याबाबत व्यापक उहापोह झालेला आहे. (नेसबॅरी २०००, सू आणि रिट्टेर २०१२) माहिती गोळा करण्याची पद्धत कोणतीही असो; तिची बलस्थाने व उणिवा यांबद्दल युक्तिवाद करून तसेच खर्च, माहितीची उपलब्धता आणि उपयुक्तता यांच्याआधारे संशोधन प्रक्रियेमागची कार्यकारण परंपरा दर्शवा. समर्थन द्या.)

संख्याशास्त्रीय लोकसंख्या आणि नमुना संख्या (पॉप्युलेशन आणि सँपल)

पद्धतींच्या विभागात संख्याशास्त्रीय वैशिष्ट्यांनुसार आणि नमुना निवडण्याच्या पद्धतीप्रमाणे योग्य त्या संरचनेच्या प्रकाराचा उत्तमप्रकारे ऊहापोह केलेला आहे.(उदा. बॅबल २००७, फाऊलर २००९) संशोधनाच्या नियोजनात वर्णन करण्यासाठी लोकसंख्या आणि नमुना यांचे आवश्यक पैलू येथे दिलेले आहेत.

- अभ्यासातील लोकसंख्या निश्चित करा. जर तिचे आकारमान निश्चित करणे शक्य असेल तर या लोकसंख्येचे आकारमान विषद करा. येथे संपर्क साधण्याबद्दलची समस्या निर्माण होते. लोकसंख्येतील संभाव्य प्रतिसादकांची मेल लिस्ट किंवा प्रकाशित सूचीची अशाप्रकारच्या नमुन्याच्या चौकटींचा संदर्भ देता येतो.

- या लोकसंख्येच्या नमुन्याची संरचना एक टप्पा किंवा अनेक टप्पे (याला पुंजका किंवा गुच्छ (क्लस्टर) म्हणतात) असणारी आहे का ते तपासून पहा. लोकसंख्या बनविणाऱ्या घटकांची यादी जुळविणे जेव्हा अशक्य किंवा अव्यवहार्य असते तेव्हा क्लस्टर सँपलिंग (नमुन्याचा गुच्छ हा प्रकार आदर्श (उचित) ठरतो (बाब्बी २००७). एक टप्पा नमुनाप्रणाली अशी असते की, ज्यामध्ये लोकसंख्येतील सर्व नावांशी संशोधकाला प्रत्यक्ष संपर्क साधता येतो किंवा त्यातील नमुना निवडूनही संपर्क साधता येतो. अनेक टप्पे असलेल्या क्लस्टरिंग प्रणालीत, संशोधक प्रथम क्लस्टर (गट किंवा गुच्छ) निश्चित करतो, क्लस्टरमधील व्यक्तींची नावे प्राप्त करतो आणि नंतर त्यातील नमुने घेऊन संपर्क साधतो.

- व्यक्तींसाठी निवडीची प्रक्रिया ठरवा. मी *अनियत नमुना (रँडम सँपलिंग)* निवडीची शिफारस करतो कारण त्यात लोकसंख्येतील प्रत्येक व्यक्तीला निवडून येण्याची समान शक्यता (संधी) असते (एक पद्धतशीर किंवा शक्यतादर्शी नमुना). वगळनिगळ न करण्याने (रँडमायेझशन) लोकसंख्येचा प्रतिनिधिक नमुना लोकसंख्येच्या बाबतीत सामान्यीकरणाची क्षमता निर्माण करतो. जर व्यक्तींची यादी मोठी असेल तर निर्हेतुक (अनियत) नमुना घेणे अवघड असते. याला पर्याय म्हणून *पद्धतशीर नमुनाही* (सिस्टिमॅटिक सँपल) **निर्हेतुक (अनियत)** नमुन्याएवढीच अचूकता देतो (फाऊलर २००९). यामध्ये संशोधक यादीमधील अंदाजे क्रमांक निवडून सहजपणे सुरुवात करतो आणि यादीतील 'क्ष' क्रमांक असलेले लोक निवडतो. 'क्ष' क्रमांक सूचीतील लोकांच्या संख्येवरून ठरतो. तो संख्येचा एक अंश असतो. तो यादीतील निवडल्या जाणाऱ्या संख्यांपैकी असतो. (उदा. प्रत्येक ८० लोकांपैकी एक.) शेवटी, नॉनप्रॉबॅबिलिटी सँपल (किंवा *कन्व्हिनियन्स सँपल*) हे कमी इष्ट असते. त्यात त्यांच्या सोयीनुसार आणि उपलब्धतेनुसार प्रतिसादक निवडले जातात.

- नमुना निवडीपूर्वी अभ्यासात संख्याशास्त्रीय लोकसंख्येचे स्तरांमध्ये विभाजन (स्ट्रॅटिफिकेशन) झालेले आहे का ते शोधा. नमुना निवडण्यापूर्वी संख्याशास्त्रीय लोकसंख्येचे स्तरांमध्ये विभाजन करता येणे शक्य व्हावे म्हणून लोकसंख्येतील सदस्यांची गुणवैशिष्ट्ये माहीत असली पाहिजेत. (फाऊलर २००९) स्तरीकरण म्हणजे व्यक्तींची खास गुणवैशिष्ट्ये (उदा. लिंग – स्त्री-पुरुष) यांचे नमुन्यात प्रतिनिधित्व होणे असे नमुने लोकसंख्येतील व्यक्तींना त्यांच्या काही गुणवैशिष्ट्यांसहित खऱ्या प्रमाणात व्यक्त करतात. जेव्हा लोकसंख्येतून लोकांना अनियत पद्धतीने निवडतात, तेव्हा लोकसंख्येत असतील त्याचप्रमाणात त्यांची वैशिष्ट्ये नमुन्यात व्यक्त

होतील किंवा होणार नाहीत; परंतु स्तरीकरण त्यांच्या प्रतिनिधित्वाची खात्री देते. लोकसंख्येचे स्तरीकरण करताना वापरलेल्या गुणवैशिष्ट्यांचा शोध घ्या (उदा. लिंग, उत्पन्नाच्या पातळ्या, शिक्षण). प्रत्येक स्तरात संपूर्ण लोकसंख्येत व्यक्त होणारी वैशिष्ट्ये नमुन्यात त्याच प्रमाणात आहेत ना याची खात्री करा.

- उपलब्ध असलेल्या सूचींमधून नमुना निवडीच्या प्रक्रियेची चर्चा करा. नमुना निवडण्यासाठीची सर्वात कठीण पद्धत म्हणजे रँडम नमुना पद्धतीने व्यक्तींची निवड करणे होय! अनेक प्राथमिक संख्याशास्त्राच्या पुस्तकात या विषयाची चर्चा झालेली आहे. (उदा. ग्राव्हेट्टर आणि वॉलनाऊ २००९)

- नमुन्यात किती लोक आहेत आणि संख्या मोजण्यासाठी कोणती पद्धती वापरली आहे, याचा उल्लेख करा. सर्वेक्षण पद्धतीत, संशोधक सामान्यपणे लोकसंख्येचा एक हिस्सा यावर आधारित नमुन्याचा आकार ठरवितो (उदा. १०%). नमुन्याचा आकार असा निवडा की जो पूर्वी झालेल्या अभ्यासांवर आधारित असेल; पण नेहमीपेक्षा निराळा आणि वैशिष्ट्यपूर्ण असेल, किंवा नमुन्यासाठीच्या आकडेमोडीमध्ये दुर्लक्ष करण्याजोगे चुकांचे जास्तीत जास्त प्रमाण, जे त्यांना वाटते त्यावर नमुन्याचा आकार सहजपणे निश्चित करा. फाऊलर (२००९) म्हणतात, "हे सर्व मार्ग दिशाहीन आहेत." त्याऐवजी ते सुचवितात की, अभ्यासाच्या नियोजनाच्या विश्लेषणाशी नमुन्याचे आकारमान निश्चित करणे निगडित आहे. अभ्यासातील ज्या उपगटांचे विश्लेषण करायचे आहे ते एखाद्याने ठरविणे गरजेचे आहे. त्यानंतर ते असे सुचवितात की, सर्वेक्षणावरील अनेक पुस्तकांमध्ये जो तक्ता आढळतो त्याचा संदर्भ घेऊन (पहा, फाऊलर २००९) नमुन्याचे उचित आकारमान शोधणे उत्तम होय! अशा प्रकारच्या तक्त्यात तीन गोष्टी आवश्यक असतात. (१) दुर्लक्ष करण्याजोगे चुकांचे प्रमाण ठरवा. (जसे की +/– ४%, खात्रीच्या पातळीच्या) हे +(अधिक) किंवा –(उणे) चिन्ह असे दर्शविते की तुमच्या नमुन्याने दिलेलली उत्तरे ही संपूर्ण लोकसंख्येच्या उत्तराशी किती प्रमाणात अचूक म्हणून मिळतीजुळती आहेत. (२) चुकीच्या मर्यादेसाठी (१०० पैकी ९५ किंवा ५% शक्यता) खात्रीची पातळी ठरवा. (३) नमुन्याच्या किती टक्के प्रतिसाद ठराविक प्रकारचा मिळेल याचा अंदाज घ्या. (५०%, ५०/५० हे प्रमाण अत्यंत रुढीमान्य/नेमस्त/मवाळ आहे कारण लोक दोन्ही प्रकारे वागू शकतात.) अशाप्रकारे तुम्ही प्रत्येक गटासाठी आवश्यक असा नमुन्याचा आकार ठरवू शकता. फाऊलरचा (२००९) तक्ता वापरून उदाहरणादाखल, चुकीची सीमा +/–४%, ९५% खात्रीने आणि आपल्या नमुन्यात ५०/५० शक्यता धरून ज्या नमुन्यात आपले वैशिष्ट्य समाविष्ट आहे त्या नमुन्याचे आकारमान ५०० येते.

साधन-सिद्धता (उपकरण योजना)

अचूक माहिती (डेटा) संकल्पनाचा भाग म्हणून प्रस्ताव विकसक प्रस्तावित अभ्यासात वापरल्या जाणाऱ्या सर्वेक्षणाच्या प्रत्यक्षातील साधनांबद्दल तपशीलवार माहिती देतो. पुढील गोष्टी विचारात घ्या:

- माहिती गोळा करण्यासाठी वापरल्या जाणाऱ्या सर्वेक्षणाच्या साधनाचे नाव द्या. हे उपकरण संशोधनासाठी संरचित केले आहे का याची चर्चा करा. ते सुधारित उपकरण आहे किंवा दुसऱ्या कोणीतरी

ते खास उपकरण म्हणून विकसित केले आहे हे पहा. जर ते सुधारित उपकरण असेल तर त्याच्या विकासकाने ते वापरण्यासाठी मान्यता दिली आहे का याचा निर्देश करा. काही सर्वेक्षण प्रकल्पांमध्ये, संशोधक वेगवेगळ्या उपकरणांचे भाग एकत्रित करून उपकरणाची जुळणी करतो. येथेही अन्य उपकरणांचा कोणताही भाग वापरण्यासाठी परवानगी घेणे आवश्यक आहे. याशिवाय सर्वेक्षणासाठी उपकरणे वाढत्या प्रमाणात ऑन लाईन संरचित केली जात आहेत (पहा सू आणि रिट्टर २०१२. सर्व्हेमंकी आणि झूमरँग; याबद्दलच्या माहितीसाठी, तसेच सॉफ्टवेअर व सर्वेक्षण यजमान (होस्ट) निवडताना महत्त्वाच्या निकषांचा विचार करण्यासाठी). अशा प्रकारची तयार साधने वापरून संशोधक त्यांच्यासाठी योग्य अशा टेम्प्लेट्स वापरून त्यांचे सर्वेक्षण लवकर करू शकतात. वेबसाईट्स किंवा इ-मेलद्वारे सहभागींपर्यंत ते पूर्ण करण्यासाठी पाठवू शकतात. यानंतर सॉफ्टवेअर प्रोग्रॅमद्वारे, निष्कर्ष काढून ते संशोधकांपर्यंत वर्णनात्मक, संख्याशास्त्रीय किंवा आलेखाच्या रूपात परत पोहोचवतात. पुढच्या विश्लेषणासाठी निष्कर्ष स्प्रेडशीटवर किंवा डेटाबेसवर उतरवता येतात.

- जर उपलब्ध उपकरणच वापरायचे असेल तर उपकरण वापरून पूर्वी मिळालेल्या गुणसंख्येच्या प्रस्थापित वैधतेची माहिती सांगा. यालाच **संख्यात्मक संशोधनाची सत्यता** प्रस्थापित करण्याच्या लेखकांच्या प्रयत्नांची माहिती देणे असे म्हणतात. उपकरणांच्या वापराने एखाद्याला अर्थपूर्ण आणि उपयुक्त अनुमान करता येईल का? ज्या तीन पारंपरिक वैधतांच्या प्रकारांचा शोध घेतला पाहिजे, त्या म्हणजे (अ) आशय वैधता. (ज्या आशयाचे मापन करणे अपेक्षित आहे, त्यांचे मापन या उपकरणातील मुद्दे (बाबी) करीत आहेत का?) (ब) भाकित (भविष्यसूचक किंवा सुसंगत वैधता) (प्राप्त गुणसंख्या मापनाच्या निकषाचे भाकित करते का? परिणाम/निष्कर्ष/निकाल इतर परिणामांशी सुसंगत आहेत का?), (क) **सिद्धान्त संकल्पनांची वैधता** प्रस्थापित करा (परिकल्पनांतील सिद्धान्त किंवा संकल्पनाचे मापन उपकरणातील बाबी करतात का?). अलीकडील अभ्यासात सिद्धान्त कल्पनांची वैधता हे सत्यतेवर मात करणारे उद्दिष्ट झाले आहे. त्याचा भर व्यवहारात वापरताना प्राप्त गुणसंख्या काही उपयुक्त उद्दिष्ट साध्य करते ना आणि त्यांचे सकारात्मक परिणाम होत आहेत ना यावर असतो (हम्बले आणि झुम्बो १९९६). सर्वेक्षणातील प्राप्त गुणसंख्येची वैधता प्रस्थापित करण्याने संशोधन सर्वेक्षणात ते विशिष्ट उपकरण उपयोगी असेल का हे निश्चित करता येते. या प्रकरणात पुढे चर्चा केल्याप्रमाणे अशा प्रकारची वैधता ही प्रयोगात्मक संशोधकातील वैधता असलेले धोके शोधून काढण्यापेक्षा वेगळी आहे.

- उपकरणाच्या पूर्वी झालेल्या वापरातून मिळालेले निकाल **विश्वासार्ह** आहे का ते नमूद करा. लेखक अंतर्गत सातत्याच्या मापनांबद्दल अहवाल देतात का ते पहा. (घटकांचे प्रतिसाद हे सिद्धान्त संकल्पनांच्या प्रतिसादांशी सुसंगत आहेत का?) तसेच चाचण्या, पुनर्रचाचण्यांच्या परस्परसंबंधांबद्दल लेखक अहवाल देतात का? (दुसऱ्यांदा उपकरण वापरल्यानंतर उपलब्ध झालेली गुणसंख्या ही कालपरत्वे सातत्य दर्शविणारी आहे का?) चाचणी घेताना आणि गुणसंख्या मोजताना त्यात सातत्य होते का तेही पहा. (चुका असतील तर त्या अंमलबजावणीतील निष्काळजीपणाने किंवा गुण मोजण्यातील निष्काळजीपणाने झाल्या आहेत का ते पहा. बोर्ग आणि गॉल २००६)

- जेव्हा कुणी अभ्यासासाठी एखाद्या उपकरणात बदल करतो किंवा उपकरणे एकत्रित करतो तेव्हा नवीन उपकरण पूर्वीची वैधता आणि विश्वासार्हता देईल ना याची माहिती विश्लेषणात पुन:खात्री (पुनर्स्थापना) करून घेणे महत्त्वाचे ठरते.

- उपकरणातील बाबींचा प्रत्यक्ष उपयोग केलेला आहे हे वाचकांना दिसण्यासाठी उपकरणातील नमुना दाखल बाबींचा समावेश करा. प्रस्तावाच्या परिशिष्टात नमुन्याच्या बाबी किंवा पूर्ण उपकरणाचा समावेश करा.

● उपकरणात/दस्तऐवजात महत्त्वाचा आशय असलेल्या विभागांचा निर्देश करा. जसे की, आवरणपत्र (कव्हरिंग लेटर). डिलमॅन (२००७) यांनी आवरण पत्रांमध्ये समाविष्ट करण्यासाठीच्या बाबींची एक उपयुक्त यादी दिली आहे. बाबी (उदा. लोकसंख्याशास्त्रीय बाबी, दृष्टिकोनविषयक बाबी, वर्तनविषयक बाबी, वस्तुस्थितीदर्शक बाबी) आणि समारोपाबाबत सूचना. उपकरणातील बाबींचे मापन करण्यासाठी वापरल्या जाणाऱ्या परिमाणांचा प्रकारही नमूद करा. जसे की, सलग परिमाण, (कंटिन्युअस स्केल) (उदा. *पूर्णपणे सहमत* ते *पूर्णपणे असहमत*) आणि स्पष्ट प्रमाणातील मापन. परिमाणे उदा. हो/नाही, महत्त्वाच्या क्रमवारीच्या दृष्टीने उच्चतम ते नीचतम)

● पथदर्शक किंवा क्षेत्रदर्शक चाचण्यांच्या नियोजनांची चर्चा करा आणि या योजनांची कार्यकारण परंपरा सांगा. उपकरणाद्वारे प्राप्त गुणसंख्यांच्या आशय वैधतेची खात्री करण्यासाठी आणि प्रश्नांमध्ये, स्वरूपामध्ये आणि परिमाणांमध्ये सुधारणा करण्यासाठी अशी चाचणी महत्त्वाची असते. उपकरणाची चाचणी किती लोक घेणार आहेत, आणि उपकरणाच्या अंतिम सुधारणांमध्ये त्यांच्या शिफारशी कशा समाविष्ट करण्याचे नियोजन आहे याचाही निर्देश करा.

● मेलद्वारा होणाऱ्या सर्वेक्षणासाठी,सर्वेक्षणाची अंमलबजावणी करताना उत्तम प्रतिसाद मिळण्याची खात्री असण्यासाठी पाठपुराव्यातील टप्पे निश्चित करा. सालंट आणि डिल्लमन (१९९४) यांनी चार टप्पे (अवस्था) असलेली प्रशासकीय प्रक्रिया सुचविली आहे (पहा डिल्लमन, २००७, अशाच प्रकारची तीन टप्पे असलेली प्रक्रिया). प्रथम मेल-आऊट (पत्र पाठवायचे आहे). नमुन्यातील सर्व सदस्यांना अल्प पूर्वसूचना देणारे पत्र पाठविणे, दुसरी मेल आऊट आहे– आगाऊ सूचना देणाऱ्या पत्राच्यानंतर एका आठवड्याने मेलद्वारा प्रत्यक्ष सर्वेक्षण. तिसरी मेल आऊट म्हणजे पोस्टकार्डच्या मदतीने पाठपुरावा करणे. सुरुवातीच्या प्रश्नावलीनंतर चार ते आठ दिवसांनी नमुन्यातील सर्व सदस्यांना पत्र पाठविणे, चौथी मेल आउट आहे प्रतिसाद न देणाऱ्यांसाठी– ज्यात व्यक्तिश: आवरणपत्र पाठवणे ज्यावर हस्ताक्षरातील स्वाक्षरी आहे. या पत्राबरोबर प्रश्नावली आणि पुरेसे पोस्टेज असलेले पत्ता लिहिलेले परतीचे पाकीट पाठवले जाते. संशोधक दुसऱ्या मेल आऊटच्या तिसऱ्या आठवड्यानंतर चौथे मेल आउट पाठवितात. अशाप्रकारे प्रतिसादासाठी सुरुवात केल्यापासून प्रकल्पाच्या उद्दिष्टांप्रमाणे परिणाम दिसेल असे मानून संशोधक प्रारंभानंतर चार आठवड्यांचा अंमलबजावणीचा कालखंड संपवितो.

अभ्यासातील चले

जरी प्रस्तावाबद्दल वाचणारे उद्देश विधानात आणि संशोधनप्रश्न/गृहीतप्रमेयांच्या (परिकल्पनांच्या) विभागात चलांबद्दल माहिती मिळवत असले तरी या संशोधन पद्धतीवरील प्रकरणात चलांचा संबंध उपकरणावरील विशिष्ट प्रश्न किंवा गृहीतप्रमेयांशी लावणे उपयुक्त ठरते. चले, संशोधन प्रश्न किंवा गृहीतप्रमेये आणि उपकरणातील नमुना बाबी यांचा सर्वेक्षणाच्या उपकरणाशी संबंध जोडला जातो. एक तंत्र आहे, की ज्यामध्ये वाचकाला माहिती संकलन हे, चले आणि प्रश्न/गृहीतप्रमेये यांच्याशी संबंध कसे लावते हे सहजपणे ठरविता येते. एक तक्ता करा आणि चले, प्रश्न किंवा गृहीतप्रमेये यांचे उलट-संदर्भ घेणारी चर्चा आणि सर्वेक्षणातील खास बाबी यांचा समावेश करणारे नियोजन करा. ही प्रक्रिया अशा शोधप्रबंधात विशेष उपयुक्त ठरते जेथे संशोधक मोठ्या प्रमाणावरील संरचनांची चाचणी करतो.

तक्ता ८.२ सर्वेक्षणांतील चले, संशोधन प्रश्न आणि बाबी (घटक)

चलाचे नाव	संशोधन प्रश्न	सर्वेक्षणातील बाबी (घटक)
स्वतंत्र चल १: प्रकाशन पूर्व	वर्णनात्मक संशोधन प्रश्न १: डॉक्टरेट मिळण्यापूर्वी प्राध्यापकाने किती लेखन (पब्लिकेशन्स) केले होते?	पहा प्रश्न क्र. ११,१२, १३, १४ आणि १५. डॉक्टरेट मिळण्यापूर्वी केलेल्या प्रकाशनात नियतकालिकातील लेख, पुस्तके, परिषदांमधील लेख, पुस्तकातील प्रकरणे यांचा समावेश होतो.
परावलंबी चल १: अनुदानाद्वारे अर्थ सहाय्य	वर्णनात्मक संशोधन प्रश्न २: गेल्या तीन वर्षात प्राध्यापकाला किती अनुदान मिळाले आहे?	प्रश्न क्र. १६, १७ आणि १८: प्रतिष्ठाने, केंद्र आणि राज्य सरकारी यांकडून अनुदाने
नियंत्रक चल १: कालावधीची सद्यस्थिती	वर्णनात्मक संशोधन प्रश्न ३: प्राध्यापकाची नोकरीची/संशोधनाची कालमर्यादा (मुदत) ठरलेली आहे का?	पहा प्रश्न क्र. १९ मुदतनिहाय (हो/नाही).
स्वतंत्र चल १ संबंधी: पूर्वीची प्रकाशने यांचा संबंध अनुदान या परावलंबी चलाशी	संबंधित/आनुमानिक/तार्किक प्रश्न ४: पूर्वीच्या कामांचा (लेखनाचा/पब्लिकेशन्सचा परिणाम मिळालेल्या अनुदानांवर झाला आहे का?	पहा प्रश्न क्र. ११, १२, १३, १४, १५ ते प्रश्न १६, १७, १८

माहिती विश्लेषण आणि विवेचन

प्रस्तावात माहिती विश्लेषणातील अंतर्भूत असलेल्या पायऱ्या/टप्पे यांची माहिती द्या. मी पुढील संशोधन सूचनेची शिफारस करतो– विश्लेषणातील पायऱ्यांना एका मालिकेच्या रूपात सादर करा म्हणजे वाचकाला माहिती विश्लेषणाच्या प्रक्रियेत एका पायरीकडून दुसऱ्या पायरीकडे कसा घेऊन जातो याचे संपूर्ण ज्ञान होईल.

पायरी क्र. १. नमुन्यातील कोणत्या सदस्यांनी सर्वेक्षणाची प्रश्नावली भरून परत केली व परत केली नाही अशा माहितीचा अहवाल द्या. प्रतिसाद न देणारे व प्रतिसाद देणारे यांची संख्या आणि टक्केवारी असणारा तक्ता ही माहिती सादर करण्याचे एक उपयुक्त साधन आहे.

पायरी क्र. २. ज्या पद्धतीने **प्रतिसादातील पूर्वग्रह** ठरविला जाणार आहे त्याची चर्चा करा. सर्वेक्षणाला न मिळालेल्या प्रतिसादांचा परिणाम म्हणजे प्रतिसादातील पूर्वग्रह होय! (फाऊलर २००९). पूर्वग्रह म्हणजे ज्यांनी प्रतिसाद दिला नव्हता त्यांनी प्रतिसाद दिला असता तर त्यांच्या प्रतिसादांनी संपूर्ण निकाल मोठ्या प्रमाणावर बदलणे. प्रतिसादातील पूर्वग्रह तपासण्यासाठी वापरलेल्या पद्धतीबद्दल सांगा. जसे की, वेव्ह ॲनालिसिस (तरंग विश्लेषण) किंवा प्रतिसादक/अ प्रतिसादक विश्लेषण. वेव्ह ॲनालिसिसमध्ये संशोधक प्रत्येक सप्ताहात प्रतिसादांची सरासरी बदलत आहे का हे ठरविण्यासाठी निवडक घटकांना मिळणाऱ्या प्रतिसादांचे परीक्षण करतो. (लेस्ली १९७२) प्रतिसादाच्या कालखंडातील शेवटच्या आठवड्यांमध्ये जे सर्वेक्षणाला प्रतिसाद देतात (प्रश्नावली पूर्ण करून परत करतात) ते सगळे जवळ-जवळ प्रतिसादक नसतात असे गृहीत धरल्यास, जर प्रतिसादांमध्ये बदल होऊ लागला तर प्रतिसादात

संभाव्य पूर्वग्रह आहे असे सिद्ध होते. प्रतिसादातील पूर्वग्रह नियंत्रित करण्यासाठी पर्याय म्हणजे प्रतिसाद न देणाऱ्या काही जणांशी फोनव्दारे संपर्क साधणे आणि इतर प्रतिसादकांपेक्षा त्यांचे प्रतिसाद खूप मोठ्या प्रमाणात वेगळे आहेत का ते ठरविणे. प्रतिसादातील पूर्वग्रहासंबंधात केला जाणारा 'प्रतिसादक-अ प्रतिसादक नियंत्रक' अशाप्रकारे तयार होतो.

पायरी क्र. ३. अभ्यासातील सर्व स्वतंत्र आणि परावलंबी चलांसाठी माहितीचे **वर्णनात्मक विश्लेषण** देण्यासाठीच्या योजनेबाबत चर्चा करा. या विश्लेषणाद्वारे या चलांची सरासरी, स्टँडर्ड डेव्हिएशन आणि या चलाच्या गुणसंख्येची रेंज दर्शविता आली पाहिजे. काही संख्यात्मक प्रकल्पांमध्ये, वर्णनात्मक विश्लेषणाशी विश्लेषण संपते. विशेषकरून अधिक प्रगत, अनुमानात्मक विश्लेषणासाठी असलेल्या सहभागींची संख्या खूपच कमी असेल तर!

पायरी क्र. ४. समजा, तुम्ही वर्णनात्मक मार्गांच्या पुढे गेलात असे गृहीत धरले आणि प्रस्तावात मापन असलेले उपकरण असेल किंवा मापन विकसित करण्याचे नियोजन असेल (बाबींचे प्रमाणात एकत्रीकरण), तर ते पूर्ण करण्यासाठी संख्याशास्त्रीय प्रणाली शोधून काढा. (घटक विश्लेषण – factor analysis) मापनांच्या अंतर्गत सातत्यासाठी विश्वासार्हता ताडून पाहण्याच्या साधनांचा उल्लेख करा. (म्हणजेच क्रौनबाच अल्फा स्टॅटिस्टिक)

पायरी क्र. ५. प्रस्तावित अभ्यासातील महत्त्वाचे अनुमानिक (तार्किक) संशोधन प्रश्न किंवा गृहीतप्रमेये (परिकल्पना) यांच्या पडताळणीसाठी संख्याशास्त्र आणि संख्याशास्त्रीय संगणक प्रोग्रॅम शोधून काढा. **अनुमानिक प्रश्न किंवा गृहीतप्रमेये** चलांचा संबंध लावतात किंवा चलांच्या स्वरूपात गटांची तुलना करतात. त्यामुळे लोकसंख्येसाठी नमुन्यावरून अनुमान काढता येते. संख्याशास्त्रीय चाचणीच्या निवडीसाठी कार्यकारण तत्त्व सांगा आणि आकडेवारीशी संबंधित गृहीतांचा उल्लेख करा. तक्ता क्र. ८.३ मध्ये दाखविल्याप्रमाणे ही निवड संशोधन करायच्या प्रश्नांच्या स्वरूपावर (उदा. संबंधित चले किंवा तुलनायोग्य गट जे सुलभ साध्य आहेत), तसेच स्वतंत्र आणि परावलंबी चलांची संख्या आणि नियंत्रित चलांची संख्या यावर आधारित ठेवा (उदा. पहा रूडेस्टम आणि न्यूटन २००७). यानंतर चले उपकरणांमध्ये सलगपणे मोजली जाणार आहेत का (उदा. वय १८ ते ३६) किंवा स्पष्ट संख्या (उदा. स्त्रिया = १ पुरुष = २) याचाही विचार करा. शेवटी नमुन्यापासून मिळालेली गुणसंख्या आलेखाच्या कागदावर मांडली तर ती घंटेच्या आकाराप्रमाणे सामान्यपणे दिसेल की तशी सामान्यपणे दिसणार नाही याचा विचार करा. प्राप्त गुणसंख्या समानपणे विभागली गेली आहे का हे ठरविण्याचे इतर आणखी मार्ग आहेत (पहा क्रेसवेल २०१२). हे घटक एकत्रितपणे संयोजित होऊन संशोधकाला त्याच्या संशोधन प्रश्नांची आणि गृहीतकांची (परिकल्पनांची) उत्तरे देण्यास कोणत्या संख्याशास्त्रीय चाचण्या योग्य होतील हे ठरविण्यास मदत करतात. तक्ता क्र. ८.३ मध्ये मी हे घटक व त्यांची मिश्रणे अनेक सर्वसाधारण संख्याशास्त्रीय चाचण्यांची निवड करण्याकडे कसे नेतात ते दर्शविले आहे. या पुढच्या संख्याशास्त्रीय चाचण्यांच्या प्रकारांसाठी वाचकांनी संख्याशास्त्रीय पद्धती पुस्तकांचा संदर्भ घ्यावा. उदा. ग्राव्हेट्टर आणि वॉलनाझ (२००९).

पायरी क्र. ६. माहिती विश्लेषणातील अंतिम टप्पा म्हणजे संख्याशास्त्रीय चाचण्यातून मिळालेले निष्कर्ष हे तक्ते किंवा आकडेवारीच्या स्वरूपात सादर करणे व निकालांचे विवेचन करणे. संख्यात्मक संशोधनातील विवेचन म्हणजे संशोधकाने संशोधनाचे प्रश्न, गृहीतप्रमेये, यातून निघालेल्या निकालाचा अधिक व्यापक अर्थ सांगत निष्कर्ष काढणे होय! या स्पष्टीकरणात अनेक पायऱ्यांचा समावेश आहे.

तक्ता ८.३ निवडक संख्याशास्त्रीय चाचण्यांच्या निवडीचे निकष

प्रश्नाचे स्वरूप	स्वतंत्र चलांची संख्या	परावलंबी चलांची संख्या	नियंत्रक चलांची संख्या (कोव्हेरिएट्स)	गुणसंख्येचे प्रकार स्वतंत्र/परावलंबी चले	प्राप्तगुणसंख्येचे विभाजन	संख्याशास्त्रीय चाचणी	चाचणीचे निष्कर्ष काय सांगतात
गटांची तुलना	१	१	०	वर्गीय/सलग	सर्वसाधारण	टी टेस्ट	निष्पत्तीच्या स्वरूपात दोन गटांची तुलना
गटांची तुलना	१ किंवा अधिक	१	०	वर्गीय/सलग	सर्वसाधारण	व्हरायन्सचे विश्लेषण	दोनपेक्षा जास्त गटांच्या निष्पत्तींची तुलना
गटांची तुलना	१ किंवा अधिक	१	१	वर्गीय/वर्गीय	सर्वसाधारण	कोव्हरायन्सचे विश्लेषण (ANCOVA)	दोन पेक्षा अधिक गटांच्या निष्पत्तींची तुलना, कंट्रोलिंग फॉर कोव्हेरिएट्स
गटांमधील साहचर्य (अनुबंध)	१	१	०	वर्गीय/सलग	साधारण नाही (असाधारण)	काय स्क्वेअर	वर्गवारीच्या पद्धतीने दोन चलांमधील साहचर्याचे (अनुबंधाचे) (असोसिएशनचे) मापन.
चलांचा संबंध लावणे	१	१	०	सलग/सलग	साधारण	पिअर्सन प्रॉडक्ट मॉमेंट कोरिलेशन	अशा दोन चलांमधील साहचर्यांची मात्रा आणि प्रमाण आणि दिशा सांगते. जे इंटरव्हल (किंवा रेशो) या प्रमाणात मोजले जातात.
चलांचा संबंध लावणे	२ किंवा अधिक	१	०	सलग/सलग	साधारण	मल्टिपल रिग्रेशन	अनेक पूर्वसूचक किंवा स्वतंत्र चले आणि एक निष्पन्न चल यातील नातेसंबंधांबद्दल शिकता येते. निष्पत्तींच्या स्वरूपात अनेकांपैकी एका चलाबद्दल तुलनात्मक भाकीत तो देऊ करतो.

- संशोधनाचे निष्कर्ष हे संशोधनाचे प्रश्न किंवा गृहीतप्रमेये (परिकल्पना) यांच्याशी कसे जुळतात याचा अहवाल द्या. द *पब्लिकेशन मॅन्युअल ऑफ द अमेरिकन सायकॉलॉजिकल असोसिएशन* (अमेरिकन सायकॉलॉजिकल असोसिएशन, ए.पी.ए. २०१०) असे सूचित करते की, निकालांचा परिपूर्ण अर्थ म्हणजे त्याचे विस्तृत वर्णन, *संख्याशास्त्रीयदृष्ट्या चाचण्या घेणे,* विश्वासदर्शक मर्यादा, नमुन्यांचे योग्य आकारमान (संख्या). निकालाच्या या शेवटच्या तीन अहवालांचे अर्थ स्पष्ट करणे महत्त्वाचे आहे. संख्याशास्त्रीय अभ्यसार्थ चाचणी, ही ज्या गुणसंख्येचे निरीक्षण केले आहे, ती एखादा रचना/आकृतिबंध दर्शविते की शक्यता, याच्या मूल्यमापनाचा अहवाल देते. संख्याशास्त्रीय चाचणी ही अर्थपूर्ण मानली जाते.(जर निकाल केवळ योगायोगाने मिळालेले नाहीत, आणि 'परिणाम नाही' असे शून्य गृहीतप्रमेय फेटाळता येते आहे. संशोधक 'परिणाम नाही' साठी नाकारण्याची पातळी निर्धारित करतो. उदा. p = ०.००१ आणि नंतर संख्याशास्त्रीय चाचणी या नाकारण्याच्या मर्यादेत बसते का ते तपासून बघतो. नेहमीप्रमाणे निकालांचा गोषवारा पुढीलप्रमाणे सांगितला जाईल. 'रेस्टॉरंटमध्ये धूम्रपानावर बंदी घालण्याबद्दल स्त्री-पुरुषांच्या दृष्टिकोनाच्या बाबतीत तफावतीचे विश्लेषण केले असता संख्याशास्त्रीयदृष्ट्या मोठा फरक दिसून आला. F (२; ६) = ८.५५, p = ०.००१.'' निकालांसाठी प्रत्यक्षातील पुराव्याचा दोनप्रकारे अहवाल दिला पाहिजे. (अ) नमुन्याचा योग्य आकार, (ब) विश्वासदर्शक मर्यादा. विश्वासदर्शक मर्यादा म्हणजे मूल्यांची अशी एक कक्षा, (रेंज) असते, जी अंदाज व निरीक्षण केलेल्या प्राप्तांकाच्या संबंधीच्या अनिश्चततेच्या पातळीचे वर्णन करते. विश्वासदर्शक मर्यादा ही अनुमान केलेली प्राप्तांक संख्या किती बरोबर आहे ते दर्शविते. जसे की, १०० पैकी ९५ वेळा निरक्षित गुणसंख्या ही मूल्याच्या कक्षेत (रेंजमध्ये) येते. नमुन्याचा **योग्य आकार** हा संख्यात्मक अभ्यासातील गटातील फरक/तफावत किंवा चलांमधील परस्पर संबंधांबद्दलच्या निष्कर्षांचे बल निश्चित करतो. हे वर्णनात्मक संख्याशास्त्र आहे जे खऱ्या (प्रत्यक्षातील) संख्याशास्त्रीय माहितीमधील लोकसंख्येचे प्रतिनिधित्व करते की नाही यावर अवलंबून नसते. वेगवेगळ्या संख्याशास्त्रीय चाचण्यांसाठी नमुन्याचा योग्य आकार ठरविण्याची पद्धत वेगवेगळी (बदलती) असते. दोन किंवा जास्त चलांमधील भेद स्पष्ट करण्यासाठी तो वापरता येतो किंवा गटांच्या सरासरीतील तफावत स्पष्ट करण्यासाठी वापरता येतो. लोकसंख्येला लागू केलेल्या अनुमानाशिवाय तो निकालांचे व्यावहारिक महत्त्व दर्शवितो.

- सरावासाठी किंवा या विषयावरील भावी संशोधनासाठी निकालाच्या परिणामांची चर्चा करा. यासाठी निकालापासून अनुमान आणि निष्कर्ष काढण्याची गरज असते. यात निकालांच्या सैद्धांतिक आणि व्यावहारिक परिणामांची चर्चा अंतर्भूत आहे. संशोधनाच्या प्रश्नांना पाठिंबा होता किंवा नाही यालाही महत्त्व दिले पाहिजे.

उदा. ८.१   *सर्वेक्षण पद्धती विभाग*

सर्वेक्षण पद्धती विभागातील हे एक उदाहरण आहे ज्यात वर उल्लेख केलेल्या बहुतेक पायऱ्या (टप्पे) आढळतात. हा उतारा (पूर्व परवानगीने घेतलेला) एका नियतकालिकातील लेखात आहे जो एका लहान मुक्त कला महाविद्यालयातील विद्यार्थ्यांच्या गळतीवर परिणाम करणाऱ्या घटकांच्या अभ्यासाचा वृत्तांत देतो. (बीन आणि क्रेसवेल १९८०, पान क्र. ३२१–३२२)

(पुढे चालू)

(पुढे चालू)

पद्धती

या अभ्यासाचे स्थान एक लहान (नोंदणीकृत प्रवेश १०००), धार्मिक, सहशैक्षणिक, मुक्त कला महाविद्यालय असून ते १७५,००० लोकसंख्या असलेल्या मध्यपश्चिम शहरातील आहे. *[लेखकांनी संशोधनाच्या स्थानाची आणि लोकसंख्येची संशोधनासाठी मुद्दाम पाहणी (पडताळणी) केली आहे.]*

मागील वर्षी विद्यार्थी गळतीचा दर २५% होता. नवीन प्रवेश घेणाऱ्या आणि दुसऱ्या वर्षात शिकणाऱ्यांमध्ये गळतीचा दर जास्त असल्याने वर्गातून प्रश्नावलींच्या वाटपाद्वारा, जास्तीत जास्त नवीन प्रवेश घेणाऱ्या व दुसऱ्या वर्षात शिकणाऱ्या विद्यार्थ्यांपर्यंत पोहोचण्याचा प्रयत्न करण्यात आला. गळतीच्या संदर्भातील संशोधन असे सूचित करते की, भिन्न भिन्न कारणांमुळे पुरुष आणि महिला महाविद्यालय मध्येच सोडून देतात. (बीन १९७८, इन प्रेस; स्पँडी १९७१). म्हणून मग अभ्यासात फक्त महिलांचे विश्लेषण करण्यात आले.

एप्रिल १९७९ मध्ये, १६९ महिलांनी प्रश्नावल्या भरून परत केल्या. या विश्लेषणासाठी काही संभ्रम निर्माण करणारी चले वगळण्यासाठी १३५ महिलांचा एकजिनसी नमुना निवडण्यात आला. या महिला २५ वर्षे वयाच्या, तरुण, अविवाहित, पूर्ण वेळ अमेरिकन नागरिक आणि कॉकशियन होत्या. (कार्लिंजर, १९७३)

या महिलांपैकी ७१ जणी नवीन प्रवेश घेतलेल्या होत्या, ५५ जणी दुसऱ्या वर्षाच्या विद्यार्थीनी होत्या आणि ९ जणी ज्युनियर पातळीवर शिक्षण घेणाऱ्या होत्या. यातील ९५% विद्यार्थी १८ ते २१ वयोगटातील होते. ACT चाचणीच्या गुणसंख्येनुसार हा नमुना उच्च क्षमतेचे विद्यार्थी अशा पूर्वग्रहाचा आहे/(पक्षपाती आहे) *[लेखकांनी नमुन्याबद्दल वर्णनपर माहिती सादर केलेली आहे.]*

११६ मुद्दे असलेल्या प्रश्नावलीच्या मदतीने माहिती गोळा करण्यात आली. यातील बहुतेक मुद्दे 'खूप कमी प्रमाणात' ते 'खूप जास्त प्रमाणात' अशा मापनावर आधारित होते. अन्य प्रश्न वस्तुस्थितीची माहिती विचारणारे होते; जसे की, ॲक्ट (ACT) गुणसंख्या, हायस्कूल श्रेणी, पालकांचा शैक्षणिक स्तर. या विश्लेषणात वापरली गेलेली माहिती प्रश्नावलीद्वारे मिळालेल्या माहितीमधून उपलब्ध करून घेण्यात आली होती. या महाविद्यालयात वापरण्यापूर्वी ही प्रश्नावली तीन अन्य संस्थांमध्ये विकसित केली गेली होती. तिची चाचणी घेण्यात आली होती. *[लेखकांनी साधनाबद्दल/उपकरणाबद्दल विवेचन केले आहे.]*

घटक विश्लेषणातून या घटकांचे सहअस्तित्व आणि केंद्राभिमुख वैधता (कॅम्पबेल आणि फीस्के १९५२) प्रस्थापित करण्यात आली आणि ती पर्याप्त पातळीची आढळली. घटकांची विश्वासार्हता कोएफीशियंट (सहगुणक) अल्फाच्या मार्फत प्रस्थापित करण्यात आली. सिद्धान्त संकल्पनांचे प्रतिनिधित्व २५ मापनांनी/साधनांनी केले. निर्देशक तयार करण्यासाठी घटकांच्या विश्लेषणाच्या आधारे अनेक बाबी एकत्रित करण्यात आल्या. २७ साधने एकाच बाबीची निर्देशक होती (वैधता आणि विश्वासार्हता) याकडे निर्देश केलेला होता.

डेटा विश्लेषणासाठी मल्टिपल रिग्रेशन आणि पाथ ॲनालिसिस (हैसे १९६९; केरलिंबर आणि पेंढाझौर १९७३) यांचा वापर करण्यात आला होता. कारक संरचनेत (महाविद्यालय) सोडून जाण्याचा उद्देश सर्व चलांवर रिग्रेस (प्रतिगमन/पाठीमागे जाण्याचा कल) दाखवत होता. जो कारक अनुक्रमाच्या मागे होता. सोडून जाण्याच्या उद्देशाशी हस्तक्षेप करणारी चले लक्षणीयरीत्या संबंधित होती, जी नंतर संघटनात्मक चले, वैयक्तिक चले, पर्यावरणविषयक चले आणि पार्श्वभूमीवर असणारी चले यांच्याशी रिग्रेस (अपकर्षित) करण्यात आली. *[माहिती विश्लेषणातील पायऱ्या दर्शविण्यात आल्या होत्या.]*

प्रायोगिक पद्धती नियोजनातील घटक

प्रायोगिक पद्धतीवरील चर्चा एका ठरावीक प्रकारात होते. (अ) सहभागी, (ब) साहित्य, (क) कार्यप्रणाली, (ड) साधने. साधारणपणे हे चार भाग पुरेसे असतात. प्रकरणातील या भागात मी या घटकांचे, त्याच बरोबर प्रायोगिक संरचना आणि संख्याशास्त्रीय विश्लेषण यांच्या माहितीचे पुनरावलोकन करणार आहे. सर्वेक्षणावरील विभागात केल्याप्रमाणे, प्रस्तावाच्या प्रयोगात्मक पद्धतीवरील विभागात ज्या महत्त्वाच्या वादग्रस्त विषयांकडे निर्देश करायचा आहे, त्यांना अधोरेखित करण्याचा येथे उद्देश आहे. तक्ता क्र.८.४ मध्ये दिलेल्या प्रश्नांच्या उत्तरांच्या स्वरूपात वर या मुद्द्यांवर एक सर्वसाधारण मार्गदर्शक प्राप्त होतो.

तक्ता ८.४ प्रयोगासाठीच्या पद्धतीची रचना ठरविण्यासाठीच्या प्रश्नांची पडताळणी सूची

______	अभ्यासातील सहभागी कोण आहेत?
______	सहभागींच्या संदर्भातील निष्कर्ष ज्यासाठी लागू केले जाणार आहेत ती संख्याशास्त्रीय लोकसंख्या कोणती?
______	सहभागींची निवड कशाप्रकारे झाली? रँडम (यादृच्छिक) निवड पद्धती वापरण्यात आली होती का?
______	सहभागींची यादृच्छिक पद्धतीने विभागणी कशी केली जाईल? त्यांची जुळणी कशी केली जाईल?
______	सहभागींपैकी किती जण प्रायोगिक गटात आणि किती जण नियंत्रक गटात सहभागी असतील?
______	अभ्यासातील परावलंबी चल किंवा चले (निष्पन्न होणारे (आउटकम व्हेरियेबल) चल) म्हणजे काय? त्याचे मापन कसे केले जाईल? प्रयोगापूर्वी व नंतर त्याचे मापन केले जाईल का?
______	उपचाराची स्थिती काय आहे? त्याची कार्यवाही कशी करण्यात आली?
______	प्रयोगात चले सहबदली होतील का? त्यांचे मापन कसे केले जाईल?
______	कोणती प्रयोगात्मक संशोधन संरचना वापरण्यात येईल? या संरचनेचे दृश्य प्रारूप कसे दिसेल?
______	अभ्यासाच्या निष्पत्तीचे मोजमाप करण्यासाठी कोणती उपकरणे वापरली जातील? त्याच उपकरणाची निवड का केली? ती कुणी विकसित केली? त्याची वैधता आणि विश्वासार्हता प्रस्थापित झालेली आहे का? त्याच्या वापरासाठी परवानगी घेतली आहे का?
______	कार्यपद्धतीतील पायऱ्या कोणत्या? (उदा. गटासाठी सहभागींची यदृच्छया नियुक्ती, जनसांख्यिकीय माहिती मिळवणे, पूर्व चाचणीचे व्यवस्थापन, उपचाराची अंमलबजावणी, पश्चात चाचणीचे व्यवस्थापन)
______	प्रयोगात्मक संरचना आणि कार्यपद्धतीच्या अंतर्गत आणि बाह्य वैधतेला असलेले संभाव्य धोके कोणते? त्यांचा परामर्श कसा घेतला जाईल?
______	प्रयोगाची पथ-दर्शक चाचणी घेतली जाईल का?
______	माहिती विश्लेषणासाठी कोणत्या प्रकारचे संख्याशास्त्र वापरले जाईल? (उदा. वर्णनात्मक आणि अनुमानिक)?
______	निष्कर्षांचा अर्थ कसा लावला जाईल? (विवेचन कसे केले जाईल?)

सहभागी

प्रयोगात भाग घेणाऱ्या सहभागींची निवड, नियुक्ती आणि संख्या याबद्दल वाचकांना माहिती असली पाहिजे. प्रयोगासाठीच्या पद्धती विभागाबद्दल लिहिताना पुढील सूचनांचा विचार करा:

- सहभागींची निवड प्रक्रिया ही यादृच्छिक आहे किंवा नाही ते (उदा. सोयीनुसार निवड) स्पष्ट करा. संशोधक सहभागींची निवड यादृच्छिक निवड पद्धतीने किंवा यादृच्छिक नमुना पद्धतीने करू शकतात. यादृच्छिक निवड किंवा यादृच्छिक नमुना पद्धतीने, लोकसंख्येपैकी प्रत्येक व्यक्तीला निवड होण्याची समान संधी मिळते. येथे नमुना हा लोकसंख्येचे प्रतिनिधित्व करतो याची खात्री केलेली आहे (केप्पेल आणि विकेन्स २००३). असे असले तरी अनेक प्रयोगात संशोधकाला स्वाभाविकपणे तयार झालेले गट (उदा. वर्गखोली, संस्था, कुटूंब एक घटक म्हणून) किंवा स्वयंसेवक वापरावेच लागतात. त्यामुळे सोयीस्कर नमुनाच शक्य असतो. जेव्हा व्यक्ती यादृच्छिक पद्धतीने नियुक्त केल्या जात नाहीत, तेव्हा त्या प्रक्रियेला **आभासी प्रयोग (क्वाझी-एक्सपरिमेंट)** असे म्हणतात.

- जेव्हा गटांमध्ये व्यक्ती यादृच्छिक पद्धतीने नियुक्त केल्या जातात तेव्हा त्या प्रकियेला **खरा प्रयोग** असे म्हणतात. जर यादृच्छिक पद्धतीने नियुक्ती झाली असेल तर व्यक्तींना उपचार गटांसाठी प्रकल्प यादृच्छिक नियुक्ती कशी करेल याची चर्चा करा. याचा अर्थ असा की सहभागींच्या समूहापैकी पहिली व्यक्ती पहिल्या गटात, दुसरी व्यक्ती दुसऱ्या गटात अशाप्रकारे नियुक्ती केल्याने व्यक्तींच्या नियुक्तीत कोणताही रीतसर पक्षपात होत नाही. ही प्रक्रिया सहभागींच्या वैशिष्ट्यांमधील पद्धतशीर भेद होण्याची शक्यता वगळून टाकते, ज्याचा एरवी निकालावर परिणाम झाला असता. निकालातील फरक प्रयोगात्मक उपचारामुळे आहेत हे सिद्ध करता येते. (केप्पेल आणि विकेन्स २००३)

- प्रायोगिक संरचनेची वैशिष्ट्ये शोधून काढा जी निष्कर्षांवर परिणाम करणाऱ्या चलांवर व्यवस्थितपणे नियंत्रण ठेवतील. यासाठी एक मार्ग आहे तो म्हणजे प्रयोगाच्या सुरुवातीलाच समान प्रकारचे गट बनवणे, ज्यामुळे कोणत्याही सहभागींचा निष्कर्षांवर परिणाम होणार नाही. उदा. संशोधक सहभागींची त्यांच्या विशेष लक्षण किंवा वैशिष्ट्यानुसार जोडी जुळवितात आणि नंतर अशाप्रकारे प्रत्येक जोडणी केलेल्या संचातून एकेका व्यक्तीला एकेका गटात नियुक्त करतात. उदा. चाचणीपूर्व गुणसंख्या प्राप्त करता येईल. पूर्वचाचणीमध्ये उच्च, मध्यम, आणि कमी अशाप्रकारे गुण मिळविलेल्यांना समान संख्येमध्ये गटांमध्ये नियुक्त केले जाऊ शकते. याला पर्याय म्हणून मेळ जुळविण्यासाठी पात्रतेच्या पातळ्या किंवा लोकसंख्याविषयक चले हे निकष असू शकतात. संशोधक जुळणी न करण्याचेही (समानतेने गट न बनविण्याचे) ठरवू शकतो कारण ते खूप खर्चिक आहे. वेळखाऊ आहे (सॅलकाईंड १९९०) आणि सहभागी प्रयोग सोडून गेल्यास, त्याचे गट हे तुलना करण्यायोग्य राहत नाहीत (रोझेनथल आणि रॉसनॉऊ १९९५). प्रयोगांमध्ये नियंत्रण करण्यासाठीच्या अन्य पद्धतींमध्ये सहचलांचा वापर (उदा. चाचणीपूर्व गुणसंख्या) मध्यस्थी करणारी चले म्हणून करणे आणि त्यांचे संख्याशास्त्रीय परिणाम नियंत्रित करणे, एकजिनसी नमुन्याची निवड करणे किंवा सहभागींची उपगटांमध्ये विभागणी करणे किंवा वर्गवारी करणे आणि प्रत्येक उपगटाच्या निष्कर्षांवरील होणाऱ्या परिणामांचे विश्लेषण करणे (क्रेसवेल २०१२) यांचा समावेश होतो.

- वाचकाला प्रत्येक गटातील सहभागींची संख्या आणि प्रत्येक गटाचे आकारमान ठरविण्यासाठीच्या पद्धतशीर प्रक्रियांची माहिती द्या. प्रयोगात्मक संशोधनामध्ये गटांसाठी नमुन्याचा

योग्य आकार ठरविण्यासाठी संशोधक पॉवर ॲनालिसिसचा वापर करतात (लिप्से १९९०). या आकडेमोडीमध्ये पुढील गोष्टींचा समावेश होतो.

- ○ प्रयोगाच्या संख्याशास्त्रीय अर्थपूर्णतेच्या पातळीचा विचार किंवा अल्फा.
- ○ अभ्यासातील अपेक्षित बलाबल—सामान्यत: उच्च, मध्यम, कमी अशाप्रकारे दर्शविले जाते—आकडेवारीसहित नमुना असलेल्या शून्य गृहीतप्रमेयाच्या (परिकल्पनेच्या) संख्याशास्त्रीय चाचणीसाठी जेव्हा शून्य गृहीतप्रमेय हे वस्तुत: खोटे असते.
- ○ नमुन्याचा योग्य आकार, नियंत्रक आणि प्रयोगात्मक गटांच्या सरासरीतील अपेक्षित तफावती ज्या स्टँडर्ड डेव्हिअशनच्या अंकाद्वारे व्यक्त केल्या जातात.

● संशोधक या तीन घटकांचे मूल्य निर्धारित करतो.(उदा. अल्फा = ०.०५, पॉवर = ०.८० आणि नमुन्याचा योग्य आकार = ०.५०) आणि त्याप्रमाणे प्रत्येक गटासाठी आवश्यक असणारा आकार तक्त्यामध्ये बघू शकतो (पाहा कोहेन, १९७७, लिप्से १९९०). प्रयोगाचे नियोजन अशाप्रकारे केले जाते की प्रत्येक उपचार गटातील संख्या (गटाचा आकार) खूपच संवेदनशीलता दर्शवतो. इतकी, की खरे तर प्रायोगिक चलाखीने अभ्यासात इच्छित परिणाम घडवून आणले जातात.

चले

प्रयोगातील चलांचे स्पष्टीकरण देणे गरजेचे आहे ज्यामुळे वाचकांना कोणत्या गटांना प्रयोगात्मक उपचार मिळत आहेत आणि कोणत्या निष्पत्तीचे (परिमाणांचे) मापन होत आहे हे स्पष्ट होते. प्रस्तावातील चले विकसित करण्यासाठी काही सूचना येथे देत आहे:

● प्रयोगातील स्वतंत्र चलांची स्पष्टपणे ओळख करून द्या. (प्रकरण ३ मधील चलांवरील चर्चेचे पुन:स्मरण करा.) एक स्वतंत्र चल हे उपचार चल (ट्रीटमेंट व्हेरिएबल) असलेच पाहिजे. संशोधकाकडून एक किंवा जास्त गटांकडून प्रायोगिक इच्छित हालचाल घडवून आणली जाते. अन्य स्वतंत्र चले ही साधी मापन झालेली चले असू शकतात, ज्यांच्यात इच्छित हालचाली/घडामोडी घडवून आणता येत नाहीत. (सहभागींचे दृष्टिकोन किंवा वैयक्तिक गुणविशेष). याशिवाय अन्य स्वतंत्र चलांचे संख्याशास्त्रीय पद्धतीने नियंत्रण होऊ शकते. जसे की, लोकसंख्येविषयीचे चल.(उदा. लिंग किंवा वय). पद्धती विभागाने प्रयोगातील सर्व स्वतंत्र चलांची यादी केली पाहिजे आणि त्यांना स्पष्टपणे ओळखले पाहिजे.

● प्रयोगातील परावलंबी चल किंवा चले (म्हणजेच निष्पत्ती) ओळखा. परावलंबी चल हा प्रतिसाद आहे किंवा निकष आहे जो अन्य स्वतंत्र उपचार पद्धती आणि अन्य कोणत्याही स्वतंत्र चलांच्या प्रभावाने निर्माण होतो असे गृहीत धरले आहे. रोझेनथल आणि रोस्नो (१९९१) यांनी तीन मूळ निष्कर्षांवर आधारित साधने उपलब्ध केली आहेत. (अ) निरीक्षण केलेल्या बदलाची दिशा, (ब) बदलाचे प्रमाण आणि (क) किती सहजपणे सहभागी बदलतो ते. (उदा. एक-विषय संरचनेत सहभागी अनुकूल प्रतिसाद पुन्हा मिळवतो)

उपकरणयोजन आणि साधन आणि सामुग्री

प्रयोगाच्या दरम्यान कार्यपद्धतींच्या चाचणीपूर्व किंवा चाचणीपश्चात (किंवा दोन्ही) अवस्थेत एखादा निरीक्षणे करतो किंवा उपकरणे वापरून साधने मिळवतो. संशोधनाच्या निकोप नियोजनासाठी साधन किंवा साधनांबद्दल सखोल चर्चेची आवश्यकता आहे. त्यांच्या विकासाची, त्यांच्या बाबी/घटक, त्यांचे परिणाम, पूर्वीच्या वापराबद्दलच्या प्राप्तांकाची विश्वसनीयता आणि वैधतेचे अहवाल याबद्दलची चर्चा होणे आवश्यक आहे. संशोधकाने प्रायोगिक उपचारासाठी कोणते साहित्य वापरले याबद्दल अहवाल दिला पाहिजे. (उदा. प्रयोगातील गटाला दिलेला विशिष्ट कार्यक्रम किंवा विशिष्ट कामे)

- प्रयोगात सहभागींनी पूर्ण केलेल्या साधनाचे किंवा साधनांचे वर्णन करा जी प्रयोगापूर्वी किंवा त्याच्या शेवटी पूर्ण केलेली (भरून दिली) होती त्याचे वर्णन करा. साधनावरील प्राप्त गुणसंख्येची प्रस्थापित वैधता आणि विश्वासार्हता दर्शवा. तसेच ते कोणी विकसित केले व ते वापरण्यासाठी काही परवानगींची आवश्यकता होती का ते सूचित करा.
- प्रायोगिक उपचारासाठी जे साहित्य वापरले गेले, त्याची समग्रपणे चर्चा करा. उदा. एखाद्या शिक्षकाने वर्गात उपयोजिलेल्या 'संगणकाचा उपयोग असलेल्या विशेष अध्ययन नियोजनात' एखादा गट भाग घेऊ शकतो. या नियोजनात हस्तपत्रके, पाठ तसेच या प्रयोगात भाग घेणाऱ्या विद्यार्थ्यांना संगणकांचा वापर करून विषयाचे अध्ययन कसे करावयाचे यासाठी मदत करण्यासाठी म्हणून काही विशेष लेखी सूचना यांचा समावेश असू शकतो. या साहित्यासाठी तसेच ठराविक पद्धतीने या साहित्याच्या प्रशासन व्यवस्थापनेसाठी प्रशिक्षणाची आवश्यकता आहे का हे पाहण्यासाठी पथदर्शक चाचणी घेण्याविषयी चर्चा होऊ शकते. प्रायोगिक गटाला बदल जाणवू न देताही साहित्याचे व्यवस्थापन होऊ शकते याची हमी देणे हा या पथदर्शक चाचणीचा उद्देश आहे.

प्रायोगिक कार्यपद्धती

विशिष्ट प्रायोगिक संरचनेची कार्यपद्धती निश्चित करणेही आवश्यक आहे. प्रयोगाचा एकंदर प्रकार, संरचनेसाठीची कारणे देणे आणि वाचकाला संरचना समजावून घेता यावी यासाठी चित्रदर्शी प्रारूप तयार करणे या गोष्टींचा या चर्चेमध्ये समावेश होतो.

- प्रयोगासाठी कार्यपद्धतीच्या खास संरचनेची निश्चिती करणे आवश्यक आहे. प्रयोगांसाठी उपलब्ध असलेले प्रकार म्हणजे प्रयोगपूर्व संरचना, आभासी-प्रयोग, प्रत्यक्षातील प्रयोग, एकक-विषय संरचना. प्रयोगपूर्व संरचनेत, संशोधक एकाच गटाचा अभ्यास करतो आणि प्रयोगात हस्तक्षेपाची तरतूद करतो. या संरचनेत प्रयोगात्मक गटाशी तुलना करण्यासाठी नियंत्रण गट असतो. आभासात्मक प्रयोगांमध्ये, संशोधक नियंत्रण आणि प्रयोगात्मक गटांचा वापर करतो. पण गटांमध्ये यादृच्छिक सहभागींना नियुक्त करत नाही. (उदा. संशोधकाला ते अबाधित गट म्हणून उपलब्ध होऊ शकतात.) प्रत्यक्ष प्रयोगात संशोधक उपचारार्थ गटांमध्ये सहभागींना यादृच्छिक पद्धतीने नियुक्त करतो. **एकक-विषय/वस्तू संरचनेत** किंवा *एन* ऑफ वन (*N* of 1) संरचनेत एकाच व्यक्तीच्या किंवा संख्येने कमी असलेल्या व्यक्तींच्या वर्तनाचे काही काळासाठी निरीक्षण समाविष्ट असते.
- प्रयोगात कशाची तुलना होत आहे याचा शोध घ्या. अनेक प्रयोगांमध्ये, ज्यांना 'विषयांतर्गत संरचना' असे म्हटले जाते त्या (बिटविन सब्जेक्ट डिझाईन) प्रकारात, संशोधक दोन किंवा अधिक

गटांची तुलना करतो(केप्पेल आणि विकेन्स २००३; रोझेन्थल आणि रॉसनॉऊ १९९१). उदा. वस्तुनिष्ठ संरचना प्रयोगात बिटविन-ग्रुप संरचनेतील फरकासाठी उपचार चलांचे निष्पत्तीवर स्वतंत्र आणि एकाचवेळी होणाऱ्या परिणामांच्या परीक्षणासाठी दोन किंवा अधिक उपचार चलांचा समावेश, प्रत्येक उपचाराचे परिमाण स्वतंत्रपणे आणि एकत्रितपणे वापरलेल्या चलांचे परिणामही शोधून काढते आणि त्यातून एक समृद्ध आणि बहुआयामी समज उपलब्ध करून देते (व्हॉट २०११). मोठ्या प्रमाणावर वापरल्या जाणाऱ्या या वर्तनात्मक संशोधन संरचनेत प्रत्येक परिमाणाचा शोध स्वतंत्रपणे घेतला जातो. तसेच अनेक चलांच्या एकत्रित परिणामाचाही शोध स्वतंत्रपणे घेतला जातो. याद्वारे एक समृद्ध आणि बहुआयामी मत उद्धृत करता येते. अन्य प्रयोगात संशोधक एकाच गटाचा अभ्यास करतो ज्याला गटांतर्गत संरचना असे म्हणतात. उदा. रिपिटेड मेझयर्स डिझाईनमध्ये प्रयोगाच्या दरम्यान सहभागींना वेगवेगळ्या वेळी वेगवेगळे उपचार दिले जातात. गटांतर्गत संरचनेचे दुसरे उदाहरण म्हणजे एका कालखंडासाठी एका व्यक्तीच्या वर्तनाचा अभ्यास करणे. ज्या काळात प्रयोग करणारा, उपचाराचा परिणाम ठरविण्यासाठी वेगवेगळ्या वेळी उपचार पुरवितो (करतो) आणि उपचार रोखून धरतो.

- संशोधनाची संरचना दर्शविण्यासाठी आकृती किंवा चित्र प्रस्तुत करा. या चित्रात प्रमाणित संकेतलिपी वापरणे गरजेचे आहे. मी संशोधनासाठी सूचना म्हणून अशी शिफारस करतो की, कॅम्पबेल आणि स्टॅनले (१९६३, पान क्र. ६) यांनी दिलेली अभिजात संकेतलिपी पद्धती वापरावी.
  - *'X' (एक्स)* हा ज्या गटाला प्रायोगिक चलासमोर किंवा घटनेच्या संदर्भात प्रदर्शित करावयाचे आहे त्याचे प्रतिनिधित्व करतो. ज्याच्या परिणामांचे मापन करायचे आहे.
  - *'O' (ओ)* हा उपकरणावर नोंदविलेल्या निरीक्षणाचे किंवा मोजमापाचे प्रतिनिधित्व करतो.
  - *'Xs' (एक्स एस)* आणि *'Os' (ओएस)* एका ओळीत असल्यास ते त्याच विशिष्ट व्यक्तींना लागू पडतात. *'Xs'* आणि *'Os'* एकाच रकान्यात असल्यास किंवा एकाच लंबरेषेत स्थापित असल्यास ते समकालीन असतात.
  - डावीकडून उजवीकडची दिशा प्रयोगातील कार्यपद्धतींचा काळानुसार क्रम दर्शविते. (काही वेळा बाणाच्या सहाय्याने दर्शविली जाते.)
  - *R (आर)* हे यादृच्छिक नियुक्तीचे प्रतीक आहे.
  - दोन समांतर रेषांना आडव्या रेषेने छेदले असता गटांमधील तुलना समान नाही किंवा यदृाच्छिक नियुक्तीनुसार त्यांची बरोबरी होऊ शकत नाही असे निदर्शनास येते. दोन गटांमध्ये समांतर रेष नसणे, हे व्यक्तींची उपचार गटातील यादृच्छिक नियुक्ती दर्शविते.

खालील उदाहरणात पूर्ण प्रायोगिक, आभासात्मक प्रायोगिक, वास्तव प्रायोगिक आणि एकक वस्तू संरचनांसाठी संकेतलिपी वापरली आहे.

उदा. ८.२ *पूर्व प्रायोगिक संरचना*

वनशॉट व्यक्ती अभ्यास

या संरचनेत गटासाठी उपचार देण्यात येतो आणि नंतर लगेच त्याचा परिणाम मोजला जातो.

Group A *X*________________________*O*

(पुढे चालू)

(पुढे चालू)

एक गट चाचणीपूर्व-चाचणीपश्चात संरचना

या संरचनेत एकाच गटावर संशोधन होते. आधी तपासणी केली जाते, मग उपचार केले जातात आणि मग पुन्हा तपासणी केली जाते.

Group A *O*1————*X*————*O*2

अचल गट तुलना किंवा चाचणीपश्चात फक्त असमतोल गटांशी तुलना

प्रयोग करणारे ही संरचना उपचार पूर्ण केल्यानंतर वापरतात. उपचारानंतर संशोधक तुलना करण्यासाठी गटाची निवड करतो आणि प्रायोगिक गट आणि तुलना करण्याचा गट अशा दोन्हीसाठी चाचणीपश्चात उपचार उपलब्ध करतो.

Group A *X*______________________*O*

Group B ________________________*O*

फक्त चाचणीपश्चात पर्यायी उपचार-केवळ असमान गटांची संरचना

अचल गट तुलनेसारखीच कार्यपद्धती या संरचनेत वापरली जाते. फक्त अपवाद आहे तो असमान तुलना गटाला मिळणाऱ्या उपचाराचा!

Group A *X*1_____________________*O*

Group B *X*2_____________________*O*

उदा. ८.३ *आभासी प्रायोगिक संरचना*

असमान (चाचणीपूर्व आणि चाचणीपश्चात) नियंत्रण-गट संरचना

यात संरचनेमधील आभासी-प्रयोगांसाठी लोकप्रिय मार्ग आहे – गट 'अ' आणि नियंत्रण गट 'ब' यादृच्छिक नियुक्तीशिवाय निवडले जातात. दोन्ही गट पूर्ण चाचणी व पश्चात चाचणी घेतात. प्रायोगिक गटालाच केवळ उपचार मिळतो.

Group A *O*————*X*————*O*

____

Group B *O*——————————*O*

एका गटाकडून व्यत्यय आणली जाणारी टाईम-सिरिज संरचना

या संरचनेत संशोधक उपचारापूर्वी आणि पश्चात एका गटासाठीच्या उपायांची नोंद ठेवतो.

Group A *O*—*O*—*O*—*O*—*X*—*O*—*O*—*O*—*O*

नियंत्रण गटाकडून व्यत्यय आणली जाणारी टाईम-सिरिज संरचना

ही संरचना एका गटाकडून व्यत्यय आणल्या जाणाऱ्या टाईम-सिरिज संरचनेचे सुधारित स्वरूप आहे, जिच्यात सहभागींचे दोन गट जे यादृच्छिक पद्धतीने नियुक्त केले जात नाहीत. त्यांचे काही काळासाठी निरीक्षण केले जाते. दोन्ही गटांपैकी एकाच गटासाठी उपचाराची अंमलबजावणी केली जाते. (म्हणजेच गट 'अ')

Group A *O—O—O—O—X—O—O—O—O*

Group B *O—O—O—O—O—O—O—O—O*

उदा. ८.४ *वास्तवदर्शी प्रायोगिक संरचना*

चाचणीपूर्व-चाचणीपश्चात नियंत्रण-गट-संरचना

ही एक पारंपरिक, अभिजत संरचना असून तिच्या कार्यपद्धतीत, दोन गटांमध्ये सहभागींची यादृच्छिक नियुक्ती समाविष्ट असते. दोन्ही गटांचे चाचणीपूर्व व चाचणीपश्चात व्यवस्थापन केले जाते, पण केवळ प्रायोगिक गट 'अ' वरच उपचार दिले जातात.

Group A *R———O———X———O*

Group B *R———O——————O*

चाचणीपश्चात-केवळ नियंत्रण गट संरचना

ही संरचना चाचणीपूर्व गोंधळात टाकणाऱ्या परिणामांचे नियंत्रण करते व ती एक लोकप्रिय प्रायोगिक संरचना आहे. गटामध्ये यादृच्छिक पद्धतीने सहभागी नियुक्त केले जातात. उपचार फक्त प्रायोगिक गटाला दिले जातात आणि दोन्ही गटांची चाचणीपश्चात मोजणी होते.

Group A *R——————X——————O*

Group B *R————————————O*

सोलोमन चार-गट संरचना

२ × २ गुणकपदावली गुणाकाराचे एक खास उदाहरण- या पद्धतीत चार गटांमध्ये सहभागींची यादृच्छिक पद्धतीने नियुक्ती समाविष्ट आहे. चार गटांसाठी पूर्वचाचण्या आणि उपचार बदलते असतात. सर्व गटांना पश्चात चाचणी मिळते.

Group A *R———O———X———O*

Group B *R———O——————O*

Group C *R——————X———O*

Group D *R————————————O*

उदा. ८.५ *एकक वस्तुमान संरचना*

ए-बी-ए एकक वस्तुमान संरचना

या संरचनेत एका व्यक्तीवरच्या अनेक निरीक्षणांचा समावेश असतो. काही कारणासाठी एका व्यक्तीचे 'लक्ष्य' वर्तन प्रस्थापित केले जाते आणि त्याकडे पायाभूत वर्तन म्हणून निर्देश केला जातो. पायाभूत वर्तनाचे मूल्यमापन केले जाते, उपचार दिला जातो आणि नंतर उपचार परत बंद केला जातो.

पायाभूत रेषा 'अ' उपचार 'ब' पायाभूत रेषा 'अ'

O–O–O–O–O–X–X–X–X–X–O–O–O–O–O–O

वैधतेला असलेले धोके

वैधतेला असे अनेक प्रकारचे धोके असू शकतात, ज्यामुळे प्रयोग करणाऱ्याच्या निष्कर्ष काढण्याच्या क्षमतेबद्दल प्रश्न निर्माण होतील. निष्कर्ष असा की, निष्पत्तीवर मध्यस्थीचा (हस्तक्षेपाचा) परिणाम होतो, दुसऱ्या कोणत्या घटकाचा नाही. प्रयोगशील संशोधकांनी त्यांच्या प्रयोगांच्या अंतर्गत वैधतेला असलेले संभाव्य धोके शोधून काढले पाहिजेत आणि प्रयोगांची संरचना अशी केली पाहिजे की, अशा प्रकारचे धोके पुन्हा उद्‌भवणार नाहीत किंवा कमीत कमी (किमान) उद्‌भवतील. वैधतेला दोन प्रकारचे धोके असतात. (अ) अंतर्गत धोके (ब) बाह्य धोके. **वैधतेला असलेले अंतर्गत धोके** म्हणजे प्रायोगिक पद्धती, उपचार किंवा सहभागींचे अनुभव, ज्यामुळे संशोधकाच्या प्रयोगातील संख्याशास्त्रीय लोकसंख्येच्या माहितीमधून अचूक अनुमान काढण्याच्या क्षमतेमधील धोके. तक्ता क्र. ८.५ अशा धोक्यांची मांडणी

तक्ता ८.५ अंतर्गत वैधतेला असलेल्या धोक्यांचे प्रकार

अंतर्गत वैधतेला असलेल्या धोक्याचा प्रकार	धोक्याचे वर्णन	संशोधक प्रतिसादावर आधारित कोणती कृती करू शकतो
इतिहास	प्रयोगाच्या दरम्यान वेळ जातो तेव्हा घडणाऱ्या घटनांचा निष्पत्तीवर विनाकारण प्रभाव पडत असतो, जो प्रयोगात्मक उपचाराच्या मर्यादे बाहेर असतो.	संशोधक प्रायोगिक व नियंत्रक अशा दोन्ही गटांना सारख्याच बाह्य घटनांचा अनुभव देऊ शकतो.
परिपक्वता (प्रगल्भता)	प्रयोगातील सहभागी व्यक्ती प्रयोगादरम्यान प्रगल्भ होऊ शकतात किंवा बदलू शकतात ज्याचा निष्कर्षांवर परिणाम होतो.	प्रयोगा दरम्यान एकाच प्रमाणात (उदा. एकाच वयाचे) प्रगल्भ, परिपक्व किंवा बदल होणारे सहभागी, संशोधक निवडू शकतो.
प्रतिगमन	अत्यंतिक टोकाची गुणसंख्या प्राप्त केलेल्या सहभागींची प्रयोगासाठी निवड होते. स्वाभाविकपणे प्रयोगादरम्यान त्यांची प्राप्त गुणसंख्या बदलेल. काळाबरोबर त्यांचे प्राप्तांक हे सरासरीकडे प्रतिगमन करू लागतात.	प्रयोगासाठी दाखल होताना ज्यांचे प्राप्तांक टोकाचे नाहीत अशी वैशिष्ट्ये असलेल्या सहभागींची निवड संशोधक करू शकतो.

अंतर्गत वैधतेला असलेल्या धोक्याचा प्रकार	धोक्याचे वर्णन	संशोधक प्रतिसादावर आधारित कोणती कृती करू शकतो
निवड	काही विशिष्ट निष्पत्ती निघावी म्हणून उपयुक्त होणारे सहभागी निवडले जाऊ शकतात. (उदा. ते अधिक बुद्धिमान असू शकतात.)	प्रायोगिक गटांमध्ये वैशिष्ट्ये समान प्रमाणात विभागली जाण्यासाठी संशोधक सहभागींची यादृच्छिक पद्धतीने निवड करू शकतो.
नश्वरता	अनेकविध कारणांमुळे प्रयोगाच्या दरम्यान सहभागी अभ्यासातून बाहेर पडतात. त्यामुळे अशा व्यक्तींच्या संदर्भातील निष्कर्ष अज्ञात राहतात.	संशोधकाने गळतीला पर्याय म्हणून मोठ्या संख्येचा सहभागींचा नमुना तयार करावा किंवा निष्पत्तीच्या स्वरूपात बाहेर पडलेल्यांची तुलना, जे सहभागी प्रयोगात टिकून आहेत त्यांच्याशी करावी.
उपचाराचे अभिसरण	नियंत्रण आणि प्रायोगिक गटातील सहभागी परस्परांशी संवाद साधतात. या संवादाचा प्रभाव दोन्ही गट निष्पत्तीमध्ये किती गुणसंख्या प्राप्त करतात त्यावर पडतो.	प्रयोगाच्या दरम्यान संशोधकाने दोन्ही गट शक्यतोवर वेगळे ठेवावेत.
भरपाईकारक/ मनोधैर्यहरणाबद्दलची चीड	प्रयोगाचे लाभ हे असमान किंवा जेव्हा प्रायोगिक गटालाच फक्त वागणूक दिली जाते चटकन चीड आणणारे असू शकतात. (उदा.प्रायोगिक गटाला उपचार मिळतात आणि नियंत्रण गटाला काहीच मिळत नाही.)	संशोधक दोन्ही गटांना लाभ देऊ शकतो. उदा. प्रयोग संपल्यानंतर नियंत्रण गटाला उपचार देणे किंवा प्रयोगाच्या दरम्यान नियंत्रण गटाला वेगळ्या प्रकारचा उपचार देणे.
भरपाई योग्य शत्रुता/ वैमनस्य	प्रायोगिक गटाच्या तुलनेत नियंत्रण गटातील सहभागींना त्यांचे अवमूल्यन झाले आहे असे वाटते कारण त्यांना उपचार अनुभवता येत नाहीत.	संशोधक दोन्ही गटांमध्ये समानता आणण्यासाठी उपाययोजना करू शकतो. जसे की, नियंत्रण गटाच्या अपेक्षा कमी करणे.
परीक्षण	सहभागी हे निष्पत्ती संबंधीच्या साधनांशी परिचित होतात आणि नंतरच्या चाचणीसाठी ते लक्षात ठेवतात.	संशोधक, निष्पत्तीच्या अंमलबजावणीत मोठ्या वेळेचा कालावधीचे मध्यंतर ठेवू शकतो किंवा नंतरच्या चाचण्यांसाठी वेगळ्या बाबी/मुद्दे वापरू शकतो जे पूर्वीच्या चाचणीपेक्षा वेगळे असतील.
उपकरण योजना	चाचणीपूर्व आणि चाचणीपश्चात उपकरणांमध्ये बदल होतो आणि अशाप्रकारे निष्पत्तीतील गुणसंख्येवर त्याचा परिणाम होतो.	संशोधक तेच उपकरण चाचणीपूर्व आणि चाचणीपश्चात साधन म्हणून वापरू शकतो.

स्रोत: क्रेसवेल (२०१२) वरून सुधारित.

करते, त्यापैकी प्रत्येकाचे वर्णन देते आणि पुन्हा असे धोके निर्माण होऊ नयेत म्हणून संशोधकाचे संभाव्य प्रतिसाद सूचित करते. म्हणजेच संभाव्य धोके हे सहभागींच्या संदर्भात आहेत (म्हणजे; इतिहास, प्रगल्भता, प्रतिगमन, निवड नश्वरता) आणि प्रायोगिक उपचाराशीही संबंधित आहेत. संशोधक प्रायोगिक इच्छित परिणाम घडवून आणतो, त्या संदर्भातही आहेत. (म्हणजे;अभिसरण, भरपाईकारक आणि मनोधैर्यहरणाबद्दलची चीड, भरपाई योग्य वैमनस्य/शत्रुता आणि प्रयोगात वापरल्या जाणाऱ्या प्रक्रियेसंदर्भातील धोक्यांचाही समावेश आहे.(म्हणजे; परीक्षण, कारकत्व).

बाह्य वैधतेला असलेल्या संभाव्य धोक्यांचीसुद्धा निश्चिती झाली पाहिजे आणि हे धोके कमीत कमी करण्यासाठी संरचनांची निर्मिती केली पाहिजे. ज्यावेळी प्रयोग करणारे माहितीतील नमुन्यातून अन्य व्यक्तींसाठी, अन्य परिसरासाठी, पूर्वीच्या आणि भविष्यातील परिस्थितीविषयी चुकीचे अनुमान काढतो त्यावेळी **बाह्य वैधतेला धोका** निर्माण होतो. तक्ता क्र.६ मध्ये दाखविल्याप्रमाणे धोका निर्माण होतो. तो नमुन्यासाठी निवडलेल्या व्यक्तींच्या गुणविशेषांमुळे, परिसराची अन्योन्यता आणि प्रयोगाच्या वेळेमुळे! उदाहरणार्थ, बाह्य वैधतेला धोका निर्माण होतो जेव्हा संशोधक प्रयोगातील गटाच्या पलीकडे जाऊन अन्य वंशीय किंवा सामाजिक गटांसाठी अभ्यासात जे सामान्यीकरण करतो, परिसरासाठी ज्याचे परीक्षण केलेले नाही अशा किंवा पूर्वीच्या अथवा भावी परिस्थितींसाठी सामान्य विधान करतो/ अनुमान काढतो तेव्हा. तक्ता क्र.८.६ मध्ये अशा संभाव्य बाबींशी परामर्श घेण्यासाठी पायऱ्या सादर केल्या आहेत.

पद्धती विभागात जे अन्य धोके नमूद करता येतील ते धोके **संख्याशास्त्रीय निष्कर्षांच्या वैधतेला** असणारे धोके आहेत. ज्यावेळी प्रयोग करणारे, माहितीमधून चुकीचे अनुमान काढतात, त्यावेळी ते

तक्ता ८.६ बाह्य वैधतेला असलेल्या धोक्यांचे प्रकार

बाह्य वैधतेला असलेल्या धोक्यांचे प्रकार	धोक्याचे वर्णन	प्रतिसाद म्हणून संशोधक करू शकेल अशी कृती
निवड आणि उपचार यांच्यातील अन्योन्य क्रिया	प्रयोगातील सहभागींच्या अशा कोणत्या (अपुऱ्या/कमी) गुणवैशिष्ट्यांमुळे संशोधक त्या व्यक्तींबद्दल सामान्यीकरण करू शकत नाही, ज्यांच्यामध्ये इतर सहभागींप्रमाणे गुणवैशिष्ट्ये नसतात.	संशोधक ज्या गटांच्या निकालांचे सामान्यीकरण करू शकत नाही त्यांच्या बद्दलचे दावे नियंत्रित करतो. संशोधक वेगळी वैशिष्ट्ये असलेल्या गटांबरोबर जास्तीचे प्रयोग करतो.
परिसर आणि उपचार यांच्यातील अन्योन्य क्रिया	प्रयोगातील सहभागींच्या परिसराच्या वैशिष्ट्यामुळे संशोधक त्या व्यक्तींचे अन्य परिसरासंदर्भात सामान्यीकरण करू शकत नाही.	सुरुवातीच्या परिसराच्या निकालाप्रमाणेच नवीन परिसरातील निकाल आहेत ना, हे पाहण्यासाठी संशोधकाने नवीन परिसरात अधिक प्रयोग करणे गरजेचे आहे.
इतिहास आणि उपचार यांच्यातील अन्योन्य क्रिया.	प्रयोगाचे निष्कर्ष हे काळाच्या मर्यादेत (विशिष्ट काळाशी निगडित) असल्याने संशोधक निष्कर्षांचे भूतकाळातील आणि भविष्यातील परिस्थितींसाठी सामान्यीकरण करू शकत नाही.	पूर्वीप्रमाणेच आताही तेच निष्कर्ष मिळत आहेत ना हे ठरविण्यासाठी संशोधकाला नंतर अभ्यासाची पुनरावृत्ती करावी लागते.

स्रोत: क्रेसवेल (२०१२) वरून सुधारित.

निष्पन्न होतात. त्याला संख्याशास्त्रीय अपुरे बळ, संख्याशास्त्रीय गृहीतांचे पालन न होणे कारणीभूत असते. जेव्हा प्रयोग करणारे अपुऱ्या व्याख्या आणि अपुऱ्या चलांचे उपाय वापरतात.

वैधतेच्या मुद्द्यांचा परामर्श घेण्यासाठी प्रस्ताव लेखकांसाठी काही व्यावहारिक सूचना पुढीलप्रमाणे:

- तुमच्या अभ्यासात वैधतेला असणारे संभाव्य धोके ओळखा. प्रस्तावात अशा धोक्यांच्या मांडणीसाठी एक वेगळा विभाग निर्माण करता येईल.
- धोक्याची निश्चित प्रकारची व्याख्या करा आणि तुमच्या अभ्यासात तो कोणता संभाव्य मुद्दा उपस्थित करेल ते ठरवा.
- तुमच्या प्रयोगाच्या संरचनेत तुम्ही धोक्यांचा सामना कसा करणार याची चर्चा करा.
- 'वैधतेला धोका' या मुद्द्याची चर्चा असणाऱ्या पुस्तकांचा संदर्भ द्या. उदा. कूक आणि कॅम्पबैल (१९७९); शादिश, कूक आणि कॅम्पबेल (२००१); आणि टकमन (१९९९).

कार्यपद्धती (प्रक्रिया)

प्रस्ताव विकासकाने प्रयोग करण्याची प्रणाली सविस्तरपणे वर्णन करण्याची आवश्यकता असते. वाचकाला संशोधकाने वापरलेली संरचना, केलेली निरीक्षणे, दिलेले उपचार आणि सर्व कामांची कालमर्यादा समजली पाहिजे.

- प्रयोगातील कार्यपद्धतीची पायरी-पायरीने चर्चा करा. उदा. बोर्ग आणि गॅल (२००६) यांनी चाचणीपूर्व व चाचणी पश्चात नियंत्रण गट संरचनेसाठी, जिच्यामध्ये अनुरूप सहभागी असणारे प्रायोगिक आणि नियंत्रक गट आहेत, खास वापरल्या जाणाऱ्या प्रक्रियेमधील पायऱ्यांचे संक्षिप्त वर्णन दिले आहे.

१. संशोधन-सहभागींशी संबंधित असलेल्या परावलंबी चलाशी घनिष्ठ संबंधित परावलंबी चल किंवा चलाच्या साधनांचे नियंत्रण करा.

२. पायरी क्र.१ मध्ये वर्णन केलेल्या साधनांमध्ये प्राप्त झालेल्या गुणसंख्येच्या आधारे सहभागींना अनुरूप जोड्यांमध्ये नियुक्त करा.

३. प्रत्येक जोडीतील एका सदस्याला प्रायोगिक गटामध्ये व दुसऱ्या सदस्याला नियंत्रण गटामध्ये यादृच्छिक पद्धतीने नियुक्त करा.

४. प्रायोगिक गटाला प्रायोगिक उपचारासाठी उपलब्ध करा आणि नियंत्रण गटासाठी कोणताही उपचार किंवा पर्यायी उपचार करू नका.

५. परावलंबी चलांची साधने ही प्रायोगिक आणि नियंत्रण गटांसाठी वापरा/उपयोगात आणा.

६. संख्याशात्रीय अभिप्रायार्थ चाचण्याचा उपयोग करून प्रायोगिक आणि नियंत्रण गटांच्या कामगिरीची तुलना करा.

डेटा विश्लेषण

प्रयोगादरम्यान केल्या जाणाऱ्या संख्याशास्त्रीय विश्लेषणाच्या प्रकारांची माहिती वाचकांना सांगा.

- निरीक्षणांसाठी वापरलेल्या वर्णनात्मक संख्याशास्त्राचा वृत्तांत द्या आणि प्रायोगिक संरचनेच्या चाचणीपूर्व व चाचणीपश्चात अवस्थेमध्ये वापरलेल्या साधनांबद्दल माहिती द्या. वर्णनात्मक विश्लेषण हे अलीकडील एपीए प्रकाशित हस्तपुस्तिकेशी सुसंगत आहे, याचे स्मरण होते. (एपीए २०१०) हे संख्याशास्त्र म्हणजे सरासरी, स्टँडर्ड डेव्हिएशन्स आण रेंजेस.

- अभ्यासातील गृहीत प्रमेये पडताळून पाहण्यासाठी वापरलेल्या अनुमानिक संख्याशास्त्रीय चाचण्यांचा निर्देश करा. स्वतंत्र चलासंबंधी स्पष्ट महितीसह (गट) असलेल्या प्रायोगिक संरचनांसाठी आणि परावलंबी चलांच्या सलग माहितीसाठी संशोधक टी टेस्ट वापरतात किंवा युनिव्हेरिनेट ॲनालिसिस ऑफ व्हरायन्स, ॲनालिसिस ऑफ कोव्हिरयन्स किंवा मल्टिव्हेरिअर ॲनालिसिस ऑफ व्हरायन्स (मल्टिपल डिपेंडर मेझर्स) वापरतात. (पूर्वी दिलेल्या तक्ता क्र. ८.३मध्ये यापैकी अनेक अन्योन्य क्रिया आणि चाचण्यांचा उल्लेख केलेला आहे.) वस्तुनिष्ठ संरचनांमध्ये अनोव्हाचे मुख्य परिणाम या दोन्हीचा उपयोग केला जातो. ज्यावेळी माहिती चाचणी पूर्वी किंवा नंतर, नॉर्मल डिस्ट्रिब्युशनपासून लक्षणीय डेव्हिएशन दर्शवते त्यावेळी मर्यादा नसलेल्या संख्याशास्त्रीय चाचण्या वापरा. नमुन्याचा योग्य आकार आणि विश्वासदर्शक मर्यादा याबद्दल माहिती सांगून व्यावहारिक महत्त्वही स्पष्ट करा.

- एकक-विषय संशोधन संरचनेचे रेखा आलेखाचा, आरंभस्थान/पाया म्हणून उपयोग करा आणि उपचारांच्या निरीक्षणासाठी भूजा/कर्णरेषेचा वापर करा. आडव्या अक्षावर वेळ दर्शविणारे अंक नमूद करा आणि उभ्या अक्षावर 'लक्ष्य' वर्तन नोंदवा. संशोधक, आलेख कागदावर प्रत्येक डेटा बिंदू स्वतंत्रपणे नोदवितात आणि असे बिंदू रेषांनी जोडतात. (उदा. न्यूमन आणि मॅक कॉनोमिक १९९५) वेळप्रसंगी बेसच्या लाईनच्या एकत्रित सरासरीची तुलना करण्यासाठी संख्याशास्त्रीय अभिप्रायार्थ चाचणी उदा. 'टी' टेस्ट वापरल्या जातात. तसेच उपचारातील अवस्थांसाठीही वापरल्या जातात, जरी अशा प्रक्रियांमुळे स्वतंत्रपणे मापन करण्याच्या गृहीतांचे पालन होऊ शकत नसले तरी! (बोर्ग आणि गॅल २००६)

निकालांचा अन्वयार्थ लावणे (विवेचन करणे)

प्रयोगातील अंतिम टप्पा म्हणजे सुरुवातीला ठरविलेल्या गृहीतप्रमेये किंवा संशोधनाच्या प्रश्नांच्या संदर्भात निष्कर्षांचे स्पष्टीकरण देणे होय! स्पष्टीकरणात गृहीतप्रमेये किंवा प्रश्न यांना मान्यता मिळाली का ते नाकारले गेले आहेत याकडे निर्देश करा. ज्या सहभागींनी प्रत्यक्ष अनुभव घेतला आहे त्या सहभागींना दिलेल्या उपचारांमुळे फरक पडला आहे का याचा विचार करा. तुम्ही ज्या साहित्याचे पुनरावलोकन केले होते (प्रकरण क्र. २) तसेच अभ्यासात वापरलेला सिद्धान्त (प्रकरण क्र. ३) किंवा निष्कर्ष स्पष्ट करण्यासाठी खात्री पटविणारा तर्क यांच्या पार्श्वभूमीवर निष्कर्ष का अर्थपूर्ण आहेत किंवा का नाहीत ते सूचित करा. अपूर्ण प्रायोगिक प्रक्रियेमुळे निष्कर्ष निर्माण झाले असतील, उदा. अंतर्गत वैधतेला असलेला धोका, याकडे निर्देश करा आणि काही लोकांसाठी परिसरांसाठी आणि काळासाठी ह्या निष्कर्षांचे सामान्यीकरण कसे करता येईल ते सुचवा. शेवटी, अभ्यास केलेल्या संख्याशास्त्रीय लोकसंख्येसाठी किंवा भावी संशोधनासाठी या निष्कर्षांचे अभिप्रेत लक्ष्यार्थ काय आहेत याकडे निर्देश करा

उदा. ८.६ *प्रयोगात्मक पद्धती विभाग*

पुढे दिलेला निवडक परिच्छेद इन्स आणि हॅकेट (१९९०) यांच्या आभासी-प्रयोगात्मक अभ्यासातून घेतलेला आहे जो प्रयोगात्मक संरचनेतील अनेक घटकांचे दर्शन घडवितो. त्यांच्या अभ्यासात स्त्रीजातीच्या वर्चस्वासंबंधी पक्षकार आणि समुपदेशक यांच्या स्वारस्याची जुळणी व दृष्टिकोनाचा विस्तार या साधारण मुद्द्याबद्दल परामर्श घेतला होता. त्यांचे गृहीतप्रमेय असे होते की, स्त्रीवादी सहभागी हे पूर्णपणे स्त्रीवादी समुपदेशकाला स्त्रीवादी नसणाऱ्या सहभागींपेक्षा अधिक प्रतिसाद देणारे असतील आणि स्त्रीवादी नसलेले सहभागी हे लिंगभेद न करणाऱ्या (मानणाऱ्या) आणि खुल्या स्त्रीवादी समुपदेशकांना अधिक प्रतिसाद देणारे असतात. त्यांच्या लेखातील चर्चेमधील माहिती विश्लेषण आणि विवेचन विभागातील मर्यादित चर्चा वगळता त्यांच्या दृष्टिकोनामध्ये प्रायोगिक अभ्यासाबाबत एका चांगल्या संशोधन पद्धतीविभागाबद्दलची मूलतत्त्वे (अंश) आढळतात.

पद्धत

सहभागी

सहभागी या १५० पदवीपूर्व महिला होत्या. ज्यांनी पश्चिम किनाऱ्यावरील मिडसाईज्ड युनिव्हर्सिटी आणि कम्युनिटी कॉलेजात समाजशास्त्र, मानसशास्त्र आणि संवादकौशल्य या अभ्यासक्रमांसाठी निम्न आणि उच्च वर्गांसाठी प्रवेश घेतला होता. *[लेखकांनी त्यांच्या अभ्यासात सहभागींचे वर्णन दिले आहे.]*

संरचना आणि प्रयोगशील चलाखी

या अभ्यासामध्ये ३ × २ × २ असे घटकाधिष्ठित आकृतिबंध वापरायात आला आहे: समुपदेशकाचे प्रबोधन (लिंगभेद न करणारे, – मानवतावादी, मुक्त स्त्रीवादी, जहाल स्त्रीवादी) × (अध्याहृत अथवा स्पष्ट) मूल्यांचा दाखला (उतारा) × सहभागींची स्त्रीवादाशी ओळख पडताळणी (स्त्रीवादी, स्त्रीवादी नसलेले) काही विशिष्ट मुद्यांच्या संदर्भात उपलब्ध नसलेली माहिती जोडीनुसार वगळण्याची पद्धती वापरून हाताळण्यात आली. *[लेखकांनी एकूणच संकल्पचित्राची पडताळणी केली.]*

लिंगभेद न मानणाऱ्या – मानवतावादी ,मुक्त आणि जहाल स्त्रीवादी या तीन संबोधनाच्या स्थितीमध्ये केलेल्या अभ्यासाचे १० मिनीटांचे सांक्षिप्त दृकश्राव्य चित्रीकरण सादर करताना एक स्त्री प्रबोधनकार आणि त्याची एक स्त्री विद्यार्थी-अभ्यासक यांचा चित्रीकरणात समावेश केला गेला. या नमुन्यादाखल घेतलेल्या मुलाखतीमध्ये वापरलेल्या मूल्यांकन विषयक स्थितीबद्दलचे अध्याहृत विधान केले गेले........ अर्थातच त्या स्त्री-अभ्यासकाच्या प्रतिक्रियांमध्ये प्रबोधनकाराचे मूल्यांकन अध्याहृत होते. उघडपणे केलेल्या विधानामध्ये तीनही प्रबोधनकारांच्या प्रत्येक परिस्थितीची अशी निर्मिती करण्यात आली की ज्यामध्ये सुमारे..दोन मिनिटांसाठी नेतृत्व करणाऱ्या प्रबोधनकाराने आपल्या विद्यार्थी-अभ्यासकाला प्रबोधनामागील दृष्टिकोन आणि त्याच्याशी संलग्न असलेले मूल्यांकन याची परिपूर्ण माहिती दिली. यामध्ये स्त्रीवादी विचारांच्या (मुक्त अणि जहाल) स्त्रीविषयक तत्त्वज्ञानाची प्रबोधनविषयक परिस्थितीचे वर्णन करण्यात आले. प्रबोधनाविषयक तीन लिखिते सुरुवातीला विकसित केली गेली असे करताना लिगंभेद न मानणाऱ्या मानवतावादी मुक्त व जहाल स्त्रीयांचे तत्त्वज्ञान आणि मदतनीस म्हणून आलेल्या जादा सह-प्रबोधानाचे परिणाम यावर आधारित लिखिते तयार केली. विद्यार्थी-अभ्यासकांची विधाने आणि प्रत्येक मुलाखतीची निष्पती सर्वत्र समान आढळते, मात्र प्रबोधनकारांची

(पुढे चालू)

(पुढे चालू)

मते दृष्टिकोनांनुसार बदलली लेखकांनी सर्व *[तीन वेगवेगळ्या परिस्थितीत बदलत्या घटकांची कौशल्याने व चलाखीने मांडणी केली आहे.]*

उपकरणे

नियंत्रणात्मक निर्बंध. सहभागी झालेल्या व्यक्तींच्या जाणिवांची प्रयोगशील कौशल्यपूर्ण मांडणी आणि त्यांच्या जाणिवांचे तीन प्रबोधनकारांनी केलेले विश्लेषण तपासताना बॅरीमन-फिंक आणि व्हेर्डेरबर्स (१९८५) यांनी तयार केलेली सुधारित मोजपट्टी वापरली. तिचा या अभ्यासात प्रबोधनकारांची वर्णनात्मक प्रश्नावली (CDQ) आणि व्यक्तिगत वर्णनात्मक प्रश्नावली (PDQ).... यांचा वापर झाला बॅरीमॅन-फिंक आणि बेरडेबेट् यांनी असे नमुद केले की या प्रयोगाच्या अंतर्गत सातत्येची विश्वासार्हता मूळ मोजपट्टीच्या .८६ व .८९ इतकी आहे. *[लेखकांनी इतर बदलत्या घटकांसाठी केलेल्या मोजपट्टीची विश्वासार्हता व साधने यांची चर्चा विस्तराने केली आहे.]*

कार्यप्रणाली

सर्व प्रायोगिक सत्रे व्यक्तीशः घेण्यात आली. प्रयोग करणारे समुपदेशन मानसशास्त्रातील एक प्रगत डॉक्टोरल विद्यार्थी होते. त्यांनी प्रत्येकाला अभिवादन केले आणि समुपदेशन व एटीफच्या व्यवस्थापनाविषयी विद्यार्थ्यांच्या प्रतिक्रियांचे मूल्यमापन करणे हा अभ्यासाचा हेतू असल्याचे स्पष्ट केले. प्रत्येकाने लोकसंख्याविषयक माहितीचा अर्ज भरेपर्यंत एटीफ संकलित केला व त्याची गुणसंख्या निर्धारित केली. व्हिडिओटेप पाहण्यासाठीच्या सूचनांच्या संचाचे पुनरावलोकन केले. नमुन्यापैकी पहिल्या निम्म्या जणांना यादृच्छिक पद्धतीने बारा व्हिडिओटेप पैकी एकासाठी नियुक्त केले. (३ मार्ग × २ विधाने × २ समुपदेशक) आणि एटीफ वरून मिडिअन काढण्यात आली. नमुन्याच्या पहिल्या निम्म्यासाठीची मिडिअन नंतर गटातील दुसऱ्या अर्ध्यासाठी ते स्त्रीवादी आहेत किंवा नाहीत असे वर्गीकरण करण्यासाठी वापरण्यात आली आणि सहभागींपैकी उरलेल्यांना यादृच्छिक पद्धतीने सर्व घटांचा आनार समान होण्याची खात्री देण्याच्या दृष्टीने स्त्रीवादी अभिमुखता असलेल्या गटापासून वेगळ्या परिस्थितीमध्ये नियुक्त करण्यात आले. अंतिम नमुन्याची मिडिअन तपासली गेली आणि थोड्या सहभागींचे अंतिम मिडिअनच्या आधरे पुन्हा वर्गीकरण करण्यात आले त्यामुळे प्रत्येक घटामध्ये १२ किंवा १३ सहभागी झाले.

प्रायोगिक लेखाशी संबंधित व्हिडिओटेप बघितल्यानंतर सहभागींनी अवलंबित गणना/उपाय पूर्ण केले आणि माहिती दिली. [पान क्र. ३५–३६ *लेखकांनी प्रयोगात वापरलेल्या कार्यप्रणालीचे वर्णन केले आहे.*]

स्रोत: इन्स आणि हॅकेट (१९९०) ए.पी.ए. १९९० मध्ये पूर्वसंमतीने पुन्हा प्रसिद्ध केले.

सारांश

सर्वेक्षण किंवा प्रयोगात्मक अभ्यासासाठीच्या प्रस्तावातील पद्धती विभागाची संरचना करण्यासाठी आवश्यक असणाऱ्या घटकांना हे प्रकरण शोधून काढते. सर्वेक्षण अभ्यासासाठीच्या टप्प्यांच्या रूपरेषेची सुरुवात हेतू, संख्याशास्त्रीय लोकसंख्या आणि नमुना वापरली जाणारी सर्वेक्षण

उपकरणे, चलांमधील संबंध, संशोधन प्रश्न, सर्वेक्षणातील विशेष बाबी, विश्लेषणात साध्य करण्याचे टप्पे आणि सर्वेक्षणातील डेटाचे विश्लेषण यांच्या चर्चेने होते. प्रयोगाच्या संरचनेत, संशोधक अभ्यासातील सहभागी चले-उपचाराची स्थिती, निष्पन्न होणारी चले, चाचणीपूर्वी आणि चाचणीनंतर वापरली जाणारी उपकरणे आणि उपचारादरम्यान वापरावयाचे साहित्य यांचा शोध घेतो. संरचनेत विशिष्ट प्रकारचे प्रयोग समाविष्ट आहेत. उदा. पूर्व-प्रायोगिक, आभासी-प्रायोगिक, खरे प्रयोग किंवा एकक-वस्तुमान संरचना. त्यानंतर संशोधक उचित लिपी वापरून संरचना दर्शविणारी आकृती काढतो. याच्यानंतर प्रयोगाशी संबंधित अंतर्गत व बाह्य वैधतेला संख्याशास्त्रीय आणि रचनात्मक वैधता असणारे संभाव्य धोके, तसेच गृहीतप्रमेये पडताळून पाहण्यासाठीचे संख्याशास्त्रीय विश्लेषण किंवा संशोधन प्रश्न आणि निष्कर्षांचा अन्वयार्थ यांच्या-बद्दलचे भाष्य येते.

लेखन सराव

१. सर्वेक्षण अभ्यासात वापरावयाच्या प्रणालींसंबंधी नियोजन करा. सर्व घटकांकडे निर्देशणाला आहे का? हे ठरविण्यासाठी तुम्ही विभाग लिहिल्यानंतर तक्ता क्र. ८.१ मधील पडताळणी सूचीचे पुनरावलोकन करा.

२. प्रायोगिक अभ्यासासाठी असलेल्या प्रणालीचे नियोजन करा. सर्व प्रश्नांची पर्याप्त दखल घेतली गेली आहे ना याच्या निश्चितीबद्दलचे नियोजन पूर्ण झाल्यावर तक्ता क्र. ८.४ चा संदर्भ द्या.

अधिक वाचनासाठी

कॅम्पबेल डी. आणि स्टॅनले जे.सी (१९६३) एक्स्परिमेंटल अँड क्वा, एक्सपरिमेंटल डिझाईन्स फॉर रिसर्च, एन.एल.गागी (इडी) *हँडबुक ऑफ रिसर्च ऑन टिचिंग* (पान क्र. १–७६) शिकागो: रँड मॅकॅन्ली.

गागी यांच्या हस्तपुस्तिकेतील हे प्रकरण प्रायोगिक संरचनेबद्दलचे अभिजात विधान आहे. कॅम्पबेल आणि स्टॅनले यांनी प्रयोगांसाठी लिपीपद्धत संरचित केली आहे. जी आजही वापरली जाते. त्यांनी प्रायोगिक संरचनेचे प्रकार विकसित केले. ज्यांचा प्रारंभ अंतगृत आणि बाह्य वैधतेला धोका देणाऱ्या घटकांपासून होतो. पूर्व-प्रायोगिक संरचनेचे प्रकार, खरे प्रयोग, आभासी-प्रायोगिक संरचना आणि सहसंबंधात्मक आणि संरचनांचे परीक्षण करण्यासाठी संख्याशास्त्रीय पद्धती यांचा उत्तम प्रकारचा सारांश सादर करते. प्रायोगिक स्वरूपाच्या अभ्यासांचा अभ्यास सुरू करणाऱ्या विद्यार्थ्यांसाठी हे एक आवश्यक प्रकरण आहे.

फाउलर, एफ.जे. (२००९) *सर्व्हे रिसर्च मेथड्स* (आवृत्ती ४) थाऊजंड ओक्स, सीए: सेज.

फ्लोइड फाऊलर यांनी सर्वेक्षण संशोधन प्रकल्पाच्या संरचनेसंबंधीच्या निर्णयांसाठी उपयुक्त पाठ लिहिला आहे. ते नमुन्याच्या पर्यायी पद्धतींच्या वापराकडे लक्ष वेधतात तसेच प्रतिसाद न मिळण्याचा दर कमी करण्यासाठी उपाय, डेटा संकलन, चांगल्या प्रश्नांची संरचना, मुलाखतीचे उत्तम तंत्र, विश्लेषणासाठी सर्वेक्षणांची तयारी, सर्वेक्षण संरचनेतील नैतिक बाबी यांनाही संबोधतात.

केप्पेल जी. आणि विकेन्स टी.डी. (२००३) *डिझाईन अॅन्ड अॅनॅलिसिस: ए रिसर्चर्स हँडबुक* (आवृत्ती ४) एंजलवूड क्लीप्स् एन. प्रेंटिस हॉल.

जेफरी केप्पेल आणि थॉमस विकेन्स हे संरचनेची तत्त्वे ते प्रायोगिक डेटाचे संख्याशास्त्रीय विश्लेषण यापर्यंत प्रयोगांच्या संरचनेसाठी तपशीलवार सखोल उपचार प्रस्तुत करतात. सर्वसाधारणपणे हे पुस्तक मध्य-पातळी ते प्रगत संख्याशास्त्राच्या विद्यार्थ्यांसाठी जो प्रयोगांची संरचना आणि संख्याशास्त्रीय विश्लेषण समजून घेण्याचा प्रयत्न करतो त्याच्यासाठी आहे. प्रस्तावनेचे प्रकरण प्रायोगिक संरचनांचा माहितीपूर्ण गोषवारा सादर करते.

लिप्से, एम. डब्ल्यू. (१९९०) *डिझाईन सेन्सिटिव्हिटी: स्टॅटीस्टिकल पॉवर फॉर एक्सपिरिमेंटल रिसर्च.* न्यूबरी पार्क, सीए: सेज.

मार्क लिप्से यांनी प्रायोगिक संरचनांचे विषय आणि त्या संरचनांची संख्याशास्त्रीय ताकद यावर महत्त्वाचे पुस्तक लिहिले आहे. त्याचा मूळ पूर्वपक्ष असा आहे की, जे परिणाम शोधण्याचा त्याचा उद्देश आहे ते परिणाम समजण्यासाठी प्रयोगांमध्ये पुरेशी संवेदनशीलता असली पाहिजे. हे पुस्तक संख्याशास्त्रीय बळाचा शोध लावते. पुस्तकात एक तक्ता आहे जो संशोधकांना प्रयोगातील गटांचे योग्य आकारमान शोधून काढण्यास मदत करतो.

नूमान एस.बी. आणि मॅककॉरनिक, एस. (इ.डी.एस.) (१९९५) *सिंगल सब्जेक्ट एक्सपिरिमेंटल रिसर्च: ॲप्लिकेशन्स फॉर लिटरसी.* नेवर्क, डी.इ.: इंटरनॅशनल रिडिंग असोसिएशन

सुझन नूमान आणि सॅण्ड्रा मॅककॉरमिक यांनी एकक-विषय संशोधनाच्या संरचनेसाठी एका उपयुक्त व्यावहारिक मार्गदर्शकाचे संपादन केले आहे. त्यांनी संरचनांच्या अनेक प्रकारांची पुष्कळ उदाहरणे दिली आहेत. उदा. परावर्तन संरचना, बहु-संदर्भ संरचना, त्या एकक-विषय डेटाच्या विश्लेषणात अंतर्भूत असू शकणाऱ्या संख्याशास्त्रीय प्रणाली एका मागून एक सांगतात. उदा. एक प्रकरण रेषा-आलेखात डेटा प्रदर्शित करण्याच्या पद्धतीचा दाखला देते. जरी हे पुस्तक साक्षरतेच्या विनियोगाची अनेक उदाहरणे देत असले तरी त्याचा व्यापक विनियोग समाज आणि मानवशास्त्रांमध्ये झालेला आहे.

थॉम्पसन, बी (२००६). *फॉऊंडेशन्स ऑफ बिहेविअरल स्टॅटिस्टिक्स: ॲन इनसाईट-बेस्ड ॲप्रोच.* न्यूयॉर्क: द गिलाफोर्ड

ब्रूस थॉम्पसन यांनी संख्याशास्त्राच्या वापराबद्दल एक अतिशय वाचनीय पुस्तक संकलित केले आहे. ते वर्णनात्मक संख्याशास्त्राच्या प्राथमिक गोष्टींचा धांडोळा घेतात. (स्थाननिश्चिती, विकिरण, आकार) तसेच चलांमधील संबंध आणि संख्याशास्त्रीय अभिप्राय, निष्कर्षांचे व्यावहारिक महत्त्व आणि रिग्रेशन, ॲनोव्हा साधारण रेषारूप प्रारूप आणि लॉजिस्टिक रिग्रेशन. संपूर्ण पुस्तकभर त्यांनी त्यांच्या मुद्द्यांच्या स्पष्टीकरणासाठी व्यावहारिक उदाहरणे दिली आहेत.

प्रकरण नऊ

गुणात्मक पद्धती

विद्वत्तापूर्ण अन्वेषणमीमांसा (संशोधन) करण्यासाठी गुणात्मक पद्धती ही संशोधनाच्या संख्यात्मक पद्धतींपेक्षा वेगळा मार्ग प्रदर्शित करते. प्रक्रिया जरी समान असल्या, तरी गुणात्मक पद्धती या मजकूर, माहिती आणि प्रतिरूप माहिती यावर अवलंबून असतात. माहितीच्या विश्लेषणात त्यांच्या खास पायऱ्या असतात आणि त्या विविध संरचनांवर अवलंबून असतात. गुणात्मक संशोधनाच्या प्रस्तावासाठी पद्धती विभागावर लिहिताना, गुणात्मक संशोधनाच्या आशयाबद्दल वाचकांना अंशत: माहिती करून देणे, तसेच विशिष्ट संरचनांचा उल्लेख करणे, अभ्यासात संशोधन करत असलेल्या भूमिकेवर काळजीपूर्वक प्रकाश टाकणे, माहिती (डेटा) स्त्रोताच्या सतत वाढत जाणाऱ्या प्रकारांच्या यादीतून माहिती मिळविणे, माहितीची नोंदणी करण्यासाठी खास संकेतांचा वापर करणे, अनेक टप्पे असलेल्या विश्लेषणाची पद्धत वापरून माहितीचे विश्लेषण करणे आणि संकलित केलेल्या माहितीच्या अचूकतेचा किंवा वैधतेचा लेखी पुरावा तयार करण्यासाठी असलेल्या मार्गांचा उल्लेख करणे यांची आवश्यकता असते. प्रस्तावात गुणात्मक पद्धतींचा एक चांगला विभाग लिहिण्यासाठी आवश्यक असणाऱ्या या सर्व घटकांकडे हे प्रकरण निर्देश करते. तक्ता क्र. ९.१ मध्ये एक पडताळणी सूची सादर केलेली आहे जी तुमच्या प्रस्तावात असलेल्या गुणात्मक पद्धती विभागाचे पुनरावलोकन करण्यासाठी; म्हणजेच तुम्ही महत्त्वाच्या विषयांचा उल्लेख केला आहे का हे निश्चित करण्यासाठी उपयुक्त ठरते.

तक्ता ९.१ गुणात्मक प्रणालीची संरचना करण्यासाठीच्या प्रश्नांची पडताळणी सूची

__________	गुणात्मक अभ्यासाची मूलभूत गुणवैशिष्ट्ये नमूद करण्यात आली आहेत का?
__________	अभ्यासात वापरल्या जाणाऱ्या विशिष्ट प्रकारच्या गुणात्मक संरचनेचा उल्लेख केलेला आहे का? संरचनेचा इतिहास, व्याख्या आणि उपयोजन नमूद केलेले आहे का?
__________	अभ्यासातील संशोधकाच्या भूमिकेबद्दल वाचकाला आकलन होते का? (इतिहास पूर्व, (पूर्व ऐतिहासिक), सामाजिक, सांस्कृतिक अनुभव, स्थान आणि लोक यांच्याशी वैयक्तिक संपर्क, प्रवेश मिळविण्यातील पायऱ्या आणि संवेदनशील नैतिक बाबी) आणि अभ्यासामध्ये स्पष्टीकरणावर लावलेल्या अन्वयार्थावर ते कसे परिणाम करू शकतात?
__________	ठिकाणे आणि व्यक्ती यांच्यासाठी हेतुपूर्वक नमुना धोरण ठरविले आहे का?

(पुढे चालू)

तक्ता ९.१ (पुढे चालू)

________	माहिती गोळा करण्याच्या विशिष्ट अर्जांचा आणि त्यांच्या वापरासंबंधीच्या कार्यकारण परंपरेचा उल्लेख केला आहे का?
________	माहिती संकलनाच्या दरम्यान माहिती नोंदविण्याच्या प्रणालींचे तपशील (उदा. संकेत) ठरविले आहेत का?
________	माहिती विश्लेषणातील टप्पे निश्चित केले आहेत का?
________	संशोधकाने विश्लेषणासाठी माहिती संघटित केली आहे याचा काही पुरावा आहे का?
________	माहितीचे साधारण आकलन होण्यासाठी संशोधकाने माहितीचे पुनरावलोकन केलेले आहे का?
________	संशोधकाने माहितीची परिभाषा तयार केली आहे का?
________	वर्णन करण्यासाठी आणि/किंवा लेखनाचा मुख्य विषय निश्चित करण्यासाठी परिभाषा विकसित केल्या आहेत का?
________	विश्लेषण आणि निष्कर्षांची उच्च पातळी दाखविण्यासाठी लेखनाचा मुख्य विषयांचे परस्परांशी संबंध दाखविले आहेत का?
________	तक्ते, आलेख आणि आकृत्या इत्यादींचा या स्वरूपात माहिती सादर केली जाईल हे नमूद केलेले आहे का?
________	विश्लेषणाच्या स्पष्टीकरणासाठी आधार ठरविले आहेत का? (वैयक्तिक अनुभव, साहित्य, प्रश्न, कृती कार्यक्रम)
________	संशोधकाने अभ्यासासाठी फलश्रुती नमूद केली आहे का? (सिद्धान्ताची मांडणी, उद्देशांच्या गुंतागुंतीचे रेखाटन)
________	निष्कर्षांच्या वैधतेसाठी अनेकविध धोरणांचा उल्लेख केला आहे का?

गुणात्मक पद्धतींचे घटक

प्रस्तावातील गुणात्मक बाबतच्या विभागाचे लक्ष अशा विषयांकडे असणे गरजेचे आहे, जे संख्यात्मक (किंवा मिश्र) प्रकल्प आहेत. यात वाचकाला अभ्यासात उपयोगात आणल्या जाणाऱ्या संरचनेविषयी माहिती देणे आणि गरज पडली तर त्यात गुणात्मक संशोधनाचा उपयोग व त्याचा मूलभूत आशय यांचा समावेश होतो. यामध्ये अभ्यासासाठीच्या नमुन्याबद्दलची चर्चा, सर्वसाधारण माहिती संकलन आणि नोंद करण्याच्या प्रक्रियांचाही समावेश असतो. यापुढे जाऊन विभाग माहिती विश्लेषणातील पायऱ्या, माहिती सादर करण्यासाठी वापरल्या जाणाऱ्या पद्धती, माहितीचे स्पष्टीकरण, त्याची वैधता सिद्ध करणे आणि अभ्यासाच्या संभाव्य निष्पत्तीपर्यंत यापर्यंत याचा विस्तार होतो. अन्य संरचनांच्या अगदी उलट गुणात्मक मार्गांमध्ये संशोधकाचे त्याच्या भूमिकेवरील शेरे आणि वापरले जाणारे विशिष्ट प्रकारचे धोरण यांचा समावेश असतो. अभ्यासपरत्वे गुणात्मक प्रकल्पाच्या लिखाणाच्या आराखड्याचे स्वरूप वेगवेगळे असल्यामुळे पद्धती विभागात लेखनाच्या अंतिम स्वरूपावर टिप्पणीही असली पाहिजे.

प्रकरण क्र. ४ मधील उदाहरण क्र. ४.१ आणि ४.२ आठवा. त्यामध्ये मी या गुणात्मक प्रस्तावाच्या आरखड्याचा आढावा घेतला आहे. त्यामध्ये हे गुणात्मक पद्धतीचे घटक समाविष्ट केलेले आहेत.

गुणात्मक संशोधनाची वैशिष्ट्ये

प्रस्ताव लेखकांना गुणात्मक संशोधनाच्या वैशिष्ट्यांबद्दल अनेक वर्षे चर्चा करावी लागत असे आणि त्यांच्या संयुक्तिकतेबद्दल प्राध्यापक आणि वाचकांना खात्री पटवून द्यावी लागत असे. आता अशा प्रकारच्या चर्चा साहित्यात कमी आढळतात. गुणात्मक शोध कोणत्या गोष्टींद्वारे घेता येतो याबद्दल काही प्रमाणात मतैक्य झालेले आहे. प्रस्तावाच्या या विभागाच्या संदर्भातील माझ्या सूचना खालीलप्रमाणे आहेत:

- प्रस्तावाच्या संभाव्य वाचकांच्या गरजांचे पुनरावलोकन करा. वाचकांना गुणात्मक संशोधनाच्या वैशिष्ट्यांचे पुरेसे ज्ञान आहे का हे निश्चित करा; जेणेकरून या विभागाची आवश्यकता भासणार आहे किंवा नाही हे समजेल.
- त्यांच्या ज्ञानाविषयी जर काही शंका असेल तर प्रस्तावात गुणात्मक संशोधनाची मूलभूत वैशिष्ट्ये सादर करा आणि शक्य असल्यास अलीकडील गुणात्मक संशोधन नियतकालिकातील लेखाबद्दल (अभ्यासाबद्दल) चर्चा करा. अभ्यासाची गुणवैशिष्ट्ये दर्शविण्यासाठी उदाहरण म्हणून त्याचा वापर करता येईल.
- जर तुम्ही मूलभूत वैशिष्ट्ये सादर करत असाल तर कोणती वैशिष्ट्ये तुम्ही अंतर्भूत कराल? सुदैवाने आता गुणात्मक संशोधनाच्या महत्त्वाच्या वैशिष्ट्यांबद्दल काही प्रमाणात एकमत झालेले आहे. क्रेसवेल (२०१३), हॅच (२००२) आणि मार्शल आणि रॉसमन (२०११) यांसारख्या लेखकांनी ही वैशिष्ट्ये त्यांच्या परिचयात्मक पाठांमधून सांगितलेली आहेत.

    - *नैसर्गिक (प्रत्यक्ष) परिस्थिती:* जिथे अभ्यासाअंतर्गत बाब किंवा समस्येचा अनुभव सहभागी घेतात, त्या स्थानाच्या परिसरातून माहिती गोळा करण्याकडे गुणात्मक संशोधकांचा कल असतो. ते व्यक्तींना प्रयोगशाळेत किंवा एखाद्या यांत्रिक किंवा रचित परिस्थितीत आणत नाहीत किंवा पूर्तता करण्यासाठी कोणतीही साधने विशेष प्रकारे त्यांच्याकडे पाठवत नाहीत. ही वैयक्तिक माहिती लोकांशी प्रत्यक्ष बोलून जमविली जाते. त्यांना त्यांच्या परिसरात वागताना आणि काम करताना पाहणे व त्यांच्याशी बोलणे हे गुणात्मक संशोधनाचे महत्त्वाचे वैशिष्ट्य आहे. स्वाभाविक परिसरात संशोधक सहभागींशी अनेक वेळा संवाद साधतात.
    - *संशोधक हेच महत्त्वाचे साधन:* गुणात्मक संशोधक दस्तऐवजांचे परीक्षण करून, वर्तनाचे निरीक्षण करून किंवा सहभागींची मुलाखत घेऊन स्वत:च माहिती गोळा करतात. माहिती संकलनासाठी ते काही संकेतांचा, टिपणांचा साधन म्हणून वापर करू शकतात. पण गुणात्मक संशोधनात संशोधक असे असतात, की जे स्वत:च प्रत्यक्ष माहिती गोळा करतात. अन्य संशोधकांनी विकसित केलेल्या प्रश्नावल्या किंवा साधनांवर विसंबून राहण्याकडे या संशोधकांचा कल नसतो.
    - *माहितीचे बहुविध स्रोत:* गुणात्मक संशोधक हे एकाच माहितीच्या स्रोतावर अवलंबून राहण्याऐवजी मुलाखती, निरीक्षणे, कागदपत्रे आणि दृक्श्राव्य माहिती यांसारख्या डेटाच्या

बहुविध प्रकारांमधून खास प्रकारे माहिती गोळा करतात. संशोधक नंतर सर्व माहिती स्रोतांमधून मिळालेल्या माहितीचे पुनरावलोकन करतात, त्यातून मतितार्थ काढतात, वर्गवारीनुसार किंवा विषयानुसार त्याचे संघटन करतात.

- *प्रवर्तनिक आणि अनुमानिक (निगमात्मक) माहिती विश्लेषण:* गुणात्मक संशोधक त्यांच्याकडील माहितीचे संघटन विविध नमुने, वर्गवारी आणि विषय उपविषय खालून वर अशाप्रकारे अधिकाधिक अमूर्त मांडणी करतात. जोपर्यंत संशोधनकर्ता कल्पनांचा सर्व समावेशक असा संच प्रस्थापित करत नाही तोपर्यंत कल्पना आणि डेटाबेस यांच्यामध्ये मागे आणि पुढे होत निगमात्मक प्रक्रिया चालू राहते. नंतर अनुमानिक पद्धतीने प्रत्येक विषयाला अधिक पुरावे किंवा पुष्टी देऊ शकतील का किंवा त्यांबाबत अधिक माहिती गोळा करण्याची आवश्यकता आहे का हे ठरविण्यासाठी संशोधक विषयांच्या डेटाचा आढावा घेतात. अशाप्रकारे, प्रक्रिया प्रवर्तनिक पद्धतीने सुरू होत असली तरी जसजसे विश्लेषण प्रगत होते तसतशी अनुमानिक विचारसरणी ही महत्त्वाची भूमिका पार पाडते.

- *सहभागींना अभिप्रेत असलेला अर्थ:* गुणात्मक संशोधनाच्या पूर्ण प्रक्रियेत संशोधक संशोधनात कोणता अर्थ लावतो किंवा लेखक त्यांच्या साहित्यात कोणता अर्थ व्यक्त करतात याऐवजी संशोधक हा सहभागी व्यक्ती या विषयाचा किंवा बाबीचा कोणता अर्थ गृहीत धरून चालतो ते समजावून घेण्याकडे लक्ष केंद्रित करतो.

- *उद्‌गत होणारी संरचना:* गुणात्मक संशोधकांसाठी संशोधनप्रक्रिया ही उद्धृत होत जाणारी, अभ्युदय पावणारी असते. याचा अर्थ असा की, संशोधनाचे सुरुवातीचे नियोजन ठामपणे निश्चित करता येत नाही. संशोधकाने क्षेत्रात पदार्पण केल्यानंतर आणि डेटा संकलन करण्यास सुरुवात केल्यानंतर प्रक्रियेतील काही किंवा सर्वच पायऱ्या बदलू शकतात. उदा. प्रश्न बदलू शकतात, डेटा संकलनाची साधने किंवा स्वरूप बदलू शकते, तसेच ज्या व्यक्तींचा अभ्यास करावयाचा त्या व्यक्ती आणि भेटी दिलेली स्थाने बदलू शकतात. गुणात्मक संशोधनामागे मुख्य कल्पना ही आहे की सहभागी व्यक्तींकडून समस्या किंवा बाबींबद्दल जाणून घेणे आणि अशी माहिती मिळविण्यासाठी संशोधनाचा वापर करणे.

- *प्रतिक्षिप्तता:* गुणात्मक संशोधनामध्ये, तपासक त्याची अभ्यासातील भूमिका, त्यांची वैयक्तिक पार्श्वभूमी, संस्कृती आणि अनुभव यांद्वारे अन्वयार्थांना आकार देण्याची क्षमता बाळगतात. जसे की, लेखनाचा मुख्य विषय विकसित करणे, माहितीचे अर्थ लावणे. अभ्यास पद्धतीचा हा भाग अभ्यासात केवळ पूर्वग्रह वाढविणे आणि मूल्ये वर्धित करणे यापेक्षा अधिक आहे. पण संशोधकांची पार्श्वभूमी प्रत्यक्षात अभ्यासाच्या दिशेला कसे वळण लावते हे विशेष लक्षात घेण्यासारखे आहे.

- *संपूर्ण खुलासा:* गुणात्मक संशोधक अभ्यासांतर्गत समस्येचे किंवा बाबींचे गुंतागुंतीचे चित्र विकसित करण्याचा प्रयत्न करतात. यात अनेकविध यथार्थदर्शनांचा वृत्तांत देणे, एखाद्या परिस्थितीमध्ये समाविष्ट असलेल्या अनेक घटनांचा शोध घेणे आणि त्यातून निर्माण होणाऱ्या मोठ्या चित्राचे सर्वसाधारण रेखाटन करणे यांचा समावेश असतो. संपूर्ण चित्र निर्माण करण्यासाठी अनेक भाग असलेल्या प्रक्रियेची किंवा मध्यवर्ती घटनेची दृश्य संरचना सहाय्यभूत ठरते. (पहा, उदा. क्रेसवेल आणि ब्राऊन १९९२)

गुणात्मक संरचना

या सर्वसामान्य वैशिष्ट्यांच्या पलीकडे अधिक नेमक्या संरचना आहेत. या संरचना माहिती संकलन, विश्लेषण आणि लेखन यांना महत्त्व देतात. पण त्या विद्याशाखेतूनच उत्पन्न होतात आणि संशोधनाच्या संपूर्ण प्रक्रियेतून शेवटपर्यंत प्रवाहित होत राहतात. उदा. समस्यांचे प्रकार, महत्त्वाच्या नैतिक बाबी. अनेक संरचना अस्तित्वात आहेत, जशा की, टेश (१९९०) यांनी २८ मार्ग शोधून काढले आहेत. वॉलकॉट (२००९) यांच्या 'ट्री'मधील २२ प्रकार, क्रेसवेल (२०१३) यांच्या गुणात्मक तपासाच्या संदर्भातील ५ परंपरा, मार्शल आणि रॉसमन (२०११) यांनी ५ वेगळ्या लेखकांच्या ५ समान प्रकारांची चर्चा केली आहे. प्रकरण १ मध्ये नमूद केल्याप्रमाणे मी अशी शिफारस करतो की, गुणात्मक संशोधकांनी वर्णनात्मक, प्रत्ययवादी, संस्कृती वर्णन, व्यक्ती अभ्यास आणि लुप्त सिद्धान्त (ग्राऊंडेड थिअरी) या शक्यतांमधून निवड करावी. मी या ५ शक्यतांची निवड केली आहे कारण त्या सध्याच्या समाज आणि आरोग्य शास्त्रांमध्ये लोकप्रिय आहेत. अन्य संरचनाही उपलब्ध आहेत, ज्यांचा निर्देश पर्याप्तपणे गुणात्मक पुस्तकांमधून केलेला आहे. उदा. सहभागी कृती संशोधन (केम्मिस आणि विलकिन्सन १९९८) किंवा व्याख्यानाचे विश्लेषण (चीक २००४). संरचनांमध्ये, संशोधक हे व्यक्तींचा अभ्यास करू शकतात (वर्णनात्मक, प्रत्ययवाद प्रणाली), कृती आणि घटना यांना शोधून काढू शकतात (व्यक्ती अभ्यास, लुप्त सिद्धान्त) किंवा व्यक्तींच्या किंवा गटांच्या संस्कृती आदान-प्रदान करण्यासंबंधीच्या व्यापक वर्तनासंबंधी जाणून घेऊ शकतात (संस्कृतीवर्णन).

गुणात्मक प्रस्तावासाठी प्रक्रियेबद्दल लिहिताना पुढील संशोधन सूचनांचा विचार करा:

- तुम्ही उपयोगात आणणार आहात अशा विशिष्ट संरचनेचा शोध घ्या आणि ज्या साहित्यात या मार्गाची चर्चा केलेली आहे त्याचे संदर्भ द्या.
- संरचनेच्या पार्श्वभूमीविषयक काही माहिती द्या. उदा. तिची मूळ अभ्यासशाखा, तिचे उपयोजन (खास करून तुमच्या क्षेत्रातील) आणि तिची संक्षिप्त व्याख्या (पाच प्रकारच्या संरचनेसाठी पहा प्रकरण क्र. १)
- संभाव्य अभ्यासात ती वापरासाठी कशी योग्य आहे त्याची चर्चा करा.
- संरचनेच्या प्रणालीच्या अनेक भागांना त्या विशिष्ट संरचनेच्या वापराने कसे स्वरूप प्राप्त होईल त्याचा शोध घ्या. उदा. शीर्षक, विषय संशोधनाचे प्रश्न, डेटा संकलन आणि विश्लेषण आणि अहवाल लेखन.

संशोधकाची भूमिका

वैशिष्ट्यांच्या सूचीत नमूद केल्याप्रमाणे गुणात्मक संशोधन हे भाष्य करण्याच्या स्वरूपाचे संशोधन आहे. तपासक हा सहभागी व्यक्तींबरोबर एका सतत येत राहणाऱ्या आणि उत्कट अशा अनुभवात व्यग्र असतो. त्यामुळे गुणात्मक संशोधन प्रक्रियेत अनेक धोरणात्मक, नैतिक आणि व्यक्तिगत बाबींचा समावेश होतो (स्पर्ड्यूसो आणि सिल्वरमन २०१३).या गोष्टी मनात ठेवूनच तपासक स्पष्टपणे त्यांचे पूर्वग्रह, मूल्ये आणि वैयक्तिक पार्श्वभूमी, जसे की; लिंग, इतिहास, संस्कृती, सामाजिक-आर्थिक दर्जा याद्वारे प्रतिबिंबीत होउन त्यांच्या अभ्यासादरम्यान अभ्यास निरीक्षणामधून मिळणाऱ्या माहितीचे अन्वयार्थ लावत असतात आणि त्यावर भाष्य करत असतात. याशिवाय संशोधन स्थळामध्ये प्रवेश मिळविणे आणि अभ्यासादरम्यान उद्‌भवू शकणाऱ्या नैतिक बाबीसुद्धा संशोधकाच्या भूमिकेचा भाग आहेत.

● संशोधन विषयांसंबंधीच्या किंवा सहभागींसंबंधींच्या किंवा परिसरासंबंधीच्या पूर्व अनुभवाबद्दलच्या विधानांचा समावेश करा, ज्यामुळे वाचकाला संशोधन आणि अभ्यास यातील नाते समजण्यास मदत होईल. या अनुभवांमध्ये परिसरातील सहभाग, पूर्वीचे शैक्षणिक किंवा कामांसंबंधीचे अनुभव, संस्कृती, अल्पसंख्यांक जमाती, वंश, सामाजिक-धार्मिक पत किंवा अन्य लोकसंख्याविषयक अनुभव येतात, जे संशोधकांना अभ्यासाशी प्रत्यक्षपणे जोडतात.

● अभ्यासादरम्यान संशोधक जे विवेचन करतात, अन्वयार्थ लावतात, सक्षमपणे संशोधनाला आकार देतात, ते अनुभव स्पष्टपणे मांडा. उदाहरणार्थ, या अनुभवामुळे संशोधक काही विशिष्ट अभ्यासविषयांकडे अधिक झुकू शकतात, त्यांच्या प्रस्तावाच्या पुष्ट्यर्थ अधिक उत्साहाने पुरावे शोधू शकतात.

● संशोधनकर्ते आणि सहभागी यांच्यातील संबंधांवर, सहभागी व्यक्ती आणि संशोधकांच्या विवेचनांवर वाजवीपेक्षा जास्त प्रभाव टाकणाऱ्या संशोधनाच्या ठिकाणांवर टिपण्णी करा. मतप्रदर्शन करा. 'परसदार' संशोधनात (बॅकयार्ड रिसर्च, संशोधक एका संशोधन क्षेत्रात आधीच एक भिन्न भूमिका निभावत असताना त्याने त्याच क्षेत्रात संशोधन करणे, परिचित क्षेत्रात संशोधन करणे) (ग्लिस्ने आणि पेशकिन १९९२) संशोधकांच्या स्वत:च्या संस्थेच्या किंवा मित्रमंडळी किंवा नजीकच्या कामाच्या परिसराच्या अभ्यासाचा समावेश होतो. यामुळे अनेकदा संशोधकांची माहिती उघड करण्याच्या क्षमतेबाबत तडजोड झालेली सूचित होते, तसेच तपासक आणि सहभागी व्यक्ती यांच्यातील बळाच्या असमतोलाबाबतचे मुद्दे उपस्थित होतात. ज्यावेळी संशोधक त्यांच्या कामाच्या ठिकाणातून डेटा गोळा करतात (किंवा, जेव्हा ते सहभागींच्या वरिष्ठांच्या भूमिकेत असतात), तेव्हा अशी माहिती गोळा करणे सोयीचे व सोपे असते. पण ती माहिती अचूक असेल असे नाही आणि ती संशोधक व सहभागींच्या भूमिकांना संकटात टाकू शकते. परसभागाचा अभ्यास करणे गरजेचे असेल तर माहितीच्या बाबतीत कोणतीही तडजोड केली जाणार नाही हे दर्शविण्याची जबाबदारी संशोधकावर येते आणि तसेच अशी माहिती सहभागींना (किंवा संशोधकांना) संकटात लोटणार नाही (त्यात काही जोखीम असणार नाही) असेही दाखवावे लागते. याशिवाय माहितीची अचूकता दर्शविण्यासाठी, वैधतेसाठी, अनेक धोरणांची आवश्यकता असते.

● मानवी सहभागींच्या हक्कांचे रक्षण करण्यासाठी इन्स्टिट्यूशनल रिव्ह्यू बोर्डाकडून (आय. आर.बी.) (पहा प्रकरण क्र. ४) परवानगी मिळविण्यासाठी कोणत्या औपचारिकता पूर्ण केल्या ते सूचित करा. आय.आर.बी.चे मान्यता पत्र परिशिष्टात जोडा आणि मान्यता मिळविण्यासाठी लागणाऱ्या प्रक्रियेबद्दल माहिती द्या.

● परिसरात प्रवेश करण्यासाठी आणि सहभागी किंवा परिस्थितीचा अभ्यास करण्यासाठीची परवानगी मिळविण्यासाठी कोणत्या औपचारिकता पूर्ण कराव्या लागल्या त्याचे विवेचन करा (मार्शल आणि सेस्समन २०११). संशोधन किंवा पुरातत्त्व जागांमध्ये प्रवेश मिळविण्यासाठी दाखला, जागेत प्रवेश करण्यास तसेच संशोधन करण्याची मान्यता मिळविण्यासाठी तेथील **व्यक्तींची** परवानगी घेणे महत्त्वाचे असते. द्वारपालांच्या अवलोकनार्थ एक लहान प्रस्ताव तयार करून सादर करणे आवश्यक ठरू शकेल. अशा प्रस्तावात कोणते मुद्दे समाविष्ट असावेत हे बॉगदान आणि बिक्लेन (१९९२) यांनी सुचविले आहे

○ अभ्यासासाठी या विशिष्ट स्थानाची निवड का केली आहे?

○ संशोधनाच्या अभ्यासाच्या काळात कोणत्या कृती त्या ठिकाणी होणार आहेत?

○ अभ्यास फुट पाडणारा असेल का?

○ निष्पत्तीचे वृत्तांकन कसे केले जाईल?
○ अभ्यासामुळे दरवानाला काय लाभ होईल?

● निर्माण होऊ शकणाऱ्या संवेदनशील नैतिक मुद्द्यांची समीक्षा करा. उपस्थित केलेल्या प्रत्येक मुद्द्याचा, संशोधन अभ्यास कसा परामर्श घेणार ते स्पष्ट करा. उदाहरणार्थ, संवेदनशील बाबीचा अभ्यास करताना लोक, जागा, कार्यक्रम यांची नावे गुप्त ठेवणे गरजेचे आहे. अशा परिस्थितीत, प्रस्तावात माहिती अवगुंठित करण्याच्या प्रक्रियेबद्दल चर्चा होणे आवश्यक आहे.

डेटा संकलित करण्याच्या पद्धती

संशोधकाच्या भूमिकेवरील भाष्य हे माहिती संकलनात समाविष्ट असलेल्या बाबींवरील चर्चेसाठी व्यासपीठच उपलब्ध करतात. माहिती संकलनातील पायऱ्यामध्ये अभ्यासाची परिसीमा निश्चित करणे, असंरचित/निमसंरचित निरीक्षणे आणि मुलाखतीद्वारा माहिती गोळा करणे, कागदपत्रे आणि दृश्यमान साहित्य संकलन यांचा, तसेच माहितीची नोंद करण्यासाठी मसुदा निश्चित करणे यांचा समावेश होतो.

● प्रस्तावित अभ्यासासाठी *हेतुपुरस्सर निवडलेल्या* जागा किंवा व्यक्ती निश्चित करा. गुणात्मक संशोधनातील कल्पना अशीच आहे की सहभागींची किंवा ठिकाणांची किंवा कागदपत्रांची किंवा दृश्य साहित्याची **हेतुपुरस्सर निवड** करणे, ज्यामुळे संशोधकाला प्रश्न आणि संशोधन समस्या चांगल्याप्रकारे समजण्यास मदत हाईल. याचा अर्थ असा नव्हे की संख्यात्मक संशोधनात खास करून आढळते त्याप्रमाणे यादृच्छिक नमुना पद्धती किंवा सहभागींची किंवा जागांची मोठ्या संख्येने निवड करणे. सहभागी आणि जागा यांच्या बद्दलच्या चर्चेत माईल्स व हुबरमान (१९९४) यांनी निश्चित केलेल्या चार गोष्टींचा समावेश होऊ शकतो. (अ) परिसर (म्हणजेच जेथे संशोधन केले जाईल), (ब) कारक (कलाकार, कार्यकर्ते) (म्हणजेच ज्यांचे निरीक्षण केले जाईल किंवा मुलाखत घेतली जाईल.), (क) घटना/(कार्यक्रम) (म्हणजेच जे करताना कलाकारांचे निरीक्षण केले जाईल किंवा मुलाखत घेतली जाईल.), (ड) प्रक्रिया (परिसरात कलाकारांनी केलेल्या कृतींचे स्वरूप विकसित होत जाणे.)

● तुमच्या अभ्यासात समाविष्ट असलेल्या जागा आणि सहभागींची संख्या या संबंधी विषय असू शकतो. गुणात्मक संशोधनाचे वैशिष्ट असलेली अल्प संख्या सोडल्यास तुमच्याकडे किती जागा आणि सहभागी असले पाहिजेत? सर्वात प्रथम म्हणजे या प्रश्नाला कोणतेही निश्चित उत्तर नाही; जरी मी अशी भूमिका घेतली (क्रेसवेल २०१३) की नमुन्याचा आकार हा तुम्ही वापरत असलेल्या गुणात्मक संरचनेवर अवलंबून असतो, तरीही.(उदा. व्यक्ती अभ्यास). अनेक गुणात्मक संशोधन अभ्यासांच्या माझ्या पुनरावलोकनातून मला असे आढळले की, वर्णनात्मक संशोधनात एक किंवा दोन व्यक्तींचा समावेश असतो. प्रत्ययवादात (मानवंशशास्त्रात) विशेष करून तीन ते दहा; लुप्त सिद्धान्तात वीस ते तीस. मानवसंस्कृती अभ्यासत एकाच संस्कृतीचे पालन करणाऱ्या एका गटाचे परीक्षण असंख्य ऐतिहासिक महत्त्वाच्या अत्यंत जुन्या वस्तू, मुलाखती आणि निरीक्षणे या सहाय्याने केले जाते, व व्यक्ती अभ्यासात चार ते पाच व्यक्ती अभ्यासांचा समावेश होतो. अर्थात हा नमुन्याचा आकार या विषयासंबंधीचा हा निश्चित एक दृष्टिकोन आहे. दुसरा दृष्टिकोन तितकाच व्यवहार्य आहे. संपृक्ततेची कल्पना लुप्त सिद्धान्तातून येते. चार्माझ (२००६) यांनी म्हटले आहे की, अशावेळी डेटा गोळा करणे बंद करा जेव्हा नवा डेटा गोळा करून वर्गवारी (किंवा विषय) जाणिवेवर कोणताही नवा प्रकाश पाडत नाहीत किंवा नवीन वैशिष्ट्यांची माहिती देत नाहीत.

- कोणत्या प्रकारचा किंवा प्रकारांचा डेटा गोळा करायचा आहे त्याचा निर्देश करा. अनेक गुणात्मक अभ्यासात, तपासक विविध प्रकारचा डेटा गोळा करतात आणि गोळा केलेली माहिती स्वाभाविकपणे मांडणी करण्यात खूप वेळ घालवितात. गुणात्मक संशोधनातील संकलनाच्या प्रक्रियेत चार मूळ प्रकार, आणि त्यांची बलस्थाने आणि मर्यादा यांचा (तक्ता क्र. ९.२ मध्ये दर्शविल्याप्रमाणे) समावेश होतो.

    - ज्यावेळी संशोधक संशोधनाच्या जागी व्यक्तींच्या वर्तनाविषयी आणि उपक्रमांविषयी क्षेत्र-टीपा घेतो ते **गुणात्मक निरीक्षण** होय! या क्षेत्रीय टीपांमध्ये संशोधक संशोधन होत असलेल्या उपक्रमांची नोंद असंरचित पद्धतीने करतो किंवा निमसंरचित पद्धतीने करतो (पृच्छकाला जाणून घेण्याची इच्छा असलेल्या पूर्वीच्या प्रश्नांचा उपयोग करून). गुणात्मक निरीक्षकसुद्धा सहभागी नसलेले होण्यापासून ते पूर्ण सहभागी, अशा बदलत्या भूमिका पार पाडू शकतात. ही निरीक्षणे खास मुक्त शेवट असलेली (खुली) असतात, ज्यात संशोधक सहभागींविषयी सर्वसाधारण प्रश्न विचारतात आणि सहभागींना त्यांची मते मुक्तपणे व्यक्त करण्याची मुभा देतात.

    - **गुणात्मक मुलाखतींमध्ये** संशोधक सहभागींच्या मुलाखती आमने-सामने घेतो, दूरध्वनीवरून घेतो किंवा प्रत्येक गटात ६ ते ८ मुलाखत देणारे असतील अशा गट मुलाखती घेतो. अशा मुलाखतींमध्ये संरचित नसलेले, सामान्यपणे खुला शेवट असलेले, संख्येने कमी असे प्रश्न समाविष्ट असतात आणि त्यांचा उद्देश सहभागींकडून दृष्टिकोन आणि मते माहीत करून घेणे हा असतो.

    - संशोधनाच्या प्रक्रियेत, संशोधक हा **गुणात्मक कागदपत्रे** गोळा करू शकतो. ही कागदपत्रे सार्वजनिक स्वरूपाची (वर्तमानपत्रे, सभांमधील मान्य झालेले मुद्दे, अधिकृत अहवाल) किंवा खाजगी (उदा. वैयक्तिक नियतकालिके आणि रोजनिशी, पत्रे, इ-मेल) असू शकतात.

    - गुणात्मक डेटाची अंतिम वर्गवारीमध्ये, **गुणात्मक श्राव्य आणि दृक् साहित्य** समाविष्ट होते. हे साहित्य छायाचित्रे, कलाकृती, चित्रफिती, वेबसाईटची मुख्य पाने, इ-मेल्स, लेखी संदेश, सार्वजनिक माध्यमातील मजकूर किंवा ध्वनीचे कोणतेही स्वरूप अशा स्वरूपात असू शकते. दृश्य संस्कृतिवर्णनशास्त्राच्या (पिंक २००१) मध्ये मोडणाऱ्या कृतिशील डेटा संकलनाच्या कार्यपद्धतींचा समावेश करा, ज्यांच्यात जीवनकथा, रूपकाची दृश्य वर्णने आणि सरकारची डिजिटल स्वरूपातील जुनी कागद (दफ्तरे) अशा सृजनात्मक पद्धतीच्या माहिती गोळा करण्याच्या पद्धतींचा समावेश होऊ शकतो (क्लँडिनिन २००७).

    - तक्ता क्र. ९.२ मध्ये चर्चा केल्याप्रमाणे डेटा संकलनाच्या स्वरूपाबद्दलच्या चर्चेत, डेटा संकलनाच्या प्रकाराबद्दल ठाम राहा आणि प्रत्येक प्रकाराची बलस्थाने आणि मर्यादा यांचा समावेश करा.

- सामान्य निरीक्षणे आणि मुलाखती यांच्यापेक्षा वेगळ्या अशा डेटा संकलनाच्या प्रकारांचा समावेश करा. अशा असामान्य प्रकारांमुळे प्रस्तावाबद्दल वाचकांमध्ये कुतूहल (जिज्ञासा) निर्माण होते आणि त्याच्याद्वारे उपयुक्त माहिती काढून घेता येते, जी निरीक्षणे आणि मुलाखतींमधून निसटली जाऊ शकते. उदा. तक्ता क्र. ९.३ मधील माहितीचा प्रकाराच्या सर्वसमावेशक सारांश रूपांचे परीक्षण करा ज्याद्वारे आपल्या कल्पनाशक्तीला ताण देऊन माहिती गोळा करण्याच्या शक्यता वाढविता येतील. आवाज किंवा चवींचे संकलन किंवा मुलाखतीदरम्यान भाष्य (मनातील विचार) काढून घेण्यासाठी ठेवणीतल्या खास बाबींचा उपयोग करा.

तक्ता ९.२ गुणात्मक माहिती संकलनाचे प्रकार, पर्याय, फायदे आणि मर्यादा

माहिती संकलनाचे प्रकार	प्रकारांतर्गत पर्याय	प्रकाराचे फायदे	प्रकाराच्या मर्यादा
निरीक्षणे	• पूर्णपणे सहभागी—संशोधक (त्याची) भूमिका गुप्त ठेवतो. • निरीक्षक, सहभागी म्हणून—संशोधकाची भूमिका (इतरांना) माहीत असते. • सहभागी, निरीक्षक म्हणून—सहभागींच्या भूमिकेच्या तुलनेत निरीक्षकाची भूमिका दुय्यम. • पूर्णपणे निरीक्षक—सहभागी न होता संशोधक निरीक्षण करतो.	• संशोधकाला सहभागींबरोबर प्रत्यक्ष अनुभव (सहअनुभूती) • संशोधक जशी प्राप्त होईल तशी माहिती नोंदवू शकतो. • निरीक्षणाच्या दरम्यान असाधारण बाबी लक्षात येऊ शकतात. • ज्या विषयांची चर्चा करणे सहभागींना अडचणीचे वाटते, त्या अभ्यास विषयांचा खोलात जाऊन शोध घेण्यासाठी उपयुक्त.	• संशोधकाकडे आगंतुक म्हणून बघितले जाते. • संशोधक जिचा वृत्तांत देऊ शकत नाही अशी खाजगी माहिती नजरेस पडू शकते. • संशोधकाकडे चांगले लक्ष देण्याची (लक्षपूर्वक ऐकण्या-बघण्याची) आणि निरीक्षणाची कौशल्ये नसू शकतात. • काही सहभागी (उदा. मुले) संपर्क प्रस्थापित करण्यासंबंधी विशेष प्रश्न उपस्थित करू शकतात.
मुलाखती	• आमने सामने—एकास-एक, प्रत्यक्ष मुलाखत • दूरध्वनी—संशोधन कर्ता दूरध्वनीद्वारा मुलाखत घेतो. • केंद्रिभूत (फोकस) गट—संशोधक सहभागींची गटामध्ये मुलाखत घेतो. • इ-मेल, इंटरनेट मुलाखत	• ज्यावेळी सहभागींचे प्रत्यक्षपणे निरीक्षण करता येत नाही, तेव्हा त्यासाठी उपयुक्त. • सहभागी जुनी (ऐतिहासिक) माहिती देऊ शकतात. • संशोधकाला प्रश्नांवर नियंत्रण ठेवण्याची मुभा देते.	• मुलाखतकाराच्या नजरेतून राहून गेलेली अप्रत्यक्ष माहिती मिळते. • नैसर्गिक क्षेत्राच्या परिसराऐवजी ठरविलेल्या विशिष्ट जागेत बसून माहिती दिली जाते. • संशोधकाच्या उपस्थितीमुळे प्रतिसाद पूर्वग्रह दूषित होऊ शकतात. • सर्वच लोक बोलण्यात एकसारखे वाकबगार आणि संवेदनशील नसतात.
कागदपत्रे	• सार्वजनिक कागदपत्रे—सभांचे वृत्तांत किंवा वर्तमानपत्रे • खाजगी कागदपत्रे—नियतकालिके, रोजनिशा किंवा पत्रे.	• संशोधकाला सहभागींची बोली भाषा आणि शब्दांचे आकलन होण्यास मदत करते. • संशोधकाच्या सोयीच्या वेळेला संपर्क साधणे शक्य. अडथळाविरहित माहितीचा स्रोत.	• सर्वच लोक बोलण्यात एकसारखे वाकबगार आणि संवेदनशील नसतात. • संरक्षित माहिती सार्वजनिक किंवा खाजगीमध्ये उपलब्ध होत नाही.

(पुढे चालू)

तक्ता ९.२ (पुढे चालू)

माहिती संकलनाचे प्रकार	प्रकारांतर्गत पर्याय	प्रकाराचे फायदे	प्रकाराच्या मर्यादा
		• ज्या माहितीला सहभागींनी महत्त्व दिले आहे तिचे प्रतिनिधित्व हा डेटा करतो. • लेखी पुरावा असल्याने, संशोधकाचा प्रतिलेखन करण्याचा वेळ आणि खर्च वाचतो.	• सापडण्यास कठीण अशा ठिकाणांमधून संशोधकाला माहितीचा शोध घ्यावा लागतो. • संगणकीय नोंदीसाठी प्रतिलेखनाची किंवा ऑप्टिकल स्कॅनिंगची आवश्यकता. • साहित्य अपुरे असू शकते. कागदपत्रे अधिकृत किंवा अचूक नसू शकतात.
दृक-श्राव्य साहित्य	• छायाचित्रे • ध्वनिचित्रफीती • कलात्मक वस्तू • संगणकीय मजकूर • आवाज (ध्वनी) • चित्रपट	• माहिती गोळा करण्याची ही अडथळाविहीन पद्धत असू शकते. • सहभागींना त्यांचे वास्तव प्रत्यक्षपणे कथन करता येण्याची संधी देते. • 'नजर खेचून घेते' या अर्थाने सर्जनशील आहे.	• अर्थ लावणे अवघड जाऊ शकते. • सार्वजनिक किंवा खाजगीरीत्या संपर्कसाध्य नसू शकेल. • निरीक्षकाची उपस्थिती (उदा. छायाचित्रकार) प्रतिसाद खंडित करणारी आणि प्रतिसादांवर परिणाम करू शकणारी असू शकते.

सूचना: बॉगदान आणि बिक्लेन (१९९२), क्रेसवेल (२०१३) आणि मरीयम (१९९९) यांच्या साहित्यातून घेतलेल्या माहितीचा समावेश या तक्त्यात केला आहे.

तक्ता ९.३ गुणात्मक डेटा संकलनाच्या मार्गांची सूची

निरीक्षणे
• सहभागी म्हणून निरीक्षण करून क्षेत्रीय टीपा संकलित करा. • निरीक्षक म्हणून निरीक्षण करून क्षेत्रीय टीपा संकलित करा. • निरीक्षकापेक्षा सहभागी म्हणून जास्त वेळ व्यतीत करून क्षेत्रीय टीपा संकलित करा. • सहभागीपेक्षा निरीक्षक म्हणून जास्त वेळ व्यतीत करून क्षेत्रीय टीपा संकलित करा. • प्रथम 'बाहेरील सहभागी' म्हणून निरीक्षण करून क्षेत्रीय टीपांचे संकलन करा आणि नंतर परिसरात प्रवेश करून 'आतला सहभागी' म्हणून निरीक्षण करून टीपा संकलित करा.

मुलाखती
• असंरचित आणि मुक्त शेवट असलेली मुलाखत घ्या आणि मुलाखतीच्या टीपा तयार करा. • असंरचित आणि मुक्त शेवट असलेली मुलाखत घ्या आणि मुलाखतीची श्राव्यफित तयार करा आणि तिचे प्रतिलेखन करा. • निम-संरचित मुलाखत, मुलाखतीची श्राव्यफित तयार करा आणि मुलाखतीचे प्रतिलेखन करा. • केंद्रिभूत गटाची (focus group) मुलाखत घ्या, मुलाखतीची श्राव्यफित तयार करा आणि तिचे प्रतिलेखन करा. • वेगवेगळ्या प्रकारच्या मुलाखती घ्या. इ-मेल किंवा इंटरनेट, आमने-सामने, केंद्रिभूत गट आणि दूरध्वनीचा वापर करून मुलाखती.
कागदपत्रे
• संशोधन अभ्यासाच्या दरम्यान एक टिपण वही ठेवा. • संशोधन अभ्यासाच्या दरम्यान सहभागी व्यक्तीला टिपणवही किंवा दैनंदिनी ठेवायला सांगा. • सहभागींकडून वैयक्तिक पत्रे गोळा करा. • सार्वजनिक कागदपत्रांचे विश्लेषण करा. (उदा. अधिकृत स्मरणपत्रे (मेमो)), वृत्तांत, अभिलेख, पुरातन साहित्य. • आत्मचरित्रे आणि चरित्रांचे परीक्षण करा. • तक्त्यांचे लेखापरीक्षण करा. • वैद्यकीय नोंदीचे पुनरावलोकन करा.
दृक्श्राव्य साहित्य
• छायाचित्रे आणि ध्वनिफीतींचे परीक्षण करा. • सहभागींना छायाचित्रे घेऊ द्या किंवा ध्वनिफीती तयार करू द्या, म्हणजेच छायाचित्रांद्वारे माहिती काढून घेणे) आणि नंतर त्यांची या साहित्यासंदर्भात मुलाखत घ्या. • पुराव्याचा प्रत्यक्ष माग काढून त्याचे परीक्षण करा. (उदा. बर्फातील पदचिन्हे) • सामाजिक परिस्थिती किंवा व्यक्ती किंवा गटाची ध्वनिफीत किंवा चित्रफित तयार करा. • वेबसाईटच्या प्रमुख पानांचे परीक्षण करा. • आवाजांचे संकलन करा. (उदा. संगीताचे आवाज, मुलांचे हसणे, गाडीचे वाजलेले भोंगे) • ई-मेल वरील संदेश, डिस्कशन बोर्ड मेसेजेस् (उदा. फेसबुक) किंवा इतर सामाजिक माध्यमांच्या (सोशल मीडियाच्या) संदेशांचे अन्य प्रकार यांचे संकलन करा. • सेलफोनवरील लिखित संदेशांचे संकलन करा. (उदा. ट्विटर) • मालमत्ता किंवा धार्मिक विधींशी निगडित असलेल्या वस्तूंची पाहणी करा. • बुद्धीला चालना देणाऱ्या आवाज, गंध, चवी किंवा अन्य कोणत्याही प्रेरकांचे संकलन करा.

स्रोत: क्रेसवेल (२०१३).

माहिती नोंदविण्याच्या पद्धती

क्षेत्रात प्रवेश करण्यापूर्वी, गुणात्मक संशोधक माहिती नोंदविण्यासंबंधीच्या त्यांच्या मार्गाचे (पद्धतींचे) नियोजन करतात. प्रस्तावाद्वारे संशोधक कोणत्या माहितीची नोंद करणार आहे आणि माहिती नोंदविण्याची पद्धत कोणती आहे हे निश्चित केले पाहिजे.

● गुणात्मक अभ्यासात निरीक्षणांची नोंद ठेवण्यासाठी नीतिनियम (मसुदा) विकसित करण्याचे नियोजन करा आणि ते वापरा. गुणात्मक अभ्यासाच्या दरम्यान संशोधक अनेकदा अनेक निरीक्षणांमध्ये व्यग्र होतात आणि निरीक्षण करत असतानाच माहिती नोंदविण्यासाठी याच निरीक्षण मसुद्याचा वापर करतात. हा मसुदा मधोमध रेषा आखून दोन भाग केलेला एका पानाचा असू शकतो, ज्याद्वारे वर्णनात्मक टीपा (सहभागींची वर्णने, संवादाची पुर्नरचना, परिसराचे वास्तव वर्णन, काही

घटनांचा किंवा कार्यक्रमांचा लेखाजोखा) या मननशील टीपांपेक्षा वेगळ्या करता येतात. (संशोधन कर्त्याचे वैयक्तिक विचार; जसे की, ''परिकल्पन, (मनन-चिंतन) भावना, समस्या, कल्पना, अनुमान, पडलेली छाप, आणि पूर्वग्रह''. बॉन्डन आणि बिक्वेन १९९२ पान क्र. १२१) याच मसुद्यावर ज्या ठिकाणी निरीक्षण होत आहे त्या क्षेत्र परिसराबद्दल लोकसांख्यिकी माहिती, वेळ, स्थळ, तारीखसुद्धा लिहिली जाऊ शकते.

● गुणात्मक मुलाखतीच्या दरम्यान प्रश्न विचारण्यासाठी व उत्तरांची नोंद ठेवण्यासाठी **'मुलाखतीचा नीति-नियम मसुदा'** विकसित करण्याचे नियोजन करा आणि त्याचा उपयोग करा. संशोधन कर्ते हस्तलिखित टीपा लिहून, श्राव्यफिती किंवा चित्रफितीद्वारा मुलाखतींमधून मिळालेल्या माहितीची नोंद ठेवतात. नोंदणी करण्याचे उपकरण बिघडल्यास संशोधनकर्त्यांनी टीपा घ्याव्यात अशी मी शिफारस करेन. जर श्राव्यफीत वापरली जाणार असेल तर त्या फितीचे पुनर्लेखन करण्यासाठी पूर्वनियोजन केले पाहिजे. मुलाखतीच्या नीति-नियम मसुद्यात खालील घटक समाविष्ट करणे गरजेचे आहे-

- मथळा (दिनांक, स्थान, मुलाखतकार, मुलाखतदाता)
- मुलाखतकाराने पालन करण्याच्या सूचना, ज्यामुळे एका मुलाखतीपासून दुसऱ्या मुलाखतीसाठी प्रमाणित पद्धती वापरल्या जातील.
- प्रश्न – प्रारंभी 'कोंडी फोडण्याचा प्रश्न' व त्याच्यानंतर चार ते पाच प्रश्न; जे उपप्रश्न म्हणून गुणात्मक संशोधनाच्या नियोजनात असतातच. त्यांच्या पाठोपाठ एखादे समारोपाचे विधान किंवा प्रश्न, जसे की, 'माझ्या प्रश्नासंबंधी अधिक जाणून घेण्यासाठी मी कुणाची भेट घ्यावी' असा येतो.
- चार ते पाच प्रश्नांद्वारे सखोल चौकशी करा, त्याच्या पाठपुराव्यासाठी व्यक्तींना त्यांच्या कल्पना अधिक तपशीलवार स्पष्ट करण्यास सांगा किंवा त्यांच्या वक्तव्यावर अधिक खुलासा करण्यास सांगा.
- दोन प्रश्नांमध्ये उत्तरे (प्रतिसाद) नोंदविण्यासाठी वेळ घ्या.
- मुलाखतीसाठी – मुलाखतदात्यांनी जो वेळ खर्च केला त्याची पावती (धन्यवाद) म्हणून शेवटी एक धन्यवाद देणारे विधान असावे.
- गुणात्मक अभ्यासात संशोधकर्ते नेहमी विश्लेषणासाठी गोळा केलेल्या कागदपत्रांची नोंद ठेवण्यासाठी एक नोंदवही विकसित करतात. अभ्यासासाठीच्या प्रस्तावात या नोंदवहीत अशी नोंद करणे आवश्यक आहे की, (गोळा केलेली) माहिती प्राथमिक साहित्य (लोकांकडून किंवा अभ्यसाअंतर्गत असलेल्या परिस्थितीद्वारा प्रत्यक्षपणे मिळविलेली माहिती) आहे, की दुय्यम साहित्य (म्हणजेच लोकांबद्दलचा किंवा परिस्थितीबद्दलचा दुसऱ्यानी लिहून ठेवलेला लेखाजोखा) आहे. माहितीच्या (डेटाच्या) स्रोतांच्या विश्वासार्हतेवर आणि मूल्यांवर भाष्य करणे देखील उपयुक्त असते. दृक् साहित्यासाठी देखील ते व्यवस्थित ठेवण्यासाठी कुठल्यातरी प्रकारची व्यवस्था आवश्यक असते, जिच्यामुळे ते सहज संघटित करता येते. संशोधनकर्त्यांनी बाळगलेली नोंदवही या प्रकारच्या डेटासाठीही तितकीच उपयुक्त ठरू शकते.

डेटा विश्लेषण आणि (त्याचे) विवेचन

गुणात्मक प्रस्तावातील पद्धती बद्दलच्या चर्चेत, विविध स्वरूपाच्या गुणात्मक माहितीच्या विश्लेषणातील पायऱ्याचे तपशीलवार वर्णन करणेही गरजेचे आहे. मसुदा आणि त्यावर मनन केलेली माहिती यातून अर्थपूर्ण असे काही उपलब्ध व्हावे असा सर्वसाधारण उद्देश आहे. यात विभाग करणे

आणि माहिती (कांद्याचे पापुद्रे सोलल्याप्रमाणे) विलग करत जाणे, आणि पुन्हा सर्व एकत्रित करणे याचा समावेश आहे. तुमच्या प्रस्तावातील गुणात्मक डेटा विश्लेषणावरील चर्चा सर्वसामान्य प्रक्रियेच्या संबंधातील अनेक साधारण मुद्द्यांनी सुरू होऊ शकते:

- गुणात्मक संशोधनातील डेटा विश्लेषण हे गुणात्मक अभ्यासाच्या अन्य विभागांच्या हातात हात घालून पुढे जाते. उदा. डेटा संकलन आणि निष्कर्षांचे लेखन. मुलाखती चालू असताना; उदाहरणार्थ, संशोधनकर्ता पूर्वी घेतलेल्या मुलाखतीचे विश्लेषण करत असेल, अंतिम अहवालात 'मेमो' म्हणून समाविष्ट होऊ शकतील असे घटनांचे वर्णन लिहित असेल आणि अंतिम अहवालाच्या रचनेचे संघटन करीत असेल. संख्यात्मक संशोधनाच्या प्रक्रियेप्रमाणे ही प्रक्रिया नाही की जिच्यात तपसक डेटा गोळा करतो, नंतर माहितीचे विश्लेषण करतो आणि शेवटी अहवाल लिहितो.

- मसुदा आणि त्यावर मनन केलेला डेटा हे एवढे सधन आणि समृद्ध असतात की गुणात्मक अभ्यासात सर्वच माहिती काही वापरता येत नाही. म्हणून डेटाच्या विश्लेषणात संशोधनकर्त्याने डेटा चाळून घेणे आवश्यक असते (गेस्ट, मॅक्क्वीन, नॅमह २०१२). म्हणजेच डेटातील काही भागाला महत्त्व देणे आणि त्याच्या काही भागांकडे दुर्लक्ष करणे होय! ही पद्धतीसुद्धा संख्यात्मक संशोधनापेक्षा भिन्न आहे, जिच्यात संशोधनकर्ते डेटाचा सर्व भाग दीर्घ काळापर्यंत जतन करून ठेवतात, त्यांची पुनर्रचना करतात किंवा गमावलेल्या (नोंद न झालेल्या) माहितीची जागा पुन्हा भरून काढतात. गुणात्मक संशोधनात या प्रक्रियेचा प्रभाव म्हणजे कमी संख्येच्या बीज-विषयांमध्ये म्हणजेच पाच ते सात बीज विषयांमध्ये संपूर्ण माहितीचा समुच्चय करणे होय! (क्रेसवेल २०१३).

- डेटाच्या विश्लेषणात मदत म्हणून तुम्ही गुणात्मक संगणकीय डेटा विश्लेषणप्रणाली वापरणार आहात का त्याचा खुलासा करा (की तुम्ही हाताने डेटाचे सांकेतिकीकरण करणार आहात का ते स्पष्ट करा). हाताने केलेले सांकेतिकीकरण ही खूप कष्टप्रद आणि वेळखाऊ प्रक्रिया आहे. जरी माहिती काही थोड्या व्यक्तींकडून घेतलेली असली तरी. म्हणून गुणात्मक सॉफ्टवेअर प्रोग्रॅम खूप लोकप्रिय झाले आहेत. आणि ते संशोधनकर्त्यांना जुळणी करणे, निवडणे, मसुद्यातून माहिती किंवा डेटाबेस शोधणे यासाठी साहाय्य करते. (पहा: गेस्ट आणि कलिन्ज २०१२, प्रकरण - क्वालिटेटिव्ह डेटा ॲनालिसिस सॉफ्टवेअर). अनेक उत्तम संगणकीय सॉफ्टवेअर प्रोग्रॅम उपलब्ध आहेत आणि त्यांच्यात काही समान वैशिष्ट्ये आहेत: चांगल्या ट्यूटोरियल्स आणि डेमॉन्स्ट्रेशन फाईल्स, मसुदा आणि प्रतिप्रारूपातील माहिती (उदा. छायाचित्रे), माहिती संग्रहित करण्याची आणि संरचित करण्याच्या संबंधीची वैशिष्ट्ये, विशिष्ट संकेतांशी संबंधित संहिता शोधून काढण्याची क्षमता, संकेतांमधील संबंधांसंबंधी विचारणा करण्यासाठी परस्परांशी संबंधित संकेत, संख्यात्मक प्रोग्रॅमच्या गुणात्मक माहितीची आयात आणि निर्यात, जसे की; स्प्रेडशीट्स किंवा डेटा ॲनलिसिस प्रोग्रॅम. या सर्व प्रोग्रॅमच्या मागची मूळ कल्पना अशी आहे की, गुणात्मक माहितीचा संग्रह करण्यासाठी आणि त्याची स्थाननिश्चिती करण्यासाठी संगणकाचा वापर हे एक कार्यक्षम (प्रभावी) साधन आहे. असे असले तरी संशोधनकर्त्याला मसुद्यातील प्रत्येक ओळ वाचावी लागते. (जसे हस्तसंकेतनांच्या प्रतिलेखनासाठी पूर्ण उतारा वाचावा लागतो)आणि संकेत ठरवावे लागतात. हाताने करण्याच्या संकेतीकीकरणापेक्षा ही प्रक्रिया अधिक जलद व कार्यक्षम असू शकते. याशिवाय मोठ्या डेटाबेसमध्ये संशोधनकर्ता संकेतीकीकरण झालेल्या सर्व परिच्छेदांना किंवा मसुद्यातील भागाला कमी वेळात शोधू शकतो आणि त्याद्वारे सहभागींनी सांकेतिक कल्पनेला समान प्रकारे किंवा विविध प्रकारे, कसा प्रतिसाद दिला आहे हे ठरविता येते. याच्याही पुढे जाऊन कॉम्प्यूटर प्रोग्रॅम वेगवेगळ्या संकेतांची तुलना सुकर करतो. (उदा. *लिंग* विषयक पहिला संकेत – स्त्री आणि पुरुष,

धूम्रपान विषयक त्यांच्या दृष्टिकोनांमध्ये कसे वेगळे असतात? – दुसरा संकेत). हस्त संकेतीकीकरणाऐवजी गुणात्मक डेटा विश्लेषणाची निवड ही तर्कशुद्ध असल्याचे ठरविण्यासाठी सॉफ्टवेअर प्रोग्रॅमची काही थोडी वैशिष्ट्ये पुरेशी आहेत. अन्य कोणत्याही सॉफ्टवेअर प्रोग्रॅमप्रमाणे, गुणात्मक सॉफ्टवेअर प्रोग्रॅमसाठी वेळ आणि कौशल्य संपादन करणे व ते कार्यक्षमतेने वापरणे यांची गरज असते. प्रोग्रॅमिंग शिकण्यासाठी पुष्कळ पुस्तके उपलब्ध असली तरी! तीन लोकप्रिय गुणात्मक डेटा ॲनालिसिस सॉफ्टवेअर प्रोग्रॅम, MAXqda (www.maxqda.com/), Atlas.ti (www.atlasti.com), and QSR NVivo (www.qsrinternational.com/). पहिले दोन प्रोग्रॅम्स जर्मनीत आणि तिसरा ऑस्ट्रेलियात विकसित झालेला आहे. पी.सी. (PC) किंवा एम्.ए.सी. (MAC) वर हे प्रोग्रॅम्स वापरण्यासाठी उपलब्ध आहेत.

- पद्धती विभागात विकसित करण्यासारखे उपयुक्त संकल्पनीकरण म्हणजे गुणात्मक माहिती विश्लेषण हे दोन पातळ्यांवर होईल (अ) माहिती विश्लेषणाची अधिक सामान्य प्रक्रिया ही पहिली पातळी (पुढे दिली आहे) आणि (ब) विशिष्ट गुणात्मक संरचनेत विश्लेषण पायऱ्या समाविष्ट करणे ही दुसरी पातळी. उदा. वर्णनात्मक संशोधनात कथानक, परिसर, कृती, कळस (शेवट) आणि दोषारोपण (निंदा) यांसारख्या रचनात्मक साधनांचा वापर करून सहभागींच्या कहाण्यांपासून पुन्हा कहाणी बनवून वापरली जाते (क्लॅनडिजीन आणि कॉंभेल्ली २०००). प्रत्ययवादात (घटनाशास्त्रीय संशोधनात) महत्त्वाच्या विधानांचे विश्लेषण, अर्थपूर्ण घटकांची निर्मिती आणि मुस्ताकस (१९९४) वर्णन करत असलेल्या अत्यंत महत्त्वाच्या मुद्दयांचा विकास यांचा उपयोग केला जातो. लुप्त सिद्धान्ताचे पद्धतशीर टप्पे आहेत (कॉर्बिन आणि स्ट्राउस २००७; स्ट्रउस आणि कॉर्बिन १९९०,१९९८). त्यांच्यात माहिती वर्गीकरण करणे (मुक्त संकेत), वर्गवारीपैकी एकाची निवड करून त्याला सैद्धांतिक संकल्पचित्रात स्थान देणे (अक्षात्मक संकेत) आणि नंतर परस्परांशी संबंधित असलेल्या या वर्गवारीतून (निवडक संकेत) गोष्टीचा उलगडा करणे यांचा समावेश असतो. व्यक्ती अभ्यास अणि मानवसंस्कृतीवर्णनशास्त्रातील संशोधनात परिसराचे किंवा व्यक्तींचे वर्णन असते. त्या पाठोपाठ मूळ विषय किंवा बाबींच्या डेटाचे विश्लेषण येते (पहा स्टेक, १९९५; वॉलकॉट्ट १९९४). ज्यावेळी पृच्छक या धोरणांपैकी एकाचा वापर करत असतो तेव्हा प्रस्तावात डेटा विश्लेषणाचे संपूर्ण वर्णन करताना प्रथम विश्लेषणाच्या सामान्य पद्धतीचे वर्णन आले पाहिजे. त्याच्या पाठोपाठ धोरणातील विशिष्ट टप्प्यांचे वर्णन आले पाहिजे.

- धोरणाच्या प्रकारावर अवलंबून असलेले विश्लेषणात्मक फरक सोडल्यास, गुणात्मक पृच्छक सर्वसाधारण प्रक्रिया वापरतो आणि प्रस्तावात माहिती विश्लेषणातील पायऱ्या विषद करतो. सर्वसाधारण पायऱ्या आणि संशोधन धोरणानुसार विशिष्ट पायऱ्या यांचे एकत्रीकरण ही आदर्श स्थिती आहे. आकृती क्र. ९.१ मध्ये माहिती विश्लेषण पद्धतीचे महत्त्वाचे भाग दर्शविणारे संक्षिप्त वर्णन आले आहे. संशोधनाविषयी एक सूचना म्हणून मी संशोधनकर्त्यांना आग्रह करतो की, गुणात्मक माहिती विश्लेषणाकडे पाहताना विशिष्ट टप्प्याकडून सर्वसाधारण टप्प्यांकडे अशा क्रमाने पहा व त्यात बहुस्तरीय विश्लेषण समाविष्ट आहे का ते बघा.

ही आकृती एक सरळ पायापासून शिखरापर्यंत अधिकार परंपरा सांगणारा दृष्टिकोन मांडते, परंतु मी तिच्याकडे व्यवहारात अधिक वाद-प्रतिवाद घडवून आणणारी म्हणून बघतो. यातील विविध पायऱ्या परस्परांशी निगडित आहेत आणि येथे दाखविल्याप्रमाणे त्यांचे पालन त्याच क्रमाने होईल असे नाही. मी असे सूचित करतो की, तुम्ही तुमच्या प्रस्तावातील पद्धती विभागात या सात पायऱ्या विकसित करा आणि संभाव्य संकेतांसाठी प्रत्यक्ष व्यवहारातील उदाहरणे द्या आणि तुमच्या अभ्यासात निर्माण होऊ शकतील असे बीज विषय मांडा.

आकृती ९.१ गुणात्मक संशोधनातील डेटा विश्लेषण

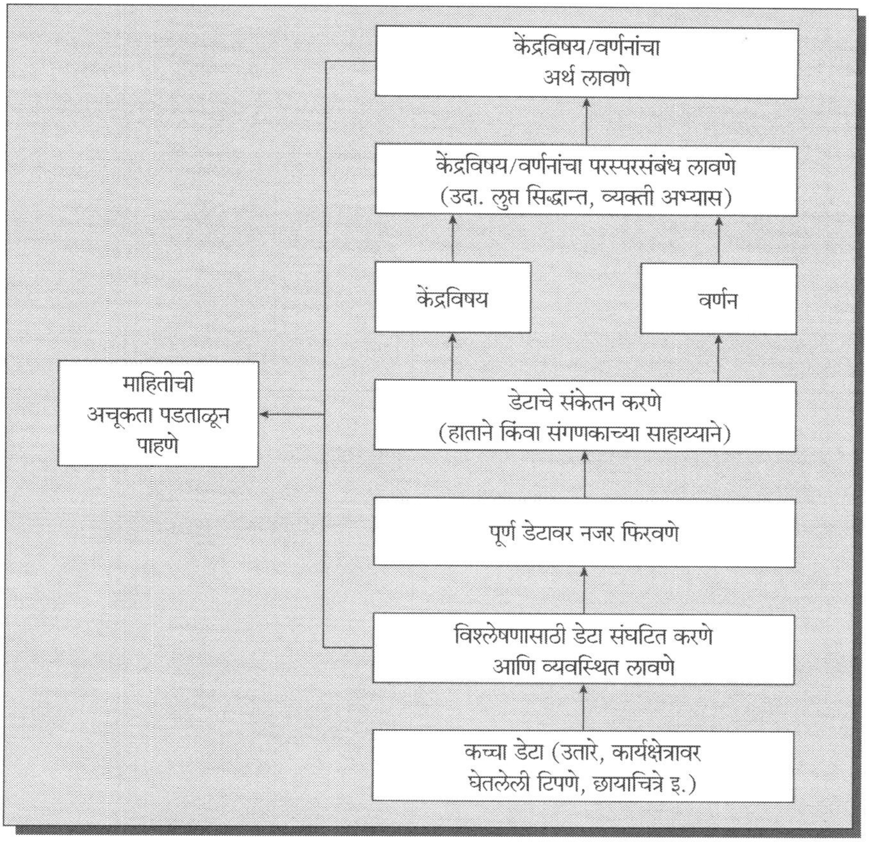

पायरी क्र. १. विश्लेषणासाठी माहितीचे संघटन करून डाटा तयार करा. यात मुलाखतींचे प्रतिलेखन करणे, साहित्य नजरेखालून घालणे, क्षेत्रीय टीपांचे टंकलेखन करणे, सर्व दृष्य साहित्याचे पूर्ण तालिकीकरण करणे, माहितीच्या स्रोतानुसार डेटाची वेगवेगळ्या प्रकाराप्रमाणे वर्गवारी व मांडणी करणे, यांचा समावेश होतो.

पायरी क्र. २. सगळ्या डाटाचे वाचन करा किंवा त्याकडे पाहा. या पहिल्या पायरीमुळे माहितीची एक सर्वसाधारण कल्पना येते आणि तिच्या सर्व एकंदरीत अर्थावर प्रकाश टाकण्याची संधी मिळते. सहभागी व्यक्ती कोणत्या सर्वसाधारण कल्पनांबद्दल बोलत आहेत? कल्पनांचा सूर काय आहे? माहितीच्या सर्वसाधारण सखोलतेचा, विश्वासार्हतेचा आणि उपयोगाचा काय प्रभाव आहे? गुणात्मक संशोधनकर्ते काहीवेळा रूपांतरणाच्या किंवा निरीक्षणात्मक क्षेत्रीय टीपांच्या समासांमध्ये टीपा लिहितात किंवा या स्थितीत डेटाबद्दल सर्वसाधारण विचारांची नोंद करण्यास सुरुवात करतात. दृश्य डेटासाठी, कल्पनांची आराखडावही आकार घेण्यास सुरुवात करू शकते.

पायरी क्र. ३. माहितीच्या **सांकेतिकीकरणास** सुरुवात करा. सांकेतिकीकरण ही एक अशी प्रक्रिया आहे जिच्यात डेटाचे संघटन हे मोठ्या भागांना (किंवा मसुद्याला किंवा तुकड्याला) कंसात घालून

(कोष्टकात बसवून) केले जाते आणि वर्गाचे प्रतिनिधित्व करणारा शब्द समासांमध्ये लिहिला जातो (रॉसमन आणि रॅल्लिस, २०१२). यामध्ये मसुद्याची माहिती घेणे, डेटा संकलनाच्या वेळी वाक्यांची किंवा परिच्छेदांची किंवा प्रतिमांची वर्गवारी करणे आणि त्या प्रवर्गांना एखाद्या संज्ञेचे नाव देणे; बहुधा ही संज्ञा सहभागीच्या स्वत:च्या भाषेतील असते; (त्यात बदल करू नये, त्याला *इन व्हिवो* टर्म असे म्हणतात.) यांचा समावेश असतो. तक्ता क्र. ९.४ मध्ये टेश (१९९०) यांनी संकेत तयार करण्याच्या ८ पायऱ्या सांगितल्या आहेत. त्या खालीलप्रमाणे.

तक्ता ९.४ सांकेतिकीकरण प्रक्रियेतील टेश यांच्या आठ पायऱ्या

१. सम्यक ज्ञान करून घ्या. सर्व उतारे काळजीपूर्वक वाचा. वाचत असताना तुमच्या मनात काही कल्पना आल्यास त्या लिहून ठेवा.

२. गठ्ठ्याच्या सर्वात वरचा कागद घ्या (म्हणजे एखादी मुलाखत); जो अतिशय स्वारस्य निर्माण करणारा आणि सर्वात लहान असेल. 'तो कशाबद्दल आहे?' असा प्रश्न स्वत:ला विचारून तो कागद वाचून काढा. त्यातील माहितीच्या महत्त्वाच्या भागाचा विचार न करता त्यातून व्यक्त होणाऱ्या अर्थाला महत्त्व द्या. समासात विचार लिहून ठेवा.

३. अनेक सहभागींच्या संदर्भातील असे काम पूर्णकेल्यानंतर सर्व बाबींची (मुद्द्यांची) यादी तयार करा. समान बाबींचे गट तयार करा. या बाबींना रकान्याच्या स्वरूपात लिहा, त्यांची मुख्य, विशिष्ट (अनन्य) आणि उर्वरित अशी मांडणी करा.

४. आता ही यादी घेऊन तुमच्या डेटाकडे वळा. संकेतानुसार बाबींची संक्षिप्त रूपे तयार करा आणि संहितेतील (मसुद्यांमधील) योग्य त्या भागांपुढे संकेतांची नोद करा. नवीन वर्ग आणि संकेत निष्पन्न होत आहेत काय हे पाहण्यासाठी अशी प्राथमिक स्वरूपाची योजना अमलात आणा.

५. तुमच्या विषयासाठी चपखल वर्णन करणारी शब्दयोजना शोधून काढा आणि नंतर वर्गवारीकडे वळा. एकमेकांशी संबंधित असलेल्या विषयांचे गट करून तुमची वर्गांची यादी लहान करण्यासाठी उपाय शोधा. परस्पर संबंध दर्शविण्यासाठी तुम्ही केलेल्या वर्गवारीत रेखांकन करा.

६. प्रत्येक प्रवर्गाच्या लघुरूपाबद्दल अंतिम निर्णय घ्या. संकेतांची आद्याक्षरांप्रमाणे मांडणी करा.

७. प्रत्येक प्रवर्गातील डेटासंबंधीचे साहित्य एका स्थानी एकत्रित करा आणि प्राथमिक विश्लेषण करा.आल्यास त्या लिहून ठेवा.

८. आवश्यकता भासल्यास, उपलब्ध डेटाचे पुन्हा सांकेतिकीकरण करा. (पृष्ठ क्र. १४२–१४९)

याशिवाय, मसुद्याचे प्रतिलेखन करताना किंवा एखाद्या चित्राचे (किंवा एखादी दुसऱ्या प्रकारची दृश्य वस्तू) विश्लेषण करताना संकेतांच्या प्रकारांच्या विकासाकडे थोडे लक्ष द्या. माझ्या मते संकेतांची तीन प्रवर्गात विभागणी होते:

- पूर्वीच्या साहित्यावर आधारित किंवा सामान्य ज्ञानावर आधारित जे मिळेल अशी वाचक अपेक्षा करतात अशा विषयांचे संकेत. शाळेतील पुंडगिरीचा अभ्यास करताना, मी काही भागांसाठी 'स्वत:कडे बघण्याचा दृष्टिकोन' असे सांकेतिक शब्द वापरीन. शाळांमधील पुंडगिरीशी संबंधित अभ्यासात हा संकेत अपेक्षित असेल.
- अभ्यासाच्या सुरुवातीला न अपेक्षिलेले आणि आश्चर्यात टाकणारे संकेत. बिगर नफा संस्थांमधील नेतृत्व या विषयावरील अभ्यासात मला संस्थेच्या इमारतीवरील भौगलिक तापमान वाढीच्या

परिणामांबद्दल माहिती होऊ शकते आणि त्याचा स्थानिकीकरण आणि व्यक्तींची परस्परांमधील जवळीक यावर कसा प्रभाव पडतो ते शिकता येते. अभ्यासास प्रारंभ होण्यापूर्वी त्या इमारतींकडे न जाता आणि बघता, मी माझ्या नेतृत्वासंबंधीच्या अभ्यासात भौगालिक तापमान वृद्धी आणि कचेऱ्यांच्या स्थानिकीकरणासंबंधी संकेतांचा नक्कीच विचार करणार नाही.

- संकेत जे विलक्षण असतात आणि ते जसे असतात तसे वाचकांच्या संकल्पनांविषयक स्वारस्याचे असतात. 'बंदुकधाऱ्याला प्रांगणाकडून (कॅम्पसकडून) प्रतिसाद' या आमच्या गुणात्मक अभ्यासात आम्हाला आढळलेल्या सांकेतिक शब्दांपैकी एक मी वापरणार आहे (ॲझम्युस्सेन आणि क्रेसवेल १९९५). आमच्या अभ्यासात 'रिट्रीगरिंग' 'बंदुकीचा चाप पुन्हा ओढणे' असा सांकेतिक शब्द निष्पन्न होईल अशी आमची अपेक्षा नव्हती आणि तो शब्द प्रतिसादाचे मूल्यमापन करण्यासाठी प्रांगणात बोलविलेल्या मानसशास्त्रज्ञाच्या यथार्थ सम्यक दर्शनातून दृष्टीस पडला. 'रिट्रीगरिंग'मुळे लोकांना घडून गेलेल्या आघातजन्य प्रसंगांचे पुनः स्मरण झाले या वस्तुस्थितीमुळे आम्हाला ही संज्ञा महत्त्वाचा सांकेतिक शब्द म्हणून आणि शेवटी आमच्या विश्लेषणात विषय म्हणून वापरणे भाग पडले.

संकेत ठरविण्यासंबंधी आणखी एक बाब म्हणजे संशोधकाने (अ) केवळ सहभागींकडून, प्राप्त होत जाणाऱ्या माहितीच्या आधारेच संकेत विकसित करावेत का, (ब) पूर्वनिश्चित संकेत वापरावे आणि नंतर डेटा त्यांच्यात निश्चित करावा का, किंवा (क) निष्पन्न होणारे आणि पूर्व निश्चित संकेत यांचे काही प्रमाणात मिश्रण वापरावे का ही होय! समाजशास्त्रातील पारंपरिक मार्ग डेटा विश्लेषणात संकेत निर्माण होऊ द्यावेत असा आहे. आरोग्यशास्त्रामध्ये ज्या सिद्धान्ताचे परीक्षण होत असते त्यावर आधारित पूर्वीच निश्चित केलेले संकेत वापरावे असा एक लोकप्रिय दृष्टिकोन आहे. या प्रकरणात संशोधनकर्ते एक **गुणात्मक संकेत पुस्तक** विकसित करू शकतात. हा एक तक्ता असून त्यात डेटाच्या सांकेतिकीकरणासाठी संशोधनकर्ते जे पूर्वनिर्धारीत संकेत वापरतात त्यांची सूची असते. गेस्ट आणि सहकारी (२०१२) यांनी 'गुणात्मक संशोधनामध्ये संकेत पुस्तकांचा उपयोग' यावर चर्चा केली आहे व उदाहरणे दिली आहेत. संकेत पुस्तकाचा हेतू हा संकेतांसाठी व्याख्या पुरविणे आणि विशेषत: जेव्हा संकेत बनवणारे अनेक लोक या कामात अंतर्भूत असतात तेव्हा संकेतांमध्ये जास्तीत जास्त सुसंगतता आणणे हा असतो. संकेत पुस्तक संकेतांची सूचि, प्रत्येक संकेतासाठी सांकेतिक नाव, त्यांची संक्षिप्त व्याख्या, त्याची संपूर्ण व्याख्या, संकेताचा उपयोग केव्हा करायचा तसेच, उपयोग केव्हा करायचा नाही याबद्दल माहिती आणि संकेतांचे स्पष्टीकरण देणारे अवतरणाचे उदाहरण इ. गोष्टी पुरवते. ज्यावेळी संशोधनकर्ता निष्पन्न होणाऱ्या संकेतांच्या यथार्थदर्शनापासून सुरुवात करत नाही तेव्हा डेटाच्या घनिष्ट विश्लेषणावर आधारित असलेल्या अभ्यासाच्या दरम्यान हे संकेतपुस्तक विकसित होऊ शकते. तसेच त्यात बदल होऊ शकतात. ज्या संशोधकांना त्यांच्या प्रकल्पात विशिष्ट सिद्धान्ताचे परीक्षण करायचे असते, त्यांच्यासाठी मी असे सुचवीन की, डेटाच्या संकेतिकीकरणासाठी एक प्राथमिक स्वरूपाचे संकेतपुस्तक तयार करण्यात यावे आणि डेटा विश्लेषणाच्या दरम्यान जी माहिती ज्ञात होईल त्यानुसार संकेतपुस्तक विकसित करण्यास आणि त्यात बदल करण्यास मान्यता असावी.

पायरी क्र. ४. विश्लेषणासाठी परिसर किंवा लोक तसेच वर्गवारी किंवा बीजविषय यांच्या वर्णनासाठी संकेतिकीकरणाच्या प्रक्रियेचा उपयोग करा. वर्णनामध्ये लोक, ठिकाणे किंवा परिसरातील प्रसंग (घटना) यांच्या बद्दलच्या तपशीलवार माहितीचा समावेश असतो. अशा वर्णनासाठी संशोधनकर्ते संकेत निर्माण करू शकतात. हे विश्लेषण व्यक्ती अभ्यास, संस्कृतीवर्णनशास्त्र आणि वर्णनात्मक संशोधन प्रकल्पांच्या तपशीलवार वर्णनाची संरचना करण्यासाठी उपयुक्त आहे. संशोधनाच्या अभ्यासातील संख्येने कमी

असलेल्या *बीजविषय* किंवा प्रकारांसाठी, जे पाच ते सात अशा कमी संख्येत असतील, त्या विषय किंवा वर्गांसाठी संकेतांची निर्मिती करा. त्यांच्यासाठी संकेतिकीकरणाचा वापर करा. हे अभ्यास विषय असे असतात, की जे गुणात्मक अभ्यासातील मुख्य उपलब्धी म्हणून नेहमी वापरले जातात.(किंवा शोधप्रबंध अथवा प्रबंधाच्या निष्कर्षांच्या विभागात वापरले जातात). त्यांनी व्यक्तींकडून झालेले अनेकविध यथार्थदर्शन प्रदर्शित करावेत आणि त्यांना विविध अवतरणे आणि ठाम पुराव्यांनी पाठिंबा द्यावा.

संकेतिकीकरणाच्या प्रक्रियेत विषयांच्या निश्चितीच्या पुढे जाऊन गुणात्मक संशोधनकर्ते गुंतागुंतीच्या (क्लिष्ट) विश्लेषणाचे जादा स्तर रचण्यासाठी विषयाच्या सहाय्याने खूप काही करू शकतात. उदा. संशोधनकर्ते विषयांची परस्परातील जुळणी कथेच्या रूपात करू शकतात (वर्णनात्मककात असते त्याप्रमाणे), किंवा त्यांना सैद्धांतिक संकल्पचित्रात परावर्तित करू शकतात (लुप्त सिद्धान्तात असते त्याप्रमाणे). प्रत्येक वैयक्तिक विषयाचे विश्लेषण केले जाते आणि ते भिन्न प्रकरणांत केले जाते (व्यक्ती अभ्यासाप्रमाणे), किंवा त्यांना सामान्य वर्णनाचे रूप दिले जाते (प्रत्ययवादात केले जाते तसे). अत्याधुनिक व सुविकसित गुणात्मक अभ्यास वर्णनाच्या आणि विषय निश्चितीच्या पलीकडे जातात व गुंतागुंतीचे विषय-जोड तयार करतात.

पायरी क्र. ५. गुणात्मक कथनात्मकात संशोधनात वर्णन आणि विषय यांचे प्रतिनिधित्व कसे केले जाईल याचे प्रतिपादन करा. विश्लेषणाचे निष्कर्ष सांगण्यासाठी कथनाचा मार्ग वापरणे हा सर्वात लोकप्रिय मार्ग आहे. ही अशी चर्चा असू शकते की, जी घटनांची क्रमवार यादी नमूद करते, जिच्यात अनेक विषयांची तपशीलासह चर्चा (उपविषयासह विशिष्ट उदाहरणे, व्यक्तींकडून विविध प्रकारचे यथार्थदर्शन आणि अवतरणे यांसह परिपूर्ण) किंवा परस्परांशी जोडणाऱ्या विषयांसह चर्चा असते. अनेक गुणात्मक संशोधनकर्ते चर्चांना अनुषंगिक गोष्टी म्हणून दृश्ये, आकडेवारी किंवा कोष्टकेसुद्धा वापरतात. ते प्रक्रियाचा नमुना सादर करतात (लुप्त सिद्धान्तांमध्ये असतो त्याप्रमाणे), तसेच संशोधनाच्या निश्चित स्थानाचे चित्र पुढे करतात (संस्कृतीवर्णनशास्त्राप्रमाणे), किंवा कोष्टकात असल्याप्रमाणे प्रत्येक सहभागींची वर्णनपर माहिती सांगतात (व्यक्ती अभ्यास आणि संस्कृतीशास्त्रांमध्ये असते त्याप्रमाणे).

पायरी क्र. ६. विश्लेषणाच्या अंतिम टप्प्यामध्ये निष्कर्ष किंवा परिणामांच्या **गुणात्मक संशोधनातील विवेचनाचा** समावेश होतो. कोणती शिकवण मिळाली (कोणते धडे शिकले) अशा विचारणेतच कल्पनेचे सार येते (लिंकन आणि गुबा १९८५). हे धडे संशोधकाचे वैयक्तिक विवेचन असू शकते. आकलनात जे गर्भित असते, ते पृच्छक वैयक्तिक संस्कृती, इतिहास आणि अनेक अनुभवातून अभ्यासात सामील करत असतो. निष्कर्षांच्या साहित्य आणि सिद्धान्त यातून गोळा केलेल्या माहितीशी केलेल्या तुलनेतून काढलेला असा तो अर्थ असू शकतो. अशारितीने लेखक असे सुचवितात की, निष्कर्ष हे पूर्वीच्या माहितीला पुष्टी देतात किंवा त्यापासून फारकत घेतात. नवे प्रश्न विचारण्याची गरजही ते सूचित करतात. डेटाने उपस्थित केलेला प्रश्न आणि जे तपासकाने अभ्यासात पूर्वीच ताडलेले नव्हते असे विश्लेषण! संस्कृतीवर्णनशास्त्रज्ञ अधिक पुढे नेणारे प्रश्न मांडून अभ्यासाचा शेवट करू शकतात (वॉलकॉट्ट १९९४). गुणात्मक संशोधनासाठी असलेल्या रूपांतरणात्मक मार्गांमध्येही प्रश्नपद्धती मार्ग वापरला जातो. याशिवाय जेव्हा गुणात्मक संशोधनकर्ते सैद्धांतिक भिंग वापरतात तेव्हा सुधारणा आणि परिवर्तन यासाठी कृती कार्यक्रमांची आवश्यकता आहे अशी स्पष्टीकरणे ते करू शकतात. कथनात्मक (वर्णनात्मक) निष्कर्षांची सिद्धान्तांशी आणि विषयावर उपलब्ध असलेल्या साधारण साहित्याशी तुलना कशी करता येईल, याचे विवेचन संशोधनकर्ते करू शकतात. अनेक गुणात्मक लेखांमध्ये संशोधक हे अभ्यासाच्या शेवटीही साहित्याची चर्चा करतात. (प्रकरण २ मधील चर्चा वाचा). अशाप्रकारे गुणात्मक संशोधनातील विवेचन अनेक

रूपे धारण करू शकते; विविध प्रकारच्या संरचनासाठी त्यात जुळवून घेण्याची क्षमता असते आणि ते वैयक्तिक, संशोधनावर आधारित आणि कृतीचे अर्थ सांगण्याच्या बाबतीत लवचीक असू शकते.

वैधता आणि विश्वासार्हता

जरी निष्कर्षांची वैधता संशोधन प्रक्रियेच्या सर्व पायऱ्यामध्ये दिसून येत असली तरी, (आकृती ९.१ मध्ये दाखविल्याप्रमाणे) ही पुढे होणारी चर्चा ही संशोधकाला अभ्यासाच्या निष्कर्षांच्या वैधतेसाठी ज्या प्रक्रिया स्वीकाराव्या लागतात त्यांच्यावर प्रस्तावात परिच्छेद लिहिणे शक्य व्हावे म्हणून वैधतेवर लक्ष केंद्रित करत आहे. प्रस्तावाच्या विकसकांनी त्यांच्या निष्कर्षांची अचूकता आणि विश्वासार्हता पारखण्यासाठी ते त्यांच्या अभ्यासात कोणती पाऊले उचलणार आहेत ते सांगितले पाहिजे. संख्यात्मक संशोधनात, वैधतेचा जो गर्भितार्थ आहे तो गुणात्मक संशोधनात नाही. तसेच ती (वैधता), विश्वासार्हतेची सोबती असणारी गोष्ट नाही. (जेथे स्थिरतेचे परीक्षण करतात) किंवा सामान्यीकरण क्षमतेसारखी गोष्ट नाही. (ज्यात नवा परिसर, लोक किंवा नमुने यांना निष्कर्ष लागू करणे याची बाह्य वैधता. प्र. ८ मध्ये दोन्हीची चर्चा आलेली आहे). **गुणात्मक वैधता** याचा अर्थ संशोधनकर्त्याने काही कार्यपद्धतींचा वापर करून निष्कर्षांची अचूकता पडताळून बघणे. त्याचवेळी **गुणात्मक विश्वासार्हता** असे दर्शविते की संशोधनकर्त्याचा मार्ग हा अन्य संशोधनकर्त्यांशी आणि भिन्न प्रकल्पांशी सुसंगत आहे. (गिब्ज २००७).

वैधता ही गुणात्मक संशोधनाच्या बलस्थानांपैकी एक असते आणि ती संशोधनकर्ते, सहभागी किंवा या विषयाचे वाचक यांच्या दृष्टीने निष्कर्ष अचूक आहेत का हे निश्चित करण्यावर आधारित असते (क्रेसवेल आणि मिलर २०००). वैधतेकडे निर्देश करणाऱ्या संज्ञांनी गुणात्मक साहित्य समृद्ध आहे. उदा. विश्वासार्हता, अस्सलपणा, विश्वसनीयता (क्रेसवेल आणि मिलर २०००). आणि हा एक बहुचर्चित विषय आहे (लिंकन, लिन्हॅम आणि गुबा २०११).

संशोधन प्रस्तावांसाठी कार्यप्रणालीविषयक यथार्थ प्रमाण म्हणून निष्कर्षांची अचूकता पडताळण्यासाठी उपलब्ध असलेल्या एक किंवा अनेक डावपेचांची निश्चिती करण्याची आणि चर्चा करण्याची मी शिफारस करेन. संशोधनकर्ते त्यांच्या प्रस्तावात वैधतेच्या डावपेचांचा (धोरणांचा) उत्स्फूर्तपणे समावेश करतात. बहुविध मार्गांच्या अवलंबनाची मी शिफारस करेन. त्याद्वारे निष्कर्षांच्या अचूकतेची पडताळणी करण्याची संशोधनकर्त्यांची क्षमता वाढविली पाहिजे आणि तसेच त्या मार्गांनी अचूकतेबद्दलची वाचकांची खात्री पटविली पाहिजे. आत्यंतिक वारंवार वापरलेल्या व अंमलबजावणीस सुलभ, ते क्वचितप्रसंगी वापरलेल्या व अंमलबजावणीस अधिक अवघड अशा क्लुप्त्यांपैकी (डावपेचांपैकी) आठ प्राथमिक क्लुप्त्या (प्राथमिक डावपेच) एकत्रित केले आहेत.

- माहितीच्या वेगवेगळ्या डेटा स्रोतांसंबंधीच्या पुराव्यांचे परीक्षण करून *त्रिभुजन* करा आणि त्याचा विषयांशी मेळ असल्याचे समर्थन करण्यासाठी उपयोग करा. डेटाच्या अनेक स्रोतांच्या एककेंद्राभिमुखतेच्या आधारे जर अभ्यासाचे विषय प्रस्तावित केलेले असतील, किंवा सहभागींच्या यथार्थ प्रमाणावर ते आधारित असतील, तर ही प्रक्रिया अभ्यासाच्या वैधतेत भर घालणारी आहे असा दावा करता येईल.
- अंतिम अहवाल किंवा विशिष्ट वर्णने किंवा विषय, सहभागींकडे पुन्हा नेऊन आणि या सहभागींना ते अचूक आहे असे वाटते का ते ठरवून गुणात्मक निष्कर्षांची अचूकता ठरविण्यासाठी *सदस्य तपासणीचा* वापर करा. याचा अर्थ असा नाही की, अचूकता तपासण्यासाठी कच्च्या नकला

(प्रतिलेखन) परत घेणे. त्याऐवजी संशोधनकर्ता संस्कारित कामाचे भाग परत घेतो. उदा. महत्त्वाचे निष्कर्ष, बीजविषय, व्यक्तीअभ्यासाचे विश्लेषण, लुप्त सिद्धान्त, सांस्कृतिक वर्णन आणि असे अन्य प्रकार. या कार्यपद्धतीत अभ्यासातील सहभागींचा पाठपुरावा करण्याच्या हेतूने मुलाखती घेणे आणि निष्कर्षांवर मतप्रदर्शन करण्यासाठी त्यांना संधी देणे यांचा समावेश होतो.

- निष्कर्ष जाहीर करण्यासाठी *सघन* आणि *भारदस्त वर्णनाचा* उपयोग करा. हे वर्णन वाचकांना परिसराकडे घेऊन जाईल आणि चर्चेला अनुभवांच्या आदान-प्रदानाचे रूप देईल. जेव्हा गुणात्मक संशोधक परिसराचे तपशीलवार वर्णन देतात, उदा. विषयाची अनेक यथार्थ दर्शने घडवितात, तेव्हा परिणाम अधिक वास्तववादी आणि अधिक समृद्ध बनतात. ही प्रणाली निष्कर्षांच्या वैधतेत भर घालते.
- संशोधनकर्ता अभ्यासात आणत असलेल्या *पूर्वग्रहाचे* स्पष्टीकरण द्या. हे असे स्वत:चे प्रतिबिंब खुले आणि सच्चे कथानक तयार करते, जे वाचकांचा चांगला प्रतिसाद मिळवते. परावर्तन हे पूर्वीच नमूद केल्याप्रमाणे गुणात्मक संशोधनाचे महत्त्वाचे गुणवैशिष्ट्य आहे. चांगल्या गुणात्मक संशोधनात संशोधनकर्त्यांच्या भाष्याचा समावेश असतो, ज्यामध्ये निष्कर्षांबद्दलच्या त्यांच्या निवेदनाला त्यांची पार्श्वभूमी म्हणजेच लिंग, संस्कृती, इतिहास आणि सामाजिक-आर्थिक मूळ कसा आकार देते ते समजते.
- अभ्यासविषयाच्या विरुद्ध जाणारी *नकारात्मक* किंवा *विसंगत* माहिती सुद्धा सादर करा, कारण प्रत्यक्षातील जीवन निरनिराळ्या यथार्थ दर्शनांचे बनलेले असते, जे नेहमीच एकसंघ असते असे नाही. विरोधात जाणाऱ्या माहितीची सुद्धा चर्चा करा. त्यामुळे अभ्यासाच्या विश्वासार्हतेत भर पडते. विषयाबद्दलच्या पुराव्याबद्दल चर्चा करून संशोधनकर्ता हे पार पाडू शकतो. बरेचसे पुरावे अभ्सासाला, अभ्यास विषयाला बळकटी देण्याचे काम करतील. संशोधक हा अभ्यास विषयाच्या सर्वसामान्य दृष्टिकोनाचे खंडन करणारी माहितीही सादर करू शकतो. अशा प्रकारच्या खंडन करणाऱ्या पुराव्याच्या सादरीकरणामुळे स्पष्टीकरण अधिक वास्तववादी आणि वैध ठरते.
- अभ्यास क्षेत्रात *पुष्कळ वेळ* व्यतीत करा. त्यामुळे संशोधनकर्त्याच्या अभ्यासाअंतर्गत घटनेबद्दलच्या सखोल ज्ञानाचा विकास होतो आणि तो संशोधन स्थानाबद्दलच्या आणि कथनात्मक वृत्तांताला विश्वासार्हता देणाऱ्या लोकांबद्दल तपशीलवार सांगू शकतो. संशोधनकर्त्याला सहभागींच्या बरोबर त्यांच्या परिसरात जेवढे जास्त अनुभव मिळतील, तेवढे निष्कर्ष अधिक अचूक किंवा वैध असतील.
- अभ्यास निष्कर्षांची अचूकता वाढविण्यासाठी सहकर्मींना तुमचे *अनुभव* सांगा. या प्रक्रियेत जी व्यक्ती तुमच्या गुणात्मक अभ्यासाचे पुनरावलोकन करेल आणि प्रश्न विचारेल तिला शोधणे समाविष्ट असते, कारण त्यामुळे संशोधककर्ता सोडून अन्य लोकांकडून अभ्यासाबद्दल समजते. अशा प्रकारच्या धोरणामुळे, ज्यात संशोधनकर्ता सोडून दुसऱ्या व्यक्तीचे स्पष्टीकरण समाविष्ट होते, आणि दुसऱ्या व्यक्तीची तुमच्या अभ्यासातील अशी गुंतवणूक अभ्यासाच्या व निष्कर्षांच्या वैधतेत भर घालते.
- संपूर्ण प्रकल्पाच्या पुनरावलोकनासाठी *बहिस्थ तपासनीसाचा* वापर करा. तपशीलवारपणे वृत्तांत सांगणाऱ्यापेक्षा हा तपासनीस वेगळा असतो. तो संशोधनकर्ता किंवा प्रकल्पाशी परिचित नसतो, तो संपूर्ण संशोधनाच्या प्रक्रियेत किंवा अभ्यासाच्या शेवटी प्रकल्पाचे वस्तुनिष्ठ मूल्यांकन उपलब्ध करून देऊ शकतो. त्याची भूमिका राज्यकोषिय अधिकाऱ्याप्रमाणे (तपासनीसाप्रमाणे) असते. काही

विशिष्ट स्वरूपाचे प्रश्न असतात, जे हे असे तपासनीस विचारू शकतात. (लिंकन आणि गुबा १९८५). प्रकल्पाच्या अनेक पैलूंकडे (उदा. प्रतिलेखनाची अचूकता, संशोधनातील प्रश्न आणि डेटा यातील संबंध, कच्चा डेटाच्या स्पष्टीकरणातून केलेल्या डेटा विश्लेषणाचा स्तर.). लक्ष देणाऱ्या स्वतंत्र तपासकाचा समावेश असलेली कार्यपद्धती गुणात्मक अभ्यासाची सर्वसाधारण वैधता वाढविते.

गुणात्मक संशोधक त्यांचे मार्ग विश्वासार्ह (सातत्यपूर्ण किंवा स्थिर स्वरूपाचे) आहेत का हे ठरविण्यासाठी कशी पडताळणी करतात? यीन (२००९) असे सुचवितात की गुणात्मक संशोधकर्त्यांनी त्यांच्या व्यक्ती अभ्यासांच्या कार्यपद्धतींचा लेखी नमुना (मसुदा) तयार करणे आवश्यक आहे. कार्यपद्धतीच्या शक्य असतील तेवढ्या जास्तीत जास्त पायऱ्याचा लेखी नमुना (मसुदा) तयार केला पाहिजे. व्यक्ती अभ्यासात साद्यंत लेखी नमुना (मसुदा) आणि डेटाबेस तयार करावा अशीही त्यांनी शिफारस केली आहे, ज्यामुळे इतरांना त्या कार्यपद्धतीचे अनुकरण करता येईल. गिब्ज (२००७) यांनी अनेक गुणात्मक विश्वासार्हतेबद्दलच्या कार्यप्रणाली सुचविल्या आहेत:

- प्रतिलेखन करताना त्यात काही उघडपणे दिसून येणाऱ्या चुका राहून तर गेल्या नाहीत ना ह्याची खात्री करून प्रतिलेखनाची तपासणी करा.
- संकेतांच्या व्याख्यांमध्ये काही राहून तर गेले नाही ना, संकेतिकीकरणाच्या प्रक्रियेत संकेतांच्या अर्थात काही बदल झालेला नाही ना याची खात्री करा. डेटा आणि संकेत यांची सतत तुलना करून आणि संकेतांबद्दल आणि त्यांच्या व्यांख्यांबद्दल टाचणे लिहून हे साध्य करता येईल. (गुणात्मक संकेतपुस्तकावरील भाष्य पहा.)
- सांघिक संशोधनात, लेखी नोंदी ठेवण्याच्या संदर्भात नियमित सभा घेऊन आणि विश्लेषणामध्ये एकमेकांना सहभागी करून घेऊन परस्परांमध्ये सुसंवाद साधण्यात समन्वय साधा.
- वेगवेगळ्या संशोधनकर्त्यांनी स्वतंत्रपणे काढलेल्या निष्कर्षांची तुलना करून त्यांनी विकसित केलेल्या संकेतांची पडताळणी करा. प्रस्ताव लेखकांना त्यांच्या प्रस्तावित अभ्यासात अशा अनेक प्रक्रियांचा पुरावा म्हणून समावेश करावा लागतो, ज्यामुळे त्यांच्या प्रस्तावित अभ्यासात सातत्यपूर्ण निष्कर्ष (परिणाम) निघतात. प्रस्तावात अनेक कार्यपद्धतींचा उल्लेख करावा अशी मी शिफारस करेन. एकट्याने संशोधन करणाऱ्या संशोधकांनी त्यांच्या संकेतांच्या उलट तपासणीसाठी दुसरा एखादा माणूस शोधावा, ज्याला **इंटर कोडर ॲग्रीमेंट** (किंवा क्रॉस चेकिंग) असे म्हणतात (पहा गेस्ट आणि इतर, २०१२). असा करार विशिष्ट मसुद्यातील समान परिच्छेदांसाठी वापरायच्या संकेतांबद्दल दोन कोडर्समध्ये एकमत आहे किंवा नाही यावर आधारित असू शकतो. संहितेतील समान परिच्छेदांसाठी ते दोघेही संकेत तयार करत असतील असे नाही, तर दुसरा कोडर याच परिच्छेदासाठी तेच समान संकेत वापरेल असा (करार) असू शकतो. संकेत तयार करण्याच्या सातत्याची पातळी ठरविण्यासाठी गुणात्मक संगणकीय सॉफ्टवेअर पॅकेजमधील विश्वासार्हतेसंबंधीचे सबप्रोग्रॅम्स वापरले जाऊ शकतात. माईल्स आणि हुबरमान (१९९४) अशी शिफारस करतात की, चांगल्या गुणात्मक विश्वासार्हतेसाठी कमीत कमी ८०% वेळा तरी करारातील संकेतांमध्ये सातत्य असले पाहिजे.

गुणात्मक सामान्यीकरण ही अशी एक संज्ञा आहे, जी मर्यादित अर्थाने गुणात्मक संशोधनात वापरली जाते, कारण अशा प्रकारच्या तपासाचा हेतू हा व्यक्ती, स्थाने, ठिकाणे, जी अभ्यासाच्या कक्षेबाहेर

आहेत, त्यांच्या संबंधात निष्कर्षांचे सामान्यीकरण करणे असा नाही (पहा गिब्ज २००७, त्यांची गुणात्मक सामान्य अनुमान काढण्याविषयी सावधगिरी बाळगण्यासंबंधीची टीप). वास्तविक, गुणात्मक संशोधनाचे मोल एखाद्या निश्चित स्थानाच्या संदर्भातील विशिष्ट वर्णनात आणि विषय विकसित करण्यामध्ये आहे. चांगल्या गुणात्मक संशोधनाचे हे वैशिष्ट्य आहे. सामान्य विधान करण्यापेक्षा विशिष्टत्व दर्शविणे. (ग्रीनी आणि काराकेल्ली १९९७). असे असले तरी, गुणात्मक साहित्यात सामान्य विधान करण्याबद्दल थोड्या चर्चा आहेत. विशेषकरून व्यक्ती अभ्यास स्वरूपाच्या संशोधनात उपयोजित केल्याप्रमाणे ज्यात पृच्छक अनेक व्यक्तींचा अभ्यास करतो, उदा. यिन (२००९), यांना असे वाटले की, गुणात्मक व्यक्ती अभ्यासाचे निष्कर्ष व परिणामांद्वारे एखाद्या व्यापक (विस्तृत) अशा सिद्धान्ताचे सामान्यीकरण करता येईल. गुणात्मक संशोधनकर्ते अधिक प्रकरणांचा अभ्यास करतात आणि तेव्हा त्यांच्या निष्कर्षांचे नवीन प्रकरणांसाठी सामान्यीकरण करतात. प्रयोगात्मक संशोधनात वापरल्या जाणाऱ्या अनुमानाचे हे अनुकरण आहे. असे असले तरी एका प्रकरणाच्या अभ्यासाचे निष्कर्ष नवीन प्रकरणाच्या कक्षेत आणण्यासाठी गुणात्मक कार्यपद्धतींच्या लेखी नोंद करण्याविषयीचा नमुना मसुदा आणि व्यक्ती अभ्यासासाठी परिपूर्ण डेटाबेस विकसन आवश्यक असते.

गुणात्मक अहवाल लेखन

डेटा विश्लेषणातून पुढे येणाऱ्या कथनावर भाष्य करून गुणात्मक पद्धतींच्या नियोजनाचा शेवट झाला पाहिजे. कथनाचे असंख्य प्रकार आहेत. कथनात खूप विविधता असते आणि विद्वत्तापूर्ण नियतकालिकांमधील उदाहरणे या संरचनांचे सादरीकरण करतात. अभ्यासाचे नियोजन करताना कथनाविषयीच्या अनेक मुद्द्यांचा विचार करा.

- गुणात्मक अभ्यासातील निष्कर्षांचा अहवाल देण्याची मुख्य प्रक्रिया म्हणजे, डेटाच्या सहाय्याने वर्णन आणि विषय विकसित करणे (पहा आकृती क्र. ९.१). ही वर्णने सादर करणे आणि सहभागींच्या विविध प्रकारच्या विषयांचे सादरीकरण करणे; जे दृष्टिकोनाबद्दल सांगतात; आणि परिसराची किंवा व्यक्तींची तपशीलवार वर्णने करणे यांचा समावेश होतो. चौकशी करण्याची गुणात्मक नीती वापरली जात असताना व्यक्तीच्या जीवनाबद्दल संगतवार माहिती हे निष्कर्ष उपलब्ध करून देऊ शकतात (कथनात्मक संशोधन), त्यांच्या अनुभवांचे तपशीलवार वर्णन (प्रत्ययवाद अथवा मानसघटनाशास्त्र), आणि डेटामधून निर्मिलेला सिद्धान्त, (लुप्त सिद्धान्त), संस्कृतीचे आदान-प्रदान करणाऱ्या गटाचे तपशीलवार शब्दचित्र (मानवसंस्कृती वर्णन), किंवा एक किंवा एकापेक्षा जास्त प्रकरणांचे (व्यक्ती अभ्यास) सखोल विश्लेषण देऊ शकतात.
- या वेगवेगळ्या नीतिंची (धोरणांची) माहिती घेऊन अभ्यासाच्या नियोजनातील निष्कर्ष आणि विवेचन यांचे विभाग, हे विभागांची मांडणी कशी करणार याबद्दल चर्चा करू शकतातः वस्तुनिष्ठ वृत्तांत, क्षेत्रीय कार्यानुभव (व्हॅन मानेन, १९८८) कालगणनविद्या, प्रक्रियेची संरचना, विस्तारित कथा, प्रकरणानुसार विश्लेषण किंवा प्रकरणापलीकडील विश्लेषण किंवा तपशीलासह वर्णन करणारे शब्दचित्र.
- एका विशिष्ट पातळीवर, प्रस्तावात गुणात्मक संशोधन स्पष्ट करण्यासाठी वापरल्या जाणाऱ्या लेखन विषयक धोरणावर काही टीका होऊ शकते. त्यात पुढील गोष्टींचा समावेश असू शकतो.

- अवतरणे: परिच्छेदात अंतर्भूत असलेली लहान-मोठी अवतरणे.
- सहभागींची संस्कृती प्रतिबिंबित करणारे संवाद: त्यांची भाषा आणि त्यांची त्यांच्या संस्कृतीबद्दल किंवा जमातींबद्दल असलेली संवेदनशीलता आणि सहभागींकडून होणारी शब्दांची गुंफण आणि लेखकाचे विवेचन.
- वर्णन करण्याचे विविध प्रकार, जसे की, मॅट्रायसेस, तुलना करण्याची कोष्टके, आकृत्या.
- कथनातील सर्वनामे, प्रथम पुरुषी 'मी' आणि सामूहिक 'आम्ही'.
- रूपके आणि समानार्थी (पहा उदा. रिचर्डसन १९९०)
- विशिष्ट गुणात्मक धोरणांशी संलग्न कथनात्मक प्रकार (उदा. व्यक्ती अभ्यासांमधील आणि मानवसंस्कृतीवर्णनशास्त्रातील वर्णन, कथनात्मक अभ्यासातील तपशीलवार कहाणी.)

मिल्लर (१९९२) यांनी प्रस्तावात समाविष्ट केलेल्या गुणात्मक पद्धतींच्या पूर्ण विभागाचे उदाहरण पुढे देत आहे. यामध्ये एका चांगल्या गुणात्मक पद्धतींच्या विभागात असू शकतील अशा बहुतेक विषयांचा अंतर्भाव करण्यात आला आहे.

उदा. ९.१ *गुणात्मक कार्यपद्धती*

मिल्लर यांचा प्रकल्प चार वर्षे मुदतीचा अभ्यासक्रम असलेल्या महाविद्यालयाच्या अध्यक्षांचा पहिल्या वर्षासंबंधीच्या अनुभवांचा वर्णनशास्त्रविषयक अभ्यास करण्याबद्दल होता. या चर्चेचे विवेचन मांडताना मी या प्रकरणात उल्लेखलेल्या विभागांचा पुन्हा संदर्भ देतो आणि ठळकपणे त्यांना अधोरेखित करतो. मी मिल्लर यांनी वापरलेली संज्ञा सूचक (नमुना-भाषक) 'इनफोरमंट' तशीच ठेवली आहे. जरी आज 'सहभागी' (पार्टिसिपंट) ही अधिक उचित संज्ञा वापरली पाहिजे.

गुणात्मक संशोधनाचे प्रतिमान

> गुणात्मक संशोधनाच्या प्रतिमानाचे मूळ सांस्कृतिक मानववंशशास्त्र आणि अमेरिकन समाजशास्त्रात आहे (कर्क आणि मिलर १९८६). अगदी अलीकडेच, शैक्षणिक संशोधनकर्त्यांनी त्याला स्वीकारलेले आहे (बोर्ग आणि गाल्ल १९८९). गुणात्मक संशोधनाचा आशय एखादी विशिष्ट सामाजिक परिस्थिती, प्रसंग, भूमिका, समूह किंवा क्रिया-प्रतिक्रिया (लॉकी, स्पायड्यूसो आणि सिल्व्हरमन १९८७) समजून घेणे असा आहे. ही प्रामुख्याने शोध घेण्याची प्रक्रिया आहे, जिच्यात संशोधनकर्ता अभ्यासातील गोष्टींच्या विरोधात जाऊन तुलना करून प्रतिलेखन करून विषयानुसार वर्णनात्मक यादी करून, वर्गीकरण करून, सामाजिक घटनेतून अर्थ काढतो (माईल्स आणि हुबरमन १९८४). मार्शल आणि रॉसमन (१९८९) असे सूचित करतात की हे अभ्यासासाठी निवडलेल्या जागेच्या दैनंदिन जीवनात ढवळाढवळ करण्यासारखे आहे. संशोधनकर्ता सहभागीच्या किंवा माहिती देणाऱ्याच्या विश्वात प्रवेश करतो आणि सततच्या चालणाऱ्या अन्योन्य क्रियांमधून या सूचकांचे दृष्टिकोन आणि त्यांचे अर्थ समजावून घेण्याचा प्रयत्न करतो *[गुणात्मक गृहीते नमूद केलेली आहेत.]*
>
> विद्वानांचे म्हणणे असे आहे की, गुणात्मक संशोधन हे त्याच्या संरचनेत अनुषंगिक असलेल्या असंख्य अन्योन्य गुणवैशिष्ट्यांमुळे संख्यात्मक पद्धतीशास्त्रापेक्षा वेगळे असू शकते. अनेक संशोधकांकडून सादर केलेले गुणवैशिष्ट्यांबद्दलच्या साधारणपणे सांधलेल्या गृहीतांचे एक संकलन पुढे दिले आहे

(पुढे चालू)

(पुढे चालू)

१. जेथे मानवी व्यवहार (वर्तन) आणि घटना घडतात अशा नैसर्गिक वातावरणात गुणात्मक संशोधन होते.

२. गुणात्मक संशोधन हे अशा गृहीतांवर आधारित असते, जे संख्यात्मक संरचनेपेक्षा अगदी भिन्न असतात. सिद्धान्त किंवा गृहीतप्रमेये ही अधीच सिद्ध केलेली नसतात.

३. डेटा संकलनातील दुसऱ्या कोणत्याही अचेतन यंत्रणेपेक्षा संशोधकर्ता हा प्रमुख साधन असतो (इंस्नेर १९९१, फ्रँकेल अणि वॉल्लेन १९९०, लिंकन आणि गुबा १९८५, मेरीआन १९८८).

४. गुणात्मक अभ्यासातून प्रकट हेणारा डेटा वर्णनात्मक असतो. म्हणजेच डेटाचे वृत्तांकन संख्या किंवा आकडेवारीत न करता शब्दांमध्ये केले जाते (प्रामुख्याने सहभागींच्या शब्दांत), किंवा चित्रांच्या रूपाने केले जाते (फ्रँकेल आणि वॉल्लेन १९९०, लॉकी आणि इतर. १९८७, मार्शल आणि रॉसमन १९८९, मेरिअम १९८८).

५. गुणात्मक संशोधन हे सहभागींचे आकलन आणि अनुभव आणि ते त्यांच्या आयुष्याच्या काढत असलेल्या अर्थाला महत्त्व देणारे असते. (फ्रँकेल आणि वॉल्लेन १९९०, लॉकी आणि इतर. १९८७, मेरिअम १९८८). त्यामुळे एकच नाही तर अनेक वास्तव गोष्टींना जाणून घेण्याचा प्रयत्न असतो.

६. गुणात्मक संशोधन हे संशोधनाच्या चालू प्रक्रियेला, त्याचप्रमाणे अभ्यास विषय किंवा निष्पत्तीला (निष्कर्षांना) महत्त्व देते. गोष्टी कशा घडतात हे समजून घेण्यात संशोधनकर्त्यांना विशेषकरून स्वारस्य असते (फ्रँकेल आणि वॉल्लेन १९९०, मेरिअम १९८८).

७. प्रत्येक व्यक्ती, घटना यांच्याबाबत विवेचनाचा, अर्थ लावण्याचा उपयोग केला जातो. दुसऱ्या शब्दांत सांगायचे झाले तर सर्व छोट्या-मोठ्या गोष्टींकडे लक्ष दिले जाते आणि डेटाचे विवेचन प्रकरणाच्या सामान्यीकरणाच्या संदर्भात देण्याऐवजी विशिष्ट संदर्भात केले जाते.

८. गुणात्मक संशोधन ही चर्चेतून, वाटाघाटींमधून निष्पन्न होणाऱ्या परिणामांमधून उद्गत होणारी संरचना आहे, आणि माणसांद्वारे मिळालेल्या डेटा स्तोत्रांच्या सहय्याने त्याचे अर्थ लाऊन विवेचन केले जाते, कारण ही माहिती त्या त्या विशिष्ट व्यक्तींसंदर्भातील वस्तुस्थिती असते, जिची संशोधक पुनर्बांधणी करण्याचे प्रयत्न करतात. (लिंकन आणि गुबा १९८५, मेरिअम १९८८)

९. ही संशोधनाची परंपरा ध्वनित ज्ञानाच्या वापरावर अवलंबून आहे (अंत:प्रेरणेने प्राप्त झालेले व उमजलेले ज्ञान), कारण बहुधा अनेक प्रकारच्या वस्तुस्थितीतील सूक्ष्म फरकाचे गुणदोष विवेचन अशाचप्रकारे केले जाते (लिंकन आणि गुबा १९८५). म्हणूनच शब्दाच्या रूढार्थाने डेटाचे आकड्यामध्ये मोजमाप होऊ शकत नाही.

१०. दोन्ही प्रकारच्या संशोधन परंपरांसाठी वस्तुनिष्ठता आणि सच्चेपणा महत्त्वाचा असतो असे म्हटले तरीही गुणात्मक अभ्यासाचे गुणवत्ता ठरविण्यचे निकष हे संख्यात्मक संशोधनाची गुणवत्ता ठरविण्याच्या निकषांपेक्षा वेगळे असतात. संशोधक हा परंपरागत वैधता आणि विश्वसनियतेची परिमाणे वापरण्याऐवजी एका विशिष्ट पडताळणी प्रक्रियेद्वारे प्रथमत: सर्वांत महत्त्वाचे हे पाहतो, की सुसंगततेवर आधारित

विश्वसनीयता, सूक्ष्मदृष्टी आणि सहाय्यभूत उपयुक्तता (आयसनर १९९१) आणि इमानदारी (लिंकन आणि गुबा १९८५) आहे की नाही. *[गुणात्मक वैशिष्ट्ये नमूद केली आहेत.]*

संस्कृतीवर्णनशास्त्रीय संशोधन संरचना

हा अभ्यास संस्कृतीवर्णन संशोधनाच्या परंपरेचा उपयोग करणार आहे. प्रामुख्याने ब्रोनिस्लॉ मालीनोवोस्की, रॉबर्ट पार्क आणि फ्रान्झ बाओस, जेकब १९८७, किर्क आणि मिल्लर १९८६) यांच्या सहयोगातून ही संरचना मानववंशशास्त्रातून निर्माण झाली आहे. संस्कृतिवर्णन संशोधनाचा हेतू हा अभ्यासाच्या विषयाचे समग्र चित्र प्राप्त करणे हा आहे, ज्याचा मुख्य भर व्यक्तींच्या व त्यांच्या संबंधितांच्या निरीक्षणातून आणि मुलाखतींतून दैनंदिन अनुभव हुबेहुब वर्णन करण्यावर आहे (फ्रँकेल आणि वॉल्लेन १९९०). संस्कृतीवर्णनशास्त्रीय अभ्यासात सखोल मुलाखत घेणे आणि विशिष्ट परिस्थितीत चालू परिस्थितीतील सलगपणे केलेले निरीक्षण जाणून घेण्याचा प्रयत्न करणे आणि ते समग्र चित्र रेखाटन करण्याचा केलेला प्रयत्न हा लोक त्यांच्या विश्वाचे कसे वर्णन करतात आणि त्यांचे विश्व कसे उभारतात हे दर्शविण्याचा असतो (फ्रँकेल आणि वॉल्लेन १९९०). *[लेखकाने संस्कृतीवर्णन मार्ग अंगिकारलेला आहे.]*

संशोधनकर्त्यांची भूमिका

गुणात्मक संशोधनात प्राथमिक डेटा संकलनाचे साधन म्हणून संशोधकाच्या भूमिकेला वैयक्तिक मूल्ये गृहीते आणि पूर्वग्रह यांची अभ्यासाच्या प्रारंभीच ओळख होणे आवश्यक असते. संशोधनाच्या उपक्रमात तपासकाचे योगदान नुकसानकारक असण्याऐवजी उपयुक्त आणि सकारात्मक असू शकते (लॉकी आणि इतर १९८७). उच्च शिक्षणाबद्दलची माझी समज आणि महाविद्यालयाचे अध्यक्षपद यांनी माझ्या वैयक्तिक अनुभवांनी आकार दिला आहे. ६०० ते ५००० विद्यार्थ्यांच्या खाजगी परिक्षेत्रात मी महाविद्यालयाचा प्रशासक म्हणून ऑगस्ट १९८० ते मे १९९० पर्यंत काम केले. अगदी अलीकडे (१९८७–१९९०), मिडवेस्ट येथील लहान महाविद्यालयात मी 'डीन फॉर स्टुडंट लाईफ' म्हणून काम केले. अध्यक्षांच्या मंत्रीमंडळाचा सदस्य म्हणून मी मंत्रीमंडळाच्या उच्चस्तरीय प्रशासकीय कार्यक्रमांमध्ये आणि निर्णयांमध्ये सक्रीय होतो आणि मी कर्मचारीवर्ग, मंत्रीमंडळातील अधिकारीवर्ग, अध्यक्ष आणि विश्वस्तमंडळ यांच्याबरोबर जवळून काम केले आहे. अध्यक्षांना अहवाल देण्याबरोबरच मी त्यांच्या कार्यालयीन पहिल्या वर्षाच्या संपूर्ण कालखंडात, त्यांच्याबरोबर काम केले आहे. माझा असा विश्वास आहे की, अध्यक्ष म्हणून पहिल्या वर्षी, या कामासंबंधीची आणि भूमिकेची जाण यांनी माझी जाणीव, ज्ञान आणि आव्हानापैकी अनेक आव्हानांप्रती संवेदनशीलता, निर्णय आणि वाद विषयांशी करावा लागलेला सामना याबद्दलची माझी सजगता वाढविली आहे, आणि या अभ्यासात माहिती देणाऱ्यांबरोबर काम करताना ती मला सहाय्यभूत ठरेल. मी उच्च शिक्षणाच्या आराखडा आणि महाविद्यालयाचे अध्यक्षपद अशा दोन्हीचे ज्ञान एकत्रित आणतो. बदल घडवून आणण्याची सुरुवात करण्यातील नव्या अध्यक्षांची भूमिका, संबंध वृद्धिंगत करणे, निर्णय घेणे आणि नेतृत्व व अंतदृष्टी करणे याकडे विशेष लक्ष दिले जाईल.

महाविद्यालयाच्या नवीन अध्यक्षांबरोबर जवळून काम करण्याच्या पूर्वानुभवामुळे मी काही पूर्वग्रह या अभ्यासात आणले आहेत. जरी वस्तुनिष्ठता आणण्याचा आटोकाट प्रयत्न करणार आहे तरी मी जो डेटा गोळा करणार आहे आणि माझ्या अनुभवांचे विवेचन करणार आहे, त्याकडे मी कसा बघतो आणि तो कसा समजून घेतो यावर या पूर्वग्रहांचा पगडा असणार आहे. या अभ्यासाचा प्रारंभ मी आशा

(पुढे चालू)

(पुढे चालू)

समजुतीने, असा दृष्टिकोन ठेवून सुरू केला आहे की, महाविद्यालयाचे अध्यक्षपद हे एक वेगळे आणि अनेकदा अवघड असे पद असते. अपेक्षा प्रचंड असल्या तरी माझा असा प्रश्न आहे की, बदलाची सुरुवात करण्यास आणि नेतृत्व व दृष्टी (व्हिजन) प्रदान करण्यास अध्यक्षाच्या हाती किती अधिकार असतो? माझ्या पहिल्या वर्षाकडे, मी आणीबाणीचे; तडजोडींनी भरलेले, विफालतांनी, अनपेक्षित आश्चर्यांनी आणि आव्हानांनी परिपूर्ण असलेले अशा दृष्टीने बघतो *[लेखिकेने अभ्यासातील तिची भूमिका प्रतिबिंबित केली आहे.]*

अभ्यासाच्या मर्यादा ठरविणे

परिसर

मिडवेस्टरधील सरकारी महाविद्यालयाच्या प्रांगणामध्ये हा अभ्यास संचलित केला जाईल. हे महाविद्यालय ग्रामीण मिडवेस्टर्न परगण्यात वसलेले आहे. जेव्हा वर्गांमध्ये सत्र सुरू असते, तेव्हा संस्थेची विद्यार्थी संख्या, जी १,७०० आहे, या शहराच्या लोकसंख्येच्या तिप्पट होते. शहराची लोकसंख्या आहे १०००. ही संस्था ५१ विशेष विषयांमध्ये पदवीपूर्व, पदवी, आणि पदव्युत्तर असे शिक्षण प्रदान करते.

कर्ते

या अभ्यासाबाबत माहिती देणारा हा मिडवेस्टमधील सरकारी महाविद्यालयाचा नवा अध्यक्ष आहे. या अभ्यासातील सुरुवातीचा माहिती देणारा हा अध्यक्ष असणार आहे, असे म्हटले तरी मी त्याचे निरीक्षण मंत्रीमंडळाच्या प्रशासकीय बैठकांच्या संदर्भात करणार आहे. अध्यक्षांच्या मंत्रीमंडळात तीन उपाध्यक्ष (शैक्षणिक व्यवहार, प्रशासन, विद्यार्थ्यांसंबंधीचे व्यवहार) आणि दोन अधिष्ठाता (स्नातक, अभ्यासक्रम, निरंतर शिक्षण).

कार्यक्रम/घटना/प्रसंग

संस्कृतीवर्णन शास्त्रीय संशोधन पद्धतीचा उपयोग करून हा अभ्यास महाविद्यालयाच्या नवीन अध्यक्षांच्या दैनंदिन अनुभव आणि प्रसंगांवर भर देणारा आहे. तसेच, माहिती देणाऱ्यांनी व्यक्त केलेल्या सविकल्प ज्ञानाला व त्या अनुभवांचा लावलेला अर्थ यांना महत्त्व देणार आहे. यात चकित करणाऱ्या प्रसंगांचे किंवा माहितीचे एकत्रीकरण आणि गंभीर प्रसंगांची दखल घेणे व त्यातून निर्माण होणाऱ्या बाबींचा अर्थ लावणे यांचा समावेश आहे.

प्रक्रिया

नवीन अध्यक्षांच्या, बदलाची सुरुवात करणे, संबंध जोपासणे, निर्णय घेणे आणि नेतृत्व व दृष्टिप्रदान करण्यातील भूमिकेकडे विशेष लक्ष दिले जाईल *[लेखिकेने डेटा संकलनावरील मर्यादा नमूद केल्या आहेत.]*

नैतिक विचार

गुणात्मक संशोधन संरचनेची चर्चा करणारे बहुतेक लेखक नैतिक विचारांच्या महत्त्वाकडे निर्देश करतात (लॉकी, आणि इतर १९८२, मार्शल आणि रॉसमन १९८२, मेरिअम १९८८, स्प्रॅडली १९८०). पहिले आणि सर्वात महत्त्वाचे म्हणजे संशोधनकर्त्यांवर माहिती देणाऱ्याच्या अधिकार, गरजा, मूल्ये आणि इच्छा यांचा आदर करण्याचे

बंधन असते. काही मर्यादेपर्यंत संसुतीवर्णन शास्त्रीय संशोधन हे नेहमीच नुकसानकारक असते. सहभागींचे निरीक्षण माहिती देणाऱ्याच्या जीवनात अतिक्रमण करते (स्प्रॅडली १९८०), आणि संवेदनशील माहिती वरचेवर जाहीर केली जाते. या अभ्यासात हे खास करून काळजी करण्यासारखे आहे, ज्यात माहिती देणाऱ्याचे पद आणि संस्था सहज ओळखू येऊ शकतात. माहिती देणाऱ्याच्या अधिकारांचे रक्षण करण्यासाठी पुढील दक्षता घेता येईल: १) संशोधनाची उद्दिष्टे स्पष्टपणे सांगितली जातील आणि लेखी दिली जातील. त्यामुळे माहिती देणाऱ्याला ती स्पष्टपणे समजतील (डेटा कसा वापरला जाईल हे सुद्धा स्पष्ट केले जाईल). २) स्पष्ट केल्याप्रमाणे माहिती देणाऱ्याकडून अभ्यास पुढे चालू ठेवण्याची लेखी परवानगी घेणे. ३) इन्स्टिट्यूशनल रिव्ह्यू बोर्डाकडे संशोधनासाठी सवलत (माफी) मिळण्यासाठी अर्ज भरला जाईल. (परिशिष्ट बी १ व बी २) ४) माहिती देणाऱ्याला डेटा संकलनाची साधने व कार्यक्रम याबद्दल माहिती दिली जाईल. ५) माहिती देणाऱ्यांना शब्दश: केलेल्या नकला आणि लेखी स्पष्टीकरणे व अहवाल उपलब्ध करून दिले जातील. ६) डेटाचा अहवाल देताना करण्यात येणाऱ्या निवडीत माहिती देणाऱ्यांचे अधिकार, हित आणि इच्छा प्रथम विचारात घेतल्या जातील. ७) माहिती देणाऱ्याच्या निनावीपणाबद्दलचा अंतिम निर्णय हा माहिती देणाऱ्याचा असेल *[लेखक नैतिक बाबी आणि आय.आर.बी.च्या गोषवाऱ्याकडे निर्देश करतो.]*

डेटा संकलनविषयक धोरणे

फेब्रुवारी ते मे १९९२ च्या दरम्यान डेटा गोळा केला जाईल. यात दोन महिन्यातून माहिती देणाऱ्याची ४५ मिनिटांची ध्वनिमुद्रित होणारी मुलाखत (परिशिष्ट 'क' मध्ये मुलाखतीतील सुरुवातीचे प्रश्न दिले आहेत), दोन महिन्यातून एक वेळ तासांच्या प्रशासकीय मंत्रीमंडळाच्या बैठकींची निरीक्षणे, दोन महिन्यातून एकदा २ तासांची दैनंदिन कार्यक्रमाची निरीक्षणे, अध्याक्ष्यांचा दैनंदिनीचे आणि कागदपत्रांचे (सभेचा वृत्तांत, मेमो, प्रकाशने) दोन महिन्यातून एकदा विश्लेषण, याशिवाय माहिती देणाऱ्यांच्या अनुभवांचे, विचारांचे आणि भावनांचे ध्वनीमुद्रण, ध्वनिफितीवर करण्यास अनुमती देतो (परिशिष्ट 'ड' मध्ये मतांच्या नोंदणीसंबंधी मार्गदर्शक सूचना आहेत). मे १९९२ च्या शेवटी दोन आढावा घेणाऱ्या मुलाखती निश्चित केल्या जातील. (पहा परिशिष्ट 'इ', प्रस्तावित कालमर्यादा आणि कृती पत्रकासाठी) *[लेखक आमने-सामने मुलाखती घेण्याचे प्रस्तावित करत आहे, ज्यात निरीक्षक म्हणून सहभागी होऊन खाजगी कागदमत्रे मिळविली जातील.]*

डेटा संकलनाच्या टप्प्यात मदत म्हणून, मी क्षेत्रीय नोंदवही वापरणार आहे, जिच्यात मी संशोधनाच्या स्थानावर असताना आणि प्रवासात असताना माझा वेळ कसा व्यतीत करणार आहे याची तपशीलवार नोंद आणि विश्लेषणाचा टप्पा (प्रत्यक्षात वेळ कसा व्यतीत केला याची नोंदणीशी तुलना) असणार आहे. क्षेत्रीय नोंदवहीत माझ्या निरीक्षणाशी संबंधित तपशील नोंदविण्याचा माझा उद्देश आहे आणि क्षेत्रीय रोजनिशी ठेवण्याचाही उद्देश आहे, ज्यात संपूर्ण संशोधनाच्या प्रक्रियेत माझ्या विचारांचा कालक्रमानुसार वृत्तांत, भावना, अनुभव आणि समज यांची नोंद असेल *[लेखकाने वर्णनात्मक आणि प्रतिसादात्मक माहिती देतो.]*

माहिती विश्लेषणाच्या कार्यपद्धती

मेरियम (१९८८) आणि मार्शल आणि रॉसमन (१९८९) यांनी असा युक्तिवाद केला आहे की गुणात्मक संशोधनात डेटा संकलन आणि डेटा विश्लेषण ह्या समांतर प्रक्रियाच असल्या पाहिजेत. शाट्झमन आणि स्ट्राऊस (१९७३) असा दावा करतात की, गुणात्मक डेटा विश्लेषण यांचे प्रामुख्याने वर्गीकरण करण्यास भाग पाडले. मानवसंस्कृतीवर्णनशास्त्रज्ञ डेटा विश्लेषणाच्या संपूर्ण प्रक्रियेत जेवढी वर्गवारी करणे शक्य आहे, तेवढी

(पुढे चालू)

(पुढे चालू)

वापरून डेटाचे सूची किंवा संकेतीकरण करतात. ते सहभागींच्या दृष्टिकोनातून नमुने (प्रकार) आणि विषयांची ओळख आणि विषय समजून घेण्याचा आणि स्पष्ट करण्याचा प्रयत्न करतात (अगार १९८०). डेटा विश्लेषण करत असताना डेटाचे वर्गीकरणाप्रमाणे आणि कालक्रमानुसार वारंवार पुनरावलोकन केले जाते आणि सातत्याने त्याचे संकेतिकिकरण केले जाईल. ज्या महत्त्वाच्या कल्पना उदयास येतात, त्यांची सूची कालक्रमानुसार केली जाईल. (मेरिअम १९८८ यांनी सुचविल्याप्रमाणे). ध्वनिमुद्रित केलेल्या मुलाखतींच्या आणि सहभागींच्या मुद्रित दैनंदिनी यांची शब्दशः नक्कल केली जाईल. क्षेत्रीय टीपा आणि दैनंदिनीमधील नोंदी यांचे नियमितपणे पुनरावलोकन केले जाईल *[लेखकाने डेटा विश्लेषणातील टप्प्यांचे वर्णन केले आहे.]*

याशिवाय डेटा विश्लेषणाच्या प्रकियेला गुणात्मक डेटा विश्लेषण संगणक प्रोग्राम; ज्याला 'हायपरक्वाल' म्हणतात, त्याची मदत केली जाते. रेमंड पडील्ला (अरिझोना स्टेट युनिव्हर्सिटी) यांनी १९८७ मध्ये माकिनटॉश संगणकावर वापरण्यासाठी हायपरक्वालची संरचना केली. हायपरक्वाल हे हार्डवेअर सॉफ्टवेअरचा वापर करते. डेटा धारण करण्यासाठी आणि संघटित करण्यासाठी खास गठ्ठे तयार केले जातात. हायपरक्वालचा उपयोग करून संशोधक थेट क्षेत्रीय डेटामध्ये प्रवेश करू शकतो, ज्यात मुलाखतींचा डेटा, निरीक्षणे, शिक्षकांचे मेमोज आणि उदाहरणे.... (आणि) संकेत, स्त्रोत डेटाचा संपूर्ण किंवा त्याचा काही भाग इत्यादींचा समावेश होतो. यामुळे डेटाचा मोठा भाग वेगळा काढता येतो. नंतर पुन्हा त्यात एकत्रित करून एक नवीन आणि बाह्य स्वरूप प्रकाशित करता येते (पॅडिला १९८९, पान क्र. ६९–७०). विश्लेषणासाठी डेटातील अर्थपूर्ण भाग शोधता येतात, पुन्हा प्राप्त करता येतात. वेगळे करता येतात. गटात एकत्रित करता येतात आणि पुन्हा नव्या गटात एकत्रित करता येतात. सुरुवातीलाच वर्गवारीला किंवा संकेतांना नावे देता येतात किंवा नंतरच्या तारखेला देता येतात. हायपरक्वाल संपादकाच्या मदतीने संकेतिक नावे सामील करता येतात, बदलता येतात किंवा गाळून टाकता येतात आणि महत्त्वाच्या प्रवर्गांसाठी, विषय, शब्द किंवा वाक्यप्रयोगांसाठी संहितेचा धांडोळा घेता येतो. *[लेखक डेटा विश्लेषणासाठी संगणकीय सॉफ्टवेअरचा प्रस्तावित उपयोग नमूद करतो.]*

पडताळणी

अंतर्गत वैधतेची खात्री देण्यासाठी पुढील धोरणे वापरली जातात:

१. डेटाचे त्रिकोणीकरण–मुलाखती, निरीक्षणे आणि कागदपत्रांचे विश्लेषण यांचा समावेश असणाऱ्या अनेक स्त्रोतांकडून डेटा गोळा करण्यात येईल.

२. सदस्यांची पडताळणी–विश्लेषणाच्या संपूर्ण प्रक्रियेत माहिती देणारा हा नियंत्रक म्हणून काम करेल. माझ्या विवेचनावर चालू असलेला संवादच माहिती देणाऱ्यांचे वास्तव आणि अर्थ यांच्या बद्दलच्या डेटाच्या सत्याच्या मूल्याची हमी देईल.

३. संशोधनाच्या ठिकाणी दीर्घ काळ आणि वारंवार केलेली निरीक्षणे–चार महिन्यांच्या कालावधीसाठी समान घटनेची किंवा परिसराची नियमित आणि वारंवार निरीक्षणे केली जातील.

४. बारकाईने केलेली परीक्षा–शैक्षणिक मानसशास्त्र विभागातील डॉक्टरल विद्यार्थी आणि पदवीधर सहाय्यक हे बारकाईने परिक्षा घेणारे म्हणून काम करतील.

५. संशोधनामधील सहभागी–या अभ्यासाच्या बहुतेक टप्प्यांमध्ये माहिती देणारे सामील असतात. प्रकल्पाच्या संरचनेपासून ते स्पष्टीकरणे आणि निष्कर्षांची तपासण्यापर्यंत!

६. संशोधनकर्त्यांच्या पूर्वग्रहाबद्दलचे स्पष्टीकरण—अभ्यासाच्या सुरुवातीलाच निबंध प्रस्तावात 'संशोधनकर्त्याची भूमिका' या मथळ्याखाली संशोधनकर्त्याचे पूर्वग्रह लेखी स्वरूपात समाविष्ट केला जाईल.

या प्रकल्पामध्ये बाह्य वैधतेची खाती देण्यासाठी, समृद्ध, भरीव, तपशीलवार वर्णने देण्याचे मुख्य धोरण राहील. त्यामुळे बदली करण्यात स्वारस्य असणाऱ्या कोणालाही तुलनेसाठी एक भक्कम चौकट उपलब्ध होईल (मेरिअम १९८८). या अभ्यासात विश्वासार्हतेची हमी देण्यासाठी तीन तंत्रे वापरली जातील. पहिले तंत्र म्हणजे संशोधनकर्ता अभ्यासाचा मुख्य भर, संशोधनकर्त्याची भूमिका, माहिती देणाऱ्याचे पद (स्थिती) आणि निवडीचा निकष, डेटाचे संकलन जेथून केले जाईल त्याचा संदर्भ (ली कॉम्प्टे आणि गोएट्ज १९८४) याबद्दल तपशीलवार लेखाजोखा उपलब्ध करेल. दुसरे तंत्र म्हणजे त्रिकोणीकरण किंवा डेटा संकलनाच्या व विश्लेषणाच्या अनेक पद्धतींचा वापर केला जाईल, ज्या विश्वासार्हता तसेच अंतर्गत वैधता यांची पुष्टी करतील (मेरिअम १९८८). शेवटी, या अभ्यासात वापरल्या गेलेल्या पद्धतींचे स्पष्ट आणि अचूक चित्र स्पष्ट व्हावे म्हणून डेटा संकलन आणि विश्लेषण नीतिचा तपशीलासह अहवाल दिला जाईल. गुणात्मक संशोधन पद्धतींमधील अनुभवी अशा बाह्य लेखापरिक्षकाकडून या प्रकारच्या सर्व टप्प्यांचे निरीक्षण होणार आहे. *[लेखकाने अभ्यासात वापर होणाऱ्या वैधतेच्या धोरणांची निश्चिती केलेली आहे.]*

निष्कर्षांचे वृत्तांतकथन

लोफलँड (१९७४) असे सूचित करतात की, सर्व गुणात्मक पद्धतींमधील डेटा संकलन व विश्लेषण धोरणे एकसारखी असली, तरी ज्या प्रकारे निष्कर्षांचा वृत्तांत लिहिला जातो ते वेगळे आहे. माईल्स आणि हुबरमान (१९८४) ह्यांनी माहिती उघड करण्याच्या महत्त्वाकडे लक्ष वेधले आहे. गुणात्मक माहिती जाहीर करण्यासाठी संहितेचे कथन हा सर्वात जास्त वापरला जाणारा प्रकार आहे असे सूचित केले आहे. हा नैसर्गिक अभ्यास आहे. म्हणून निष्कर्षांचे सादरीकरण वैज्ञानिक अहवालाप्रमाणे असण्यापेक्षा अधिक वर्णनपर कथानाच्या स्वरूपाचे असेल. हे वर्णन एका महाविद्यालयाच्या नवीन अध्यक्षांच्या अनुभवांच्या संपूर्ण शब्दचित्राच्या संचाराचे वाहन असणार आहे. अंतिम प्रकल्प हा माहिती देणाऱ्यांचे अनुभव आणि तो त्यांचा अर्थ कसा लावतो यांची रचना असणार आहे. यामुळे त्याला सामना कराव्या लागणाऱ्या आव्हानांचा अनुभव प्रतिनिधीरूपाने वाचकांना मिळू शकेल आणि संबंधित कर्त्याचे जग पाहण्यासाठी एक भिंग देऊ करते. *[अभ्यासाचे परिणाम नमूद केले होते.]*

सारांश

हे प्रकरण प्रस्तावाकरीता आवश्यक अशा गुणात्मक पद्धतीचा विभाग विकसित करण्यासाठी व लिहिण्यासाठी लागणाऱ्या घटकांचा शोध घेते गुणात्मक पद्धतीच्या अभ्यासांमध्ये अस्तित्वात असलेल्या बदलाची दखल घेऊन हे प्रकरण प्रणालींसाठी एक सर्वसाधारण मार्गदर्शक तत्त्वाची मांडणी करते. जर संशोधनाच्या अशा दृष्टिकोनाशी वाचक परिचित नसतील तर त्यांच्यासाठी या मार्गदर्शक तत्त्वामध्ये गुणात्मक संशोधनाबद्दलची सर्वसाधारण चर्चा आहे. ही वैशिष्ट्ये म्हणजे हे संशोधन जे अनुगामिक (Inductive) व प्रतिगामिक (Deductive) आहे ते स्वाभाविक/नैसर्गिक (Natural) परिसरात केले जाते, संशोधनकर्त्यावर डेटा संकलनाचे साधन म्हणून अवलंबून राहते, सहभागींच्या आकलनावर आधारित असलेल्या डेटा संकलनासाठी बहुविध पद्धतींचा वापर करते व त्यामध्ये संशोधनकर्त्याच्या प्रतिक्षिप्ततेचा अंतर्भाव असतो आणि ते समग्र असते.

मार्गदर्शक तत्त्व हे संशोधन संकल्पचित्रावर (design) चर्चा करणे सुचविते. जसे की/उदाहरणार्थ व्यक्तींचा अभ्यास (कथन स्वरूपात/वर्णनात्मक, घटनासदृश्यशास्त्र) (Phenomenology), प्रक्रिया, कृती आणि कार्यक्रम (व्यक्ती अभ्यास (casestudy), मूलभूत सिद्धान्त) यांचे संशोधन किंवा व्यक्ती अथवा समुहाच्या (मानववंशशास्त्र) व्यापक प्रमाणात सांस्कृतिक देवाण-घेवाणच्या वर्तनाचे परीक्षण. संकल्पचित्राच्या निवडीचे सादरीकरण आणि समर्थन करणे आवश्यक आहे. याशिवाय प्रस्तावाने संशोधकाची भूमिका: पूर्वानुभव, इतिहास (पार्श्वभूमी), संस्कृती आणि हे डेटाच्या अर्थसंगतीला कसे रूप देण्याची शक्यता आहे याकडे लक्ष वेधणे आवश्यक आहे. यामध्ये स्थानाशी असलेले व्यक्तिगत संबंध, प्रवेश मिळविण्यासाठी घेतलेले कष्ट आणि अपेक्षित नाजूक नैतिक बाबी यांच्या संदर्भातील चर्चेचा देखील समावेश आहे. डेटासंकलनासंबंधीच्या चर्चेमध्ये सहेतूक (Purposeful) नमुना आणि तसेच डेटाच्या वेगवेगळ्या प्रकाराबद्दल खुलासा असला पाहिजे(म्हणजेच निरीक्षणे, मुलाखती, दस्तऐवज/(कागदपत्रे), दृकश्राव्य साहित्य). ज्या पद्धतींचे डेटा नोंदणीची Protocols) शिष्टसंमत पद्धती वापरल्या जातील यांच्याकडे निर्देश करणेसुद्धा उपयुक्त ठरेल. डेटा विश्लेषण ही एक सतत चालणारी प्रक्रिया आह तिच्यामध्ये सहभागीच्या माहितीच्या विश्लेषणाचा समावेश असतो आणि संशोधनकर्ता विशेषकरून विश्लेषणाच्या साधारण टप्प्यांचा वापर करतो, त्याचप्रमाणे एखाद्या विशिष्ट संकल्पचित्रात आढळलेल्या टप्प्यांचा देखील वापर करतो. साधारण टप्प्यांमध्ये डेटाचे संघटन आणि सिद्धता यांचा समावेश असतो; तसेच माहितीचे प्राथमिक वाचन, डेटाचे सांकेतिकीकरण यांचाही अंतर्भाव असतो. संकेतांच्या विकसनातून वर्णन करणे आणि विषयासंबंधीचे विश्लेषण, तक्ते, आलेख आणि आकडेवारी यांच्या निष्कर्षांचे प्रतिनिधित्त्व करणाऱ्या संगणकीय प्रोग्रॅमचा वापर यांचा समावेश असतो. स्पष्टीकरणामध्ये शिकलेल्या धड्यांसंबंधी निवेदन, निष्कर्षांची पूर्वीच्या साहित्य व सिद्धान्ताशी केलेल तुलना, प्रश्न उपस्थित करणे आणि/किंवा सुधारणेसाठी कार्यक्रमपत्रिका सादर करणे हे समाविष्ट असतात. प्रस्तावामध्ये अभ्यासाच्या अपेक्षित फलनिष्पत्तीचा सुद्धा समावेश असला पाहिजे. अंतिमत: प्रस्तावाचे नियोजन करण्यातील एक जास्तीचा महत्त्वाचा टप्पा म्हणजे निष्कर्षांची अचूकतेला अधिकृतरीत्या मान्यता देणाऱ्या धोरणांचा उल्लेख करणे हा आहे आणि संकेत व संशोधनाच्या विषयांची विश्वासार्हता यांचे सादरीकरण करणे हा आहे.

लेखन सराव

१. तुमच्या गुणात्मक अभ्यासात वापरावयाच्या प्रणालींसंबंधी आराखडा लिहून काढा. तक्ता क्र ९.१ चा वापर तुमच्या नियोजनाची सर्वंकषता ठरविण्यासाठी, पडताळणी सूची म्हणून करा.

२. एक तक्ता तयार करा ज्यात तुमच्या डेटाचे विश्लेषण करण्यासाठी तुम्ही कोणती कृती करणार हे त्या तक्त्याच्या डाव्या रकान्यात लिहा. उजवीकडील रकान्यात तुमच्या प्रकल्पाला प्रत्यक्षपणे वापरता येतील अशा कृती नमूद करा. तसेच तुम्ही ज्या संशोधनविषयक नीतिचा वापर करायचे ठरवत आहात तिचा आणि तुम्ही संकलित केलेला डेटा हेसुद्धा नमूद करा.

अधिक वाचनासाठी

क्रेसवेल जे.डब्ल्यू (२०१३), *क्वालिटेटिव्ह इनक्वायरी अँड रिसर्च डिझाईनः यूझिंग अमंग फाईव्ह अॅप्रोचेस* (३री आवृत्ती), थाऊजंड ओक्स, सीएः सेज

या पुस्तकाचा मूळ पूर्वपक्ष असा आहे की सर्व गुणात्मक संशोधन सारखे नसते आणि कालौघात गुणात्मक तपास करण्यासाठी असलेल्या पद्धतींमध्ये बदल होत गेले आहेत. हे पुस्तक गुणात्मक संशोधनाच्या संबंधीच्या पाच मार्गांची चर्चा करतेः (अ) कथनात्मक संशोधन, (ब) प्रत्ययवाद (मानसघटनाशास्त्र), (क) लुप्त सिद्धान्त, (ड) संस्कृतीवर्णन शास्त्र, (इ) व्यक्ती अभ्यास. संपूर्ण पुस्तकात एक प्रक्रिया मार्ग स्विकारलेला असून त्यात वाचक, व्यापक तत्त्वज्ञानाशी जुळणाऱ्या गृहीतांपासून सुरुवात करतो आणि गुणात्मक पद्धतीचा अभ्यास करण्यासाठी टप्पे ओलांडत जातो (उदा. संशोधनविषयक प्रश्न प्रस्तुत करणे, डेटाचे संकलन आणि विश्लेषण करणे इ.). या पुस्तकात पाच मार्गांची तुलना उपलब्ध करून दिली आहे, ज्यामुळे गुणात्मक संशोधनासाठी एखाद्या विशिष्ट अभ्यासासाठी कोणते धोरण उत्तम असेल याबाबत विचारपूर्वक निवड होऊ शकते.

फ्लिक, यू. (इ.डी) २००७, द *सेज क्वालिटेटिव्ह रिसर्च किट.* थाऊजंड ओक्स, सीएः सेज.

युवी फ्लिक यांनी संपादित केलेला हा आठ खंडांचा संच आहे. ज्याच्यासाठी जागतिक दर्जाच्या वेगवेगळ्या गुणात्मक पद्धतींच्या संशोधकांनी लिखाण केले आहे आणि या संचाचा उद्देश ज्यावेळी संशोधनकर्ते प्रत्यक्षात गुणात्मक संशोधन करत असतात तेव्हा जे महत्त्वाचे मुद्दे उपस्थित होतात त्यांच्याशी एकत्रितपणे सामना करण्याचा आहे. हा संच, गुणात्मक अभ्यासाचे नियोजन आणि संरचना कशी करावी, गुणात्मक डेटाचे संकलन आणि निर्मिती कशी करावी, डेटाचे विश्लेषण (उदा. दृश्य डेटा, व्याख्यानाचे विश्लेषण) आणि गुणवत्तेविषयक बाबी यांच्याकडे निर्देश करतो. एकूणच हे पुस्तक गुणात्मक संशोधनाच्या क्षेत्रासाठी आधुनिक आणि अद्ययावत खिडकी उपलब्ध करते.

गेस्ट, जी, मॅक्वीन, के.एम.अँड नेमी, इ.इ. (२०१२) *अॅप्लाईड थिमॅटीक ॲनालिसिस.* थाऊजंड ओक्स, सीएः सेज.

सदर पुस्तक गुणात्मक संशोधनातील विषय आणि डेटा विश्लेषण यांचे वास्तवपूर्ण आणि साद्यंत व्यासंग उपलब्ध करते. त्याच्यात गुणात्मक संशोधनातील संकेतांच्या विकसनासंबंधीचे सविस्तर परिच्छेद, संकेत पुस्तके आणि कल्पना त्याचबरोबर वैधता आणि विश्वासार्हता वृद्धिंगत करण्यासाठीचे मार्ग (इंटर कोडर करारासहित), यांचा समावेश आहे. ते डेटा लघु करण्याचे तंत्र व कल्पनांची तुलना करण्याचा शोध घेते. गुणात्मक डेटा विश्लेषण करण्यासाठीची सॉफ्टवेअर टूल्स तसेच संख्यात्मक आणि गुणात्मक डेटाचे एकत्रीकरणासाठीची प्रक्रिया याबद्दल हे पुस्तक उपयुक्त माहिती पुरविते.

मार्शल, सी. रॉसमन, जी.बी (२०११) *डिझाईनिंग क्वालिएटिव्ह रिसर्च* (५वी आवृत्ती), थाऊजंड ओक्स, सी.ए.सेज.

कॅथेरिन मार्शल आणि ग्रेटचेन रॉसमन यांनी गुणात्मक अभ्यास आणि गुणात्मक प्रस्ताव यांची संरचना करण्याच्या पद्धतीचा परिचय करून दिला आहे. विषयांची व्याप्ती सर्वसमावेशक आहे. त्यांच्यात अभ्यासासाठी संकल्पनात्मक चौकट तयार करण्याचा सर्वसाधारण संरचना आणि पद्धती यामागील तर्क आणि गृहीते; डेटा संकलनाच्या पद्धती आणि गुणात्मक डेटाचे व्यवस्थापन (जुळणी), नोंदणी आणि विश्लेषण तसेच अभ्यासासाठी आवश्यक असलेली संसाधने, जशी की; वेळ, माणसे, भांडवल यांचा समावेश आहे. नवशिके आणि अधिक अनुभवी अशा गुणात्मक संशोधनकर्त्यांना ज्यातून शिकता येईल असे हे सर्वसमावेशक आणि पूर्ण ज्ञान देणारे पुस्तक आहे.

प्रकरण दहा

मिश्र पद्धतींची कार्यपद्धती

तुमच्या प्रस्तावासाठीच्या 'मिश्र पद्धतींची कार्यपद्धती' या विभागासाठी तुम्ही काय लिहाल? आत्तापर्यंत आपण संकलित स्वरूपातील संख्यात्मक आणि गुणात्मक डेटाचा विचार केला. अभ्यासात दोन प्रकारच्या डेटाचे मिश्रण करणे (दोन डेटा एकत्रित करणे) याची आपण चर्चा केलेली नाही. दोन्ही प्रकारचा डेटा वेगवेगळ्या प्रकारची माहिती (गुणात्मकमध्ये मुक्त-शेवट डेटा आणि संख्यात्मकमध्ये बंद-शेवट डेटा याप्रमाणे) उपलब्ध करतो अशा गृहीताने आपण सुरुवात करू शकतो. पुढे जाऊन आपण असे गृहीत धरले, की प्रत्येक डेटा संकलनाच्या मर्यादा असतात, तशीच बलस्थाने ही असतात, तर आपण संशोधन-समस्या किंवा प्रश्नाचे पक्के आकलन होण्यासाठी बलस्थाने कशी एकत्रित आणता येतील याचा विचार करू शकतो. (त्याचप्रमाणे, प्रत्येकाच्या मर्यादांवर कशी मात करता येईल याचाही विचार करू शकतो). गुणात्मक किंवा संख्यात्मक डेटा आकलन करून देईल त्यापेक्षा 'डेटाचे मिश्रण करणे किंवा एकत्रित गुंफणे यांनी विषयाचे किंवा प्रश्नाचे आकलन अधिक चांगल्याप्रकारे केले जाते असे प्रतिपादन करता येईल अशी कल्पना 'मिश्र पद्धती संशोधन' या नावाच्या काहीशा नव्या पद्धतीच्या केंद्रस्थानी आहे.

मिश्र पद्धतींच्या संशोधनाचे स्वरूप काय आणि कसे आहे हे सांगणे ही मिश्र पद्धतीच्या कार्यप्रणालीबाबतच्या चर्चेची चांगली सुरुवात आहे. मिश्र पद्धती हे संशोधनातील नवीन पद्धतीशास्त्र आहे अशा गृहीताने सुरुवात करून या पद्धतीचा मुख्य उद्देश आणि या संरचनेची व्याख्या तसेच ही कार्यपद्धती निवडण्याची कारणे आणि ती अभ्यासाला कोणते मूल्य प्रदान करेल याबाबत वाचकांना शिकविणे आवश्यक आहे. त्यात वापरल्या जाणाऱ्या मिश्र पद्धतींच्या संरचनेबद्दल माहिती द्या. निवडीला आणि त्यावर विचार करायला अनेक पर्याय आहेत. त्यातील तुमच्या प्रस्तावित अभ्यासासाठी उत्तम कोणता आहे ते ठरवा. ही निवड गृहीत धरून संरचनेच्या संदर्भात डेटा संकलन, डेटा विश्लेषण डेटाचे स्पष्टीकरण आणि वैधतेच्या कार्यपद्धतींची चर्चा करा. शेवटी, अभ्यासात कोणत्या नैतिक बाबी पुढे येऊ शकतात याचा अंदाज घेऊन संभाव्य नैतिक बाबींच्या चर्चेने शेवट करा आणि अंतिम अभ्यासाचे लेखन करण्यासाठी रूपरेषा सुचवा. या सर्व प्रमाणित पद्धतींच्या कार्यप्रणाली आहेत. परंतु या प्रकरणात त्यांचा समावेश केला आहे कारण त्या मिश्र पद्धतींच्या संशोधनाबाबतही लागू पडतात. तक्ता क्र. १०.१ हा या प्रकरणात निर्देश केलेल्या मिश्र पद्धतींच्या कार्यपद्धतींची पडताळणी सूची दर्शविते.

तक्ता १०.१ मिश्र पद्धतींच्या कार्यपद्धतींची संरचना करण्यासाठी प्रश्नांची पडताळणी सूची

________	'मिश्र पद्धतींचे संशोधन' याबाबतची मूलभूत व्याख्या दिलेली आहे का?
________	संख्यात्मक आणि गुणात्मक अशा दोन्ही प्रकारचा डेटा वापरण्यासंबंधीची कारणे दिलेली आहेत का?
________	वाचकाला मिश्र पद्धतींच्या संशोधनाच्या संभाव्य उपयोगांसबंधी कल्पना आहे का?
________	मिश्र पद्धतीच्या संरचनेची निवड करण्यामागचे निकष निश्चित केलेले आहेत का?
________	मिश्र पद्धतींची संरचना निश्चित केली आहे का?
________	संशोधन धोरण व्यक्त करणारे दृश्य प्रारूप सादर केलेले आहे का?
________	दृश्य प्रारूप सादर करताना योग्य चिन्हांचा वापर केलेला आहे का?
________	निवडलेल्या संरचनेशी निगडित असल्यामुळे डेटा संकलनाच्या आणि विश्लेषणाच्या त्या त्या कार्यपद्धतींचा उल्लेख केलेला आहे का?
________	संरचनेसाठी संख्यात्मक आणि गुणात्मक अशा दोन्ही प्रकारच्या डेटा संकलनासंबंधी नमुना संख्या घेण्याविषयक धोरणांचा उल्लेख केलेला आहे का?
________	संरचनेसाठी विशिष्ट अशा डेटा विश्लेषण पद्धतींचा उल्लेख केलेला आहे का?
________	संरचनेसाठी आणि संख्यात्मक व गुणात्मक संशोधनासाठी वैधतेच्या पद्धतींचा उल्लेख केलेला आहे का?
________	अंतिम शोधप्रबंध किंवा प्रबंधाच्या कथनात्मक आराखड्याचा उल्लेख केलेला आहे का आणि त्याचा ज्या प्रकारची मिश्र पद्धतींची संरचना वापरली आहे तिच्याशी संबंध आहे का?

मिश्र पद्धतींच्या कार्यपद्धतीचे घटक

मिश्र पद्धतींचे संशोधन उत्क्रांत होत होत ते आता कार्यपद्धतींच्या संचात झाले असून तो संच आता प्रस्ताव-विकसक, मिश्र पद्धतींच्या अभ्यासाचे नियोजन करताना वापरू शकतात. वर्ष २००३ मध्ये *'हँडबुक ऑफ मिक्स्ड मेथड्स इन द सोशल आणि बिहेव्हिअर सायन्सेस'* (ताशाक्कोरी अँड टेडली २०१०) प्रकाशित झाले, जे या दृष्टिकोनाचे व्यापक समालोचन उपलब्ध करते. आता अनेक नियतकालिके मिश्र पद्धतींच्या संशोधनाचे प्रतिपादन करतात. जसे की, द *जर्नल ऑफ मिक्स्ड् मेथड्स रिसर्च, क्वालिटी आणि क्वांटिटी, फिल्ड मेथड्स आणि द इंटरनॅशनल जर्नल ऑफ मल्टिपल रिसर्च ॲप्रोचेस.* ह्याच वेळी इतर असंख्य (नियतकालिके) या प्रकारच्या तपासाला (संशोधनाला) प्रोत्साहन देतात. (उदा. *इंटरनॅशनल जर्नल ऑफ सोशल रिसर्च मेथॉडॉलॉजी, क्वालिटेटिव्ह हेल्थ रिसर्च, ॲन्नल्स ऑफ फॅमिली मेडिसिन.*) प्रकाशित झालेल्या असंख्य संशोधन अभ्यासांनी सामजिक आणि मानव शास्त्रांमधील विविध क्षेत्रांमध्ये मिश्र पद्धतींचे संशोधन समाविष्ट केले आहे. जसे की, व्यावसायिक उपचार पद्धती (लायसॅक अँड क्रेफ्टिंग १९९४), आंतरवैयक्तिक संपर्क (संवाद) (बोनिव्हा, क्राऊट अँड फ्रोहलिश २००१), एड्सचा प्रतिबंध (जॅन्झ आणि इतर १९९६), मानसिक आजारपणात शुश्रृषा करणे (विटझमान अँड लेव्हकॉफ्फ २०००), व्यावसायिक आरोग्य (एम्स, ड्यूक, मुरे अँड

कुन्नॅडी२००९), मानसिक आरोग्य (रॉजर्स, डे रॅनडॉल अँड बेन्टॅल २००३) आणि मिडल स्कूल सायन्स (हॉऊट्झ १९९५). दर वर्षी मिश्र पद्धतींच्या संशोधनाला पूर्णपणे समर्पित केलेल्या नवीन पुस्तकांचे आगमन होत असते. (ब्रायमन २००६, क्रेसवेल आणि प्लॅनो क्लार्क २०११, ग्रीनी २००७, मोर्से आणि निहॉस २००९, प्लॅनो क्लार्क आणि क्रेसवेल २००८, ताशाक्कोरी आणि टेडली १९९८, २०१०, टेडली आणि ताशाक्कोरी २००९).

मिश्र पद्धतींच्या संशोधनाचे वर्णन करा

समाजशास्त्र आणि मानव शास्त्रांमध्ये मिश्र पद्धतींचे संशोधन हा एक संशोधनाचा मार्ग म्हणून तुलनेने नवीन असल्याने प्रस्तावाच्या पद्धती विभागात या मार्गांची प्राथमिक व्याख्या आणि वर्णन देणे उपयुक्त ठरेल. यात पुढील गोष्टींचा समावेश होऊ शकतो.

- मिश्र पद्धतींच्या व्याख्येने प्रारंभ करा. प्रकरण क्र. १ मध्ये दिलेल्या व्याख्येचे स्मरण करा. या व्याख्येतील घटकांची यादी करायला आता हरकत नाही. कारण त्यामुळे वाचकाला मिश्र पद्धतींचे वर्णन करणाऱ्या महत्त्वाच्या वैशिष्ट्यांचा संच उपलब्ध होईल. (पहा जॉन्सन, ऑनवुयेगबुझी आणि टर्नर २००७ यांच्या पुस्तकातील मिश्र पद्धतींच्या संशोधनाची व्याख्या करणारा अधिक व्यापक दृष्टिकोन)
    - यामध्ये संशोधनविषयक प्रश्नांना किंवा गृहीतप्रमेयांना प्रतिसादरूपाने मिळालेल्या गुणात्मक (मुक्त-शेवट) आणि संख्यात्मक (बंद-शेवट) डेटाच्या संकलनाचा अंतर्भाव असतो.
    - यामध्ये दोन्ही प्रकारच्या डेटाच्या विश्लेषणाचा समावेश असतो.
    - गुणात्मक आणि संख्यात्मक डेटा या दोन्हीसाठी संकलनाच्या आणि विश्लेषणाच्या पद्धती अचूकपणे राबविल्या पाहिजेत. उदा. पुरेशी नमुना संख्या, माहितीचे स्रोत, डेटा विश्लेषणातील पायऱ्या.)
    - संरचनेच्या विश्लेषणात दोन्ही प्रकारच्या डेटाचे एकत्रिकरण हे डेटा एकमेकात विलीन करून, त्यांचा संबंध लावून किंवा परस्परांमध्ये समाविष्ट करून केले जाते.
    - या कार्यपद्धती एका स्वतंत्र मिश्र पद्धतींच्या संरचनेत समाविष्ट केल्या जातात, ज्यात डेटा संकलनाचा कालावधी (एकत्रित किंवा अनुक्रमिक) तसेच प्रत्येक डेटा बेसला दिले जाणारे महत्त्व (समान किंवा असमान) यांचा समावेश असतो.
    - तात्त्विक जागतिक दृष्टिकोन किंवा सिद्धान्ताद्वारे या पद्धतींची माहिती देता येते.

- या मार्गांमध्ये वापरल्या जाणाऱ्या अनेक वेगवेगळ्या संज्ञांविषयी चर्चा करा. उदा. *संकलित (एकात्म) करणे, संश्लेषण, संख्यात्मक आणि गुणात्मक पद्धती, बहुपद्धती, आणि मिश्र पद्धतीशास्त्र.* परंतु अलीकडील लिखाणाचा कल मिश्र पद्धती अशी संज्ञा वापरण्याकडे दिसून येतो आहे. (ब्रायमन २००६, ताशाक्कोरी आणि टेडली २०१०).

- संशोधनाच्या या मार्गाच्या इतिहासाचे थोडक्यात पुनरावलोकन करून वाचकांना मिश्र पद्धतीच्या पार्श्वभूमीबद्दल शिक्षित करा. वेगवेगळ्या क्षेत्रातील, उदा. मूल्यमापन, शिक्षण, व्यवस्थापन, समाजशास्त्र

आणि आरोग्यशास्त्र या विविध अंगातील व्यक्तींच्या कार्यावर आधारित, १९८० च्या दशकाच्या आणि १९९० च्या दशकाच्या सुरुवातीच्या काळात ही नवी पद्धती उदयास आली असे आपण म्हणू शकतो. ही विकासाच्या अनेक काळांमधून गेली आहे, ज्यात आकार देणारी अवस्था, तात्त्विक वाद, प्रणाली संबंधित विकास आणि अधिक अलीकडील मननशील परिस्थिती (वाद-विवाद आणि चर्चा) आणि वेगवेगळ्या विद्याशाखांमध्ये होणारा आणि संपूर्ण जगभरातील अनेक देशांमध्ये होणारा विस्तार यांचा समावेश आहे. अनेक संहिता या विकासात्मक अवस्थांची रूपरेषा देतात. (उदा. क्रेसवेल आणि प्लानो क्लार्क २०११, टेडली आणि ताशाक्कोरी २००९). या विभागात मिश्र पद्धतीचे महत्त्व किंवा त्याची आज झालेली वाढ याबद्दल थोडक्यात चर्चा समाविष्ट होऊ शकते. ही चर्चा (महत्त्व व वाढ) सरकारच्या वित्तसहाय्यातील पुढाकारातून, निबंधातून आणि विशिष्ट विद्याशाखा संबंधित समाजशास्त्र आणि आरोग्य शास्त्राच्या नियतकालिकांमधून व्यक्त होते. (पहा क्रेसवेल २०१०, २०११.)

- शोधप्रबंध किंवा प्रबंध प्रकल्पांसाठी मिश्र पद्धती हा एक मार्ग म्हणून निवडताना त्याचे मूल्य आणि तत्त्व याबद्दलच्या या विभागातील विधानांकडे बघा. सर्वसामान्य पातळीवर, गुणात्मक आणि संख्यात्मक संशोधनातून माहिती काढून घेण्याचे व दोन्ही मार्गांच्या मर्यादा किमान करण्याचे सामर्थ्य त्यात असल्याने, मिश्र पद्धतींची निवड केली जाते. प्रत्यक्षात, मिश्र पद्धती ही संशोधनासाठी अत्याधुनिक (सुविकसित) जटील मार्ग उपलब्ध करते, जो नव्या संशोधन पद्धतींच्या आघाडीवर असणाऱ्याच्या पसंतीस उतरतो. संशोधनकर्त्यांना संख्यात्मक आणि गुणात्मक अशा दोन्ही प्रकारचा डेटा उपलब्ध असेल तर हा अगदी आदर्श मार्ग ठरू शकेल. *कार्यपद्धती पातळीवर* संशोधनविषय/संशोधनप्रश्न यांच्या अधिक परिपूर्ण आकलनासाठी ही एक उपयुक्त नीती (धोरण) आहे जी पुढीलप्रमाणे आहे:
    - संख्यात्मक आणि गुणात्मक डेटामधून व्यक्त होणाऱ्या यथार्थदर्शनांची तुलना करणे.
    - गुणात्मक अनुसरणीय निष्कर्षाचें स्पष्टीकरण देणे.
    - प्रथम गुणात्मक डेटाचे संकलन व विश्लेषण करून अधिक चांगली मापनाची उपकरणे विकसित करणे आणि नंतर नमुन्यासाठी त्यांचा (उपकरणांचा) उपयोग करणे.
    - व्यक्तींच्या विचारसरणींचा समावेश करून प्रयोगात्मक निष्कर्ष समजावून घेणे.
    - गुणात्मक आणि संख्यात्मक डेटाचे मिश्रण वापरून उपेक्षित समूहांसाठी आवश्यक असणाऱ्या बदलांचे अधिक ज्ञान विकसित करणे.
    - विशिष्ट कालावधीत गुणात्मक आणि संख्यात्मक डेटा गोळा करण्याच्या माध्यमातून आंतरनिरसन (हस्तक्षेप) कार्यक्रमांची आवश्यकता आणि परिणाम याचे अधिक चांगले आकलन करून घेणे.
- अभ्यासात वापरल्या जाणाऱ्या मिश्र पद्धतींच्या संरचनेचा प्रकार निर्देशित करा आणि त्यांच्या निवडीमागील कार्यकारण भाव स्पष्ट करा. प्राथमिक धोरणांविषयी जी तपशीलवार माहिती उपलब्ध आहे त्याबद्दल लवकरच चर्चा केली जाईल. या कार्यपद्धतींची आकृती किंवा चित्र यांचा समावेश करा.
- तपासकासाठी संशोधनाचे हे स्वरूप कोणती आव्हाने उभे करते त्याची दखल घ्या. यात व्यापक प्रमाणावर डेटा संकलनाची गरज, गुणात्मक आणि संख्यात्मक अशा दोन्ही प्रकारच्या डेटाच्या विश्लेषणाचे समयप्रधान स्वरूप आणि संशोधकाच्या संख्यात्मक आणि गुणात्मक अशा दोन्ही प्रकारांशी

संशोधकाची ओळख असण्याची आवश्यकता यांचा अंतर्भाव आहे. संरचनेचे गुंतागुंतीच्या स्वरूपामुळे स्पष्ट, तपशीलवार दृश्य प्रारूप आणि संरचनेतील संशोधन उपक्रमांचा कार्यक्रमाचा ओघ, यांचीही गरज असते.

मिश्र पद्धतीच्या संरचनांचे प्रकार

प्रस्तावित मिश्र पद्धतींच्या अभ्यासात प्रस्तावाचे विकासक वापरू शकतील अशा अनेक प्रकारच्या पद्धती वर्गीकरणासाठी आणि मिश्र पद्धतींच्या धोरणांच्या प्रकारांची निश्चिती करण्यासाठी अस्तित्वात आहेत. क्रेसवेल आणि प्लानो क्लार्क २०११ यांनी मूल्यामपन, परिचर्या, सार्वजनिक आरोग्य, शैक्षणिक धोरण, संशोधन व सामाजिक आणि वर्तनविषयक संशोधन या क्षेत्रातून वर्गीकरणाच्या अनेक पद्धती शोधून काढल्या आहेत. या वर्गीकरणामध्ये लेखकांनी त्यांच्या संरचनांच्या प्रकारांसाठी वेगवेगळ्या प्रकारच्या (विविध) संज्ञा वापरल्या आहेत आणि या पद्धतींमध्ये मोठ्या प्रमाणात अतिव्यापन झालेले दिसते. या चर्चेच्या उद्देशांसाठी मी आकृती क्र. १०.१ आणि १०.२ यात दाखविल्याप्रमाणे *तीन मुख्य मिश्र पद्धतींच्या* संरचना स्पष्ट करून चर्चा करेन आणि नंतर थोडक्यात या तीन मुख्य प्रकारांचा समावेश असणाऱ्या अधिक प्रगत धोरणांचा उल्लेख करेन. प्रत्येक मार्गाची चर्चा ही, संरचनेच्या वर्णनाच्या स्वरूपात, डेटा संकलन आणि डेटा विश्लेषण, स्पष्टीकरण आणि वैधतेची आव्हाने या स्वरूपात होणार आहे.

अभिसारी समांतर मिश्र पद्धतींची संरचना

संरचनेचे वर्णन. अभिसारी मिश्र पद्धतींचा मार्ग हा कदाचित मुख्य आणि प्रगत मिश्र पद्धतींच्या धोरणांपैकी सर्वात परिचित असा आहे. मिश्र पद्धतीसाठी नवखे असलेले संशोधनकर्ते पहिल्यांदा खास करून या मार्गाचा विचार करतात, कारण त्यांना असे वाटते की मिश्र पद्धतीत केवळ संख्यात्मक आणि गुणात्मक डेटा याचे एकत्रिकरण केलेले असते. या मार्गामध्ये, संशोधनकर्ता दोन्ही प्रकारचा म्हणजे संख्यात्मक आणि गुणात्मक डेटा गोळा करतो. त्याचे स्वतंत्रपणे विश्लेषण करतो आणि नंतर हे निष्कर्ष परस्परांना बळकट करतात किंवा नाही (पाहा आकृती क्र. १०.१) हे पाहण्यासाठी निकालांची तुलना करते. या मार्गाचे मुख्य गृहीत असे आहे की, दोन्ही प्रकारचा, गुणात्मक आणि संख्यात्मक डेटा ही वेगवेगळ्या प्रकारची माहिती देतो. बरेचदा सहभागींच्या दृष्टिकोनाबद्दल सविस्तरपणे गुणात्मक पद्धतीने आणि उपकरणांनी दिलेली प्राप्त गुणसंख्या (स्कोअर) संख्यात्मक पद्धतीने आणि एकत्रितपणे दिलेले परिणाम (निष्कर्ष) समानच असले पाहिजेत. कॅम्पबेल आणि फिस्के (१९५९) यांच्या बहुपद्धती या दोन्ही मार्गांनी असलेल्या कल्पना या ऐतिहासिक संकल्पनेतून विकसित झाल्या आहेत. त्यांना असे वाटले की वेगवेगळ्या प्रकारचा डेटा एकत्र केल्याने मानसिक छटा उत्तम प्रकारे समजू शकतील. जरी कॅम्पबेल आणि फिस्के यांच्या संकल्पनीकरणात फक्त संख्यात्मक डेटाचा समावेश होता, तरी मिश्र पद्धतींच्या संशोधनकर्त्यांनी या कल्पनेचा विस्तार संख्यात्मक आणि गुणात्मक अशा दोन्ही प्रकारच्या डेटा संकल्पनाचा समावेश करण्यापर्यंत केला.

डेटा संकलन. प्रकरण क्र. ८ मध्ये चर्चा केल्याप्रमाणे गुणात्मक डेटा कोणतेही स्वरूपे गृहीत धरू शकतो. जसे की, मुलाखती, निरीक्षणे, दस्तऐवज आणि नोंदी. प्रकरण क्र. ७ मध्ये चर्चा केल्याप्रमाणे

आकृती १०.१ तीन मूलभूत मिश्र पद्धतींच्या संरचना

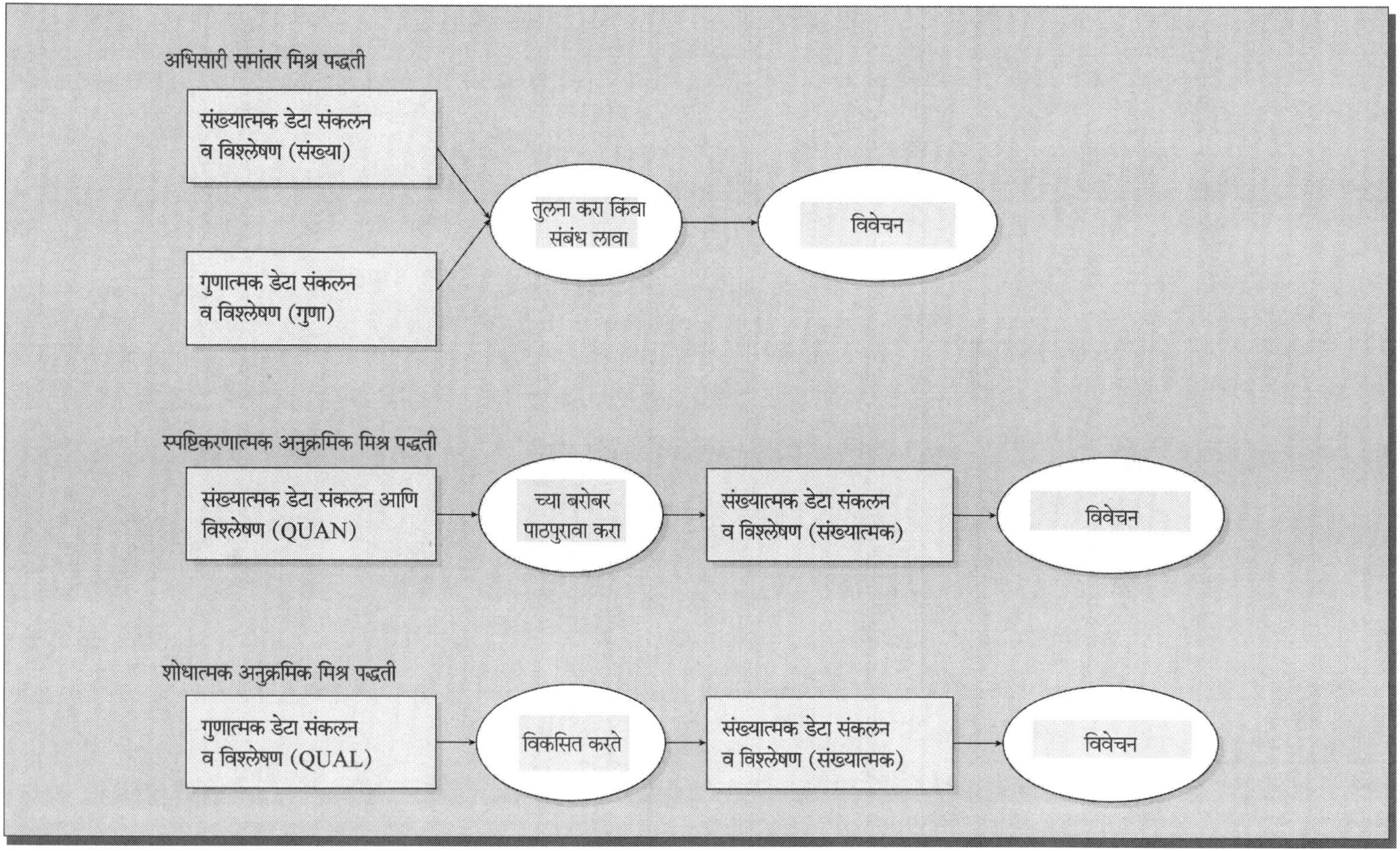

आकृती १०.२ मिश्र पद्धतींच्या प्रगतीशील संरचना

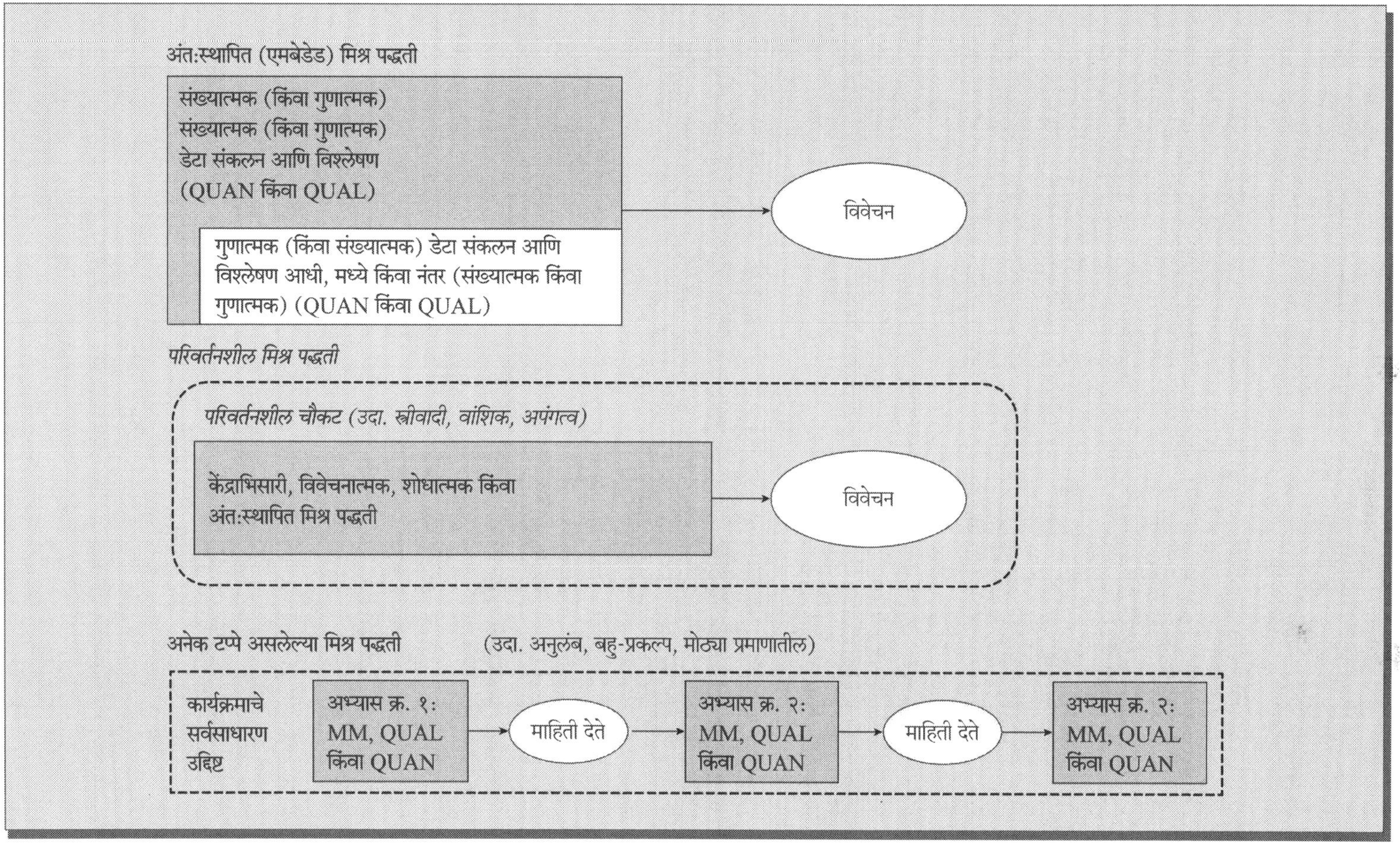

गुणात्मक डेटा हा उपकरणस्वरूप डेटा, निरीक्षणात्मक पडताळणी सूची, सांख्यिकी डेटा, उदा. जनगणनेचा डेटा असू शकतो. *समान* किंवा *समांतर चले, कन्स्ट्रक्ट्स* किंवा *संकल्पना* वापरून दोन्ही प्रकारचा डेटा संकलित करणे ही या संरचनेमागची मुख्य कल्पना आहे. दुसऱ्या शब्दांत सांगायचे तर, स्व-आदर ही संकल्पना संख्यात्मकरीत्या मोजली जाते. हीच संकल्पना गुणात्मक डेटाच्या संकलनाच्या प्रक्रियेत उदा. मुक्त-शेवट मुलाखतीत लक्षात घेतली जाते. डेटा संकलनातील दुसरा मुद्दा आहे नमुन्याच्या आकारमानाचा. संख्यात्मक डेटा संकलनातील गोळा केला जाणारा डेटा, हा गुणात्मक डेटा संकलनातून गोळा केल्या जाणाऱ्या डेटापेक्षा नक्कीच कमी असणार यात शंकाच नाही. याचे कारण गुणात्मक डेटा गोळा करण्याचा उद्देश हा लहान आकाराच्या नमुन्यातून माहिती निश्चित करणे व प्राप्त करणे हा असतो. पण त्याचबरोबर या नमुन्यातून व्यापक माहिती मिळविणे हा ही असतो. या उलट संख्यात्मक संशोधनात अर्थपूर्ण संख्याशास्त्रीय चाचण्यांसाठी मोठ्या संख्यांची (नमुन्यांच्या आकाराची) आवश्यकता असते. मिश्र पद्धतीच्या संरचनेत अशा असमानतेचा प्रश्न कसा सोडविला जातो? काही वेळा मिश्र पद्धतींचे संशोधनकर्ते, गुणात्मक आणि संख्यात्मक अशा दोन्ही प्रकारच्या डेटाबेससाठी संख्येने सारख्या असलेल्या व्यक्तींकडून माहिती गोळा करतील. म्हणजेच गुणात्मक नमुना संख्येचा आकार वाढविला जाईल आणि त्यामुळे प्रत्येक व्यक्तीकडून प्राप्त करून घेण्याच्या माहितीवर मर्यादा येईल. दुसरा पर्याय असा आहे की, संख्यात्मक डेटाबेसमधील संख्येची (नमुन्याच्या आकाराची) बरोबरी करण्यासाठी गुणात्मक घटकांचे वजन (महत्ता) वाढविणे. याशिवाय आणखी एक पर्याय आहे जो काही मिश्र पद्धतींच्या संशोधनकर्त्यांकडून स्वीकारला जातो, तो म्हणजे नमुन्यांचा असमान आकार हा प्रश्नच लक्षात न घेणे. ते असे प्रतिपादन करतात की, गुणात्मक आणि संख्यात्मक संशोधनाचा उद्देश भिन्न असतो. (एकाचा उद्देश सखोल यथार्थ ज्ञान मिळविणे आणि दुसऱ्याचा संख्याशास्त्रीय लोकसंख्येच्या संदर्भात सामान्यीकरण करणे) आणि प्रत्येक प्रकार पुरेशी अपेक्षित गरज भागवतो. नमुन्याच्या संदर्भातील आणखी एक मुद्दा म्हणजे गुणात्मक सहभागी नमुना म्हणून निवडलेल्या व्यक्ती या संख्यात्मक नमुन्यासाठीही असल्या पाहिजेत का? मिश्र पद्धतींचे संशोधनकर्ते; खास करून गुणात्मक सहभागी, नमुना म्हणून मोठ्या संख्यात्मक नमुन्यात समाविष्ट करतात. कारण शेवटी संशोधनकर्ते दोन्ही डेटाबेसची तुलना करतात आणि ते जेवढे सारखे असतील तेवढी तुलना चांगली होते.

डेटा विश्लेषण. अभिसारी (केंद्राभिमुखी) मिश्र पद्धतींच्या संरचनेतील एक आव्हान म्हणजे डेटाचे प्रत्यक्षात मिश्रण किंवा एकत्रीकरण कसे करायचे. संरचनेच्या वर्णनावरून आपल्याला आता एवढे ज्ञात आहे की दोन्ही डेटाबेसचे विश्लेषण स्वतंत्रपणे केले जाते आणि नंतर त्यांचे एकत्रीकरण केले जाते. दोन डेटाबेसना एकत्रित करण्याचे अनेक मार्ग आहेत. पहिला मार्ग हा 'साईड-बाय-साईड' तुलना म्हणून ओळखला जातो. अशा तुलना मिश्र पद्धतींच्या अभ्यासांमधील चर्चा विभागांमध्ये आढळतील. संशोधनकर्ता प्रथम संख्यात्मक संख्याशास्त्रीय निष्कर्षांचा अहवाल देईल आणि नंतर गुणात्मक निरीक्षणांची (उदा. विषय) चर्चा करेल; जी संख्याशास्त्रीय परिणाम (निकाल) मान्य करते किंवा अमान्य करते, किंवा संशोधनकर्ता गुणात्मक निष्कर्षांपासून प्रारंभ करतो आणि नंतर त्यांची तुलना संख्यात्मक निष्कर्षांशी करतो. मिश्र पद्धतींचे लेखक याला साईड-बाय-साईड ॲप्रोच म्हणतात. कारण संशोधनकर्ता प्रथम निष्कर्षांच्या एका संचाचे सादरीकरण करून आणि त्यानंतर दुसऱ्याचे सादरीकरण करून चर्चेमध्ये त्याची तुलना करतो. याचे एक चांगले उदाहरण क्लासेन आणि सहकारी (२००७) यांच्या अभ्यासात आढळते.

संशोधनकर्ते दोन डेटाबेस सम्मिलीत करू शकतात. यामध्ये गुणात्मक संकेत किंवा विषय हे संख्यात्मक चलांमध्ये परिणीत केले जातात आणि नंतर दोन्ही संख्यात्मक डेटाबेस एकत्रित केले जातात. त्या प्रक्रियेला डेटाचे स्थानांतरण असे म्हणतात. संशोधनकर्ता संख्यात्मक साधने तयार करण्यासाठी गुणात्मक विषय किंवा संकेत घेतो आणि त्यांची मोजणी करतो आणि बहुधा त्यांचे संच तयार करतो. मिश्र पद्धतींचे संशोधनकर्ते काही उपयुक्त कार्यपद्धती वापरतात. त्या ऑनवुगबुझी आणि लीच २००६ यांच्या साहित्यात आढळतात. अंतिम प्रक्रिया म्हणजे दोन्ही प्रकारचा डेटा एखाद्या कोष्टक किंवा आलेखात समाविष्ट करणे. याला डेटाचे एकत्रित प्रदर्शन (डिस्प्ले) असे म्हणतात. ते अनेक भिन्न प्रकारच्या रूपात असू शकते. ते एखाद्या तक्त्याच्या स्वरूपात असू शकते, जे जमिनीला समांतर अक्षावर विषय दर्शविते आणि उभ्या अक्षावर प्रवर्गीय चल (उदा. सेवा पुरविणाऱ्याचे भिन्न प्रकार जसे की परिचारिका, वैद्यकीय सहाय्यक, डॉक्टर्स) दर्शविते. ते अशा प्रकारचे ही कोष्टक असू शकते, ज्यात उभ्या अक्षावर महत्त्वाचे प्रश्न किंवा संकल्पना दाखविलेल्या असतात. समांतर अक्षावर संकल्पनांना मिळालेले गुणात्मक प्रतिसाद आणि संख्यात्मक परिणाम दर्शविणारे दोन स्तंभ दर्शविलेले असतात. (ली, मारक्वार्ट आणि झेर्शर २०००) संशोधनकर्त्यांची मूळ कल्पना दोन्ही प्रकारचा डेटा एकत्रित प्रदर्शित करणे हा आहे-एकाच दृश्यस्वरूपात त्यांना परिणामकारकपणे सामील करणे.

विवेचन. अभिसारी मार्गांचे विवेचन हे खास करून अभ्यासाच्या चर्चेच्या विभागात लिहिले जाते. निष्कर्षांचा विभाग हा, संख्यात्मक आणि गुणात्मक डेटाबेसच्या विश्लेषणातून मिळालेल्या निष्पत्तींचा अहवाल देतो तर चर्चा विभागात दोन डेटाबेसमधून प्राप्त झालेल्या परिणामांच्या तुलनांचा वृत्तांत आणि माहितीच्या दोन स्रोतांमध्ये एककेंद्राभिमुखता आहे की अपसरण आहे याविषयी नोंदीचा समावेश असतो. बहुतेक वेळा तुलना स्पष्टपणे अभिसरणाची किंवा अपसरणाची स्थिती दर्शवत नाही आणि काही संकल्पना, विषय किंवा प्रमाण याबद्दल मतभेद शिल्लक राहतात. ज्यावेळी अपसरण होते, तेव्हा पाठपुरावा करण्यासाठी टप्पे असतातच! कोणताही पाठपुरावा न करता संशोधनकर्ता अपसरण ही अभ्यासावरील मर्यादा आहे असे म्हणू शकतो. हा मार्ग एक कमकुवत उपाय म्हणावा लागेल. पर्याय म्हणून मिश्र पद्धतींचे संशोधनकर्ते विश्लेषणाकडे वळू शकतात आणि पुढे जाऊन डेटाबेसचे शोधन करू शकतात. तफावत कमी करण्यासाठी जास्तीची माहिती संकलित करू शकतात किंवा शक्य तितक्या कमी डेटाबेसेसपैकी एका डेटाबेसमधून मिळालेल्या निष्कर्षांची चर्चा करू शकतात. (उदा. संख्यात्मकरीत्या सिद्धान्त संकल्पना वैध ठरल्या नाहीत किंवा गुणात्मक विषय मुक्त-शेवट प्रश्नांशी जुळले नाहीत.)

वैधता. अभिसारी मार्ग वापरत असताना, वैधता ही संख्यात्मक वैधता, (उदा. सिद्धान्त संकल्पना) आणि गुणात्मक वैधता (उदा. त्रिकोणमितीकरण) अशा दोन्ही प्रकारे प्रस्थापित करून प्रत्येक डेटाबेससाठी प्रस्थापित केली पाहिजे. अशी सामाजिक स्वरूपातील मिश्र पद्धतींची विशेष प्रकारची वैधता आहे का, जिचा परामर्श घेतला पाहिजे? अभिसारी पद्धतींच्या वापरात वैधतेला काही संभाव्य धोके निश्चितपणे आहेत. त्यापैकी अनेकांचा उल्लेख यापूर्वीच केलेलाआहे. संख्यात्मक बाजूकडील मोठ्या संख्येने मिळणाऱ्या चित्रांपेक्षा नमुन्यांच्या असमान आकारामुळे गुणात्मक बाजूकडे चित्र कमी प्रमाणात उपलब्ध होऊ शकते. विविध संकल्पना आणि चलांचा संख्यात्मक आणि गुणात्मक अशा दोन्ही बाजूंनी वापर केल्याने तुलना करता येणार नाही आणि एकत्रीकरणास कठीण असे निष्कर्ष मिळण्याची शक्यता असते. जेव्हा प्राप्त गुणसंख्या आणि विषय यांच्यात तफावत असते तेव्हा निष्कर्षांसाठीच्या पाठपुराव्याचा अभावसुद्धा तपासाच्या अवैध धोरणाचे प्रतिनिधित्व करतो.

मिश्र पद्धतींची स्पष्टीकरणात्मक अनुक्रमिक संरचना

संरचनेचे वर्णन. अशा व्यक्ती, ज्यांना संख्यात्मक संशोधनाची भक्कम पार्श्वभूमी आहे किंवा अशा व्यक्ती गुणात्मक मार्गांशी तुलनेने फारशा परिचित नाहीत, त्यांना मिश्र पद्धतीतील स्पष्टीकरणात्मक अनुक्रमिक मिश्र पद्धतींचा मार्ग आकर्षक वाटतो. यात दोन अवस्थांच्या टप्प्यांचा प्रकल्प समविष्ट आहे; ज्यात पहिल्या टप्प्यात संशोधनकर्ता संख्यात्मक डेटा गोळा करतो. निष्कर्षांचे पृथक्करण करतो आणि नंतर त्या निष्कर्षांचा उपयोग दुसऱ्या गुणात्मक टप्प्यांचे नियोजन करण्यासाठी (किंवा बांधणी करण्यासाठी) करतो. हे संख्यात्मक परिणाम खास करून गुणात्मक अवस्थेसाठी कोणत्या प्रकारचे सहभागी हेतुपूर्वक निवडावेत याबद्दल माहिती देतात, तसेच सहभागींबद्दल कोणत्या प्रकारचे प्रश्न विचारायचे याबद्दलही सांगतात. या संरचनेचा सर्वसाधारण उद्देश सुरुवातीच्या संख्यात्मक निष्कर्षांचे अधिक तपशीलवार स्पष्टीकरण मिळण्यासाठी गुणात्मक डेटाची मदत घेणे हा आहे. सर्वेक्षणातील प्रतिसाद समजण्यासाठी एका विशिष्ट पद्धतीत पहिल्या टप्प्यात सर्वेक्षणाचा डेटा गोळा करणे तसेच पृथक्करण करणे आणि नंतर गुणात्मक पद्धतीने मुलाखती घेऊन त्याचा पाठपुरावा करणे याचा समावेश होऊ शकतो.

डेटा संकलन. डेटा संकलनाची प्रक्रिया दोन भिन्न टप्प्यांमधून म्हणजेच पहिल्या टप्प्यात काटेकोर संख्यात्मक पद्धतीने नमुना गोळा करणे आणि दुसऱ्या गुणात्मक टप्प्यासाठी सहेतुक नमुना गोळा करणे अशाप्रकारे प्रगत होते. अशा पद्धतीचे एक आव्हान असते ते म्हणजे कोणत्या संख्यात्मक निष्कर्षांचा पाठपुरावा करण्यासाठी पुरेसे नियोजन करावे आणि दुसऱ्या टप्प्यात कोणत्या सहभागींकडून गुणात्मक डेटा मिळवावा. यातील मुख्य कल्पना अशी आहे की, गुणात्मक डेटा संकलन हे संख्यात्मक निष्कर्षांवर प्रत्यक्षपणे आधारित असते. त्यानंतर जे संख्यात्मक निष्कर्ष काढले जातात ते टोकाच्या किंवा बहिस्थ प्रकरणांवर आधारित तसेच लक्षणीय भाकित करणारे, चलांशी संबंधित लक्षणीय असलेले निकाल किंवा अलक्षणीय निकाल असणारे किंवा अगदी जनसांख्यिकीय असू शकतात. उदाहरणार्थ, जनसांख्यिकीय गोष्टींचा उपयोग केला असता संशोधनकर्त्याला सुरुवातीच्या संख्यात्मक टप्प्यात असे आढळते की परावलंबी चलांना वेगवेगळ्या सामाजिक आर्थिक स्तरांवरील व्यक्ती वेगळ्या प्रकारे प्रतिसाद देतात. म्हणून गुणात्मक पद्धतीने पाठपुरावा करणारे प्रतिसादांना गुणात्मक अवस्थेसाठी वेगवेगळ्या प्रवर्गांमध्ये एकत्रित करतील आणि प्रत्येक प्रवर्गाचे प्रतिनिधित्व करणाऱ्या व्यक्तींकडून गुणात्मक डेटाचे संकलन करतील. दुसरे आव्हान हे प्रारंभी संख्यात्मक नमुन्यात असलेल्या व्यक्ती या गुणात्मक नमुन्यात असाव्यात का या संबंधीचे आहे. या आव्हानाला उत्तर असे आहे की त्या त्याच व्यक्ती असणार आहेत कारण संरचनेचा उद्देश संख्यात्मक निष्कर्षांचा मागोवा घेणे असाच आहे. तसेच अधिक तपशीलात जाऊन निष्कर्षांचा शोध घेणे असा आहे. या संरचनेचे प्रमुख बलस्थान असे आहे की, गुणात्मक पद्धतीने मागोवा घेऊन अधिक खोलात जाऊन चले परस्परांना कसा प्रतिसाद देतात ते सांगणारी यंत्रणा स्पष्ट करण्याची कल्पना ही या संरचनेचे मुख्य बलस्थान आहे.

डेटाचे विश्लेषण. या मार्गात संख्यात्मक आणि गुणात्मक डेटाबेसचे विश्लेषण स्वतंत्रपणे केले जाते. संख्यात्मक निष्कर्षांचा उपयोग नंतर गुणात्मक पद्धतीच्या पाठपुराव्याचे *नियोजन* करण्यासाठी केला जातो. एक महत्त्वाचा भाग असा आहे की, संख्यात्मक निकाल केवळ नमुना घेण्याच्या कार्यपद्धतीविषयीच माहिती देत नाहीत तर दुसऱ्या टप्प्यात सहभागींना कोणत्या प्रकारचे गुणात्मक प्रश्न विचारायचे याकडेही

निर्देश करतात. हे प्रश्न अन्य चांगल्या गुणात्मक संशोधनाच्या प्रश्नांप्रमाणेच असतात. सर्वसाधारण आणि मुक्त-शेवट प्रकारचे असतात. प्रत्येक टप्प्यासाठी विश्लेषणाची प्रक्रिया स्वतंत्रपणे चालते, म्हणून ही संरचना विद्यार्थी संशोधनासाठी उपयुक्त आहे आणि एक डेटाबेस दुसऱ्यावर तयार होत असल्याने आणि काही काळासाठी डेटा विश्लेषणात अंतर ठेवता येत असल्याने ही संरचना पूर्ण करण्यास (अभिसारी संरचनेपेक्षा) सोपी आहे.

विवेचन. मिश्र पद्धतींचा संशोधनकर्ता, अभ्यासाच्या चर्चा विभागात निष्कर्षांच्या पाठपुराव्याचे विवेचन करतो. या विवेचनात पहिल्यांदा संख्यात्मक, पहिल्या टप्प्याचे निष्कर्ष आणि नंतर गुणात्मक दुसऱ्या टप्प्याचे निष्कर्ष अशी पद्धत वापरली जाते. असे असले तरी, ही संरचना नंतर विवेचनाची तिसरी पद्धत वापरते: गुणात्मक निष्कर्ष हे संख्यात्मक निकाल स्पष्ट करण्यास कशी मदत करतात. या ठिकाणी नवशिक्या संशोधनकर्त्याकडून दोन्ही डेटाबेस सम्मिलित करण्याचे चुकीचे पाऊल उचलले जाते. हा मार्ग उपयुक्त ठरू शकणार असला तरी या संरचनेचा उद्देश गुणात्मक डेटाच्या मदतीने संख्यात्मक निष्कर्षांमध्ये अधिक खोली, अधिक ज्ञान मिळविण्यासाठी मदत करणे हा आहे. मिश्र पद्धतींच्या अभ्यासाच्या नियोजन प्रक्रियेमध्ये काही आव्हाने पेरणे आवश्यक असते. गुणात्मक डेटाबेस प्रश्न हे संख्यात्मक प्रश्नांची, व्याप्ती कमी करण्याबद्दल प्रश्न उपस्थित करतो म्हणून (अभिसारी संरचनेत केली जाते त्याप्रमाणे) दोन्ही डेटाबेसची प्रत्यक्ष तुलना म्हणजे चले किंवा संकल्पनांची अपर्याप्त तुलना होय!

वैधता. सर्व मिश्र पद्धतींच्या अभ्यासाप्रमाणे संशोधनकर्त्याला संख्यात्मक साधनांच्या मदतीने मिळविलेल्या गुणसंख्यांची वैधता प्रस्थापित करणे गरजेचे असते. तसेच गुणात्मक निष्कर्षांच्या वैधतेची चर्चा करणे आवश्यक आहे. मिश्र पद्धतीच्या अनुक्रमिक विवेचनात्मक मार्गात अतिरिक्त बाबींच्या वैधतेसंबंधी मुद्दे उपस्थित होतात. सर्वसामान्य निष्कर्षांशी तडजोड होऊ शकते कारण संशोधनकर्ता संख्यात्मक निकालांच्या पाठपुराव्यासाठी सर्वच पर्यायांचा विचार करत नाही. त्यांना महत्त्व देत नाही. वैयक्तिक जनसांख्यिकीय बाबींवरच केवळ लक्ष केंद्रित केले जाते आणि ज्यांचे अधिक आकलन होणे आवश्यक आहे अशा महत्त्वाच्या स्पष्टीकरणांकडे दुर्लक्ष केले जाते. संशोनकर्ता अभ्यासाच्या प्रत्येक टप्प्यांमधील वेगवेगळ्या नमुन्यांच्या आधारे अवैध निष्कर्षांमध्ये भर घालेल अशी शक्यता निर्माण होते. यामुळे एका अवस्थेचे दुसरीच्या आधारे तयार होण्याचे महत्त्व अतिशय कमी होते. संख्यात्मक किंवा गुणात्मक अभ्यासात नमुन्याचा आकारसुद्धा अपुरा असू शकतो. एका चांगल्या स्पष्टीकरणात्मक अनुक्रमिक मिश्र पद्धतींच्या अभ्यासात नियोजनाच्या प्रक्रियेत सामील करणे आवश्यक असतात अशी काही आव्हाने पुढे दिलेली आहेत.

मिश्र पद्धतीची शोधात्मक (समन्वेषी) अनुक्रमिक संरचना

संरचनेचे वर्णन. आपण जर स्पष्टीकरणात्मक अनुक्रमिक मार्ग विरुद्ध दिशेने वळविला आणि प्रथम गुणात्मक अवस्था व तिच्या पाठोपाठ संख्यात्मक अवस्था अशी सुरुवात केली तर आपल्याला शोधात्मक (समन्वेषी) अनुक्रमिक मार्ग मिळतो. शोधात्मक अनुक्रमिक मिश्र पद्धती ही एक अशी संरचना आहे जिच्यात संशोधनकर्ता प्रथम गुणात्मक डेटाचे शोधन आणि पृथक्करण याने सुरुवात करतो आणि नंतर दुसऱ्या संख्यात्मक टप्प्यात निष्कर्षांचा उपयोग करतो. स्पष्टीकरणात्मक अनुक्रमिक

मार्गाप्रमाणे, सुरुवातीच्या डेटाबेसच्या निष्कर्षांवर दुसरा डेटाबेस तयार होतो. या धोरणाचा उद्देश संख्याशास्त्रीय लोकसंख्येच्या विशिष्ट नमुन्यांच्या मदतीने अधिक चांगल्या प्रकारची मापने विकसित करणे आणि थोड्या व्यक्तींकडून मिळालेल्या माहितीचे (गुणात्मक टप्प्यामध्ये) लोकसंख्येच्या मोठ्या नमुन्यासाठी सामान्यीकरण करता येईल का ते पाहणे (संख्यात्मक टप्पा) हा आहे. उदा. संशोधनकर्ता प्रथम केंद्रीय गटाकडून डेटा गोळा करेल, परिणामांचे पृथक्करण करेल, या परिणामांवर आधारित उपकरण विकसित करेल आणि नंतर ते लोकसंख्येच्या नमुन्यावर वापरून बघेल. या प्रकरणात, प्रगणक ज्यांचा अभ्यास करू इच्छितो त्या नमुन्यातील संकल्पनांचे मोजमाप करण्यासाठी पुरेशी उपकरणे असू शकणार नाहीत. परिणामी, संशोधनकर्ता तीन टप्पे असलेली प्रणाली वापरतो. पहिली शोधात्मक अवस्था दुसरी उपकरण विकसित करणे, तिसरी म्हणजे लोकसंख्येच्या नमुन्यासाठी हे उपकरण वापरणे.

डेटा संकलन. या प्रकारच्या धोरणांमध्ये, डेटा संकलन दोन टप्प्यांमध्ये होत असते, सुरुवातीला गुणात्मक डेटा संकलन व त्यानंतर दुसऱ्या टप्प्यात संख्यात्मक डेटा संकलन. पहिल्या टप्प्यातील माहिती दुसऱ्या टप्प्यात कशी वापरायची हे एक आव्हान असते. यासाठी अनेक पर्याय उपलब्ध आहेत. चांगली सायकोमेट्रिक वैशिष्ट्ये असलेले उपकरण विकसित करण्यासाठी डेटाचे विश्लेषण वापरता येऊ शकते (म्हणजेच वैधता, विश्वासार्हता). गुणात्मक डेटा विश्लेषण, अवतरणे, संकेत आणि विषय उपलब्ध करते (पाहा प्रकरण क्र. ८). उपकरणासाठी बाबी (मुद्दे) लिहिण्यासाठी अवतरणांचा वापर करून बाबींचा गट तयार करणारी चले विकसित करण्यासाठी संकेत आणि विषय जे मापनांमध्ये संकेतांचा संच तयार करतात, त्यांचा उपयोग करून उपकरणाचा विकास होऊ शकतो. गुणात्मक डेटा विश्लेषणाकडून मापनाच्या विकासाकडे जाण्यासाठी ही एक उपयुक्त प्रणाली आहे. मापनाच्या विकासासाठी उपकरण संरचनेसाठी चांगल्या कार्यपद्धतींचे अनुसरण करणे आवश्यक आहे. यासाठीच्या टप्प्यांमध्ये ज्या गोष्टींमध्ये भेद करता येतो अशा कल्पना, सिद्धान्त संकल्पना वैधता आणि विश्वासार्हतेचे अंदाज (पाहा डी. व्हेल्लीस २०१२) यांचा समावेश होतो. या संरचनेचा उपयोग केवळ अभ्यासातील नमुना आणि संख्याशास्त्रीय लोकसंख्या यांना लागू पडणारे एक चांगले सामकोमेट्रिक उपकरण विकसित करणे एवढाच नाही. संशोधनकर्ता नवीन चले विकसित करण्यासाठी, विद्यमान उपकरणांमध्ये अस्तित्वात असू शकणाऱ्या मापनांच्या प्रकारांचा शोध घेण्यासाठी किंवा संख्यात्मक अवस्थेत नंतर शोध घेतल्या जाणाऱ्या माहितीची वर्गवारी करण्यासाठी, गुणात्मक डेटाचे विश्लेषण करू शकतो. गुणात्मक अवस्थेसाठीचा नमुना हा संख्यात्मक अवस्थेसाठीच्या नमुन्यासारखा असतो का असा प्रश्न निर्माण होतो. हे असू शकत नाही कारण संख्याशास्त्रीय लोकसंख्येतील नमुन्यापासून सामान्यीकरण होण्यासाठी लागणाऱ्या संख्यात्मक नमुन्यापेक्षा गुणात्मक नमुना विशेषकरून खूपच लहान असतो. काहीवेळा मिश्र पद्धतींचे संशोधनकर्ते अभ्यासाच्या गुणात्मक आणि संख्यात्मक घटकांसाठी पूर्णपणे वेगळे नमुने वापरू शकतात (स्पष्टीकरणात्मक अनुक्रमिक संरचनेप्रमाणे नाही). तरीही, एक चांगली प्रक्रिया म्हणजे समान लोकसंख्येतून दोन नमुने (नमुना संख्या) घेणे; पण याची खात्री करून घ्यायला हवी की दोन्ही नमुना संख्यांसाठी घेतलेले लोक समान (तेच) नाहीत. उपकरण विकसित करण्यात व्यक्तींची मदत घेणे आणि संख्यात्मक अवस्थेत त्यांचेच सर्वेक्षण करणे यामुळे अभ्यासात संभ्रम उत्पन्न करणारे घटक प्रवेश करतील.

डेटा विश्लेषण. या प्रकारच्या धोरणांमध्ये संशोधनकर्ता दोन्ही डेटाबेसचे स्वतंत्रपणे विश्लेषण करतो आणि निष्कर्षांचा वापर सुरुवातीच्या शोधात्मक डेटाबेस ते संख्यात्मक साधने तयार करण्यापर्यंत करतो. याचा अर्थ असा की, संशोधनकर्त्याने गुणात्मक डेटा विश्लेषणातील टप्प्यांकडे आणि तसेच कुठल्या निष्कर्षांवर रचना करायची याकडे काळजीपूर्वक लक्ष देणे गरजेचे आहे. उदा. जर संशोधनकर्त्याने लुप्त सिद्धान्ताचा उपयोग केला तर (पाहा प्रकरण क्र. ९) निर्माण झालेले सैद्धांतिक प्रारूप हे दुसऱ्या संख्यात्मक अवस्थेत परीक्षणासाठी प्रारूप उपलब्ध करू शकेल. गुणात्मक व्यक्ती-अभ्यास वेगवेगळ्या केसेस निर्माण करू शकेल ज्या दुसऱ्या संख्यात्मक अवस्थेत महत्त्वाच्या चलांचे केंद्र बनू शकतील.

विवेचन. संशोधनकर्ते मिश्र पद्धती निकालांचे विवेचन अभ्यासाच्या चर्चा विभागात देतात. विवेचनाचा क्रम : प्रथम गुणात्मक निष्कर्षांचा अहवाल देणे, गुणात्मक निष्कर्षांचा वापर (उदा. उपकरणाचा विकास, नवीन संख्यात्मक साधनांचा विकास) आणि नंतर अभ्यासाच्या अंतिम अवस्थेचा संख्यात्मक निकाल असा आहे. दोन डेटाबेसची तुलना अर्थहीन आहे कारण ते खास करून वेगळ्या नमुन्यांमधून काढलेले असतात. (डेटा संकलनावरील चर्चेत वर उल्लेख केल्याप्रमाणे) आणि धोरणाचा उद्देश गुणात्मक विषयांचे अधिक मोठ्या नमुन्यासाठी सामन्यीकरण होऊ शकेल का ते ठरविणे हा आहे.

वैधता. हे धोरण अनुसरणाऱ्या संशोधनकर्त्यांनी गुणात्मक डेटा तसेच संख्यात्मक डेटाची वैधता तपासून पाहणे गरजेचे आहे. प्रस्ताव विकासकांनी ही संरचना वापरत असताना वैधतेच्या ज्या खास बाबी उद्‌भवतील त्यांची शक्यता गृहीत धरणे आवश्यक आहे. एक चिंता अशी आहे की, संशोधनकर्ता एक चांगले सायकोमेट्रिक उपकरण विकसित करण्यासाठी योग्य पाऊले उचलणार नाही. एक चांगले उपकरण विकसित करणे सोपे नाही. योग्य स्थानी योग्य पाऊले आवश्यक आहेत. दुसरी चिंता अशी आहे की, एखादा संशोधनकर्ता असे उपकरण किंवा साधने विकसित करू शकतो जी गुणात्मक उपलब्धींच्या सामर्थ्यांचा लाभ घेत नाहीत. असे घडते जेव्हा गुणात्मक डेटामध्ये वैधतेचा व तार्किक अचूकतेचा अभाव असतो किंवा विषयाच्या पातळीवरही घडते जेव्हा गुणात्मक डेटा पृथक्करणाचे पुढचे टप्पे पार न पाडता जे गुणात्मक संरचनेच्या प्रकारांपैकी एकाचा उपयोग करतात. उदा. मानवसंस्कृतीवर्णनशास्त्र, ग्राऊंडेड सिद्धान्त किंवा व्यक्ती-अभ्यास कार्यपद्धती. शेवटी, मागे उल्लेख केल्याप्रमाणे गुणात्मक अवस्थेतील नमुन्याचा समावेश संख्यात्मक अवस्थेत करू नये कारण यामुळे प्रतिसादांची विनाकारण द्विरूक्ती निर्माण होईल. गुणात्मक सहभागींना प्रमाण, उपकरण किंवा चलाची संरचना याबद्दल माहिती देणे उत्तम पण त्या व्यक्तींना नाही ज्या उपकरणांचा पाठपुरावा पूर्ण करतात.

प्रगत मिश्र पद्धतींच्या अनेक संरचना

मिश्र पद्धतींच्या तीन प्रगत संरचनेत केंद्राभिमुखतेचे घटक, विवेचनात्मक अनुक्रमिक, शोधात्मक अनुक्रमिक मार्गांचा समावेश होतो. एखाद्याला या तीन मुख्य मार्गांचे अधिष्ठान लाभले की त्यांचा समावेश अधिक प्रगत धोरणांमध्ये करता येतो, ज्या पुढे आणखी घटक सर्वसाधारण प्रणालीत समाविष्ट करतात (पाहा आकृती क्र. १०.२) (पाहा क्रेसवेल आणि प्लानो क्लार्क २०११). **मिश्र पद्धतींनी वेढलेली** संरचना एक किंवा अधिक प्रकारांच्या डेटांना (संख्यात्मक किंवा गुणात्मक किंवा दोन्ही) एका अधिक मोठ्या संरचनेत (उदा. वर्णनात्मक अभ्यास मानवसंस्कृतीवर्णनशास्त्र, प्रयोग) सामावून

घेतो. उदा. संशोधनकर्ता प्रयोगा दरम्यान गुणात्मक डेटा गोळा करू शकतो आणि तो प्रयोग चालू असताना गोळा करू शकतो (केंद्राभिमुखी), किंवा प्रयोग सुरू होण्यापूर्वी (अनुक्रमिक) किंवा प्रयोग संपल्यानंतर (अनुक्रमिक) संकलित करू शकतो. आरोग्य शास्त्रांमधील ही एक प्रसिद्ध संरचना आहे आणि जेव्हा प्रगणक एका उपयोजित परिसरात हस्तक्षेप किंवा कार्यक्रमाची चाचणी घेतो, उदा. शाळेत, तेव्हासुद्धा ही संरचना लोकप्रिय आहे. दुसरे धोरण केंद्राभिमुखतेचे, विवेचनात्मक अनुक्रमिक किंवा शोधात्मक अनुक्रमिक मार्गाचे घटक, यांचा सामाजिक न्यायाच्या चौकटीत तळागाळातील समूहांसाठी समाविष्ट करण्याचे आहे. या संरचनेला **'रूपांतरणात्मक मिश्र पद्धती'** असे म्हणतात. संशोधनकर्ता मिश्र पद्धतींच्या अभ्यासासाठी सामाजिक न्यायाचा सिद्धान्त रूपरेषा (चौकट) म्हणून वापरतो. हा सिद्धान्त उदा. स्त्रीवादी, वांशिक. मिश्र पद्धतींच्या अभ्यासातील अनेक पैलूंना चौकटीत बद्ध करतो. उदा. संशोधन विषय, प्रश्न, डेटा संकलन आणि विश्लेषण, विवेचन आणि कृतीची गरज. वेगवेगळ्या देशांतील, विशेषकरून तिसऱ्या जगातील देशांमधील, जगभरातील आणि अमेरिकेतील (एतद्देशीय लोक, स्त्रिया, वांशिक आणि अल्पसंख्यांक समूह, विकलांग व्यक्ती) तळागाळातील गटांचा अभ्यास करण्यासाठी हा सिद्धान्त प्रसिद्ध आहे. शेवटी **'बहुअवस्था मिश्र पद्धती'** ही आणखी एक प्रगत संरचना आहे, जिच्यात संशोधनकर्ते अनेक मिश्र पद्धतींचे प्रकल्प, काहीवेळा मिश्र पद्धतींचे केंद्राभिमुखी किंवा अनुक्रमिक मार्गांचा समावेश करून, कधी ज्या लाँगिट्यूडिनल अभ्यासाचा भर अनेक प्रकल्पांच्या समान उद्दिष्टांवर आहे, त्यात फक्त संख्यात्मक किंवा गुणात्मक अभ्यासांचा समावेश करून करतात. अशाप्रकारे संशोधन मूल्यांकन किंवा ज्यात प्रकल्पाचे अनेक टप्पे दीर्घ काळासाठी चालू राहतात अशा प्रकल्प राबविण्याच्या क्षेत्रात प्रसिद्ध आहे. असे प्रकल्प संख्यात्मक, गुणात्मक आणि मिश्र पद्धतींच्या अभ्यासांमध्ये मागे-पुढे होऊ शकतात. पण तो एका समान कार्यक्रम उद्दिष्टाला सामोरे जाण्यासाठी परस्परांच्या आधारे रचले जातात.

आकृत्यांमधील मिश्र पद्धतींचे अंकन किंवा संकेतलिपी

आकृती क्र. १०.१ आणि १०.२ मध्ये आपल्याला मिश्र पद्धतींच्या धोरणातील कार्यपद्धतींबद्दल सांगण्यासाठी काही संकेतलिपी आणि लेबल्स (चिठ्ठ्या) वापरलेली दिसतात. काळाच्या ओघात ही लघुलिपीमध्ये लिहिलेली लेबल्स मिश्र पद्धतींच्या क्षेत्रात लोकप्रिय झालेली आहेत. **मिश्र पद्धतींची संकेतलिपी** लघुलिपीतील (संक्षिप्त) लेबल्स आणि प्रतिके देते, जी मिश्र पद्धतींच्या संशोधनाच्या महत्त्वाच्या पैलूंबाबत माहिती देते आणि मिश्र पद्धतींच्या संशोधनकर्त्यांना त्यांच्या कार्यपद्धतीबद्दल सुलभपणे सांगण्यासाठी एक मार्ग उपलब्ध करून देते. (पाहा तक्ता क्र. १०.२). मोर्से (१९९१) यांनी प्रथम संकेतलिपी विकसित केली आणि तिच्यात अनेक लेखकांनी भर घातली. उदा. ताशाक्कोरी आणि टेडली १९९८ आणि प्लॅनो क्लार्क २००५ यांनी पुढीलप्रमाणे सुचविले आहे:

- QUAL आणि QUAN मोठ्या अक्षरात लिहिले असतात ते आणि अभ्यासातील संख्यात्मक किंवा गुणात्मक डेटा, विश्लेषण आणि स्पष्टीकरण यांच्यावर दिलेला भर किंवा अग्रक्रम दर्शविते. मिश्र पद्धतींच्या अभ्यासात गुणात्मक आणि संख्यात्मक डेटा यांना सारखेच महत्त्व दिलेले असू शकते किंवा एकाला दुसऱ्यापेक्षा जास्त महत्त्व दिलेले असू शकते. मोठ्या अक्षरात लिहिणे असे सुचविते की, मार्ग किंवा पद्धतीवर जोर दिलेला आहे. (महत्त्व दिलेले आहे). लघुलिपी पद्धती (स्मॉल लेटर्स) असे सुचविते की पद्धतींना कमी प्राधान्य दिले आहे.

- QUAL आणि QUAN म्हणजे अनुक्रमे संख्यात्मक आणि गुणात्मक. डाटाच्या फॉर्म्स मध्ये समानता आहे असे दर्शविण्यासाठी ते समान अक्षरांचा वापर करतात.
- बेरजेचे चिन्ह—'+'—डेटा संकलनाचे क्रेंद्राभिमुख होणे (अभिसारी होणे) किंवा संम्मिलित होणारे एकत्रीकरण दर्शविते, संख्यात्मक आणि गुणात्मक असा दोन्ही प्रकारचा डेटा एकाच वेळी गोळा केलेला असतो.
- 'बाण'—→—अनुक्रमिक पद्धतीने डेटा संकलन दर्शवितो; एक प्रकार (उदा. गुणात्मक डेटा) दुसऱ्यावर (उदा. संख्यात्मक डेटावर) विकसित होतो किंवा जोडला जातो.
- 'कंस'—( )— कंसाचे चिन्ह हे एका प्रकारचे डेटा संकलन हे दुसऱ्या डेटात समाविष्ट आहे किंवा एका मोठ्या संरचनेत समाविष्ट कलेले आहे असे दर्शविते.
- दुहेरी बाण—→←— म्हणजे प्रवाह दोन्ही बाजूंनी होतो (दोन्ही बाजूंना जातो) असे दर्शवितात.
- आपल्याला आकृत्यांमध्ये चौकटीसुद्धा दिसतात. त्या संरचनेतील मुख्य घटकांना उठाव देतात. जसे की, डेटा संकलन किंवा डेटा विश्लेषण.

तक्ता १०.२ मिश्र पद्धतींच्या संशोधनात वापरलेली संकेतलिपी

संकेत लिपी	ती काय दर्शविते?	उदाहरण	संकेतलिपी प्रस्थापनेचा उल्लेख
मोठ्या लिपीतील अक्षरे	एखाद्या पद्धतीला दिलेले अधिक महत्त्व	QUAN, QUAL	मोर्से (१९९१)
लहान लिपीतील अक्षरे	एखाद्या पद्धतीला दिलेले कमी महत्त्व	quan, qual	मोर्से (१९९१)
+	अभिसारी (केंद्राभिमुखी) पद्धती	QUAN + QUAL	मोर्से (१९९१)
→	अनुक्रमिक पद्धती	QUAL→quan	मोर्से (१९९१)
( )	संरचनेमध्ये किंवा चौकटीमध्ये अंत:स्थापित	QUAN (qual)	प्लानो क्लार्क (२००५)
→←	दोन्ही दिशांना जाऊ शकणारा	QUAL→←QUAN	नास्टसी आणि इतर (२००७)
[ ]	मालिकेमधील अभ्यास	QUAL → [QUAN + qual]	मोर्से आणि निहॉस (२००९)

मिश्र पद्धती संरचना निवडीमधील महत्त्वाचे घटक

एका विशिष्ट मिश्र पद्धतींच्या संरचनेची निवड ही अनेक घटकांवर आधरित असते जी त्या प्रक्रियेच्या उद्देशांशी तसेच व्यावहारिक विचारांशी संबंधित असते. एखादे विशिष्ट मिश्र पद्धती धोरण निवडण्यामागील कार्यपद्धती विषयक कारणांनी मी सुरुवात करतो. मिश्र पद्धतींच्या संरचनेत अनेक फरक आहेत हे मान्य केले पाहिजे. प्रगणकाच्या मनात असलेला एखादा मार्ग येथे उल्लेखलेल्या मार्गांशी तंतोतंतपणे जुळेल असे नाही. असे असले तरी या संरचना अनेक संरचनांच्या समान गुणवैशिष्ट्यांचे प्रतिनिधित्त्व करतात आणि संशोधनकर्ते त्यात सुधारणा करून त्यांची स्वत:ची अशी नीती ठरवू शकतात. डेटा गोळा करण्यासाठी किती काळ लागेल याचा विचार करा. एकसंपाती (समवर्ती) मार्ग हे कमी वेळखाऊ असतात. कारण त्यात गुणात्मक आणि संख्यात्मक असे दोन्ही प्रकारचे डेटा एकाचवेळी संकलित केले जातात आणि ते क्षेत्राच्या एकाच भेटीत गोळा केले जातात.

अपेक्षित परिणामांवर आधारित निवड

या प्रकरणाच्या सुरुवातीला मी मिश्र पद्धतींच्या संशोधनाची निवड करण्यामागील कारणांचे पुनरावलोकन केले होते. तक्ता क्र. १०.३ मध्ये मी कारणांची पुनरावृत्ती करीत आहे. पण यावेळी त्यांना मिश्र पद्धतींच्या प्रकल्पाच्या अपेक्षित निष्पत्तीशी आणि मिश्र पद्धतींच्या धोरणांशी जोडत आहे. ही विचारसरणी 'संशोधनकर्त्याने मिश्र पद्धतींच्या अभ्यासाच्या शेवटी अपेक्षित असलेले परिणाम ठरवावेत आणि नंतर त्यांचा संबंध अन्य प्रकारांशी लावावा अशी अपेक्षा करते.

एकत्रितपणे डेटा कसा उपयोगात आणला जाईल (किंवा एकात्म केला जाईल) यावर आधारित निवड

अपेक्षित परिणामांच्या विचारांच्या पलीकडे जाऊन मिश्र पद्धतींचे धोरण निवडताना, संशोधनकर्त्याने हा विचार करणे गरजेचे आहे की, दोन डेटाबेसचे **मिश्र पद्धतींनी केलेले एकत्रीकरण** हे विलिन करून केले जाईल की जोडणी करून किंवा अनस्थापित करून केले जाईल. डेटाच्या विलिनीकरणात संख्यात्मक आणि गुणात्मक डेटा एकत्रित करणे समाविष्ट आहे जे एका प्रणालीमार्फत केले जाते; जिच्यात एकाचवेळी तुलना, डेटाचे स्थानांतरण केले जाते. एक किंवा एकत्रितरीत्या प्रदर्शन केले जाते. डेटाची जुळणी म्हणजे एका डेटा संचाच्या विश्लेषणाचा उपयोग दुसऱ्या डेटाच्या संचाकडे जाण्यासाठी किंवा त्यात सामावून जाण्यासाठी करणे होय! थोडक्यात, एका डेटा संचाचे डेटा विश्लेषण हे दुसऱ्या डेटा संचाच्या डेटा संकलनासाठी प्रेरणा देते. अंत:स्थापित करणे म्हणजे एका डेटा संचाचा संख्यात्मक, गुणात्मक किंवा एकत्रित केलेला डेटा मोठ्या संरचनेत अंत:स्थापित केला जातो.

उदा. अभिसारी संरचनेत दोन्ही (संच) स्वतंत्र आहेत असे मानले जाते. डेटा संकलन आणि विश्लेषण हे प्रत्येक डेटाबेससाठी स्वतंत्रपणे केले जाते. एका अंत:स्थापित प्रयोगात्मक संरचनेत, प्रयोगाविना गुणात्मक डेटा संकलित होऊ शकतो, आणि अधिक मोठ्या संरचनेसाठी, प्रयोगासाठी आधार म्हणून किंवा वृद्धी करण्यासाठी म्हणून वापरला जाऊ शकतो. पर्याय म्हणून दोन्ही डेटाबेसेस, एकावर एक रचून जोडता येतात. ही एक अनुक्रमिक प्रकारची संरचना आहे. (स्पष्टीकरणात्मक अनुक्रमिक धोरण किंवा शोधात्मक (समन्वेषक) अनुक्रमिक धोरण) आणि एक डेटाबेस दुसऱ्या डेटाबेसशिवाय अलग राहू शकत नाही. अशा या अनुक्रमिक संरचनेत जोपर्यंत पहिल्या अवस्थेतील

तक्ता १०.३ मिश्र पद्धतींचा प्रकल्प निवडणे, अपेक्षित निष्कर्ष, संरचनेचा प्रकार

मिश्र पद्धतींच्या निवडीमागील कारणे	अपेक्षित निष्पत्ती	शिफारस केलेली मिश्र पद्धतीची संरचना
संख्यात्मक आणि गुणात्मक डेटामधून झालेल्या यथार्थ दर्शनांची तुलना करण्यासाठी.	डेटा कसा केंद्राभिमुख होतो किंवा त्याचे अपसरण कसे होते हे दाखविण्यासाठी दोन्ही डेटाबेसचे विलिनीकरण करणे.	अभिसारी समांतर मिश्र पद्धतींची संरचना.
संख्यात्मक परिणामांचे गुणात्मक डेटाच्या सहाय्याने स्पष्टीकरण करण्यासाठी.	संख्यात्मक निकालांचे अधिक सखोल आकलन (बहुधा सांस्कृतिक संदर्भ)	स्पष्टीकरणात्मक अनुक्रमिक मिश्र पद्धतींची संरचना.
मापनाची अधिक चांगली उपकरणे विकसित करणे.	संख्याशास्त्रीय लोकसंख्येच्या नमुन्याच्या अधिक चांगल्या मापनाच्या साधनाची चाचणी.	शोधात्मक अनुक्रमिक मिश्र पद्धतींची संरचना.
व्यक्तींच्या यथार्थ दृष्टिकोनाचा समावेश करून प्रयोगात्मक परिणाम समजून घेणे.	प्रयोगात्मक आंतरनिरसनाच्या संदर्भात सहभागींच्या मतांचे आकलन.	अंत:स्थापित मिश्र पद्धतींची संरचना.
तळागाळातील समूहासाठी आवश्यक असलेल्या बदलांचे आकलन विकसित करणे.	कृतीसाठी आवाहन.	रूपांतरणात्मक मिश्र पद्धतींची संरचना.
आंतरनिरसन कार्यक्रमाच्या परिणामांचे आकलन होण्याची गरज.	फॉर्मेटिव्ह आणि समेटिव्ह (समाकचित) मूल्यमापन.	बहुअवस्था मिश्र पद्धती संरचना.

परिणाम प्राप्त होत नाहीत तोपर्यंत दुसऱ्या अवस्थेतील डेटा संकलन होऊ शकत नाही. थोडक्यात, सुरुवातीच्या डेटा संकलनाच्या निकालांवर पाठपुराव्यासाठीचे डेटा संकलन प्रत्यक्षपणे आधारित असते.

डेटा संकलनाच्या वेळेवर (काळ कोणता यावर) आधारित निवड

मिश्र पद्धतींच्या डेटा संकलनाशी 'वेळ' हा एक संबंधित घटक आहे. दोन्ही डेटाबेसेस एकाच वेळी संकलित केले जातात, की अंदाजे जवळ-जवळ एकाच वेळी की अनुक्रमिक पद्धतीने म्हणजे एका नंतर दुसरे याप्रमाणे! अभिसारी धोरणाप्रमाणे डेटा एकाच वेळी गोळा केला जातो. तर स्पष्टीकरणात्मक अनुक्रमिक आणि शोधात्मक अनुक्रमिक धोरणानुसार डेटा क्रमाने गोळा केला जातो. काही वेळा हा

निकष मिश्र पद्धतींच्या प्रकाशित अभ्यासात शोधून काढणे अवघड जाते. पण मिश्र पद्धतींच्या धोरणाच्या निवडीत हा (निकष) विचारात घेतला पाहिजे.

क्षेत्रासाठी अनुरूप असणाऱ्या संरचनेच्या प्रकारावर आधारित निवड

वेळेच्या (निकषा) प्रमाणे **मिश्र पद्धतींच्या संशोधनात प्रत्येक डेटाबेस**वर दिलेला भर किंवा त्याला दिलेले महत्त्व हेसुद्धा काहीसे ठरविण्यास आणि निवडीच्या प्रश्नाला लागू करण्यास अवघड आहे. मिश्र पद्धतींचा अभ्यास दोन्ही डेटाबेसवर समान भर (अग्रक्रम किंवा भार) किंवा असमान भर दर्शवू शकतो. उदा. मिश्र पद्धतींचा प्रकल्प हा संशोधनाच्या गुणात्मक अवस्थेवर जास्त भर देऊ शकेल आणि संख्यात्मक अवस्थेकडे अगदी अल्प लक्ष देईल. हे आपल्याला कसे सांगता येईल? आपण अभ्यासातील पृष्ठसंख्या लक्षात घेऊन भर कशावर आहे ते ठरवू शकतो, अभ्यासाचा प्रारंभ कशाप्रकारे झाला आहे (उदा. जोरदार संख्यात्मक सिद्धान्ताभिमुखता किंवा गुणात्मक वैयक्तिक कथन), गुणात्मक आणि संख्यात्मक डेटा संकलन आणि विश्लेषणाची खोली आणि प्रकष्टन (शब्दच्छल किती केलेला आहे) किंवा संशोधन अन्वेषकाची प्रशिक्षणाची पार्श्वभूमी. यापूर्वीच संकेतलिपीच्या विभागात नमूद केल्याप्रमाणे ज्यावर भर द्यायचा आहे त्यासाठी मोठ्या लिपीतील अक्षरे लिहिली जातात. (उदा. QUAN) आणि कमी महत्त्व दर्शविण्यासाठी लघुलिपीतील अक्षरे (उदा. quan) लिहिली जातात. जर संशोधनकर्ता दोन्ही डेटाबेसवर खास करून समान भर देऊ इच्छित असेल तर अभिसारी (केंद्राभिमुखी) मार्ग उत्तम! किंवा संख्यात्मक मार्गांवर जास्त भर दिला जात असेल तर विवरणात्मक (स्पष्टीकरणात्मक) अनुक्रमिक धोरण वापरले जाते, कारण त्याची सुरुवात अभ्यासाच्या संख्यात्मक घटकाने झालेली असते. जर गुणात्मक मार्गांवर भर द्यायचा असेल तर शोधात्मक (अन्वेषक), अनुक्रमिक धोरणाची निवड केली जाते. ह्या काही निश्चित स्वरूपाच्या मार्गदर्शनपर सूचना नाहीत, पण धोरण निवडीच्या संदर्भात निवड सर्वसाधारण निर्णय घेण्यात त्या भूमिका निभावू शकतात.

विशिष्ट क्षेत्रांना उत्तम प्रकारे संयावर आधारित निवड

प्रायोगिक पातळीवर संशोधनासाठी कोणती संरचना वापरायची याबाबतचे धोरण हे त्या त्या क्षेत्रावर अवलंबून असते. संख्यात्मक अभिमुखी क्षेत्रांसाठी स्पष्टीकरणात्मक अनुक्रमिक मार्ग हा योग्य ठरतो कारण असा अभ्यास संख्यात्मक अवस्थेने सुरू होतो (आणि कदाचित तसा चालवलाही जातो). जी क्षेत्रे गुणात्मक अभिमुखी आहेत, त्यांच्यासाठी शोधात्मक अनुक्रमिक मार्ग हा जास्त योग्य असू शकतो कारण त्याची सुरुवात गुणात्मक, संशोधनाचा उपयोग करून शोधनाने होते. तथापि या मार्गात निकाल हा एखादे मापनाचे उपकरण असू शकते ज्याचे परीक्षण झालेले आहे त्यामुळे निकाल, एक संख्यात्मक निकाल, अभ्यासाची सुरुवात कशी झाली? काही क्षेत्रांमध्ये, मार्गांची निवड डेटा संकलनाच्या संकलनावर अवलंबून असू शकते. त्याच्यासाठी मिश्र पद्धतींच्या अभ्यासाचे समर्थन होऊ शकेल. ज्यात संख्यात्मक आणि गुणात्मक डेटा वेगवेगळ्या वेळी गोळा करण्याऐवजी व ज्याच्यासाठी संशोधन स्थळांना जास्त भेटी द्याव्या लागतात त्याऐवजी साधारणपणे एकाचवेळी गोळा केला जातो.

एकटा एक संशोधक किंवा संशोधकाचा गट संशोधन करतो आहे यावर आधारित निवड

धोरणाची निवड करण्यासाठी एक शेवटचे व्यवहारी कारण हे की,संशोधन हे एकटा संशोधक करतो आहे (उदा. पदवी संशोधक) की संशोधनकांचा गट (दीर्घकालीन, वित्तीय साहाय्य लाभलेले संशोधन) करतो आहे. संशोधन अन्वेषक जर एकटा संशोधन करीत असेल तर अनुक्रमिक धोरणातील

विवेरणात्मक (स्पष्टीकरणात्मक) अनुक्रमिक किंवा शोधात्मक (अन्वेषात्मक) मार्ग उत्तम आहेत कारण अनेक प्रकारच्या डेटा संकलनाच्या आणि विश्लेषणाच्या पद्धतींपेक्षा तपास दोन अशा जमण्यास सोप्या कामांमध्ये विभागता येईल. अभिसारी मार्गात ज्याप्रमाणे वेगवेगळ्या स्वरूपातील डेटा एकाच वेळी गोळा करतात त्याऐवजी काही काळासाठी अभ्यास पुढे ढकलता येऊ शकतो. ज्यावेळी वेळेची समस्या असते तेव्हा मी विद्यार्थ्यांना संरचनेच्या एखाद्या अंत:स्थापित (एम्बेडेड) संकल्पचित्राचा विचार करण्यास प्रोत्साहन देतो. हे प्रारूप मान्यताप्राप्त संशोधन संरचनेच्या वापरावर भर देते. (उदा. एखादा प्रयोग.) आणि त्याच्यामध्ये डेटा संकलनाचे छोट्या स्वरूपातील, दुय्यम डेटाचा समावेश होतो. (उदा. काही सहभागींबरोबर काही मुलाखती घेणे). डेटाचे दोन्ही प्रकार हे आकार आणि वैधता व तार्किकता यांच्या बाबतीत समान नसतात ही वस्तुस्थिती अभ्यासाची व्याप्ती कमी करण्यासाठी आणि वेळ आणि संसाधनांच्या उपलब्धतेनुसार तो नियंत्रित करण्यासाठी सहाय्य करते. विद्यार्थ्यांसाठी मी अशी शिफारस करेन की, त्यांनी मिश्र पद्धतींच्या नियतकालिकांमध्ये प्रसिद्ध झालेल्या अशा लेखाचा शोध घ्यावा, ज्यात या अभिप्रेत असलेल्या संरचनेचा वापर केलेला आहे. त्याचा परिचय मार्गदर्शक आणि विद्याशाखेच्या समित्यांना करून द्यावा, त्यामुळे संरचनेचे आकलन होण्यासाठी एक कामचलाऊ प्रतिमान उपलब्ध होईल. अनेक क्षेत्रांमध्ये मिश्र पद्धतींचे संशोधन स्विकारले जाण्याची सुरुवातीची अवस्था असल्यामुळे या क्षेत्रातील संशोधनाचे प्रकाशित झालेले उदाहरण मिश्र पद्धतींच्या संशोधन हे वैध असल्याची आणि संशोधनासाठी तो एक व्यवहार्य मार्ग असल्याची कल्पना असे दोन्ही समित्या आणि अन्य वाचकांना देईल. जर एखादा संशोधन करणारा गट अभ्यास करत असेल, एकाच वेळी विविध प्रकारचा डेटा गोळा करणे किंवा दीर्घ काळपर्यंत डेटा गोळा करत राहणे शक्य आहे. जसे ते अंत:स्थापित किंवा अनेक अवस्था असलेल्या संरचनेत केले जाते. जरी एकटा संशोधनकर्ता परिवर्तनशील अभ्यास करू शकतो तरी सहभागी हे सहकारी म्हणून ज्या श्रम-प्रधान स्वरूपाच्या डेटा संकलनात समाविष्ट आहेत अशासाठी एकट्या संशोधन अन्वेषकाने करण्यापेक्षा गटाचा पर्याय अधिक योग्य असे सूचित होते.

मिश्र पद्धतींच्या कार्यप्रणालींची उदाहरणे

पुढे अनुक्रमिक आणि एकसंपाती (संयुक्त) धोरणांची आणि कार्यपद्धतींची उदाहरणे दिली आहेत, जी मिश्र पद्धतींच्या अभ्यासात वापरली जातात.

उदा. १०.१ *अभिसारी (केंद्राभिमुख) समांतर मिश्र पद्धतींची संरचना*

क्लासेन आणि इतर (२००७) यांनी आरोग्य वृद्धी व्यवधान विकसित करण्यासाठी वयस्क वाहन चालकांच्या सुरक्षिततेचा अभ्यास केला, जो वयस्कर वाहन चालकांकडून (वय वर्षे ६५ आणि अधिक) गाड्यांच्या धडकांवर (टक्कर) आणि त्यात सुधारणा करण्यासारखे घटक यावर आधारित होता. हे एक अभिसारी (केंद्राभिमुखी) मिश्र पद्धतींच्या अभ्यासाचे चांगले उदाहरण होते. या अभ्यासाचा मुख्य हेतू पुढील सारांशात सांगितला आहे:

> या अभ्यासाने सुस्पष्ट असा सामाजिक-पर्यावरणीय उद्देश देऊ केला, ज्याने परस्परसंबंध स्पष्ट केले. यात कारक घटक वयस्क वाहनचालकांची सुरक्षितता वाढविण्यासाठी, सार्वजनिक आरोग्य व्यवधाने विकसित करण्यासाठी अनुभवजन्य मार्गशर्दक तत्त्वे स्पष्ट केली गेली. मिश्र पद्धतींचा मार्ग वापरून आम्ही राष्ट्रीय धडक डेटासंचातील मुख्य निष्कर्षांची तुलना करू शकलो व एकात्मीकरणासंबंधींच्या दृष्टिकोनातून करू शकलो (पान क्र. ६७७).

या उद्देशासंबंधीच्या विधानाने संख्यात्मक (म्हणजेच राष्ट्रीय धडक डेटासंच) आणि गुणात्मक (म्हणजेच संबंधितांचा दृष्टिकोन) अशा दोन्ही प्रकारच्या डेटांचा उपयोग निश्चित केला आहे. अभ्यासातील संशोधन प्रश्नांपैकी एका प्रश्नावरून आम्हाला असे ज्ञात झाले की, लेखकांनी संबंधितांच्या सुरक्षित वा असुरक्षित वाहन चालविण्याचा गुणात्मक दृष्टिकोन आणि उद्दिष्टे यांची तुलना वाहन चालविण्यामुळे होणाऱ्या जखमा का कशा होतात या घटकांच्या संख्यात्मक निकालांशी केली आहे. म्हणून निष्कर्षांची तुलना ही अपेक्षित निष्पत्ती होती. (अभ्यासातील) पद्धती विभागाने संख्यात्मक राष्ट्रीय डेटासंच या डेटा संचाचे संख्याशास्त्रीय विश्लेषण आणि नंतर गुणात्मक डेटा संच आणि त्याच्या विश्लेषणावर प्रतिक्रिया दिली आहे. जरी स्पष्टपणे नमूद केलेल नसले तरी, निष्कर्षांच्या बांधणीसाठी दोन्ही प्रकारचा डेटा एकत्रितपणे वापरला गेला. त्यांचा वापर एका डेटाबेसवर आधारित दुसरा डेटाबेस तयार करण्यासाठी केला गेला नाही आणि दोन्ही डेटाबेसेसकडे एकाचवेळी लक्ष देण्यात आले. माहिती गोळा करणे आणि विश्लेषण करणे अशा दोन्हीमधील प्रक्रिया आकृतीच्या मदतीने दर्शविल्या आहेत. (अभ्यासातील) निकालांसंबंधीच्या विभागाने प्रथम संख्यात्मक निकाल आणि नंतर गुणात्मक निकाल नोंदविले आहेत. संख्यात्मक निकालांवर जास्त भर देण्यात आला त्यामुळे हा अभ्यास संख्यात्मक संशोधनाला पसंती देणारा आहे असा निष्कर्ष सुचित करतो. असे असले तरी डेटाबेसेस मधून प्राप्त होणाऱ्या परिणामांवरील अहवालांच्या पाठोपाठ महत्त्वाच्या निष्कर्षांचे विश्लेषण येते ज्यात आधारभूत असलेल्या आणि नसलेल्या निष्कर्षांसाठी संख्यात्मक आणि गुणात्मक निकालांची तुलना आहे. अभ्यासाच्या चर्चा विभागात संशोधकांनी एकापुढे एक केलेल्या तुलनेत दोन्ही डेटाबेसेसचे विलिनीकरण केले आहे. विषय आणि लेखक यांच्याकडे अधिक व्यापकदृष्टीने पाहिले असता आम्हाला असे आढळले की, गुणात्मक संशोधनापेक्षा व्यावसायिक उपचारपद्धतीच्या क्षेत्रात संख्यात्मकतेवर भर देण्याचा स्वीकार करणे अधिक योग्य होय! लेखकांची वैयक्तिक माहिती असे दर्शविते की, मिश्र पद्धतींचा अभ्यास संशोधकांच्या गटाकडून पूर्ण करण्यात आला, ज्यात संख्यात्मक आणि गुणात्मक पारंगतता असलेल्या व्यक्तींचा समावेश होता.

उदा. १०.२ *विवेचनात्मक अनुक्रमिक मिश्र पद्धतींची संरचना*

२००७ मध्ये बॅरियार्ड आणि विल्यम्स् यांनी बालपणातील लैंगिक शोषणातून स्त्रिया कशा सावरतात ह्याचे परीक्षण करणारा विवेचनात्मक अनुक्रमिक मिश्र पद्धतींचा अभ्यास पूर्ण केला. या अभ्यासाच्या संख्यात्मक घटकात बंदिस्त मुलाखतींचा समावेश होता (१९९० मध्ये १३६ मुलींबरोबर आणि १९९७ मध्ये ६१ मुलींच्या उपगटाबरोबर), ज्यात धक्क्यातून सावरण्याची क्षमता, त्या सावरण्याशी संबंधित बाबी, वयात येण्यापूर्वीची ७ वर्षे यांच्याशी आहे. २१ मुलींच्या उपसंचाच्या मुलाखती हा संशोधनाचा गुणात्मक भाग आहे, जो त्यांच्या जीवनातील घटना, जुळवून घेणे आणि धक्यातून बाहेर पडणे व लवचिकता याबद्दल होत्या. या मिश्र पद्धतींच्या अभ्यासाचा उद्देश हा गुणात्मक मुलाखतींच्या वापराद्वारे संख्यात्मक निष्कर्षांचा 'शोध घ्या आणि बोध घ्या' असा होता. (पान क्र. २७७). उद्देश विधान पुढीलप्रमाणे:

> वयात येण्यापूर्वीच्या सात वर्षात बाल लैंगिक शोषणाला बळी पडलेल्या महिलांच्या आयुष्यातील 'सावरणे आणि त्यातून बाहेर पडणे' या अंगांचा अभ्यास करण्यासाठी विविध पद्धतींचा वापर केला गेला. धक्क्यातून सावरण्याच्या मापनातील संख्यात्मक बदलांचे प्रथम परीक्षण करण्यात आले. वयात येण्यापूर्वीच्या सात वर्षात विविध प्रकारच्या

क्षेत्रात स्त्रियांचे कार्यरत राहणे किती प्रमाणात तेच राहिले, वाढले किंवा कमी झाले? नंतर त्या सद्यस्थितीतील आघातातून बाहेर येण्यातील अडथळा म्हणून पुन्हा धक्का सहन करण्याची भूमिका आणि कालौघातील प्राप्त झालेले स्थैर्य व कल्याण या संबंधी परीक्षण केले गेले. शेवटी वयात आल्यावर, प्रौढ बनल्यावर धक्क्यातून सावरण्याच्या प्रक्रिया या संशोधनाच्या दृष्टीने महत्त्वाच्या नसल्याने आणि त्यासाठी अधिक वर्णनाची आवश्यकता असल्याने, सहभागींच्या उपगटाकडून घेतलेली गुणात्मक माहिती ही टिकून राहिलेल्यांच्या स्वतःच्या 'धक्क्यातून बाहेर पडणे आणि घाव भरून काढण्यास शिकणे' या धक्क्यातून सावरण्याबद्दलच्या महत्त्वाच्या गोष्टींचे स्त्रियांच्या स्वतःच्या शब्दातील कथन यांचा उपयोग परीक्षणासाठी केला गेला. (पान क्र. २७८)

या विधानाने सूचित केल्याप्रमाणे या अभ्यासाचा अपेक्षित निष्कर्ष गुणात्मक डेटातून माहीत झालेले, टिकून राहिलेल्यांचे धक्क्यातून सावरणे आणि वैयक्तिक दृष्टिकोन यांचे तपशीलवार चित्र तयार करणे हा होता. त्याचबरोबर लेखकांचा उद्देश गुणात्मक डेटाच्या आधारे संख्यात्मक निष्कर्षांचा शोध घेणे आणि त्यांना अधिक तपशीलासह स्पष्ट करणे हा होता. अशा उद्देशामुळे हा अभ्यास अनुक्रमिक मार्ग म्हणून मांडला गेला, ज्याच्यात दोन डेटाबेसेस जुळलेले आहेत. त्यापैकी एक दुसऱ्यावर बांधलेला, विकसित केलेला आहे. या मार्गात नोंदविलेल्या वेळेनुसार गुणात्मक डेटाच्या संकलनाने संख्यात्मक निष्कर्षांचे अनुसरण केलेले दिसते. या अभ्यासाने प्रकल्पाच्या संख्यात्मक घटकांवर जास्त भर दिला आहे की गुणात्मक घटकांवर याचा निर्णय करणे अवघड होते. हा प्रकल्प संख्यात्मक दीर्घकाळ चालणाऱ्या लाँगीट्यूडिनल) अवस्थेपासून सुरू होतो, ज्यात डेटा गोळा करण्यासाठी वापरल्या गेलेल्या साधनांबद्दल सविस्तर चर्चा आली आहे. लेखकांनी संख्यात्मक निष्कर्षांचा तपशील दिलेला आहे. असे असले तरी महिलांच्या मुलाखतीतून व्यक्त झालेले अनेक विषय गुणात्मक निष्कर्षांमधून दिसून येतात. ह्या विषयांनी नवीन बाबींकडे निर्देश केला आहे. ज्यांनी धक्क्यातून सावरण्याच्या संकल्पनेचा विकास करण्यास मदत केली. उदा. स्त्रियांच्या आयुष्यातील कलाटणी देणारे प्रसंग, सावरण्याच्या चालू असलेल्या प्रक्रियेचे स्वरूप आणि सावरण्यातील अध्यात्मिकतेची भूमिका ह्या अभ्यासाचे संशोधन मानसशास्त्र आणि फौजदारी न्याय या क्षेत्रातील असलेल्या संशोधकांच्या समूहाने केले होते. त्याला नॅशनल इन्सिट्यूटस् ऑफ हेल्थचे पाठबळ होते.

उदा. १०.३ *शोधात्मक अनुक्रमिक मिश्र पद्धतींची संरचना*

बेटनकोर्ट आणि इतर (२०११) मध्ये प्रयोगात्मक चाचणीचे निष्कर्ष असलेले, शोधात्मक अनुक्रमिक मिश्र पद्धतीच्या अभ्यासाचे एक चांगले उदाहरण आढळते. या अभ्यासाने मिश्र पद्धतींच्या संशोधनाचा उपयोग रेवांडामधील परिवार सक्षमीकरणासाठीच्या उपक्रमात (कार्यक्रमाशी) जुळवून घेणे आणि त्याचे मूल्यमापन करणे यासाठी केला आहे. संशोधन अन्वेषकांनी रेवांडामधील एच.आय.व्ही. ग्रस्त मुलांच्या मानसिक आरोग्यविषयक प्रश्नांचे परीक्षण केले. त्यांनी आधी मुले व त्यांची काळजी घेणाऱ्यांच्या मुलाखतीद्वारे शोधात्मक गुणात्मक टप्प्याने सुरुवात केली. डेटाचे गुणात्मक विश्लेषणापासून सुरुवात करून नंतर त्यांच्या

(पुढे चालू)

(पुढे चालू)

गुणात्मक निष्कर्षांशी जुळणाऱ्या प्रमाणित साधनांचा शोध घेण्यासाठी नंतर साहित्याचे व्यापक प्रमाणात पुनरावलोकन केले. त्यांना काही साधने आढळली आणि सर्वेक्षण उपकरणाच्या विकासासाठी त्यांनी नवीन उपकरणांची भर घातली. हे उपकरण साधनांमध्ये चांगली वैधता निर्माण होण्यासाठी अनेक चाचण्यांमधून गेले आहे. ज्यात उपकरण-प्रमाण विकासाच्या कठोर प्रक्रियांचा समावेश आहे.(उदा.मागची-पुढची भाषांतरे, बाबींविषयी चर्चा, विश्वासार्हता आणि वैधता). ही साधने (कौटुंबिक संवाद, चांगले पालकत्व, आणि अन्य) पुढे प्रयोगात्मक (हस्तक्षेप) अभ्यासात चाचणीपूर्व आणि चाचणीपश्चात मूल्यांकने बनतात. संशोधनकर्त्यांना बलस्थानांवर आधारित, कुटुंबावर आधारित अभ्यास उपक्रमाकडे (आंतरनिरसनाकडे) कार्यक्रमांकडे नेण्यात आले होते, जे साधनांशी संबंधित गृहीतप्रमेयांवर आधारित होते. मिश्र पद्धतींच्या प्रक्रियेतील शेवटची पायरी, आंतरनिरसनाचे वैशिष्ट्य असलेल्या कार्यक्रमात वैधतेची साधने वापरणे ही होय! या अभ्यासात वेगवेगळ्या जागी, संशोधक हे चांगल्या साधनांच्या विकासासाठी संबंधितांशी सहकार्य करतात. अशाप्रकारे हा अभ्यास गुंतागुंतीच्या मिश्र पद्धतींच्या प्रकल्पाचे चांगले उदाहरण समोर ठेवतो, ज्याच्यात सुरुवातीची गुणात्मक अवस्था आणि नंतर उपकरण विकासाची अवस्था आणि प्रायोगिक अवस्था आहेत. हा (प्रकल्प) प्रारंभीची गुणात्मक शोधात्मक अवस्था ही नंतर संख्यात्मक चाचणीच्या अवस्थेला आधार (पाठींबा) देण्यासाठी कशी वापरता येते हे दर्शवितो. त्यांनी अभ्यासाचा हेतू पुढीलप्रमाणे सांगितला आहे:

> अनेक पायऱ्यांची प्रक्रिया ज्यात वापरली आहे, अशा मानसिक आरोग्य सेवांच्या संशोधनात आमचा उद्देश होता : (१) मानसिक आरोग्य आणि संरक्षक साधनांसंदर्भातील स्थानिक पातळीवर सुसंगत असलेल्या संकेतांकांचा काळजीपूर्वक उलगडा करणे. (२) गुणात्मक निष्कर्ष मानसिक आरोग्यासंबंधित मापन आणि स्थानिक पातळीवरील माहितीवर आधारित उपक्रमांसंदर्भात लावून बघणे. (३) निवडक मानसिक आरोग्य मापनांची वैधता ठरविणे. (४) मिश्र पद्धतींच्या पद्धतीनुसार निवडलेल्या उपक्रमाच्या परिणामकतेवरील संशोधनाच्या कठोर मूल्यमापनासाठी साधनांचा वापर करणे.

या मिश्र पद्धतींच्या अभ्यासात चांगली मानसशास्त्रीय मापने विकसित करणे आणि या साधनांचा उपयोग निष्कर्ष म्हणून एका प्रयोगात्मक प्रकल्पात करणे ही अपेक्षित निष्पत्ती होती. प्रयोगात उपक्रमाचा उपयोग करून परिकल्पनांचा (गृहीतप्रमेयांचा) विकास करण्यासाठी गुणात्मक डेटाचा वापर हा देखील अपेक्षित निष्कर्ष होता. प्रारंभीच्या गुणात्मक डेटा संकलनाच्या अवस्थेची जुळणी नंतरच्या संख्यात्मक साधनांशी झाली होती आणि त्यांच्या वैधतेच्या आणि विश्वासार्हतेच्या गुणसंख्येच्या कठोर चाचणीशी देखील जोडणी झाली होती. गुणात्मक अवस्थेनंतर संख्यात्मक अवस्था येण्यासाठी संपूर्ण प्रकल्पाचा कालावधी निश्चित करण्यात आला होता आणि संख्यात्मक अवस्था ही साधनांचा (मापनांचा) (आणि सर्वेक्षण) विकास म्हणून आणि प्रयोगात्मक उपक्रम (हस्तक्षेप) हा अभ्यास म्हणूनही सांगता येईल. मला जर या प्रकल्पाचे रेखाटन करायचे असते तर ते qual → QUAN → QUAN असे असते. ही संकेतलिपी असे दर्शविते की प्रकल्पाचा भर संख्यात्मक संशोधनाच्या अनुकूलतेवर आहे

आणि लेखाच्या शेवटी कार्यक्रमाची उपक्रम चाचणी म्हणून लक्ष वेधून घेणारा म्हणून या प्रकल्पाकडे बघता येईल. पार्टनर्स इन हेल्थ आणि मुलांचे इस्पितळ अशा सार्वजनिक आरोग्यविषयक संस्थांमधून संशोधक आले होते हे लक्षात घेतले, तर प्रकल्पाची भक्कम संख्यात्मक अभिमुखता अर्थपूर्ण ठरते. एकंदरीत या मिश्र पद्धतीच्या अभ्यासाने मुख्य शोधात्मक अनुक्रमिक संरचना आणि अधिक प्रगत, अनुक्रमिकतेला महत्त्व देणारी प्रयोगात्मक संरचना अशा दोन्हींचे उदाहरण दाखवून दिले आहे. अशा क्लीष्ट प्रकल्पांसाठी युनायटेड स्टेटस् आणि रेवांडामधील संशोधनकर्त्यांच्या संघाचा समावेश अभ्यासात केलेला होता.

उदा. १०.४ *परिवर्तनशील संरचना*

शेवटचे उदाहरण हा हॉजकिन (२००८) यांच्या परिवर्तनात्मक विवेचनात्मक अनुक्रमिक मिश्र पद्धतींच्या दष्टिकोनातून केलेला स्त्रीवादी अभ्यास आहे. या अभ्यासाने ऑस्ट्रेलियाच्या एका प्रादेशिक शहरातील, घरामधील पुरुष आणि स्त्रियांच्या दृष्टिकोनातून सामाजिक भांडवल या संकल्पनेचा शोध घेतला. सामाजिक भांडवल म्हणजे लोकांच्या सर्वसामान्य समस्यांवर त्यांना एकत्रितपणे बोलण्यासाठी समूहात एकत्रित काम करण्यास मदत करणारे संकेत आणि संपर्कजाळे होय(सामाजिक उपक्रम,असमानता, नागरिकांचा सहभाग). मूळ मिश्र पद्धतींचा मार्ग हा विवेचनात्मक अनुक्रमिक संरचनेचा होता, ज्यात प्रारंभीचे सर्वेक्षण ही एक संख्यात्मक अवस्था होतीव तिच्या पाठोपाठ मुलाखती घेणे ही एक गुणात्मक अवस्था असा होती. लेखिकेने म्हटल्याप्रमाणे गुणात्मक अभ्यासाने संख्यात्मक अभ्यासातील काही परिणामांचे स्पष्टीकरण केले व विस्तार केला (पान क्र. ३०१). याशिवाय लेखिकेने असे जाहीर केले की हा एक मिश्र पद्धतींचा स्त्रीवादी अभ्यास प्रकल्प होता. याचा अर्थ असा आहे की, हॉजकिन यांनी संपूर्ण मिश्र पद्धतींच्या प्रकल्पाला झाकून टाकण्यासाठी स्त्रीवादी चौकटीचा उपयोग केला. त्यांनी मेरटेन्स यांच्या परिवर्तनशील संशोधन धारणेकडेही निर्देश केला आहे (मेरटेन्स २००७), जिच्यामुळे स्त्रियांना अधिकार मिळाला, ज्याने (ज्या धोरणाने) डेटा संकलनाच्या पद्धतींचा विस्तार करून वापर केला. आकलनाच्या व्यक्तिनिष्ठ आणि वस्तुनिष्ठ पद्धती एकत्रित आणल्या (पाहा प्रकरण क्र. ३ मधील ज्ञानशास्त्रातील चर्चा). अभ्यासाचा हेतू पुढीलप्रमाणे होता:

> लेखक स्त्री व पुरुषांसाठी असलेल्या वेगवेगळ्या प्रकारच्या सामाजिक भांडवलाचे अस्तित्व दर्शविण्यासाठी, संख्यात्मक डेटाची उदाहरणे देईल. लैंगिक असमानता आणि अपेक्षा यांची कल्पना देण्यासाठी कथाही सादर केल्या जातील. संख्यात्मक पद्धती स्वीकारण्यासाठी स्त्रीवाद्यांची नाराजी असली तरी वैयक्तिक कथेसोबत असणारे मोठे चित्र अभ्यासाला खोली आणि पोत प्राप्त करून देईल अशाप्रकारे समर्थन करून लेखक समारोप करेल. (पान क्र. २९७)

अशाप्रकारे या मिश्र पद्धतींच्या कथेमध्ये गुणात्मक मुलाखतीच्या डेटाच्या मदतीने सुरुवातीच्या सर्वेक्षणाचे निकाल अधिक तपशीलाने स्पष्ट करण्यासाठी मदत करणे ही अभ्यासाची अपेक्षित निष्पत्ती होती. लैंगिक असमानता आणि अपेक्षा यांचे वर्णन करणे यासाठी परिवर्तनशील दृष्टिकोन घेत असलेला शोध हा त्यात भर घालेल. डेटाबेसेस अनुक्रमिक पद्धतीने वापरले गेले, संख्यात्मक सर्वेक्षणाच्या मागोमाग व विस्तार करत गुणात्मक मुलाखती घेतल्या गेल्या. कुटुंबातील पुरुष व स्त्रिया अशा दोघांचे

सर्वेक्षण केले गेले. (संख्या= १४३१). मुलाखती केवळ स्त्रियांच्या घेतल्या गेल्या. (संख्या= १२). ज्या स्त्रियांच्या मुलाखती घेण्यात आल्या त्या वेगवेगळ्या वयाच्या होत्या, त्यांच्या कामाचे स्वरूप (घरात आणि घराबाहेर) भिन्न होते, त्या माता होत्या आणि त्यांच्या शैक्षणिक कामगिरीच्या स्तरात फरक होता. डेटा संकलनाचा कालावधी दोन टप्प्यांमध्ये विभागला होता. पहिला होता संख्यात्मक सर्वेक्षण व दुसऱ्या टप्प्यात सर्वेक्षणाच्या निकालांवर आधारित मुलाखती घेण्यात आल्या. वास्तविक सर्वेक्षणाचा डेटा असे दर्शवित होता की, समूहातील स्त्री आणि पुरुषांचे सामाजिक सहभागाचे स्तर वेगळे होते. या अभ्यासात संख्यात्मक आणि गुणात्मक घटकांवर समान भर दिलेला दिसतो आणि अभ्यासाच्या एकमेव लेखनाने स्त्रीवादी चौकटीचा वापर करून मिश्र पद्धतीच्या संशोधनाचे चांगले उदाहरण देण्याचा प्रयत्न केला आहे. ही चौकट कशी वापरली गेली? अभ्यासाच्या सुरुवातीलाच लेखकाने स्पष्ट केले आहे की, या लेखाचे उद्देश स्त्रीवादी संशोधनात मिश्र पद्धतींचा वापर करून दाखविणे हा आहे (पान क्र. २९६). त्यानंतर लेखकाने सामाजिक भांडवलाच्या प्रत्यक्षातील अभ्यासातील गुणात्मक संशोधनाच्या अभावाबद्दल चर्चा केली आहे आणि सामाजिक भांडवलावरील चर्चेत श्वेतवर्गीय आणि मध्यमवर्गीय समाजाच्या कल्पनेचे वर्चस्व होते असे नमूद केले आहे. या पुढे लेखक लिंगामुळे मताधिकार नाकारल्या गेलेल्यांचा आवाज उंचावण्याबद्दल बोलतात आणि स्त्री-पुरुषांच्या मोठ्या नमुन्याचा अभ्यास करून प्रथमच सामाजिक, समूहातील आणि नागरी सहभागातील लिंगभेदांकडे निर्देश करतात. त्यानंतर लेखक स्त्रियांची भूमिका अधिक तपशीलात जाऊन समजून घेण्यासाठी केवळ स्त्रियांच्या गुणात्मक पद्धतीच्या पाठपुराव्याला महत्त्व देतात. स्त्रियांच्या सहभागावर परिणाम करणाऱ्या गोष्टींकडे गुणात्मक निष्कर्ष लक्ष वेधतात. उदा. 'चांगली माता' व्हावेसे वाटणे, एकाकीपण टाळण्याची इच्छा असणे, एक चांगला नागरिक बनण्याची इच्छा असणे. गुणात्मक पद्धतींचा निष्कर्ष असे खास करून असे दर्शवितो की सुरुवातीच्या सर्वेक्षणाच्या परिणामाचे निष्कर्ष स्पष्ट करण्यासाठी गुणात्मक डेटा सहाय्यभूत ठरतो. मिश्र पद्धतींच्या अनेक स्त्रीवादी अभ्यासांप्रमाणे याचा निष्कर्ष असमानता बदलण्यासाठी कृतीचे मोठे आवाहन करत नाही.

सारांश

मिश्र पद्धतींच्या कार्यपद्धतींच्या संरचनेवरील चर्चेत मिश्र पद्धतींच्या संशोधनाच्या व्याख्येने आणि तिच्या महत्त्वाच्या गुणवैशिष्ट्यांनी सुरुवात करा. ऐतिहासिक उत्क्रांती थोडक्यात नमूद करा; तुम्ही निवडलेल्या मिश्र पद्धतींच्या संरचनेची चर्चा करा. ही संरचना वापरण्यातील आव्हाने नोंदवा. वाचकाला कृतींचा अनुक्रम समजण्यासाठी चांगल्या संकेतलिपीचा समावेश असलेली आकृती सादर करा. तुम्ही तुमच्या संरचनेची चर्चा करत असताना त्यातील घटकांबद्दल माहिती द्या. जसे की; अभिसार समांतर मधील वापरलेली प्रक्रिया, स्पष्टीकरणात्मक (विवरणात्मक)अनुक्रमिक किंवा शोधात्मक अनुक्रमिक मिश्र पद्धतींचा अभ्यास. तसेच याचाही विचार करा, की तुम्ही तुमच्या प्रकल्पात अधिक प्रगतीशील प्रक्रिया वापरून नको इतक्या डेटाचा अतिवापर करणार आहात की मिश्र पद्धतींमध्ये व्यापक संरचना वापरणार आहात, ज्यामध्ये सामाजिक न्यायासाठी वापरतात ती परिवर्तनात्मक चौकट वापरण्याचे समर्थन करणार आहात की अनेक संख्यात्मक, गुणात्मक किंवा मिश्र पद्धतींचा अभ्यास करीत शोधाची अनुलंबित रेषा आखत त्यांना एका धाग्यात बांधणार आहात, ज्यामागे उद्देश एकच असणार आहे. शेवटी, मिश्र पद्धतींच्या संरचनेच्या तुमच्या निवडीत जे घटक भूमिका बजावतात त्यांचा विचार करा. यात अभ्यासातून कोणत्या निष्कर्षांची

तुम्ही अपेक्षा करता, डेटाबेसचे एकत्रीकरण, त्यासाठी लागणारा वेळ, प्रत्येक डेटाबेसला दिलेले महत्त्व, तुमच्या क्षेत्राशी जुळणाऱ्या संरचनेची निवड आणि तुम्ही किंवा संशोधकांच्या संघाने पूर्ण केलेला तुमचा प्रकल्प, यांचा समावेश होतो.

लेखन सराव

१. दोन टप्पे अनुक्रमिक पद्धतीने वापरणाऱ्या एका एकत्रित गुणात्मक आणि संख्यात्मक अभ्यासाची संरचना तयार करा. तुम्ही सुचवित असलेल्या अनुक्रमातील टप्प्यांच्या क्रमावर चर्चा करा आणि क्रम लावण्यामागील कारण परंपरा सांगा.

२. गुणात्मक डेटा संकलनाला महत्त्व देणाऱ्या आणि संख्यात्मक डेटा संकलनाला कमी महत्त्व देणाऱ्या गुणात्मक आणि संख्यात्मक एकत्रित असणाऱ्या अभ्यासाची संरचना करा. प्रस्तावना, उद्देश विधान, संशोधनाचे प्रश्न आणि डेटा संकलनाचे विशिष्ट प्रकार यासंबंधीच्या दृष्टिकोनाची चर्चा करा.

३. स्त्रीवादी यथार्थदर्शनासारख्या सैद्धांतिक भिंगाचा उपयोग सुचविणारी आकृती आणि विशिष्ट कार्यपद्धती विकसित करा. अभ्यासासाठी विवरणात्मक किंवा शोधात्मक संरचनेच्या प्रणालींचा वापर करा. आकृतीत उचित संकेतलिपीचा उपयोग करा.

अधिक वाचनासाठी

ग्रिनी.जे.सी.कॅरसेल्ली, व्हि.जे. आणि ग्रॅहम डब्ल्यू.एफ. (१९८९) टूवर्ड अ.के. फ्रेमवर्क फॉर मिक्सड्-मेथड इव्हॅल्यूएशन डिझाईन्स. *एज्युकेशनल इन्व्हॅल्यूएशन अँड पॉलिसी ॲनालिसिस* ११(३), २५५–२७४

जेनिफर ग्रिनी आणि सहकारी यांनी १९८० ते १९८८मध्ये नोंदणी झालेल्या ५७ मिश्र पद्धतींच्या मूल्यमापनाचा अभ्यास हाती घेतला. या विश्लेषणावरून त्यांनी ५ वेगवेगळ्या मिश्र पद्धतींच्या उद्देशांचा आणि ७ संरचना गुणवैशिष्ट्यांचा विकास केला. त्यांना असे आढळले की मिश्र पद्धतींच्या अभ्यासाचे उद्देश केंद्राभिमुखता अभिसरण (त्रिकोणीकरण), घटनेच्या वेगवेगळ्या पैलूंचे परीक्षण करणे (पूरकत्त्व), अनुक्रमिक पद्धतीने पद्धतींचा उपयोग (विकास), विरोधाभास आणि नवीन ताजा दृष्टिकोन यांचा शोध (प्रचालन) आणि प्रकल्पाच्या रुंदी व व्याप्तीत भर घालणे (विस्तार) यावर आधारित होते. त्यांना असेही आढळले की, अभ्यासात पद्धतींची गृहीते, बलस्थाने व मर्यादा यात भिन्नता होती. तसेच त्यांनी वेगवेगळ्या घटना किंवा एकाच घटनेकडे निर्देश केला आहे ज्यात भिन्नता होती, त्यांची अंमलबजावणी एकाच की वेगळ्या धारणेने झाली होती, अभ्यासात त्यांना समान व भिन्न महत्त्व देण्यात आले होते आणि त्यांची अंमलबजावणी स्वतंत्रपणे, संयुक्तपणे की अनुक्रमिक पद्धतीने झाली होती यात वेगवेगळेपणा होता. लेखकांनी उद्दिष्टे आणि संरचनांची शिफारस केली आहे.

मोर्से. जे.एम. (१९९१), ॲप्रोचेस टू क्वालिटेटिव्ह-क्वांटिटेटिव्ह मेथॉडॉलॉजिकल ट्रँग्यूलेशन. *नर्सिंग रिसर्च* ४०(१), १२०–१२३.

जॅन्सी मोर्से असे सुचवितात की संशोधनाच्या एकाच प्रश्नाला संबोधित करण्यासाठी गुणात्म आणि संख्यात्मक पद्धतींचा वापर केल्याने अभ्यासात प्रत्येक पद्धतीला किती महत्त्व द्यायचे व त्यांचा अनुक्रम काय असावा याबद्दल प्रश्न निर्माण होतात. या कल्पनांच्या आधारे त्यांनी पद्धतीशास्त्राच्या ट्रँग्यूलेशनचे दोन प्रकार विकसित केले आहेत. (अ) एकाच

वेळी दोन्ही पद्धतींचा उपयोग आणि (ब) अनुक्रमाने दुसऱ्या पद्धतीच्या नियोजनासाठी पहिल्या पद्धतीच्या परिणामांचा उपयोग करणे. या दोन्ही प्रकारांचे वर्णन मोठ्या व लहान लिपीतील अक्षरांचा उपयोग करून केले आहे, जे दोन्हीचे तुलनात्मक महत्त्व तसेच अनुक्रम दर्शवितात. उद्देश, मर्यादा आणि मार्ग यांच्या संदर्भात ट्रँग्युलेशनच्या वेगवेगळ्या मार्गांची चर्चा केली आहे.

प्लॅनो क्लार्क, व्हि.एल.अँड क्रेसवेल, जे.डब्ल्यू (२००८) द *मिक्सड् मेथड्स रि*डर. थाऊजंड ओक्स सीए: सेज.

क्रेसवेल आणि प्लॅनो क्लार्क यांनी मिश्र पद्धतींचे संशोधन करण्यासाठी टप्प्यांच्या रचनेसाठी एक सर्वंकष मार्गदर्शक विकसित केला आहे. मिश्र पद्धतींच्या अभ्यासात प्रसिद्ध झालेल्या विशिष्ट उदाहरणांमध्ये हा संरचनेचा विषय वाचकांसाठी पुढे विकसित केला आहे. केंद्राभिमुखी (अभिसारी) संरचना, विवरणात्मक अनुक्रमिक संरचना आणि शोधात्मक अनुक्रमिक संरचनेसाठी उदाहरणे दिलेली आहेत. याशिवाय, पुस्तकात मिश्र पद्धतीच्या क्षेत्रातील विकासाची माहिती सांगणारे अनेक वर्षांचे लेख समाविष्ट आहेत.

ताशाक्कोरी, ए.अँड टेडली, सी. (इडीएस) (२०१०) *सेज हँडबुक ऑफ मिक्सड् मेथड्स इन सोशल अँड बिहेव्हिरल रिसर्च* (२री आवृत्ती) थाऊजंड ओक्स, सीए: सेज.

अब्बास ताशाक्कोरी आणि चार्लस् टेडली यांनी संपादित केलेली ही हस्तपुस्तिका मिश्र पद्धतींच्या संशोधन क्षेत्राचा नकाशा काढण्याच्या प्रयत्नाचे प्रतिनिधित्व करते. त्यातील प्रकरणे, मिश्र पद्धतींची ओळख करून देतात. ही हस्तपुस्तिका तिच्यात वापरलेल्या पद्धतीशास्त्रातील आणि विश्लेषणासंबंधीच्या बाबींची उदाहरणे देते, सामाजिक आणि मानव शास्त्रातील उपयोजने शोधते आणि भवितव्यकालीन दिशांचा आराखडा काढते. उदाहरणार्थ स्वतंत्र प्रकरणातून मूल्यमापन, व्यवस्थापन आणि संघटन, आरोग्यशास्त्र, परिचर्या, मानसशास्त्र, समाजशास्त्र आणि शिक्षण यात मिश्र पद्धतींचा संशोधनामधील उपयोग दर्शविला आहे.

शब्दार्थसूची

सारांश म्हणजे साहित्यातील पुनरावलोकनामधील साहित्याचे थोडक्यात सार (बहुधा लहान परिच्छेद), जो वाचकांना लेखाच्या मुख्य वैशिष्ट्यांचे आकलन होण्यास मदत करतो.

लक्ष (अवधान) किंवा हितसंबंधाचा विचार ही लेखनातील अशी वाक्ये असतात ज्यांचा उद्देश वाचकांना योग्य मार्गांवर ठेवणे, कल्पनांचे संघटन करणे, त्यांचे लक्ष केंद्रित ठेवणे हा असतो.

लेखनातील थोर विचार विशिष्ट कल्पना किंवा प्रतिमांचा उल्लेख असलेली वाक्ये, जी छत्र विचारांच्या अंमलाखाली येतात आणि त्यांच्या पुनर्बलनासाठी, त्यावर तपशीलवार काम करण्यासाठी उपयोगी पडतात.

व्यक्ती अभ्यास या गुणात्मक संरचना असतात ज्यांच्यात संशोधक एखादा कार्यक्रम, प्रसंग, कृती, प्रक्रिया किंवा एक अथवा जास्त व्यक्ती यांचा खोलवर जाऊन शोध घेतो. प्रकरणे ही काळ आणि कृती यांनी बंदिस्त असतात आणि संशोधनकर्ते दीर्घ काळपर्यंत अनेकप्रकारच्या डेटा संकलनाच्या पद्धती वापरून तपशीलवार माहिती गोळा करतात.

मध्यवर्ती घटनासदृश्य गोष्ट गुणात्मक अभ्यासात जिचा शोध घेतला जातो अशी महत्त्वाची कल्पना किंवा संकल्पना.

मध्यवर्ती प्रश्न गुणात्मक संशोधनातील हा एक संशोधकाने उपस्थित केलेला व्यापक प्रश्न असतो. ती अभ्यासातील एक मध्यवर्ती घटना असते किंवा संकल्पनेतील शोधाची गरज असते.

नीतितत्त्वांची संहिता विद्याशाखांमधील विद्वत्तापूर्ण संशोधनाचे नियंत्रण करणारी, व्यावसायिक संस्थांनी तयार केलेली नैतिक नियमावली व तत्त्वे.

संकेतीकरण ही अशी प्रक्रिया आहे जिच्यात साहित्याचे संघटन मसुद्याच्या भाग किंवा तुकड्यांमध्ये केले जाते आणि त्या तुकड्यांना एखादा शब्द किंवा शब्दप्रयोग, वाकप्रचार बहाल केला जातो, ज्याद्वारे त्याचा सामान्य अर्थ विकसित केला जातो.

लेखनातील संलग्नता याचा अर्थ कल्पनांची जुळणी करणे आणि त्यांचे एका वाक्याकडून दुसऱ्या वाक्याकडे आणि एका परिच्छेदाकडून दुसऱ्या परिच्छेदाकडे तार्किकदृष्ट्या प्रवाहित होणे.

साहित्याचे संगणकीय डेटाबेसेस हे ग्रंथालयांमध्ये उपलब्ध असतात आणि ते जलदरीत्या हजारो नियतकालिके, परिषदांचे निबंध आणि अन्य साहित्य यांच्याशी संबंध प्रस्थापित करतात.

विश्वासदर्शक मर्यादा कालावधी (अंतराल) संख्यात्मक संशोधनातील सर्वात जास्त व सर्वात कमी अशा संख्याशास्त्रीय मूल्यांच्या कक्षेचे हे एक अनुमान (संख्या)असते, जे निरीक्षण केलेल्या डेटाशी सुसंगत असते आणि त्यात संख्याशास्त्रीय लोकसंख्येच्या सरासरीचा समावेश असण्याची शक्यता असते.

सिद्धान्त संकल्पना (कन्स्ट्रक्ट) वैधता जेव्हा संशोधन अन्वेषक चलांच्या पर्याप्त व्याख्या आणि मापने वापरतात तेव्हा वैधता निर्माण होते.

अभिसार (केंद्राभिमुखी) समांतर मिश्र पद्धती हे एक मिश्र पद्धतीचे धोरण असून त्यात संशोधनकर्ता संख्यात्मक आणि गुणात्मक असा दोन्ही प्रकारचा डेटा गोळा करतो. त्याचे स्वतंत्रपणे विश्लेषण करतो आणि नंतर निघालेले निष्कर्ष एकमेकांना पुष्टी देतात की नाही हे ठरविण्यासाठी त्यांची तुलना करतो.

पूर्वीच्या साहित्यातील उणिवा एखाद्या गटाबरोबर, किंवा नमुन्याबरोबर, संख्याशास्त्रीय लोकसंख्येबरोबर शोध न घेतल्याने पूर्वीच्या साहित्यात त्रुटी राहून जाऊ शकतात. अभ्यासासाठी नवीन नमुने किंवा नवीन ठिकाणे उपलब्ध करून दिलेली असल्यास तेच निष्कर्ष सिद्ध होण्यासाठी प्रकाशित साहित्यात प्रतिनिधित्व न मिळालेल्यांचा आवाज व्यक्त झालेला नसल्यास कदाचित त्याच साहित्याच्या प्रत्युत्तर द्यावे लागते किंवा त्याची पुनरावृत्ती करावी लागेल.

प्रस्तावनेच्या त्रुटींच्या आदर्श प्रतिकृती साहित्यातील उणिवांवर आधारित संशोधन अभ्यासासाठी प्रस्तावना लिहिण्यासाठीचा हा एक मार्ग आहे. त्यात संशोधन विषयाचे घटक, विषयासंबंधीच्या मागील अभ्यासांचे पुनरावलोकन, अभ्यासातील त्रुटींकडे निर्देश आणि अभ्यासाच्या महत्त्वाबाबतचा विकास यांचा समावेश असतो.

संज्ञांची व्याख्या हा संशोधनाच्या प्रस्तावातील एक विभाग असून त्यात वाचकांना कदाचित समजून येणार नाहीत अशा संज्ञांच्या व्याख्या (अर्थ) दिलेल्या असतात.

वर्णनात्मक विश्लेषण अभ्यासातील चलांच्या डेटाच्या विश्लेषणाच्या वर्णनात प्राप्त गुणसंख्येचा अंकगणितीय मध्य, प्रमाणित विचलन आणि कक्षा यांच्या निकालांचे वर्णन असते.

मार्गदर्शनपर गृहीतप्रमेय हे संख्यात्मक संशोधनात ज्याप्रमाणे उपयोगात आणले जाते, त्याप्रमाणे ते संशोधनकर्त्यांने अभ्यासाच्या अपेक्षित दिशा किंवा निष्पत्तीबद्दल केलेले एक भाकीत असते.

नमुन्याचा **योग्य आकार** हा संख्यात्मक अभ्यासातील गटभेद किंवा चलांमधील संबंधांच्या निष्कर्षांची ताकद निश्चित करतो.

अंत:स्थापित (एम्बेडेड) मिश्र पद्धती हा मिश्र पद्धतींच्या संरचनेचा एक प्रकार आहे, जो एका मोठ्या संरचनेत (किंवा धोरणात) केंद्राभिमुखी, विवरणात्मक अनुक्रमिक किंवा शोधात्मक अनुक्रमिक पद्धतींना एकत्रित करून आसरा देतो.

प्रत्येक डेटा डेटाबेसला दिलेले महत्त्व (दिलेला भर) याचा अर्थ मिश्र पद्धतीत संख्यात्मक किंवा गुणात्मक डेटाला दिलेले प्राधान्य (किंवा समान अग्रक्रम)

संस्कृतीवर्णन ही एक गुणात्मक नीती असून तिच्यात प्रगणक एका एकसंघ समूहाचा त्याच्या नैसर्गिक परिसरात, प्राथमिक निरीक्षणात्मक आणि मुलाखतीद्वारा मिळालेल्या माहितीवरून दीर्घकाळासाठी अभ्यास करतो.

प्रायोगिक (शोधात्मक) संरचना संख्यात्मक संशोधनातून उपचाराचा (किंवा हस्तक्षेपाचा) निष्पत्तीवर काय परिणामांची होतो, याची ही संरचना चाचणी घेते. निष्पत्तीवर परिणाम करणाऱ्या अन्य घटकांना नियंत्रित केले जाते.

प्रायोगिक (शोधात्मक) संशोधन हे अभ्यासातील निष्पत्तीवर एखाद्या विशिष्ट उपचाराचा परिणाम होतो का (प्रभाव पडतो का) हे निश्चित करण्याचा प्रयत्न करते. संशोधक एका गटाला दुसऱ्या गटापासून वेगळे ठेवून त्याला विशिष्ट पद्धतीचा उपचार देऊन अशा प्रभावाची तपासणी करते आणि नंतर दोन्ही गट निष्पत्तीवर परिणाम करणाऱ्या उपचाराबद्दल ठरवतात.

विवरणात्मक अनुक्रमिक मिश्र पद्धती हे एक मिश्र पद्धतीचे धोरण असून त्याच्यात एक दोन टप्पे असलेला प्रकल्प समाविष्ट असतो. यात संशोधक प्रथम संख्यात्मक डेटा गोळा करतो. त्याच्या निकालांचे विश्लेषण करतो आणि नंतर निकालांचा उपयोग दुसऱ्या गुणात्मक अवस्थेचे नियोजन करण्यासाठी करतो.

अन्वेषक (अनुसंधानमूलक) अनुक्रमिक मिश्र पद्धती हे एक मिश्र पद्धतीचे धोरण असून त्याच्यात एक दोन टप्पे असलेला प्रकल्प समाविष्ट असतो. त्याच्यात संशोधक प्रथम गुणात्मक डेटा गोळा करतो. नंतर संख्यात्मक डेटा संकलन आणि विश्लेषणासहित दुसऱ्या डेटाबेसची रचना करतो.

वैधतेला असलेले बाह्य धोके ज्यावेळी प्रयोग करणारा डेटाच्या नमुन्यातून अन्य व्यक्ती, अन्य परिसर आणि मागील किंवा पुढील परिस्थितीबद्दल चूकीची अनुमाने काढतो तेव्हा वैधतेला बाह्य धोके संभवतात.

पुष्टी अपेक्षित अर्थ व्यक्त करण्यासाठी अनावश्यक शब्दांची लिखाणात (पाठात) घातलेली भर.

द्वारपाल या व्यक्ती संशोधनाच्या स्थानी असतात. त्या संशोधन ठिकाणाशी संपर्क साधू देतात आणि परवानगी देतात किंवा गुणात्मक संशोधनाचा अभ्यास करण्यास मान्यता देतात.

लुप्त सिद्धान्त ही एक गुणात्मक नीती असून तिच्यात संशोधनकर्ता अभ्यासातील सहभागींच्या मतामध्ये दडलेल्या प्रक्रिया, कृती किंवा संवाद याबद्दल एक सर्वसाधारण, अमूर्त सिद्धान्त विकसित करतो.

लेखनाची सवय अधून मधून केलेल्या कमी-जास्त लिखाणापेक्षा, नियमित, सातत्यपूर्ण आणि अखंडितपणे विद्वत्तापूर्ण लिखाण करणे.

आनुमानित प्रश्न किंवा गृहीतेप्रमेये ही चलांशी संबंधित असतात. किंवा ती गटांची चलांच्या रूपात तुलना करतात. त्यामुळे संख्याशास्त्रीय लोकसंख्येसाठी नमुन्यापासून अनुमान काढता येते.

माहितीपूर्ण मान्यता अर्ज संशोधनाच्या कामात रुजू होण्यापूर्वी सहभागी अशा अर्जांवर स्वाक्षरी करतात. डेटा संकलनाच्या दरम्यान, सहभागींचे हक्क सुरक्षित राहतील याची हमी हे अर्ज देतात.

इन्सिटट्यूशनल रिव्ह्यू बोर्ड (आय.आर.बी.) महाविद्यालय आणि विद्यापीठाच्या आवारातील ही एक समिती असून ती अभ्यासाच्या दरम्यान संशोधन किती मर्यादिपर्यंत सहभागींना धोका पत्करता येईल हे ठरविते. संशोधक आय.आर.बी.कडे त्यांच्या प्रकल्पांच्या मान्यतेसाठी अर्ज करतात आणि ते सहभागींना अभ्यासात सहभाग घेऊन कोणत्या जोखमीच्या स्तराला त्यांची मान्यता आहे या संबंधीच्या संमती अर्जांचा वापर करतात.

इंटर कोडर करार (किंवा उलट पडताळणी) यामध्ये दोन किंवा अधिक कोडर पाठातील (मजकुरातील) परिच्छेदांसाठी वापरलेल्या सांकेतिक शब्दांना मान्यता देतात. असे असेलच असे नाही की कोडर्स

समान जमकूर वापरतील. पण अन्य कोडर अशाच प्रकारच्या परिच्छेदासाठी तेच किंवा त्यासारखे संकेतही वापरतील. संकेतिकीकरणाच्या सातत्याची पातळी ठरविण्यासाठी संख्याशास्त्रीय प्रणाली किंवा संगणकाच्या गुणात्मक सॉफ्टवेअर पॅकेजेसमधील विश्वासार्हतेसंबंधीचे सबप्रोग्रॅम वापरता येतील.

वैधतेला असलेले अंतर्गत धोके हे प्रयोगासंबंधीच्या प्रणाली, उपचार किंवा सहभागींचे अनुभव या स्वरूपाचे असतात, जे प्रयोगातील संख्याशास्त्रीय लोकसंख्येच्या डेटामधून अचूक अनुमान काढण्याच्या संशोधनकर्त्याच्या क्षमतेला भेडसावतात.

गुणात्मक संशोधनाचे विवेचन संशोधन प्रश्न, गृहीतके आणि अभ्यासामधून निघालेले व्यापक अर्थ, ज्याद्वारे संशोधक निष्कर्षांवर आधारित अनुमान काढतो. हा अर्थ शिकलेले धडे, साहित्याबरोबर माहितीची तुलना किंवा वैयक्तिक अनुभव यात परिणत होतो.

संख्यात्मक संशोधनाचे विवेचन याचा अर्थ संशोधनकर्ता संशोधनाच्या प्रश्नांसबंधीच्या गृहीतप्रमेयांमधून आणि अभ्यासाच्या अधिक व्यापक अर्थामधून निष्कर्ष काढतो.

मुलाखतीचा लेखी दाखला (संहिता) गुणात्मक संशोधनकाकडून मुलाखतीच्या दरम्यान मिळालेल्या माहितीची नोंद करण्यासाठी आणि माहिती लिहून ठेवण्यासाठी वापरला जाणारा प्रकार म्हणजे मुलाखतीचा लेखी दाखला होय.

साहित्याचा आराखडा संशोधनाशी संबंधित एखाद्या विषयावरील साहित्याचे दृश्य-चित्र (किंवा आकृती) जे, एखादा अभ्यास साहित्यात काय योगदान देतो ते दर्शविते.

सहभागींची जुळणी प्रयोगात्मक संशोधनात याचा अर्थ समूहांची जुळणी करणे हा आहे. ही एक अशी प्रणाली आहे की जिच्यात काही विशेष लक्षणे किंवा गुणवैशिष्ट्ये असलेल्या सहभागींची जुळणी केली जाते. नंतर त्यांना नियंत्रण करणाऱ्या आणि प्रयोगात्त्मक गटांमध्ये नेमले जाते.

मध्यस्थी करणारी चले ही संख्यात्मक संशोधनातील चले असून कारक साखळीतील स्वतंत्र आणि परावलंबी चलांमधील मध्यस्थ असतात. यामागील कार्यकारण भाव असा आहे की, स्वतंत्र चल हे मध्यस्थी चलासाठी कारणीभूत ठरते जे पर्यायाने परावलंबी चलावर परिणाम करते.

मिश्र पद्धतींचे एकत्रीकरण हे मिश्र पद्धतींच्या संरचनेमध्ये होते जेव्हा संरचनेत डेटा विलीन केले जातात, जोडले किंवा समाविष्ट केले जातात.

मिश्र पद्धतींची संकेतलिपी ही मिश्र पद्धतींच्या संशोधनाच्या महत्त्वाच्या पैलूंसाठी संक्षिप्त लेबले आणि प्रतीके (चिन्हे) उपलब्ध करून देते. ती मिश्र पद्धतींच्या संशोधनकर्त्यांना त्यांच्या कार्यपद्धतीविषयी सुलभरीतीने निवेदन करण्यासाठी मार्ग उपलब्ध करून देते.

मिश्र पद्धतींची उद्देश विधाने यामध्ये अभ्यासाचा सर्वसाधारण उद्देश हा अभ्यासाच्या संख्यात्मक आणि गुणात्मक अभ्यासात एकमेकांना परिपूरक होईल अशी माहिती आणि संशोधन विषयाचा अभ्यास करण्यासाठी दोन्ही प्रकारच्या सूत्रांचा समावेश करण्यामागील कारणमीमांसा यांचा समावेश असतो.

मिश्र पद्धतींचे संशोधन हा तपास करण्याचा एक असा मार्ग आहे; जो संशोधनाच्या गुणात्मक आणि संख्यात्मक अशा दोन्ही प्रकारांना एकत्र करतो. याच्यात तात्त्विक गृहीते, गुणात्मक आणि संख्यात्मक अशा दोन्ही मार्गांचा वापर आणि अभ्यासात दोन्ही मार्गांचे मिश्रण किंवा (एकत्रीकरण) यांचा समावेश असतो.

मिश्र पद्धतींमधील संशोधन प्रश्न हा मिश्र पद्धतींच्या अभ्यासात उपस्थित केलेला खास प्रश्न असतो. जो संशोनाच्या संख्यात्मक आणि गुणात्मक सूत्रांच्या एकत्रीकरणाकडे निर्देश करतो. हा असा प्रश्न आहे की ज्याचे उत्तर मिश्रणावर आधारित अभ्यासात मिळते.

नियमन करणारी नेमस्त चले संख्यात्मक संशोधनातील ही चले असून ती अभ्यासातील स्वतंत्र चलांचा परिणाम सौम्य करतात. त्यांची निर्मीती संशोधक करतो,जो एका नव्या स्वतंत्र चलाच्या बांधणीसाठी दुसऱ्या एका स्वतंत्र चलाचा वापर करतो. (खास करून लोकसंख्याशास्त्रीय चल.)

बहुविध अवस्थांची मिश्र पद्धती हा मिश्र पद्धतींच्या संशोधनाचा असा मार्ग आहे, ज्याच्यात संशोधक अनेक मिश्र पद्धतींचे प्रकल्प करतात, ज्याच्यात काही वेळा केंद्राभिमुखी मिश्र पद्धतीच्या किंवा अनुक्रमिक दृष्टिकोनांचा, काही वेळा अनुलंबित (लाँजिट्यूनल) अभ्यासात फक्त संख्यात्मक आणि गुणात्मक संरचनांचा समावेश असतो, ज्याचा (अभ्यासाचा) अनेक प्रकल्पांसाठी एका समान उद्दिष्टावर भर असतो.

वर्णनात्मक गळ (नॅरेटिव्ह हूक) ही संज्ञा इंग्रजी प्रबंधातून घेतलेली आहे. प्रस्तावनेच्या सुरुवातीच्या वाक्यात असे शब्द वापरले जातात की, ते वाचकांना अभ्यासाकडे खेचून घेतात, गुंतवून ठेवतात किंवा गळाला लावतात.

कथनात्मक (वर्णनात्मक) संशोधन हे एक गुणात्मक धोरण असून त्यात संशोधनकर्ता व्यक्तींच्या जीवनाचा अभ्यास करतो आणि एका किंवा जास्त व्यक्तींना त्यांच्या आयुष्याबद्दल कथन करण्यास सांगतो. ही माहिती नंतर संशोधनकर्त्याकडून कथनाच्या क्रमानुसार किंवा कथारूपाने अनेकदा पुन्हा सांगितली जाते.

आदेशात्मक गृहीतप्रमेय (गृहीतक) संख्यात्मक अभ्यासातील गृहीतप्रमेय म्हणजे असे की, ज्यात संशोधनकर्ता भाकित करतो, पण फरकाचे नक्की स्वरूप (उदा. वरती, खाली, जास्त किंवा कमी) स्पष्ट केलेले नसते, कारण संशोधकाला पूर्वीच्या वाङ्मयातून काय भाकीत करावे ते कळत नाही.

शून्य गृहीतप्रमेय (गृहीतक) हे संख्यात्मक अभ्यासातील गृहीतप्रमेय लिहिण्यासाठी, पारंपरिक दृष्टिकोनाचे प्रतिनिधित्व करते. ते अशा प्रकारचे भाकित करते की, साधारण संख्याशास्त्रीय लोकसंख्येत एका चलाच्या गटामध्ये कोणताही संबंध किंवा जाणवण्याएवढा फरक अस्तित्वात नसतो.

निरीक्षणात्मक मसुदा (नीतिनियम) गुणात्मक संशोधन करणारा निरीक्षण करीत असताना नोंद करण्यासाठी आणि माहिती लिहून घेण्यासाठी या मसुद्याचा उपयोग करतो.

मानसघटनाशास्त्रीय (प्रत्ययवादी) संशोधन ही एक गुणात्मक नीती असून, तिच्यात संशोधनकर्ता अभ्यासात सहभागींनी वर्णन केल्याप्रमाणे एखाद्या घटनेबद्दलच्या मानवी अनुभवांमधून सार काढतो.

उत्तरप्रत्यक्षार्थवादी (पोस्टपॉझिटिव्हिस्ट) हे संशोधनासंबंधी निर्धारणात्मक तत्त्वज्ञान प्रतिबिंबित करतात, ज्यात बहुधा कारणे ही परिणाम किंवा निष्पत्ती ठरवितात. म्हणून उत्तर (पश्चात) प्रत्यक्षार्थवाद्यांनी अभ्यासिलेल्या समस्या अशा बाबी व्यक्त करतात ज्यांचा शोध घेणे गरजेचे असते आणि प्रयोगात आढळणाऱ्या निष्कर्षांप्रमाणे, निष्कर्षांवर परिणाम करणाऱ्या कारणांचा तपास करणे आवश्यक असते.

फलवाद (फलप्रामाण्यवाद) (प्रॅगमॅटिझम) हा एक जागतिक दृष्टिकोन किंवा तत्त्वज्ञान आहे. ते पूर्वी अस्तित्वात असलेल्या परिस्थितीमधून (पोस्ट प्रॉगमॅटिझमप्रमाणे) निर्माण न होता कृती, स्थिती आणि

परिणाम यातून निर्माण होते. उपाययोजना लागू होते का आणि समस्यांचे समाधान होते का याबद्दल चिंता असते. संशोधनकर्ते पद्धतींना महत्त्व न देता, संशोधन विषयाला महत्त्व देतात आणि त्याचे आकलन होण्यासाठी उपलब्ध असलेल्या सर्व मार्गांचा वापर करतात.

उद्देश विधान संशोधन प्रस्तावात हे उद्दिष्ट ठरविते, तसेच अभ्यासाचा हेतू व मुख्य कल्पना ठरविते.

सहभागींची किंवा ठिकाणाची (किंवा दस्तऐवज किंवा दृश्य साहित्याची) हेतूपूर्वक निवड करणे याचा अर्थ गुणात्मक संशोधनकर्ते, त्यांना संशोधन विषयांचे आणि संशोधनविषयक प्रश्नांचे आकलन होण्यात उत्तम प्रकारचे सहाय्य करणाऱ्या व्यक्तींची निवड करतात.

गुणात्मक दृक्‌श्राव्य साहित्य हे छायाचित्रे, कलात्मक वस्तू, चलतचित्रफीती आणि आवाज या स्वरूपात असते.

गुणात्मक संकेतपुस्तिका हे एक पूर्वीच निश्चित केलेल्या संकेतांच्या सूचीचा डेटाच्या संकेतिकीरणासाठी उपयोग करणारे, गुणात्मक डेटाच्या व्यवस्थापनाचे/संघटनाचे काम करणारे साधन आहे. या संकेतपुस्तिकेत एका रकान्यात नावे, दुसऱ्या रकान्यात सांकेतिक शब्द अशा प्रकारे असू शकते आणि नंतर विशिष्ट गोष्टी (घटना) (क्रमांकाच्या ओळी), ज्यात संकेत हा नक्कलेमध्ये आढळतो; त्या स्वरूपात असू शकते.

गुणात्मक दस्तऐवज हे सार्वजनिक दस्तऐवज असतात. (उदा. वर्तमानपत्रे, बैठकींचे अहवाल, अधिकृत अहवाल) किंवा खाजगी दस्तऐवज असतात (उदा. खाजगी नियतकालिके आणि दैनंदिनी, पत्ते, ई-मेल.)

गुणात्मक पद्धतीने सामान्य विधान करणे गुणात्मक संशोधनात ही संज्ञा मर्यादित अर्थाने वापरली जाते कारण, या प्रकारच्या तपासाचा उद्देश अभ्यासाच्या कक्षेबाहेरील व्यक्ती, स्थाने किंवा जागा यांच्या संदर्भात निष्कर्षांचे सामान्यीकरण करणे हा नसतो. गुणात्मक संशोधनांतर्गत अनेक व्यक्ती अभ्यासात सिद्धान्ताच्या बाबतीत निष्कार्षांचे सामान्य विधान करणे हा दृष्टिकोन (मार्ग) वापरतात. पण त्यासाठी संशोधनकर्त्याला लेखी पुरावा असलेल्या प्रणालींची आणि चांगल्यारीतीने विकसित केलेल्या (झालेल्या) गुणात्मक डेटाबेसची गरज असते.

गुणात्मक मुलाखती म्हणजे अशा की, ज्यांच्यात संशोधनकर्ता सहभागींच्या समोरासमोर किंवा दूरध्वनीवरून किंवा इंटरनेटच्या सहाय्याने मुलाखती घेतो किंवा प्रत्येकी सहा ते आठ मुलाखत देणाऱ्यांचा गट असणाऱ्या गटांच्या मुलाखतींवर भर देतो. या मुलाखतींमध्ये असंरचित (अनस्ट्रक्टर्ड) आणि बहुधा मुक्त शेवट असलेले असे प्रश्न असतात. त्यांची संख्या कमी असते आणि त्यांचा हेतू सहभागींकडून दृष्टिकोन आणि मते प्राप्त करणे असा असतो.

गुणात्मक निरीक्षण यात संशोधनकर्ता संशोधनस्थळातील व्यक्तींच्या वर्तनासंबंधी आणि व्यवहारासंबंधी क्षेत्रीय नोंदी करतो आणि निरीक्षणे नोंदवतो.

गुणात्मक डेटा उद्देश विधाने यांच्यात अभ्यासातून शोधून काढलेल्या मुख्य घटनेबद्दलची माहिती तसेच अभ्यासातील सहभागी आणि संशोधन स्थळाविषयी माहिती असते. ते उदीत होणाऱ्या संरचनेविषयी आणि गुणात्मक तपासाच्या भाषेतून घेतलेल्या संशोधनासंबंधीच्या शब्दांविषयी माहिती सांगतात.

गुणात्मक विश्वासार्हता असे दर्शविते की, एखादा विशिष्ट मार्ग (दृष्टिकोन) हा वेगवेगळ्या संशोधनकर्त्यांशी आणि वेगवेगळ्या प्रकल्पांशी सुसंगत असतो.

गुणात्मक संशोधन व्यक्ती किंवा गट हे एखाद्या सामाजिक किंवा मानवी समस्येचा जो अर्थ लावतात तो शोधून काढण्याचे आणि समजून घेण्याचे साधन म्हणजे गुणात्मक संशोधन होय! संशोधनाच्या प्रक्रियेत, निर्माण होणारे प्रश्न आणि कार्यप्रणाली, सहभागींच्या परिसरात डेटा संकलन, आनुमानिक पद्धतीने डेटाचे पृथक्करण, विषयांची विशेषापसून सामान्याकडे बांधणी आणि डेटाच्या अर्थाचे स्पष्टीकरण करणे यांचा समावेश असतो. अंतिम लेखी अहवालाची रचना लवचीक असते.

गुणात्मक वैधता यामुळे काही प्रणालींचा वापर करून संशोधनकर्ता निष्कर्षांच्या अचूकतेची तपासणी करतो.

संख्यात्मक गृहीतप्रमेये म्हणजे चलांमधील अपेक्षित संबंधांबद्दल संशोधनकर्त्यांनी केलेली भाकिते होय!

संख्यात्मक उद्देश विधाने यांच्यात अभ्यासातील चले आणि त्यांच्यातील संबंध, अभ्यासातील सहभागी आणि संशोधनाचे ठिकाण यांचा संबंध असतो. यात संख्यात्मक संशोधनाशी निगडित भाषा आणि संबंध किंवा सिद्धान्तांच्या अनुमानिक पद्धतींच्या पडताळणीचाही समावेश असतो.

संख्यात्मक संशोधन चलांमधील संबंधांचे परीक्षण करून वस्तुनिष्ठ सिद्धान्तांची चाचणी घेण्याचे हे एक साधन आहे. उपकरणाद्वारा या चलांचे मापन करता येते. त्याच्यामुळे आकड्याच्या स्वरूपातील डेटाचे विश्लेषण संख्याशास्त्रीय प्रणालीवरून शक्य होते. अंतिम लेखी स्वरूपाच्या अहवालाचे एक ठराविक स्वरूप असते ज्यात प्रस्तावना, साहित्य, सिद्धान्त, पद्धती, निष्कर्ष आणि चर्चा यांचा समावेश असतो.

संख्यात्मक संशोधन प्रश्न ही प्रश्नार्थक विधाने असतात, जी चलांमधील संबंधांच्याबाबतीत प्रश्न उपस्थित करतात, ज्यांची उत्तरे शोधण्याचा प्रयत्न प्रगणक करतो.

आभासात्मक प्रयोग हा एक प्रयोगात्मक संशोधनाचा प्रकार आहे, ज्याच्यात व्यक्तींना गटांमध्ये यादृच्छिक पद्धतीने नेमले नसते.

यादृच्छिक नमुना पद्धत सहभागींच्या निवडीची संख्यात्मक संशोधनातील ही एक पद्धती आहे. यात संख्याशास्त्रीय लोकसंख्येतून निवडली जाण्याची प्रत्येक व्यक्तीला समान संधी असते. यामुळे लोकसंख्येचे प्रतिनिधित्व करणारा नमुना असेल याची खात्री असते.

आत्मवाचकता अभ्यासादरम्यान संशोधनकर्त्यांच्या पूर्वग्रहांचा मूल्यांचा आणि व्यक्तिगत पार्श्वभूमीचा उदा. लिंग, इतिहास, संस्कृती आणि सामाजिक आर्थिक स्तर यांचा स्पष्टीकरण देण्यावर व मते तयार होण्यावर कसा परिणाम होतो, ते व्यक्त करण्याबद्दलची स्थिती म्हणजे अंतर्मुखता होय.

विश्वासार्हता हिचा निर्देश बाबींच्या संदर्भातील उपकरणाद्वारा प्राप्त गुणसंख्येच्या अंतर्गत सातत्याशी असतो. म्हणजेच बाबींचे प्रतिसाद सिद्धान्त संकल्पनेशी (कन्स्ट्रक्टशी) सुसंगत आहेत का, कालौघात स्थिर आहेत का, (चाचणी-पुनर्चाचणीचे सहसंबंध) आणि चाचणीची प्रशासकीय बाजू आणि गुणसंख्येची नोंद यात सातत्य होते का याकडे असतो.

संशोधनाचे मार्ग हे संशोधनाच्या योजना आणि प्रणाली असतात; ज्यांचा आवाका विस्तृत गृहीतांच्या आधारे निर्णय घेण्यापासून डेटा संकलनाच्या आणि विश्लेषणाच्या तपशीलवार पद्धतींपर्यंत असतो. त्यात तात्त्विक गृहीते, संरचना आणि विशिष्ट पद्धतींचा छेद समाविष्ट असतो.

संशोधनाची संरचना गुणात्मक, संख्यात्मक आणि मिश्र पद्धतींच्या मार्गांच्या तपासाचे प्रकार असून त्या संशोधनात्मक अभ्यासातील प्रणालींना विशिष्ट दिशा देतात.

संशोधनाच्या पद्धती संशोधक त्यांच्या अभ्यासात जे डेटा संकलनाचे प्रकार, विश्लेचषण आणि विवेचन प्रस्तावित करतात, त्यांचा यात समावेश असतो.

संशोधन प्रश्न ज्याचा अभ्यास करण्याची आवश्यकता आहे असा प्रश्न किंवा विषय होय!

संशोधनविषयक सूचना (हितकारक माहिती) अनुभवी संशोधनकर्ता म्हणून मला उपयुक्त ठरलेले संशोधन मार्गाबद्दलचे, दृष्टिकोनाबद्दलचे माझे विचार किंवा तंत्र होय.

पक्षपाती (पूर्वग्रह दूषित) प्रतिसाद हा प्रतिसाद न मिळण्याचा सर्वेक्षणाच्या अंदाजावरील परिणाम होय. याचा अर्थ असा की, प्रतिसाद न देणाऱ्यांनी जर प्रतिसाद दिला असता तर त्यांच्या प्रतिसादांमुळे सर्वेक्षणाचे सर्वसाधारण निष्कर्ष मोठ्या प्रमाणावर बदलले असते.

अभ्यासाचे पुनरावलोकन प्रस्तावनेतील अभ्यासांचे पुनरावलोकन हे अभ्यासाच्या महत्त्वाचे समर्थन करते आणि ते भूतपूर्व अभ्यास आणि प्रस्तावित अभ्यास यात भेद करते.

संपृक्तता जेव्हा नवीन डेटा नवीन अभिज्ञानाचा प्रकाश पाडत नाही किंवा नवीन वैशिष्ट्ये उघड करत नाही त्यावेळी संशोधनकर्ता गुणात्मक डेटा संकलनात डेटा संकलन थांबवतो ती स्थिती.

पटकथा (स्क्रिप्ट) ज्या अर्थाने ही संज्ञा पुस्तकात वापरली आहे, ती म्हणजे संशोधनाच्या प्रस्तावातील किंवा अहवालातील, उदा. उद्देश विधान किंवा संशोधनाचा प्रश्न, काही भागासाठी चौकटीतील मुख्य शब्द किंवा कल्पना असलेली काही वाक्ये आणि त्या संशोधनकर्त्यांना त्यांच्या प्रकल्पांच्या संबंधातील माहिती समाविष्ट करण्यासाठी या पटकथारिक्त जागा उपलब्ध करतात.

अभ्यासाचे महत्त्व प्रस्तावनेत विदित केलेले समस्येचे प्रश्नाचे महत्त्व, जे वेगवेगळ्या वाचकांना; ज्यांना याच्या वाचनापासून किंवा उपयोग केल्यामुळे लाभ होऊ शकतो, त्यांना विषयाचे महत्त्व सांगतो.

एकल-विषय संरचना (किंवा *N* of 1 संरचना) या संरचनेत काही काळासाठी एखाद्या व्यक्तीच्या (किंवा थोड्या व्यक्तींच्या) वर्तनाच्या निरीक्षणांचा समावेश असतो.

सामाजिक सैद्धांतिक संकल्पना मांडणारे हे असे गृहीत धरतात की व्यक्ती ज्या जगात राहतात आणि काम करतात त्या जगाबद्दल त्या जाणून घेऊ इच्छितात. व्यक्ती त्यांच्या अनुभवांचा व्यक्तिनिष्ठ अर्थ विकसित करतात, जे अर्थ काही निश्चित गोष्ट किंवा वस्तूंकडे निर्देश करणारे असतात.

समाजशास्त्रातील सिद्धान्त संशोधनकर्ते संरचनेत अशा सिद्धान्ताचा सैद्धांतिक चौकट म्हणून उपयोग करतात. हा सिद्धान्त अभ्यासाच्या अनेक पैलूंबाबत माहिती देऊ शकतो. उदा. बाबींपासून विषयापर्यंत, निष्कर्ष आणि सिद्धान्ताच्या पुनर्मांडणीसाठी अंतिम सूचना.

संख्याशास्त्रीय निष्कर्षांची वैधता जेव्हा अपुरे संख्याशास्त्रीय बळ आणि संख्यशास्त्रीय गृहीतांची पायमल्ली होते, प्रयोग करणारे डेटामधून चूकीचे तर्कअनुमान करतात (अनुमान काढतात), तेव्हा ही निर्माण होते.

संख्याशास्त्रीय अर्थपूर्णतेबाबत चाचणी घेणे 'निरिक्षित गुणसंख्या ही एखादा नमुना प्रतिबिंबित करते अथवा नाही' याबद्दलच्या परीक्षणाचा वृत्तांत ही चाचणी देते. जर 'परिणाम' हे शक्यता म्हणून प्राप्त झालेले नसतील आणि जर परिणामशून्य 'मूळ गृहीतक' नाकारले जाऊ शकत नसतील तर संख्याशास्त्रीय चाचणी ही अर्थपूर्ण किंवा महत्त्वाची समजली जाते.

पद्धती पुस्तिका ही एका व्यासंगी पद्धतीच्या हस्तलिखिताच्या निर्मितीसाठी मार्गदर्शनपर तत्त्वे उपलब्ध करते. उदा. संदर्भ देण्यासाठीचा सुसंगत नमुना, शीर्षके (मथळे) तयार करणे, कोष्टके आणि आकृत्यांचे सादरीकरण, भेदभाव न करणाऱ्या भाषेचा वापर.

सर्वेक्षणाची संरचना संख्याशास्त्रीय लोकसंख्येच्या नमुन्याचा अभ्यास करून या प्रवृत्ती, दृष्टिकोन किंवा लोकांचे मत यांचे संख्यात्मक किंवा अंकांच्या स्वरूपातील वर्णन करण्यासाठी नियोजन उपलब्ध करते.

सर्वेक्षण संशोधन हे संख्याशास्त्रीय लोकसंख्येच्या नमुन्याचा अभ्यास करून प्रवृत्ती, दृष्टिकोन किंवा लोकांचे मत यांचे संख्यात्मक किंवा अंकांच्या स्वरूपातील वर्णन करण्यासाठी नियोजन उपलब्ध करून देते.

गुणात्मक संशोधनातील सैद्धांतिक दृष्टी (भिंग किंवा यथार्थ दर्शन) हे एक भिंग (दृष्टी) उपलब्ध करते जे लिंग, वर्ग आणि वंश (किंवा तळागाळातील समूहांच्या अन्य काही बाबी) यांचा अभ्यास करण्यासाठी वापरले जाते. हे भिंग यथार्थ दृश्याचे समर्थन बनते जे विचारलेल्या प्रश्नांच्या प्रकारांना निश्चित स्वरूप देते, डेटा संकलन व विश्लेषण कसे झाले, याबद्दल माहिती देते आणि कृती किंवा बदल घडवून आणण्यासाठी साद घालते.

सिद्धान्त मिश्र पद्धतींच्या संशोधनातील सिद्धान्त हे विचारल्या जाणाऱ्या प्रश्नांच्या प्रकारांना निश्चित स्वरूप देणाऱ्या, अभ्यासामध्ये कोण सहभागी होणार आहे, डेटा कसा संकलित केला जाणार या संदर्भात आणि अभ्यासातून (खास करुन बदल आणि समर्थनासाठी) निर्माण होणाऱ्या गुंतागुंती (आक्षेप) यांच्यासाठी स्वस्थितीचा निर्णय करण्यासाठी दृष्टी देते. ते संशोधनाच्या संरचनेच्या संदर्भात वापरलेल्या प्राचीन स्वरूपाच्या यथार्थ दर्शनाचे सादरीकरण करतात.

संख्यात्मक संशोधनातील सिद्धान्त म्हणजे कन्स्ट्रक्टच्या (सिद्धान्त संकल्पनांच्या) (किंवा चलांच्या) परस्परांशी संबंधित संचाला विधाने किंवा गृहीतप्रमेयांचे रूप देऊन त्यांचा उपयोग करणे. हे सिद्धान्त चलांमधील संबंध (विशेषत्त्वाने परिणाम किंवा दिशांच्या रूपात) तपशीलवार सांगतात आणि अभ्यासाच्या निष्कर्षांबद्दल भाकित करतात.

मिश्र पद्धतीच्या अभ्यासातील सिद्धान्ताचा उपयोग संख्यात्मक सिद्धान्त निगमात्मक पद्धतीने आणि त्यातून उद्भवणारे गुणात्मक सिद्धान्त आणि रचना परिवर्तनिक पद्धतीने तपासून पाहणे व पडताळणी करणे यांचा यात समावेश होऊ शकतो. त्याची विशेष गुणवैशिष्ट्ये आहेत ज्यामुळे संशोधकाला संख्यात्मक आणि गुणात्मक असा दोन्ही प्रकारचा डेटा गोळा करण्यासाठी, त्यांच्या विश्लेषणासाठी एक चौकट उपलब्ध होते. या चौकटीने दोन प्रकार व्यक्त केले आहेत (अ) समाजशास्त्राच्या चौकटीचा वापर, (ब) रूपांतरणात्मक चौकटीचा उपयोग.

मिश्र पद्धतीच्या डेटा संकलनाची योजलेली वेळ याचा निर्देश अभ्यासातील डेटा संकलनाच्या क्रमवारीशी असतो आणि संशोधनकर्ता डेटा संकलन संयुक्तपणे जवळजवळ एकाच वेळी करतो, की अनुक्रमाने दुसऱ्या डेटाबेसपूर्वी पहिल्या डेटाबेसचे संकलन करतो याकडे निर्देश असतो.

विषय हा प्रस्तावित अभ्यासाच्या विषयाचा भाग असतो जो संशोधनकर्ता अभ्यासाच्या तयारीत खूप लवकर निश्चित करतो.

रूपांतरणात्मक (परिवर्तनशील) मिश्र पद्धती हा मिश्र पद्धतींच्या संरचनेचा एक प्रकार असून त्यात संशोधनकर्ता, गुणात्मक सैद्धांतिक चौकटींपैकी एकीची निवड करतो. (उदा. स्थानिक लोकसंख्या, महिला, वांशिक आणि अल्पसंख्यात्मक समूह, अपंग व्यक्ती आणि इतर) आणि मिश्र पद्धतींच्या अभ्यासात चौकटीचा वापर संशोधन विषय, प्रश्न डेटा संकलन आणि विश्लेषण, स्पष्टीकरण आणि कृतीसाठी आवाहन यांच्या सुनिश्चिततेसाठी करतो. याचा उपयोग विवेचनात्मक, समन्वेषक आणि अंत:स्थापित संरचना असा एकत्रितपणे केला जातो.

रूपांतरणात्मक (परिवर्तनशील) जागतिक दृष्टिकोन या दृष्टिकोनानुसार कुठल्याही स्तरावर होणाऱ्या सामाजिक जुलूमशाही व सामाजिक न्याय यांचा सामना करण्यासाठी संशोधनातील तपासाची गुंफण राजकारण आणि राजकीय बदलाचा कार्यक्रम याच्याशी केली पाहिजे.

वास्तववादी प्रयोग प्रयोगात्मक संशोधनाचा हा एक प्रकार असून त्यात व्यक्तींना गटांमध्ये यादृच्छिक पद्धतीने नेमले जाते.

संख्यात्मक पद्धतीच्या संशोधनातील वैधता म्हणजे एखाद्या विशिष्ट उपकरणातून प्राप्त झालेल्या गुणसंख्येतून एखाद्याला अर्थपूर्ण आणि उपयुक्त अनुमान करता येते का हे पाहणे.

वैधतेविषयक डावपेच गुणात्मक संशोधनातील ही एक कार्यप्रणाली असून (उदा. सभासदांची तापासणी, डेटा स्रोतांचे त्रिकोणीकरण करणे) संशोधनकर्ते त्यांच्या निष्कर्षांची अचूकता दर्शविण्यासाठी आणि वाचकांना अचूकतेची खात्री पटविण्यासाठी त्यांचा वापर करतात.

चल हे एखाद्या व्यक्तीचे किंवा संस्थेचे गुणवैशिष्ट्य किंवा लक्षण असते ज्याचे मोजमाप किंवा निरीक्षण होऊ शकते आणि ते अभ्यासविषय असलेल्या लोकांच्या किंवा संस्थेच्या बाबतीत बदलते. एखादा चल दोन किंवा अधिक वर्गांमध्ये बदलू शकतो किंवा प्राप्त गुणसंख्येच्या सलगतेमध्येही बदलू शकतो व त्याचे मापन करता येते.

जागतिक दृष्टिकेान/मत 'कृतीला मार्गदर्शन करणारा विश्वासांचा संच' अशी याची व्याख्या केली जाते. (गुबा १९९० पान क्र. १७)

संदर्भ

Aikin, M. C. (Ed.). (1992). *Encyclopedia of educational research* (6th ed.). New York: Macmillan.

American Psychological Association. (2010). *Publication Manual of the American Psychological Association* (6th ed.). Washington, DC: Author.

Ames, G. M., Duke, M. R., Moore, R. S., & Cunradi, C. B. (2009). The impact of occupational culture on drinking behavior of young adults in the U.S. Navy. *Journal of Mixed Methods Research, 3*(2), 129–150.

Anderson, E. H., & Spencer, M. H. (2002). Cognitive representation of AIDS. *Qualitative Health Research, 12*(10), 1338–1352.

Annual Review of Psychology. (1950–). Stanford, CA: Annual Reviews.

Asmussen, K. J., & Creswell, J. W. (1995). Campus response to a student gunman. *Journal of Higher Education, 66,* 575–591.

Babbie, E. (2007). *The practice of social research* (11th ed.). Belmont, CA: Wadsworth/ Thomson.

Bailey, E. P. (1984). *Writing clearly: A contemporary approach.* Columbus, OH: Charles Merrill.

Banyard, V. L., & Williams, L. M. (2007). Women's voices on recovery: A multi-method study of the complexity of recovery from child sexual abuse. *Child Abuse & Neglect, 31,* 275–290.

Bean, J., & Creswell, J. W. (1980). Student attrition among women at a liberal arts college. *Journal of College Student Personnel, 3,* 320–327.

Beisel, N. (February, 1990). Class, culture, and campaigns against vice in three American cities, 1872–1892. *American Sociological Review, 55,* 44–62.

Bem, D. (1987). Writing the empirical journal article. In M. Zanna & J. Darley (Eds.), *The compleat academic: A practical guide for the beginning social scientist* (pp. 171–201). New York: Random House.

Berg, B. L. (2001). *Qualitative research methods for the social sciences* (4th ed.). Boston: Allyn & Bacon.

Berger, P. L., & Luekmann, T. (1967). *The social construction of reality: A treatise in the sociology of knowledge.* Garden City, NJ: Anchor.

Betancourt, T. S., Meyers-Ohki, S. E., Stevenson, A., Ingabire, C., Kanyanganzi, F., Munyana, M., et al. (2011). Using mixed-methods research to adapt and evaluate a family strengthening intervention in Rwanda. *African Journal of Traumatic Stress, 2*(1), 32–45.

Blalock, H. (1969). *Theory construction: From verbal to mathematical formulations.* Englewood Cliffs, NJ: Prentice Hall.

Blalock, H. (1985). *Casual models in the social sciences.* New York: Aldine.

Blalock, H. (1991). Are there any constructive alternatives to causal modeling? *Sociological Methodology, 21,* 325–335.

Blase, J. J. (1989, November). The micropolitics of the school: The everyday political orientation of teachers toward open school principals. *Educational Administration Quarterly, 25*(4), 379–409.

Boeker, W. (1992). Power and managerial dismissal: Scapegoating at the top. *Administrative Science Quarterly, 37,* 400–421.

Bogdan, R. C., & Biklen, S. K. (1992). *Qualitative research for education: An introduction to theory and methods.* Boston: Allyn & Bacon.

Boice, R. (1990). *Professors as writers: A self-help guide to productive writing.* Stillwater, OK: New Forums.

Boneva, B., Kraut, R., & Frohlich, D. (2001). Using e-mail for personal relationships. *American Behavioral Scientist, 45*(3), 530–549.

Boote, D. N., & Beile, P. (2005). Scholars before researchers: On the centrality of the dissertation literature review in research preparation. *Educational Researcher, 34*(6), 3–15.

Booth-Kewley, S., Edwards, J. E., & Rosenfeld, P. (1992). Impression management, social desirability, and computer administration of attitude questionnaires: Does the computer make a difference? *Journal of Applied Psychology, 77*(4), 562–566.

Borg, W. R., & Gall, M. D. (2006). *Educational research: An introduction* (8th ed.). New York: Longman.

Boruch, R. F. (1998). Randomized controlled experiments for evaluation and planning. In L. Bickman & D. J. Rog (Eds.), *Handbook of applied social research methods* (pp. 161–191). Thousand Oaks, CA: Sage.

Bryman, A. (2006). *Mixed methods: A four-volume set.* Thousand Oaks, CA: Sage.

Buck, G., Cook, K., Quigley, C., Eastwood, J., & Lucas, Y. (2009). Profiles of urban, low SES, African American girls' attitudes toward science: A sequential explanatory mixed methods study. *Journal of Mixed Methods Research, 3*(1), 386–410.

Bunge, N. (1985). *Finding the words: Conversations with writers who teach.* Athens: Swallow Press, Ohio University Press.

Cahill, S. E. (1989). Fashioning males and females: Appearance management and the social reproduction of gender. *Symbolic Interaction, 12*(2), 281–298.

Campbell, D., & Stanley, J. (1963). Experimental and quasi-experimental designs for research. In N. L. Gage (Ed.), *Handbook of research on teaching* (pp. 1–76). Chicago: Rand McNally.

Campbell, D. T., & Fiske, D. (1959). Convergent and discriminant validation by the multitrait-multimethod matrix. *Psychological Bulletin, 56,* 81–105.

Carroll, D. L. (1990). *A manual of writer's tricks.* New York: Paragon.

Carstensen, L. W., Jr. (1989). A fractal analysis of cartographic generalization. *The American Cartographer, 16*(3), 181–189.

Castetter, W. B., & Heisler, R. S. (1977). *Developing and defending a dissertation proposal.* Philadelphia: University of Pennsylvania, Graduate School of Education, Center for Field Studies.

Charmaz, K. (2006). *Constructing grounded theory.* Thousand Oaks, CA: Sage.

Cheek, J. (2004). At the margins? Discourse analysis and qualitative research. *Qualitative Health Research, 14,* 1140–1150.

Cherryholmes, C. H. (1992, August–September). Notes on pragmatism and scientific realism. *Educational Researcher,* 13–17.

Clandinin, D. J (Ed.). (2007). *Handbook of narrative inquiry: Mapping a methodology.* Thousand Oaks, CA: Sage.

Clandinin, D. J., & Connelly, F. M. (2000). *Narrative inquiry: Experience and story in qualitative research.* San Francisco: Jossey-Bass.

Classen, S., Lopez, D. D. S., Winter, S., Awadzi, K. D., Ferree, N., & Garvan, C. W. (2007). Population-based health promotion perspective for older driver safety: Conceptual framework to intervention plan. *Clinical Intervention in Aging 2*(4), 677–693.

Cohen, J. (1977). *Statistical power analysis for the behavioral sciences.* New York: Academic Press.

Cook, T. D., & Campbell, D. T. (1979). *Quasi-experimentation: Design and analysis issues for field settings.* Chicago: Rand McNally.

Cooper, H. (2010). *Research synthesis and meta-analysis: A step-by-step approach* (4th ed.). Thousand Oaks, CA: Sage.

Cooper, J. O., Heron, T. E., & Heward, W. L. (2008). *Applied behavior analysis.* Upper Saddle River, NJ: Pearson/Merrill-Prentice Hall.

Corbin, J. M., & Strauss, J. M. (2007). *Basics of qualitative research: Techniques and procedures for developing grounded theory* (3rd ed.). Thousand Oaks, CA: Sage.

Creswell, J. W (2010). Mapping the developing landscape of mixed methods research. In A. Tashakkori & C. Teddlie (Eds.), *SAGE handbook of mixed methods in social and behavioral research* (2nd ed., pp. 45–68). Thousand Oaks, CA: Sage.

Creswell, J. W. (2011). Controversies in mixed methods research. In N. Denzin & Y. Lincoln (Eds.), *The SAGE handbook on qualitative research* (4th ed., pp. 269–284). Thousand Oaks, CA: Sage.

Creswell, J. W. (2012). *Educational research: Planning, conducting, and evaluating quantitative and qualitative research* (4th ed.). Upper Saddle River, NJ: Merrill.

Creswell, J. W. (2013). *Qualitative inquiry and research design: Choosing among five approaches* (3rd ed.). Thousand Oaks, CA: Sage.

Creswell, J. W., & Brown, M. L. (1992, Fall). How chairpersons enhance faculty research: A grounded theory study. *The Review of Higher Education, 16*(1), 41–62.

Creswell, J. W., & Miller, D. (2000). Determining validity in qualitative inquiry. *Theory Into Practice, 39*(3), 124–130.

Creswell, J. W., & Plano Clark, V. L. (2011). *Designing and conducting mixed methods research* (2nd ed.). Thousand Oaks, CA: Sage.

Creswell, J. W., Seagren, A., & Henry, T. (1979). Professional development training needs of department chairpersons: A test of the Biglan model. *Planning and Changing, 10,* 224–237.

Crotty, M. (1998). *The foundations of social research: Meaning and perspective in the research process.* Thousand Oaks, CA: Sage.

Crutchfield, J. P. (1986). *Locus of control, interpersonal trust, and scholarly productivity.* Unpublished doctoral dissertation, University of Nebraska-Lincoln.

Daum, M. (2010). *Life would be perfect if I lived in that house.* New York: Knopf.

DeGraw, D. G. (1984). *Job motivational factors of educators within adult correctional institutions from various states.* Unpublished doctoral dissertation, University of Nebraska-Lincoln.

Denzin, N. K., & Lincoln, Y. S. (Eds.). (2011). *The SAGE handbook of qualitative research* (4th ed.). Thousand Oaks, CA: Sage.

DeVellis, R. F. (2012). *Scale development: Theory and application* (3rd ed.). Thousand Oaks, CA: Sage.

Dillard, A. (1989). *The writing life.* New York: Harper & Row.

Dillman, D. A. (2007). *Mail and Internet surveys: The tailored design method* (2nd ed.). New York: John Wiley.

Duncan, O. D. (1985). Path analysis: Sociological examples. In H. M. Blalock, Jr. (Ed.), *Causal models in the social sciences* (2nd ed., pp. 55–79). New York: Aldine.

Educational Resources Information Center. (1975). *Thesaurus of ERIC descriptors* (12th ed.). Phoenix, AZ: Oryx.

Elbow, P. (1973). *Writing without teachers.* London: Oxford University Press.

Enns, C. Z., & Hackett, G. (1990). Comparison of feminist and nonfeminist women's reactions to variants of nonsexist and feminist counseling. *Journal of Counseling Psychology, 37*(1), 33–40.

Fay, B. (1987). *Critical social science.* Ithaca, NY: Cornell University Press.

Fetterman, D. M. (2010). *Ethnography: Step by step* (3rd ed.). Thousand Oaks, CA: Sage.

Field, A., & Hole, G. (2003). *How to design and report experiments.* Thousand Oaks, CA; Sage.
Finders, M. J. (1996). Queens and teen zines: Early adolescent females reading their way toward adulthood. *Anthropology and Education Quarterly, 27,* 71–89.
Fink, A. (2002). *The survey kit* (2nd ed.). Thousand Oaks, CA: Sage.
Fink, A. (2012). *How to conduct surveys* (5th ed.). Thousand Oaks, CA: Sage.
Firestone, W. A. (1987). Meaning in method: The rhetoric of quantitative and qualitative research. *Educational Researcher, 16,* 16–21.
Flick, U. (Ed.). (2007). *The Sage qualitative research kit.* Thousand Oaks, CA: Sage.
Flinders, D. J., & Mills, G. E. (Eds.). (1993). *Theory and concepts in qualitative research: Perspectives from the field.* New York: Columbia University, Teachers College Press.
Fowler, F. J. (2009). *Survey research methods* (4th ed.). Thousand Oaks, CA: Sage.
Franklin, J. (1986). *Writing for story: Craft secrets of dramatic nonfiction by a two-time Pulitzer prize-winner.* New York: Atheneum.
Gamson, J. (2000). Sexualities, queer theory, and qualitative research. In N. K. Denzin & Y. S. Lincoln (Eds.), *Handbook of qualitative research* (pp. 347–365). Thousand Oaks, CA: Sage.
Gibbs, G. R. (2007). Analyzing qualitative data. In U. Flick (Ed.), *The Sage qualitative research kit.* Thousand Oaks, CA: Sage.
Giordano, J., O'Reilly, M., Taylor, H., & Dogra, N. (2007). Confidentiality and autonomy: The challenge(s) of offering research participants a choice of disclosing their identity. *Qualitative Health Research, 17*(2), 264–275
Giorgi, A. (2009). *The descriptive phenomenological method in psychology: A modified Husserlian approach.* Pittsburgh, PA: Duquesne University Press.
Glesne, C., & Peshkin, A. (1992). *Becoming qualitative researchers: An introduction.* White Plains, NY: Longman.
Gravetter, F. J., & Wallnau, L. B. (2009). Statistics for the behavioural sciences (8th ed.). Belmont, CA: Wadsworth.
Greene, J. C. (2007). *Mixed methods in social inquiry.* San Francisco: Jossey-Bass.
Greene, J. C., & Caracelli, V. J. (Eds.). (1997). *Advances in mixed-method evaluation: The challenges and benefits of integrating diverse paradigms.* (New Directions for Evaluation, No. 74). San Francisco: Jossey-Bass.
Greene, J. C., Caracelli, V. J., & Graham, W. F. (1989). Toward a conceptual framework for mixed-method evaluation designs. *Educational Evaluation and Policy Analysis, 11*(3), 255–274.
Guba, E. G. (1990). The alternative paradigm dialog. In E. G. Guba (Ed.), *The paradigm dialog* (pp. 17–30). Newbury Park, CA: Sage.
Guest, G., MacQueen, K. M., & Namey, E. E. (2012). *Applied thematic analysis.* Thousand Oaks, CA: Sage.
Harding, P. (2009). *Tinkers.* New York: NYU School of Medicine, Bellevue Literary Press.
Hatch, J. A. (2002). *Doing qualitative research in educational settings.* Albany: State University of New York Press.
Heron, J., & Reason, P. (1997). A participatory inquiry paradigm. *Qualitative Inquiry, 3,* 274–294.
Hesse-Biber, S. N., & Leavy, P. (2011). *The practice of qualitative research* (2nd ed.). Thousand Oaks, CA: Sage.
Hodgkin, S. (2008). Telling it all: A story of women's social capital using mixed methods approach. *Journal of Mixed Methods Research, 2*(3), 296–316.
Homans, G. C. (1950). *The human group.* New York: Harcourt, Brace.
Hopkins, T. K. (1964). *The exercise of influence in small groups.* Totowa, NJ: Bedmister.
Houtz, L. E. (1995). Instructional strategy change and the attitude and achievement of seventh- and eighth-grade science students. *Journal of Research in Science Teaching, 32*(6), 629–648.

Huber, J., & Whelan, K. (1999). A marginal story as a place of possibility: Negotiating self on the professional knowledge landscape. *Teaching and Teacher Education, 15,* 381–396.

Humbley, A. M., & Zumbo, B. D. (1996). A dialectic on validity: Where we have been and where we are going. *The Journal of General Psychology, 123,* 207–215.

Isaac, S., & Michael, W. B. (1981). *Handbook in research and evaluation: A collection of principles, methods, and strategies useful in the planning, design, and evaluation of studies in education and the behavioral sciences* (2nd ed.). San Diego, CA: EdITS.

Israel, M., & Hay, I. (2006). *Research ethics for social scientists: Between ethical conduct and regulatory compliance.* Thousand Oaks, CA: Sage.

Ivankova, N. V., & Stick, S. L. (2007). Students' persistence in a distributed doctoral program in educational leadership in higher education. *Research in Higher Education, 48*(1), 93–135.

Janovec, T. (2001). *Procedural justice in organizations: A literature map.* Unpublished manuscript, University of Nebraska-Lincoln.

Janz, N. K., Zimmerman, M. A., Wren, P. A., Israel, B. A., Freudenberg, N., & Carter, R. J. (1996). Evaluation of 37 AIDS prevention projects: Successful approaches and barriers to program effectiveness. *Health Education Quarterly, 23*(1), 80–97.

Jick, T. D. (1979, December). Mixing qualitative and quantitative methods: Triangulation in action. *Administrative Science Quarterly, 24,* 602–611.

Johnson, R. B., Onwuegbuzie, A. J., & Turner, L. A. (2007). Toward a definition of mixed methods research. *Journal of Mixed Methods Research, 1*(2), 112–133.

Jungnickel, P. W. (1990). *Workplace correlates and scholarly performance of pharmacy clinical faculty members.* Unpublished manuscript, University of Nebraska-Lincoln.

Kalof, L. (2000). Vulnerability to sexual coercion among college women: A longitudinal study. *Gender Issues, 18*(4), 47–58.

Keeves, J. P. (Ed.). (1988). *Educational research, methodology, and measurement: An international handbook.* Oxford, UK: Pergamon.

Kemmis, S., & McTaggart, R. (2000). Participatory action research. In N. K. Denzin & Y. S. Lincoln (Eds.), *Handbook of qualitative research* (2nd ed., pp. 567–605). Thousand Oaks, CA: Sage.

Kemmis, S., & Wilkinson, M. (1998). Participatory action research and the study of practice. In B. Atweh, S. Kemmis, & P. Weeks (Eds.), *Action research in practice: Partnerships for social justice in education* (pp. 21–36). New York: Routledge.

Kennett, D. J., O'Hagan, F. T. & Cezer, D. (2008). Learned resourcefulness and the long-term benefits of a chronic pain management program. *Journal of Mixed Methods Research, 2*(4), 317–339.

Keppel, G. (1991). *Design and analysis: A researcher's handbook* (3rd ed.). Englewood Cliffs, NJ: Prentice Hall.

Keppel, G., & Wickens, T. D. (2003). *Design and analysis: A researcher's handbook* (4th ed.). Englewood Cliffs, NJ: Prentice Hall.

Kerlinger, F. N. (1979). *Behavioral research: A conceptual approach.* New York: Holt, Rinehart & Winston.

King, S. (2000). *On writing: A memoir of the craft.* New York: Scribner.

Kline, R. B. (1998). *Principles and practice of structural equation modeling.* New York: Guilford.

Kos, R. (1991). Persistence of reading disabilities: The voices of four middle school students. *American Educational Research Journal, 28*(4), 875–895.

Krueger, R. A., & Casey, M. A. (2009). *Focus groups: A practical guide for applied research* (4th ed.). Thousand Oaks, CA: Sage.

Kvale, S. (2007) Doing interviews. In U. Flick (Ed.), *The Sage qualitative research kit.* London: Sage.

Labovitz, S., & Hagedorn, R. (1971). *Introduction to social research.* New York: McGraw-Hill.

Ladson-Billings, G. (2000). Racialized discourses and ethnic epistemologies. In N. K. Denzin & Y. S. Lincoln (Eds.), *Handbook on qualitative research* (pp. 257–277). Thousand Oaks, CA: Sage.

LaFrance, J., & Crazy Bull, C. (2009). Researching ourselves back to life: Taking control of the research agenda in Indian Country. In D. M. Mertens & P. E. Ginsburg (Eds.), The handbook of social research ethics (pp. 135–149). Thousand Oaks, CA: Sage.

Lather, P. (1986). Research as praxis. *Harvard Educational Review, 56,* 257–277.

Lauterbach, S. S. (1993). In another world: A phenomenological perspective and discovery of meaning in mothers' experience with death of a wished-for baby: Doing phenomenology. In P. L. Munhall & C. O. Boyd (Eds.), *Nursing research: A qualitative perspective* (pp. 133–179). New York: National League for Nursing Press.

Lee, Y. J., & Greene, J. (2007). The predictive validity of an ESL placement test: A mixed methods approach. *Journal of Mixed Methods Research, 1*(4), 366–389.

Leslie, L. L. (1972). Are high response rates essential to valid surveys? *Social Science Research, 1,* 323–334.

Li, S., Marquart, J. M., & Zercher, C. (2000). Conceptual issues and analytic strategies in mixed-methods studies of preschool inclusion. *Journal of Early Intervention, 23*(2), 116–132.

Lincoln, Y. S. (2009). Ethical practices in qualitative research. In D. M. Mertens & P. E. Ginsberg (Ed.), *The handbook of social research ethics* (pp. 150–169). Thousand Oaks, CA: Sage.

Lincoln, Y. S., & Guba, E. G. (1985). *Naturalistic inquiry.* Beverly Hills, CA: Sage.

Lincoln, Y. S., Lynham, S. A., & Guba, E. G. (2011). Paradigmatic controversies, contradictions, and emerging confluences revisited. In N. K. Denzin & Y. S. Lincoln, *The SAGE handbook of qualitative research* (4th ed., pp. 97–128). Thousand Oaks, CA: Sage.

Lipsey, M. W. (1990). *Design sensitivity: Statistical power for experimental research.* Newbury Park, CA: Sage.

Locke, L. F., Spirduso, W. W., & Silverman, S. J. (2013). *Proposals that work: A guide for planning dissertations and grant proposals* (6th ed.). Thousand Oaks, CA: Sage.

Lysack, C. L., & Krefting, L. (1994). Qualitative methods in field research: An Indonesian experience in community based practice. *The Occupational Therapy Journal of Research, 14*(20), 93–110.

Marshall, C., & Rossman, G. B. (2011). *Designing qualitative research* (5th ed.). Thousand Oaks, CA: Sage.

Mascarenhas, B. (1989). Domains of state-owned, privately held, and publicly traded firms in international competition. *Administrative Science Quarterly, 34,* 582–597.

Maxwell, J. A. (2005). *Qualitative research design: An interactive approach* (2nd ed.). Thousand Oaks, CA: Sage.

McCracken, G. (1988). *The long interview.* Newbury Park, CA: Sage.

Megel, M. E., Langston, N. F., & Creswell, J. W. (1987). Scholarly productivity: A survey of nursing faculty researchers. *Journal of Professional Nursing, 4,* 45–54.

Merriam, S. B. (1998). *Qualitative research and case study applications in education.* San Francisco: Jossey-Bass.

Mertens, D. M. (2003). Mixed methods and the politics of human research: The transformative-emancipatory perspective. In A. Tashakkori & C. Teddlie (Eds.), *Handbook of mixed methods in social* and *behavioral research* (pp. 135–164). Thousand Oaks, CA: Sage.

Mertens, D. M. (2007). Transformative paradigm: Mixed methods and social justice. *Journal of Mixed Methods Research, 1*(3), 212–225.

Mertens, D. M. (2009). *Transformative research and evaluation.* New York: Guilford.

Mertens, D. M. (2010). *Research and evaluation in education and psychology: Integrating diversity with quantitative, qualitative, and mixed methods* (3rd ed.). Thousand Oaks, CA: Sage.

Mertens, D. M., & Ginsberg, P. E. (2009). *The handbook of social research ethics*. Thousand Oaks, CA: Sage.

Miles, M. B., & Huberman, A. M. (1994). *Qualitative data analysis: A sourcebook of new methods*. Thousand Oaks, CA: Sage.

Miller, D. (1992). *The experiences of a first-year college president: An ethnography*. Unpublished doctoral dissertation, University of Nebraska-Lincoln.

Miller, D. C., & Salkind, N. J. (2002). *Handbook of research design and social measurement* (6th ed.). Thousand Oaks, CA: Sage.

Moore, D. (2000). Gender identity, nationalism, and social action among Jewish and Arab women in Israel: Redefining the social order? *Gender Issues, 18*(2), 3–28.

Morgan, D. (2007). Paradigms lost and pragmatism regained: Methodological implications of combining qualitative and quantitative methods. *Journal of Mixed Methods Research, 1*(1), 48–76.

Morse, J. M. (1991). Approaches to qualitative-quantitative methodological triangulation. *Nursing Research, 40*(1), 120–123.

Morse, J. M. (1994). Designing funded qualitative research. In N. K. Denzin & Y. S. Lincoln (Eds.), *Handbook of qualitative research* (pp. 220–235). Thousand Oaks, CA: Sage.

Morse, J. M., & Niehaus, L. (2009). *Mixed methods design: Principles and procedures*. Walnut Creek, CA: Left Coast Press.

Moustakas, C. (1994). *Phenomenological research methods*. Thousand Oaks, CA: Sage.

Murguia, E., Padilla, R. V., & Pavel, M. (1991, September). Ethnicity and the concept of social integration in Tinto's model of institutional departure. *Journal of College Student Development, 32*, 433–439.

Murphy, J. P. (1990). *Pragmatism: From Peirce to Davidson*. Boulder, CO: Westview.

Myers, K. K., & Oetzel, J. G. (2003). Exploring the dimensions of organizational assimilation: Creating and validating a measure. *Communication Quarterly, 51*(4), 438–457.

Nastasi, B. K., Hitchcock, J., Sarkar, S., Burkholder, G., Varjas, K., & Jayasena, A. (2007). Mixed methods in intervention research: Theory to adaptation. *Journal of Mixed Methods Research, 1*(2), 164–182.

Nesbary, D. K. (2000). *Survey research and the world wide web*. Boston: Allyn & Bacon.

Neuman, S. B., & McCormick, S. (Eds.). (1995). *Single-subject experimental research: Applications for literacy*. Newark, DE: International Reading Association.

Neuman, W. L. (2009). *Social research methods: Qualitative and quantitative approaches* (7th ed.). Boston: Allyn & Bacon.

Newman, I., & Benz, C. R. (1998). *Qualitative-quantitative research methodology: Exploring the interactive continuum*. Carbondale and Edwardsville: Southern Illinois University Press.

Nieswiadomy, R. M. (1993). *Foundations of nursing research* (2nd ed.). New York: Appleton & Lange.

O'Cathain, A., Murphy, E., & Nicholl, J. (2007). Integration and publications as indicators of "yield" from mixed methods studies. *Journal of Mixed Methods Research, 1*(2), 147–163.

Olesen, V. L. (2000). Feminism and qualitative research at and into the millennium. In N. L. Denzin & Y. S. Lincoln, *Handbook of qualitative research* (pp. 215–255). Thousand Oaks, CA: Sage.

Onwuegbuzie, A. J., & Leech, N. L. (2006). Linking research questions to mixed methods data analysis procedures. *The Qualitative Report, 11*(3), 474–498. Retrieved from www.nova.edu/ssss/QR/QR11-3/onwuegbuzie.pdf.

Padula, M. A., & Miller, D. (1999). Understanding graduate women's reentry experiences. *Psychology of Women Quarterly, 23,* 327–343.

Patton, M. Q. (1990). *Qualitative evaluation and research methods* (2nd ed.). Newbury Park, CA: Sage.

Patton, M. Q. (2002). *Qualitative research and evaluation methods* (3rd ed.). Thousand Oaks, CA: Sage.

Phillips, D. C., & Burbules, N. C. (2000). *Postpositivism and educational research.* Lanham, MD: Rowman & Littlefield.

Pink, S. (2001). *Doing visual ethnography.* Thousand Oaks, CA: Sage.

Plano Clark, V. L. (2005). Cross-disciplinary analysis of the use of mixed methods in physics education research, counseling psychology, and primary care (Doctoral dissertation, University of Nebraska–Lincoln, 2005). Dissertation Abstracts International, 66, 02A.

Plano Clark, V. L., & Creswell, J. W. (2008). *The mixed methods reader.* Thousand Oaks, CA: Sage.

Punch, K. F. (2005). *Introduction to social research: Quantitative and qualitative approaches* (2nd ed.). Thousand Oaks, CA: Sage.

Rhoads, R. A. (1997). Implications of the growing visibility of gay and bisexual male students on campus. *NASPA Journal, 34*(4), 275–286.

Richardson, L. (1990). *Writing strategies: Reaching diverse audiences.* Newbury Park, CA: Sage.

Richie, B. S., Fassinger, R. E., Linn, S. G., Johnson, J., Prosser, J., & Robinson, S. (1997). Persistence, connection, and passion: A qualitative study of the career development of highly achieving African American-Black and White women. *Journal of Counseling Psychology, 44*(2), 133–148.

Riemen, D. J. (1986). The essential structure of a caring interaction: Doing phenomenology. In P. M. Munhall & C. J. Oiler (Eds.), *Nursing research: A qualitative perspective* (pp. 85–105). New York: Appleton & Lange.

Riessman, C. K. (2008). *Narrative methods for the human sciences.* Thousand Oaks, CA: Sage.

Rogers, A., Day, J., Randall, F., & Bentall, R. P. (2003). Patients' understanding and participation in a trial designed to improve the management of anti-psychotic medication: A qualitative study. *Social Psychiatry and Psychiatric Epidemiology, 38,* 720–727.

Rorty, R. (1990). Pragmatism as anti-representationalism. In J. P. Murphy, *Pragmatism: From Peirce to Davison* (pp. 1–6). Boulder, CO: Westview.

Rosenthal, R., & Rosnow, R. L. (1991). *Essentials of behavioral research: Methods and data analysis.* New York: McGraw-Hill.

Ross-Larson, B. (1982). *Edit yourself: A manual for everyone who works with words.* New York: Norton.

Rossman, G., & Rallis, S. F. (2012). *Learning in the field: An introduction to qualitative research* (3rd ed.). Thousand Oaks, CA: Sage.

Rossman, G. B., & Wilson, B. L. (1985, October). Numbers and words: Combining quantitative and qualitative methods in a single large-scale evaluation study. *Evaluation Review, 9*(5), 627–643.

Rudestam, K. E., & Newton, R. R. (2007). *Surviving your dissertation* (3rd ed.). Thousand Oaks, CA: Sage.

Salant, P., & Dillman, D. A. (1994). *How to conduct your own survey.* New York: John Wiley.

Salkind, N. (1990). *Exploring research.* New York: MacMillan.

Salmons, J. (2010). Online interviews in real time. Thousand Oaks, CA: Sage.

Sarantakos, S. (2005). *Social research* (3rd ed.). New York: Palgrave Macmillan.

Schwandt, T. A. (1993). Theory for the moral sciences: Crisis of identity and purpose. In D. J. Flinders & G. E. Mills (Eds.), *Theory and concepts in qualitative research: Perspectives from the field* (pp. 5–23). New York: Columbia University, Teachers College Press.

Schwandt, T. A. (2007). *Dictionary of qualitative inquiry* (3rd ed.). Thousand Oaks, CA: Sage.

Shadish, W. R., Cook, T. D., & Campbell, D. T. (2001). *Experimental and quasi-experimental designs for generalized causal inference.* Boston: Houghton Mifflin.

Sieber, J. E. (1998). Planning ethically responsible research. In L. Bickman & D. J. Rog (Eds.), *Handbook of applied social research methods* (pp. 127–156). Thousand Oaks, CA: Sage.

Sieber, S. D. (1973). The integration of field work and survey methods. *American Journal of Sociology, 78,* 1335–1359.

Slife, B. D., & Williams, R. N. (1995). *What's behind the research? Discovering hidden assumptions in the behavioral sciences.* Thousand Oaks, CA: Sage.

Smith, J. K. (1983, March). Quantitative versus qualitative research: An attempt to clarify the issue. *Educational Researcher,* 6–13.

Spradley, J. P. (1980). *Participant observation.* New York: Holt, Rinehart & Winston.

Stake, R. E. (1995). *The art of case study research.* Thousand Oaks, CA: Sage.

Steinbeck, J. (1969). *Journal of a novel: The East of Eden letters.* New York: Viking.

Strauss, A., & Corbin, J. (1990). *Basics of qualitative research: Grounded theory procedures and techniques.* Newbury Park, CA: Sage.

Strauss, A., & Corbin, J. (1998). *Basics of qualitative research: Grounded theory procedures and techniques* (2nd ed.). Thousand Oaks, CA: Sage.

Sudduth, A. G. (1992). *Rural hospitals use of strategic adaptation in a changing health care environment.* Unpublished doctoral dissertation, University of Nebraska-Lincoln.

Sue, V. M., & Ritter, L. A. (2012). *Conducting online surveys* (2nd ed.). Thousand Oaks, CA: Sage.

Sweetman, D. (2008). *Use of the transformative-emancipatory perspective in mixed methods studies: A review and recommendations.* Unpublished manuscript.

Sweetman, D., Badiee, M., & Creswell, J. W. (2010). Use of the transformative framework in mixed methods studies. *Qualitative Inquiry, 16*(6), 441–454.

Tarshis, B. (1982). *How to write like a pro: A guide to effective nonfiction writing.* New York: New American Library.

Tashakkori, A., & Creswell, J. W. (2007). Exploring the nature of research questions in mixed methods research [Editorial]. *Journal of Mixed Methods Research, 1*(3), 207–211.

Tashakkori, A., & Teddlie, C. (1998). *Mixed methodology: Combining qualitative and quantitative approaches.* Thousand Oaks, CA: Sage.

Tashakkori, A., & Teddlie, C. (Eds.). (2003). *SAGE handbook of mixed methods in social and behavioral research.* Thousand Oaks, CA: Sage.

Tashakkori, A., & Teddlie, C. (Eds.). (2010). *SAGE handbook of mixed methods in social and behavioral research* (2nd ed.). Thousand Oaks, CA: Sage.

Teddlie, C., & Tashakkori, A. (2009). *Foundations of mixed methods research: Integrating quantitative and qualitative approaches in the social and behavioral sciences.* Thousand Oaks, CA: Sage.

Terenzini, P. T., Cabrera, A. F., Colbeck, C. L., Bjorklund, S. A., & Parente, J. M. (2001). Racial and ethnic diversity in the classroom. *The Journal of Higher Education, 72*(5), 509–531.

Tesch, R. (1990). *Qualitative research: Analysis types and software tools.* New York: Falmer.

Thomas, G. (1997). What's the use of theory? *Harvard Educational Review, 67*(1), 75–104.

Thomas, J. (1993). *Doing critical ethnography.* Newbury Park, CA: Sage.

Thompson, B. (2006). *Foundations of behavioral statistics: An insight-based approach.* New York: Guilford.

Thorndike, R. M. (1997). *Measurement and evaluation in psychology and education* (6th ed.). New York: Macmillan.

Trujillo, N. (1992). Interpreting (the work and the talk of) baseball: Perspectives on ballpark culture. *Western Journal of Communication, 56,* 350–371.

Tuckman, B. W. (1999). *Conducting educational research* (5th ed.). Fort Worth, TX: Harcourt Brace.

University of Chicago Press. (2010). *The Chicago manual of style* (16th ed.). Chicago: Author.

University Microfilms. (1938–). *Dissertation abstracts international.* Ann Arbor, MI: Author.

VanHorn-Grassmeyer, K. (1998). *Enhancing practice: New professional in student affairs.* Unpublished doctoral dissertation, University of Nebraska-Lincoln.

Van Maanen, J. (1988). *Tales of the field: On writing ethnography.* Chicago: University of Chicago Press.

Vernon, J. E. (1992). *The impact of divorce on the grandparent/grandchild relationship when the parent generation divorces.* Unpublished doctoral dissertation, University of Nebraska-Lincoln.

Vogt, W. P. (2011). *Dictionary of statistics and methodology: A nontechnical guide for the social sciences* (4th ed.). Thousand Oaks, CA: Sage.

Webb, R. B., & Glesne, C. (1992). Teaching qualitative research. In M. D. LeCompte, W. L. Millroy & J. Preissle (Eds.), *The Handbook of qualitative research in education* (pp. 771–814). San Diego, CA: Academic Press.

Webb, W. H., Beals, A. R., & White, C. M. (1986). *Sources of information in the social sciences: A guide to the literature* (3rd ed.). Chicago: American Library Association.

Weitzman, P. F., & Levkoff, S. E. (2000). Combining qualitative and quantitative methods in health research with minority elders: Lessons from a study of dementia caregiving. *Field Methods, 12*(3), 195–208.

Wilkinson, A. M. (1991). *The scientist's handbook for writing papers and dissertations.* Englewood Cliffs, NJ: Prentice Hall.

Wolcott, H. T. (1994). *Transforming qualitative data: Description, analysis, and interpretation.* Thousand Oaks, CA: Sage.

Wolcott, H. T. (2008). *Ethnography: A way of seeing* (2nd ed.), Walnut Creek, CA: AltaMira.

Wolcott, H. T. (2009). *Writing up qualitative research* (3rd ed.). Thousand Oaks, CA: Sage.

Yin, R. K. (2009). *Case study research: Design and methods* (4th ed.). Thousand Oaks, CA: Sage.

Yin, R. K. (2012). *Applications of case study research* (3rd ed.). Thousand Oaks, CA: Sage.

Ziller, R. C. (1990). *Photographing the self: Methods for observing personal orientations.* Newbury Park, CA: Sage.

Zinsser, W. (1983). *Writing with a word processor.* New York: Harper Colophon.

Made in the USA
Monee, IL
04 November 2026

67381177R00171